గుండెను తట్టిన సినిమాలు

(97 సినిమాల పరామర్శ)

పరేశ్ దోశీ

ఛాయ
హైదరాబాద్

GUNDENU THATTINA CINEMALU
Collection of essays

Author :
PARESH DOSHI

© Author

First Edition:
January, 2023

Copies: 500

Published By:
Chaaya Resources Centre
103, Haritha Apartments,
A-3, Madhuranagar,
HYDERABAD - 500038
Ph: (040) - 23742711
Mobile: +91-709310 65151
email: chaayaresourcescenter@gmail.com

Publication No.: CRC- 84

ISBN No. 978-93-92968-49-5

Cover design :
Kranthi.T
Cell : 7702741570

Book Design :
Daccan Studios
Hyderabad. Cell : 9100643281

For Copies :
All leading Book Shops
https:/amzn.to/3xPaeId
bit.ly/chaayabooks

విషయ సూచిక

స్నేహ వాక్యం

ఎదుట విశాలమైన తెర, హాల్లో విశాలంగా పరచుకున్న చీకటి, అంత మంది మధ్యలోనూ మనం ఒంటరి. సినిమా చూస్తున్నామా? లేదు అదొక మాయాజాలానికిలోను కావడమే. అయితే ఒక్కొక్కరు ఒక్కోలాగా. ఆ అద్వితీయ అనుభవం అక్కడితో ఆగదు. తర్వాత కూడా మిత్రులతో సంభాషించుకుంటూ దాన్ని మనసుల్లో సజీవంగా ఉంచుతాం. Conventional projection, digital projection, laser projection ఏదైనా సరే మాయ మాయే. Celluloid/analogous నుంచి digital ప్రపంచంలోకి వచ్చినా ఆ మంత్రజాలంలో తేడా రాదు. అదీ, అలాంటి నా అనుభవాలు కొన్ని ఇలా మీతో పంచుకుంటున్నాను.

నాకు సినిమా సినిమానే. లఘు చిత్రం, పూర్తి నిడివి చిత్రం, భారీ బడ్జెట్ చిత్రం, చిన్న సినిమా అన్నీ ఒక్కటే. తెలుగు, తమిళ, హిందీ ఏ భాషా చిత్రమైనా నాకు సినిమానే. భారతీయ, ఇతర దేశాల చిత్రమైనా నాకు అది సినిమానే. అందుకే ఇందులో ఎలాంటి Classification చెయ్యలేదు. ఏదీ ఎక్కువ కాదు, ఏదీ తక్కువ కాదు. అందుకే ఆంగ్ల ఆకారాది వరుసలో అన్నిటినీ కూర్చాను.

సినిమా చూడటం, పలవరించడం ఇష్టమే. కానీ వ్రాసి పంచుకోవడం తక్కువ. కారణం నా బద్ధకం, కుదురు లేని తనం. సంచిక అంతర్జాల పత్రిక సంపాదకులు పట్టుబట్టి కోరితే వారం వారం సినిమా సమీక్షలు వ్రాసాశా. నాకు

సినిమా ఎంపికలో స్వేచ్ఛ వుంది. ఆయా సమయాల్లో మంచి సినిమా లేదు అనుకుంటే నెట్‌లో వెతికి మంచి సినిమా చూసి వ్రాసేవాడిని. నన్ను ఆకర్షించని, కదిలించని సినిమా గురించి నేను వ్రాయలేను. ఇందులో సంచిక, సారంగ అంతర్జాల పత్రికలలో వచ్చినవి, ఒకటి ఆదివారం ఆంధ్రజ్యోతి లో వచ్చిన వ్యాసం వున్నాయి.

ఇవి చదివితే మీకు లాభం ఏమిటి? కొన్ని మంచి చిత్రాల పరిచయం, వాటిని నా దృష్టి లోంచి చూడటం, ఒక అదనపు perspective పొందడం జరుగుతాయి. చదివి నన్ను మెచ్చుకోవచ్చు, నా మీదకు యుద్ధానికీ రావచ్చు. నిరాసక్తంగా మాత్రం వుండనివ్వదు.

పాత short film మాస్టర్లను ఒకసారి తలచుకుందాము. బెర్ట్ హాన్స్ట్రా "జూ", "గ్లాస్" లాంటి డాక్యుమెంటరీలు తీసాడు. అవి కేవలం డాక్యుమెంటరీలా? లేదు చాలా బలమైన కథ, బలమైన దృష్టికోణాన్ని చూపించే చిత్రాలవి. ఆయన అప్పటికే ఫీచర్ ఫిలింస్ తీస్తున్నప్పటికీ తన సరదా కొద్దీ, తన పేషన్ కొద్దీ సినిమాలో ప్రయోగాలు చేస్తూ వొక్క సంభాషణా లేకుండా చిత్రాలు తీసాడు. అవి మనం ఎన్ని సార్లు చూస్తే అన్ని కొత్త విషయాలు తెలుస్తాయి. ఇదే కోవలో ఈంస్ దంపతులు "టాప్స్" లాంటి చిత్రాలు తీసారు. కేవలం బొంగరాల గురించిన డాక్యుమెంటరీ కాదది, చాలా లోతైన విషయాలు తెలిపే చిత్రం, అర్థవంతంగా తీర్చి దిద్దిన చిత్రం. క్రిస్టఫర్ నోలాన్ నికి కూడా బాగా నచ్చిన చిత్రం, నచ్చిన దర్శకులు. ఇక అలానే నార్మన్ మక్లారెన్ చిత్రాలు "పాద ద", "నైబర్స్".

ఒక మరణం అక్కడున్న వ్యక్తులలో కలిగించిన వివిధ స్పందనలు a death in the gunjలో, రాజ్యం ఒక అమాయక అమ్మాయి మీద టెర్రరిస్ట్ తో సంబంధం ఉన్నదన్న ఆరోపణతో ఎలా హింసించినదీ aruviలో, రెండవ ప్రపంచ యుద్ధానంతర ఇటలీ లో ఒక బీద కుటుంబం పరిస్థితులు ఏక కాలంలో వొళ్ళు కాలేలా, కన్నీరు కార్చేలా చేసే చిత్రం bicycyle thieves లో చూడవచ్చు. ఇక lgbtq కథలు Contracorriente (Undertow), my brother nikhil, evening shadows, I am చిత్రాలలో చూడవచ్చు. ఇక మనం సెక్స్ ని సెక్స్ అంటాం గానీ, ఎన్ని shades వున్నాయి అందులో. ఎన్ని రకాల passions.

వాటిని తడిమే కొన్ని చిత్రాలు B A pass, In the realm of senses, Mixed doubles, Perfume, Jaavoon kahan bata ei dil.

ఇక లఘు చిత్రాలలో సత్యజిత్ రాయ్ తీసిన Two, అతని కథ ఆధారంగా తీసిన చిత్రం anukul, సుజోయ్ ఘోష్ తీసిన ahalya, abbas kiarostami తీసిన ఇరానీ చిత్రం bread and alley. ఇక దేవి, చట్నీ, జ్యూస్ మీల్, ఛురీ లాంటి చిత్రాలైతే ఒక surprise కి తక్కువ కాదు.

ఇంతా రాసింది వైవిధ్యం ప్రకటించడానికి.

అయితే క్షమాపణలు అడగాలా, అర్థం చేసుకోమనాలా తెలీదు గానీ నాది ముక్కు సూటి తనం చెప్పడంలో. ఎక్కువ పదాలు వాడని పిసినారిని సమగ్రత పేరుతో చాంతాడంత పొడుగు వ్యాసాలు వ్రాయడమే కాదు, చదవడానికి కూడా ఉత్సాహం చూపించను. అసలు ఒక వ్యాసం లో నాదంటూ ఒక ప్రత్యేకమైన గమనింపు, అభివ్యక్తి, ఉద్వేగం పంచుకోవడానికి లేకపోతే అసలు వ్రాయను. ఏది ఏమైనా ఈ విషయంలో నన్ను క్షమించి వదిలెయ్యండి. కానీ చదవండి.

ఈ చిత్రాలన్నీ, ఒకటో రెండో మినహాయించి, నేను Netflix, Amazon Prime, Youtube లలో చూసాను.

కవిత లేదా కథ, దానికి rudimentary part పదం/వాక్యం అయితే సినిమా విషయంలో అది shot. రచయిత ఎంత జాగరూకతతో, నైపుణ్యంతో కథ/ కవిత ను అల్లుతాడో ఫలితం అంత అందంగా, సంతృప్తికరంగా వస్తుంది. సినిమా విషయం లో కూడానంతే. మనం సినిమా వ్యాకరణాన్ని గమనంలో పెట్టుకునే ఒక్కో షాట్ ని అర్థం చేసుకుంటూ ఆస్వాదిస్తాం. మీలో సినిమాను పిచ్చిగా ప్రేమించేవాళ్ళు, సినిమాలు తీస్తున్న, తీయాలనుకుంటున్న వారు అందరూ ఇది చదివి మీ స్పందన తెలియజేస్తే సంతోషిస్తాను.

సారంగ, సంచిక, ఆంధ్ర జ్యోతి పత్రికలకు కృతజ్ఞతలు. అలాగే ఛాయా మోహన్ బాబు గారికీ, సాంకేతిక సాయం అందించిన కొలిచాల సురేశ్ గారికీ కృతజ్ఞతలు.

12 Men Army

దర్శకుడి ముఖ్యమైన టూల్ కెమేరానే. ఒక షాట్ ఏ కోణం నుంచి తీస్తే ఎలాంటి ప్రభావం కలుగుతుంది ప్రేక్షకుడి మీద వగైరా... అనుభవం మీద రావాల్సిందే. కొంత స్టడీ చేసి తెలుసుకోవచ్చు. ఈ నైపుణ్యం కూడా ఒక దర్శకుడినికి అతని యూనిక్ సంతకం గా మారి గుర్తింపుణినిస్తుంది. మీరు అనొచ్చు అది DoP పని కదా. నేను చెప్పేది autere దర్శకుల గురించి. తెరమీద ఎక్కబోయే దృశ్యం ముందు తన కళ్ళలో చూస్తాడు. దాన్ని dopకి మాటలద్వారా చూపించి పని రాబడతాడు. దర్శకుని విజన్ నుంచి స్వతంత్రంగా dop పని ఉండదు. పథేర్ పాంచాలి లో ఒక షాట్ దుర్గది క్లోజప్ లో తీశాడు. చాలా అందంగా వచ్చింది. కానీ ఆ షాట్ తను చెప్పాల్సింది చెప్పట్లేదు. అందుకే అది తన failure అని చెప్పుకుంటాడు. ఇక ఈ 12 angry men ఎలాంటి చిత్రమంటే దీని subtext యేదీని షాట్ కంపోజిషన్. ఇలాంటి చిత్రాలు చాలా వున్నాయి. ఇంకో ఉదాహరణ జోన్ ఆఫ్ ఆర్క్. మొదటి చిత్రం గురించి ఇదివరకు వ్రాసిన పాఠం ఇస్తున్నాను. జోన్ ఆఫ్ ఆర్క్ గురించి మరోసారి వ్రాస్తాను.

* * *

1986 లో టీవీ లో "ఏక్ రుకా హువా ఫైసలా" చూశాను. ఆ వయసుకు అది నచ్చింది సస్పెన్సు వుండడం చేత. మిగతా విషయాల మీద అప్పుడు యెక్కువ ఆలోచించలేదు. మళ్ళీ చూశాను. నచ్చింది. నాకు ఇష్టమైన దర్శకుడు, ఇష్టమైన నటులు. ఇంకా కావాల్సిందేముంది! చిన్న వయసులోనే ముసలివాడుగా

చేసిన అన్నూ కపూర్, కొంచెం గూని లాంటిది వున్న, ప్రత్యేకమైన mannerisms వున్న పాత్రలో పంకజ్ కపూర్ యెక్కువ నచ్చారు. 12 Angry Men ను మన దేశపరిస్థితులకు తగ్గట్టుగా ఉత్తర - దక్షిణ భారత భేదాలు, ముస్లిములపట్ల కొనసాగుతున్న వివక్షాపూరిత దృక్పథాలు, ముంబైలో ఇతర రాష్ట్రాలనుంచి వచ్చి నివసిస్తున్నవారిపట్ల వివక్ష, ఇలాంటివన్నీ బాగానే పెట్టారు. సినిమా మొత్తం దాదాపుగా ఇంగ్లీషు సినిమాలాగానే వుంది.

ఒక 18/19 యేళ్ళ కుర్రాడు తన తండ్రిని పొడిచి చంపిన అభియోగం మీద ఉరికి దగ్గరగా వున్నాడు. అతన్ని పొడుస్తుండగా చూసినట్లు వొక స్త్రీ సాక్ష్యం, అతను మెట్లు దిగి పారిపోతుండగా చూసినట్లు వొక ముసలతని సాక్ష్యం. ఇవీ అతన్ని ఉరికి దగ్గరగా తెచ్చాయి. ఇక చివరి మెట్టుగా, పన్నెండు మంది జ్యూరీ మెంబర్లను వొక గదిలో వుండి, చర్చలు చేసి అతను నిర్దోషి అయి వుండేదానికి యేమాత్రం ఆస్కారమున్నట్లు తేలినా, లేక పూర్తిగా అతనే నేరగాడు అనిపించినా : యెలాంటి నిర్ణయానికైనా గాని, వొక ఏకగ్రీవ నిర్ణయానికి రావాల్సిందిగా కోర్టు కోరుతుంది. మొదట 11మంది కుర్రాడిని దోషిగా ఒక్కడు మాత్రం నిర్దోషిగా భావించి, చర్చలు మొదలు పెడతారు. సినిమా చివరికొచ్చేసరికి అందరూ యేకగ్రీవంగా అతను నిర్దోషి అయి వుండే అవకాశం వుందన్న నిర్ణయానికొస్తారు. ఈ లోగా మనం మన వ్యక్తిగత జీవితానుభవాల కళ్ళద్దాల ద్వారా చూడడం వల్లనో, జాతి-మత-వగైరాల వంటి మనం ముందే యేర్పరచుకున్న అభిప్రాయాల కళ్ళద్దాల నుంచి చూసి నిర్ణయాలు చెప్పేస్తుంటాము. సినిమా ప్రయాణమంతతా మనలో ఈ యెరుక కలిగించడానికే.

ఇక ఈ రోజు 12 Angry Men (1957) చూశాను. తర్వాత వచ్చిన (1986) రంగుల చిత్రం కంటే ఈ నలుపు తెలుపుల తక్కువ నిడివిగల చిత్రమే యెక్కువ నచ్చింది. సినిమా కథనాన్ని కేవలం సంభాషణలతోనే కాదు, చివరిదాకా నటుల నటన, ఆ కెమేరా, ఆ గది, గదిలో వున్న ఫర్నిచరు ఇవన్నీ సంభాషిస్తాయి. మొదటి షాట్ కోర్టు ఆవరణ బయటినుంచి లో యాంగిల్‌లో ముందు ప్రాంగణం మెట్లు, అలా పైకి పైకి పోతూ "Administration of justice: is the firmest pillar of good" అన్న వ్రాత దగ్గర కట్ అవుతుంది. తర్వాతి షాట్ లోపలి దృశ్యం హై యాంగిల్‌లో షాండిలీర్ తో మొదలుకొని

కిందకు దిగుతూ, లోపలికి వస్తున్న మనుషులను చూపిస్తుంది, నెమ్మదిగా పాన్ చేస్తూ అదే అంతస్తులో వున్న మిగతా పాత్రలను అనుసరిస్తుంది. అలాగే చిట్టచివరి షాట్ మళ్ళీ హై యాంగిల్‌లో ఆ గది ఇరుకు నుంచి విడుదలైన పాత్ర మెట్లు దిగుతూ వెళ్ళి సమూహంలో కలవడంతో ముగుస్తుంది. వీటి మధ్య సినిమా మొత్తం వొక చిన్న గదిలోనే.

ఆ జడ్జీ ఆ 12మందినీ వేరే గదికి వెళ్ళి చర్చలు చేసుకోమన్న తర్వాత షాట్, అతని యెదుట జనాలందరూ వెళ్ళిపోయాక ఒక్కడే మిగిలిన ఆ నిందితుడు, అతన్నే చూస్తూ వెనుతిరిగి వెళ్ళిపోతున్న జ్యూరి సభ్యులు. అందరూ వెళ్ళిపోయాక కెమెరా వొక్కడే మిగిలిపోయిన ఆ కుర్రాడి ముఖం మీద నిలుస్తుంది. అక్కడ కట్ చెయ్యకుండా ఆ సీన్ ని dissolve చేస్తాడు, ఒక హై యాంగిల్ షాట్లో ఇరుకు గదిలో వున్న బల్ల దాని చుట్టు పేర్చిన కుర్చీలు వున్న సీన్ లోకి. అలాగే చివరి dissolve కూడా సినిమా చివర్న మళ్ళీ అదే బల్ల (సిగరెట్ పీకలున్న ట్రేలతో, కాగితాలతో, పెన్నులతో వాళ్ళు చేసిన చర్చల ఆనవాళ్ళతో), అందరూ వెళ్ళి పోయాక మరో సీన్లోకి అవుతుంది. అది కోర్టు బయటి ప్రాంగణం.

ముందే ఆ గది చిన్నది. ప్రారంభంలో హై యాంగిల్‌లో దాన్ని, ఆ ఖాళీ బల్లకుర్చీలు చూపించడం, వొక్కొక్కరే లోపలికి రావడం, అది ఇంకా ఇంకా ఇరుకుగా అనిపిస్తుంది. claustrophobic feelings, stifling భావనలు కలుగుతాయి. మనకు ఉక్కపోతగా అనిపించడమేకాదు, ఆ పాత్రలకు కూడా అలా అనిపిస్తుంది. అదే కారణం, ఆ రోజు అత్యధిక ఉష్ణోగ్రత వున్న రోజు, పని చేయని ఏసీ, ఫ్యాన్లు, మందితో నిండిన ఇరుకు గది. వొక కుర్రాడిని electric chair కు పంపాలా వద్దా అన్న నిర్ణయానికి రావలసిన వాతావరణ మది. ఇక నాకు ప్రత్యేకంగా నచ్చింది క్లోసప్ షాట్లు. మరీ యెక్కువేం కాదు, కాని చాలా సమర్థవంతంగా తీసినవి. పొడుగైనవి. పక్క పాత్రలు బదులుగా యేమన్నా చెబుతున్నా, ఆ మాటలను సౌండుట్రాక్లో కలపడమే తప్ప కెమెరా స్టాటిక్ గానే వుంటుంది.

ఇలా వ్రాస్తూనే పోతానేమో విసిగిస్తూ. ముందే తయారైన వొక టెలీప్లే ను సిడ్నీ లూమెట్ సినిమాగా తీశాడు. వ్రాసింది రెజినాల్డ్ రోజ్. తీసిన 'లూమెట్' కిది మొదటి చిత్రం, (Boris Kaufman Oscar-winning camera man).

మొదటి సారి చూసేప్పుడు దృష్టంతా కథమీదే వుంటుంది కాబట్టి, ఈ తెలుపు నలుపుల చిత్రంలోని finer details enjoy చెయ్యడానికి ఇంకోసారి చూడక తప్పదు.

ప్రస్తుతం చర్చలో వున్న ఉరి విషయం గురించి కాకపోయినా వొక మంచి సినిమా చూడటానికైనా చూడండి.

తెలుపు నలుపుల మధ్య

A Billion Colour Story

2016 లో తీసిన ఈ చిత్రం ఇప్పుడు నెట్‌ఫ్లిక్స్‌లో అందుబాటులో వుంది. అంతర్జాతీయ అవార్డులు పొందిన ఈ చిత్రం ఇక్కడ థియేటర్లలో విడుదల అయ్యిందా, అయితే ఆడిందా నాకు తెలీదు. కానీ ఈ చిత్రం చూసిన తర్వాత ఒక ఆనందకర ఆశ్చర్యాన్ని అనుభవించాను.

తెలుపు నలుపు రంగుల్లో మొదలయ్యే ఈ చిత్రం చాలా నెమ్మదిగా రంగులను పులుముకుంటుంది. ఇది వరకు మన ఎరుక ప్రకారం ప్రతీదీ తెలుపు నలుపుల్లోనే వుండదు, కొన్ని ఊదా రంగుల్లో కూడా ఉంటాయి. ఈ చిత్రం, ఆ మూడు రంగులే ఎందుకు? కోట్ల రంగుల్లో వుంటుందీ ప్రపంచం అంటుంది.

హరి అజీజ్ (ధ్రువ పద్మాకర్) అనే పదకొండు ఏళ్ళ కుర్రాడు తన తల్లి పార్వతి (వాసుకి), తండ్రి గౌరవ్ శర్మ (ఇమ్రాన్ అజీజ్) లతో ఆస్ట్రేలియా నుంచి భారత దేశానికి వస్తాడు. తన వయసుకంటే ఎక్కువ పరిణితి కలిగిన వాడు. బుర్ర నిండా సవాలక్ష ప్రశ్నలు. లోకంలో ప్రతి దానికీనీ ఒక రంగుతో కలిపి చూడడానికి అలవాటు పడ్డ ఈ లోకంలో ప్రేమ రంగు ఎరుపు అంటాడు. అలాగే ద్వేషమూ, హింసానూ. ఆ వెంటనే వచ్చే దృశ్యం సమున్నత హిమాలయాల కంటే ఎత్తుగా ఎగురుతున్న మన జాతీయ జెండా. బడిలో టీచర్ అడుగుతుంది

మన జాతీయ జెండా రంగులు దేన్ని సూచిస్తాయో తెలుసా అని. తన తండ్రి చెప్పిన మాటలు గుర్తు తెచ్చుకుని చెబుతాడు కాషాయం పరిత్యాగానికీ, తెలుపు స్వచ్ఛతకీ, ఆకుపచ్చ పుడమికీ, నీలవర్ణపు చక్రం ధర్మానికి సంకేతాలంటాడు. బయటకెళ్ళాక ఓ పిల్లవాడంటాడు నువ్వెంత పెద్ద పెద్ద సమాధానాలు చెబుతావేంటి? నీకు టీచర్ కంటే ఎక్కువ తెలుసా? కాషాయం హిందువులకీ, ఆకు పచ్చ ముస్లింలకీ, తెలుపు క్రిస్టియన్లకీ గుర్తులు అంటాడు. ఇద్దరూ పిల్లలే. ఇద్దరి చూపులు ఎంత భిన్నం. కారణం ఎవరు?

గౌరవ్, పార్వతి లు కలిసి ఒక చిత్రం తీస్తుంటారు. ఆమె పని వ్రాయడం. అతను దర్శకుడు. అతనికి ఎంతటి సకారాత్మక దృష్టికోణం అంటే అతనికి భారత దేశం అంటే వర్ణ మయం, ప్రేమ మయం అయిన లోకం లా కనిపిస్తుంది, దానికి విరుద్ధమైనవి కనిపిస్తూ వున్నా. వాళ్ళు తీసే చిత్రం కూడా అలాంటి సకారాత్మక చిత్రమే. పెట్టుబడి పెడతామన్న ఇద్దరిలో ఒకడు తప్పుకుంటాడు. ఇల్లు అమ్మి అయినా చిత్రం తీయాలి. ఇలా ఒకటి తర్వాత మరొకటి ఆటంకాలు వస్తూనే వుంటాయి. కారణం మరేమీ లేదు అతను ఒక ముస్లిం, ఆమె ఒక హిందువు. ఎవరికీ నచ్చని విషయం ఆ స్నేహం. అటు ముస్లింలకీ ఇటు హిందువులకీ కూడా. హరి అజీజ్‌కి బడిలో సీట్ కూడా ఇదే కారణంతో లభించదు.

హరి అజీజ్ తన తండ్రికి మానసికంగా చాలా దగ్గర. ఈ కథ కూడా అతని దృష్టికోణం నుంచే చెప్పబడింది. వేరే దేశం నుంచి వచ్చిన అబ్బాయి ఇక్కడి పరిస్థితులను తండ్రి కంటే నిజాయితీగా అర్థం చేసుకోగలుగుతాడు. తండ్రిదేమో స్వాప్నిక ప్రపంచం. హిందూ ముస్లింల మధ్య గొడవలు, స్వలింగసంపర్కుల పట్ల దేశమూ, దేశం లోని ప్రజలూ అన్యాయ పూరితంగా ప్రవర్తించడం. ఇవన్నీ వాస్తవిక దృష్టితో చూసే హరి అజీజ్ తన తండ్రికి రాను రాను పెరుగుతున్న కష్టాలు, వచ్చే బెదిరింపులు అతన్ని తండ్రి గురించి బెంగ పెట్టుకునేలా చేస్తాయి. పెద్దలు పిల్లలని జాగ్రత్త అని చెప్పినట్టు వాడు తండ్రికి జాగ్రత్తలు చెబుతాడు. రెండో పెట్టుబడిదారుడు కూడా చేతులెత్తేస్తే, కనీసం మన దగ్గర వున్న వనరులతో ట్రైలర్ లాంటిది తీసి, అది చూపించి జనాలను మెప్పించి, ఒప్పించి పెట్టుబడి సంపాదించవచ్చు అని నిర్ణయిస్తారు.

ఇలా ఎన్నెన్ని ఇబ్బందులు ఎదురుకొని, ఎదురీది, కష్టనష్టాలు తట్టుకుని ఆ ముగ్గురూ, వాళ్ళ మిత్ర బృందమూ ఎలా ముందుకెళ్తారు, చివరికి ఏమవుతుందన్నది మిగతా కథ.

మన ఇప్పటి కాలానికి అవసరమైన చిత్రమే ఇది. ఎన్ పద్మాకుమార్ రచనా బాగుంది, దర్శకత్వమూ బాగుంది. అలాగే అతని ఛాయాగ్రహణమూ బాగుంది. అతని తొలి ప్రయత్నమంటే నమ్మ బుద్ధి కాదు. అందరి నటనా బాగుంది. అయితే ప్రత్యేకంగా చెప్పుకోవాల్సింది హరి అజీజ్ గా చేసిన ధ్రువ్ పద్మాకుమార్ నటన. ముద్దుగా కనబడుతూ, ఎంతో తెలివిగా మాట్లాడే ఇతను దర్శకుడి కొడుకే. సేన్ వాయిస్ అంటామే దానికి అతను ప్రతీక.

చాలా గొప్ప సినిమాలు తండ్రీ కొడుకుల కథలుగా వచ్చాయి, అప్పుడెప్పుడో వచ్చిన ఇటాలియన్ చిత్రం బైసికిల్ తీవ్స్ నుంచీ. రెండు తరాలకు సంబంధించిన కష్టాలను ఆ తరాల ప్రతినిధులుగా తండ్రీ కొడుకులు ఎలా నడుము బిగించి సముద్రాన్ని ఈదారు అన్నది గొప్పగా చూపించారు ప్రతి చిత్రం లోనూ.

ఈ పాటికే చూసి వుండక పోతే తప్పకుండా చూడండి. నెట్‌ఫ్లిక్స్‌లో వుంది.

A death in the gunj

నాకు ఇష్టమైన నటి కొంకొణా సేన్ శర్మ, మొదటిసారి దర్శకత్వం వహించిన "a death in the gunj" చూశాను. చాలా నచ్చింది. అందుకే నాలుగు ముక్కలు వ్రాద్దామని కూర్చున్నా. కథా కాలం 1979, బిహార్ (ఇప్పటి జార్ఖండ్) లో మెక్లూస్కీగంజ్ లో జరుగుతుంది. నందు (గుల్షన్ దేవాయా), అతని భార్య బోనీ (తిలోత్తమా షోం), ఆమె యెనిమిదేళ్ళ కూతురు తాని (ఆర్య శర్మ), ఆమె స్నేహితురాలు మిమి(కల్కి కేక్లా), కజిన్ శ్యామల్ ఛటర్జీ ముద్దు పేరు షుటు (విక్రాంత్ మెస్సీ) వారం కోసం గంజ్ లో వున్న ఓంపురి-తనూజల (నందు తల్లిదండ్రులు) ఇంటికెళ్తారు. అక్కడ విక్రాంత్ (రణవీర్ శౌరి), బ్రియాన్ (జిం శర్బ్) కూడా వస్తారు. ఆ వారంలో అక్కడున్నవారి మధ్య జరిగే మామూలు సంఘటనలే ఈ సినిమా కథ.

అణిచివేత లాంటివి యేదో వొక ప్రాతిపదిక మీదనే కాదు, యెలాంటి కారణమూ లేకుండా కూడా చాలామంది చేస్తుంటారు. అయితే అణిచివేత అన్న పదం కాదు గాని bully కి సమానార్థకమైన పదం వాడాలి. యెవరైనా మెతక మనిషి కనబడాలే గాని సరదా గానో, తమ అక్కసు తీర్చుకోవడం కోసమో, లేదా పుట్టిగానే మొత్తే వాళ్ళకు కొదవ లేదు. అది అవతలి వ్యక్తి మీద యెలాంటి ప్రభావం చూపుతుందో పట్టించుకోరు.

మొదటి దృశ్యం నుంచీ 23 యేళ్ళ షుటు బిడియస్తుడిగా, భయస్తుడిగా, ఆత్మనూన్న కలవాడిగా కనిపిస్తాడు. సమీపగతంలో తండ్రి పోయాడు. తల్లి

బెంగాల్ లోని ఓ పల్లెలో వుంటూ ఇతన్ని కలకత్తాలో వుంచి చదివిస్తుంది. ఎం.ఎస్సీ లో నాలుగు సబ్జెక్టుల్లో ఫేలయ్యాడు. తల్లికి ఆ మాట చెప్పలేదు. ఆమెకు అతని స్నేహితుని ద్వారా తెలిసి బెంగ పెట్టుకుంటుంది. బీరువా నుంచి తన తండ్రి తొడుక్కుంటూ వుండిన స్వెటరు తీసి వేసుకుంటాడు. అందరూ ఇతన్ని వొక పనివాడిగా చూస్తారు, అలానే ఇతనూ వారికి దూరంగా మసలుకుంటూ వుంటాడు. తను యెవరితోనైనా మానసికంగా దగ్గర అయ్యాడూ అంటే అది వొక పాప తానితో. ఆమె సమక్షంలో ఉత్సాహ వంతుడైన పిల్లవాడిలా కనబడతాడు. ఇది ఇతని వ్యక్తిత్వం.

ఇక మిగతా వాళ్ళు అందరూ స్వార్థపరులుగా, insensitive bullies గా కనబడతారు. కొత్తగా పెళ్ళైన విక్రాంత్కి తలబిరుసు యెక్కువ. నందు కూడా కోపిష్టి, ఘటు ని వాడుకునే రకం. బోని మాత్రం వొక సందర్భంలో ఘటు మీద కొంత సానుభూతి చూబిస్తుంది. తనూజ కి కొంత సానుభూతి వున్నా, చివర్లో ఘటు కనబడట్లేదు అంటే హైరానా పడకుండా పనివాణ్ణి మాత్రం పంపిస్తుంది వెతకమని. ఇక మిమి వొక ఆంగ్ల అవివాహిత. యెప్పుడూ ఇతరుల అటెన్షన్ కావాలి. మనసులో యేముందో బయట పెట్టదు. విక్రాంత్ తో ఫ్లర్ట్ చేస్తుంటే మాటలు పడుతుంది (అది 1979 మరి), కాని ఖాతరు చెయ్యదు. విక్రాంత్ నుంచి కావలసిన అటెన్షన్ లభించకపోతే ఘటు కు దగ్గరవుతుంది, అదీ స్వార్థంతోనే.

ఇంతమంది నుంచి కసురుకోవడాలు, దెబ్బ తగిలేలా వ్యవహారాలు, వొకటేమిటి రకరకాలుగా అవమానకర ప్రవర్తనలు యెదుర్కొన్న అతనికి తానితో గడిపే కాస్త సమయం మాత్రం సంతోషాన్నిస్తుంది. వేసిన కప్ప బొమ్మ చూపిస్తాడు, పుస్తకంలో దాచుకున్న పురుగు కళేబరం (కళేబరం అనొచ్చా?) చూపిస్తాడు, కబుర్లు చెబుతాడు. ఇది తప్ప మరో ఆనందకర సందర్భం కొత్త సంవత్సరం నాడు మిమి ఇతని దగ్గర చేరి సెక్సు చేస్తుంది. అదీ గది మధ్యలో కుర్చీ మీద. ఆ కుర్చీకి వొక కాలు యెప్పుడు విరిగిపోతుందా అన్నట్టు వుంటే దానికింద మడతలుపెట్టిన కాగితాన్ని మోపుగా పెట్టివుంటారు. ఆతర్వాతి రెండు మూడు సీన్లలో అతని కళ్ళల్లో మెరుపు. దొంగతనంగా బైకు తీసుకుని అతనూ, మిమి శ్మశానానికెళ్తారు. రెండవసారి సెక్సు అక్కడ జరుగుతుంది. కాని ఆమె మనసులో

యేముందో యెక్కడా బయట పెట్టదు. మొదటిసారి వుమన్ ఆన్ టాప్, శ్మశానానికి వెళ్ళేటప్పుడు బైకు నడిపేదీ మిమీ నే. యెందుకంటే అతనిలో చొరవకు ఆస్కారం తక్కువ. కొంత ఇది ఆమె గురించి కూడా తెలిపే విషయాలు.

ఇందులో కథగా యేముంది? స్పష్టంగా చెప్పకుండా వదిలేసినవే యెక్కువ. షుటు మానసిక స్థితి కనబడుతోంది, కాని యెక్కువ వివరాలు లేవు. మిమి సగం తెరిచిన పుస్తకం. మొదట్లో షుటు పట్ల సానుభూతిగానే వ్యవహరించినా చివర్న తనూజ indifferent గా పట్టనట్టుగా యెందుకుంటుందో తెలీదు. ఐతే ఇలా చాలా వివరాలు లేకపోవడం వల్ల దేని మీద మన దృష్టి పోవాలో దాని మీద పోతుంది. షుటు పట్ల దాదాపు ప్రతి పాత్ర అన్యాయంగానే ప్రవర్తించాయి. తాని కనబడకపోయే సీన్ లో మగవాళ్ళందరూ ముందు బోని ని తర్వాత షుటు ని అటాక్ చేస్తారు. షుటు ని మగవాళ్ళే కాదు మిమి కూడా హీనంగా మాట్లాడే సందర్భం వుంది. (నువ్వు (అమ్మాయిలా) ప్రెట్టీగా వున్నావంటుంది). Arrogant, authoritative, exploitative మగవారిలా మిగతా పాత్రలనూ, సున్నిత మనస్కుడిగా, సంవేదనాపరునిగా షుటు పాత్ర. రెండు రకాల masculine personalities తో పాటు కుటుంబంలో జరిగే bullying ని చాలా సటల్ గా చూపించింది కొంకొణా.

అందమైన సినెమాటోగ్రఫీ, సంగీతం, నటన వున్న ఈ చిత్రంలో ప్రత్యేకంగా చెప్పుకోవాల్సింది షుటుగా చేసిన విక్రాంత్ మస్సే నటన. పది-పన్నెండేళ్ళుగా టీవీ సీరియళ్ళలో చేస్తున్నాడట, నేను చూడలేదు. కాని ఈ వొక్క చిత్రం చూసినా అతన్ని మరిచిపోలేము.

గుర్తుండిపోయే సినిమా.

దైన్యం ఆర్తనాదం : "అధీన్"

యశ్ వర్మ తీసిన లఘు చిత్రం "అధీన్". కథ వొక కుటుంబానిది. భార్యాభర్తలు, కొడుకు, కూతురు. పిల్లల బాల్యం నుంచీ తల్లిదండ్రుల వృద్ధాప్యం దాకా సన్నివేశాలు తడుముతూ ముఖ్యంగా వొకే ఇంట్లో ముగ్గురి మధ్యా నడిచే సంభాషణలతో నడుస్తుందీ చిత్రం.

తండ్రి (సంజయ్ మిశ్రా) వంటింట్లో సేమ్యా పాయసం వండుతున్నాడు. తనకి బాగాలేదని మిత్రుని చేత కబురు పంపిస్తే రానున్న కొడుకు వీర్ (నీరజ్ ప్రదీప్ పురోహిత్), కూతురు మీరా (అనుప్రియా గొయెంకా) కోసం. లోపలి గదిలో (ఆ తలుపు ఎప్పుడూ మూసే కనిపిస్తుంది, కెమెరా లోపలికి పోనే పోదు, చివర్లో తప్ప) భార్య (సుహాశిని ములయ్ అనుకోవాలి, ఆమె చిత్రపటం ఆధారంగా) గత ఏడు సంవత్సరాలుగా మంచాన పడి వుంది. నయమయ్యే జబ్బు కాదు. ఈ లోకంలోనూ వుండదు. స్పృహలో వున్నప్పుడు మనోజ్ పేరు కలవరిస్తూ వుంటుంది.

తండ్రి బాగానే వుండటం చూసి పిల్లలిద్దరూ చిరాకు పడతారు. తల్లికి ఆరోగ్యం పాడైన తర్వాత ఏడాదికో, పండక్కో చుట్టం చూపుగా వస్తారు. బయటివాళ్ళ లాగా. అంతకంటే బాధ్యత తీసుకోవడానికి ఇష్టపడరు. చిన్నప్పట్లాగే ప్రస్తుతం కూడా అన్నా చెల్లెళ్ళు (లేదా అక్కా తమ్ముళ్ళు) దెబ్బలాడుకుంటూ, ఒకరి తప్పును మరొకరు గుర్తు చేసి దెప్పి పొడుస్తూ ఉంటారు. కొడుకు నిష్ప్రయోజకుడు, అప్పుల అప్పారావు, జూదరి, బాధ్యతారహితుడు. టీచర్

గా చేస్తున్న కూతురు షాలిని అనే అమ్మాయితో సాహచర్యం. ఆ సజాతి ప్రేమ పట్ల తల్లిదండ్రుల వైఖరి ఎలా వుంటుందంటే, తండ్రి ఇప్పటికీ ఆమె ప్రసక్తి వచ్చినప్పుడు మరేదో పేరు చెబుతాడు. తల్లి మొదట కోపం వచ్చి మీరాని ఇంట్లోంచి గెంటేసినా తర్వాత సమాధానపడి పిలిపిస్తుంది, కానీ మీరా రాదు.

ఆ హాల్లో వాళ్ళు ముగ్గురు మాట్లాడుతున్నంతసేపూ పిల్లలకి ఫోన్ కాల్స్ వస్తూనే వుంటాయి. కాని తల్లిదండ్రులతో ఇద్దరికీ ఎలాంటి బంధమూ మిగలలేదనిపిస్తుంది. తండ్రి చెబుతాడు, నేను నలుగురి జీవితాలకీ స్వేచ్ఛనివ్వడానికి నిర్ణయించాను మీ అమ్మకు ఎక్కించే సలైన్ లో విషం కలిపాను భర్తగా ఆ నిర్ణయం తీసుకున్నాను, కానీ పిల్లలుగా తల్లి పట్ల మీరు తీసుకునే నిర్ణయంలో నేను జోక్యం చేసుకోకూడదు. కాబట్టి ఇక్కడ విషానికి విరుగుడు పెడుతున్నా. మీలో ఎవరికి తల్లి కావాలో వారు బతికించుకుని తీసుకెళ్ళొచ్చుబీ నేను వెళ్తున్నాను, ఇక ఎప్పటికీ రాను. ఇదీ ఆ సుదీర్ఘ సంభాషణ. దాని ముందు నాటకం : వీర్, మీరాలు అమ్మను నువ్వే వుంచుకో అంటే నువ్వే వుంచుకో అని కాసేపు ఒకరి మీద ఒకరు త్యాగ భావనతో చెప్పుకోవడం, కాసేపు దెబ్బలాడుకోవడం. తండ్రిని చూస్తే మనసు విరిగిపోయి వున్నాడు. చిత్రం మొదట్లోనే చెప్పినట్టు బలమైనదే విరుగుతుంది, మెత్తనైనది కాదు. ఇల్లు తప్ప ఆస్తి లేదు. ఆదాయం ఏడేళ్ళ నించీ ఆగిపోయింది. ఎందుకంటే ఆమె సంపాదన మీదే ఇల్లు గడిచింది, తండ్రి homemaker. (నువ్వేం చేశావు, అమ్మ సంపాదించి సంసారాన్ని లాక్కొచ్చింది అని పిల్లలు నిలదీస్తే అంటాడు, అవును నేను వండి తినిపిస్తే, నా బుగ్గ నిమిరి థాంక్యూ అనేది, గత ఏడేళ్ళుగా అదీ లేదు. అంటే రోల్ రివర్సల్ అయినా ఆ ప్రశ్న అలాగే వుంది.) భార్యను అనాథాశ్రమంలో పెట్టలేడు, ప్రభుత్వ ఆసుపత్రిలో కనీసం రోజూ దుప్పటైనా మార్చరు. అందుకే తనే సేవలు చేస్తాడు. మల మూత్రాల వాసనలతో నిండిన ఆ గదిలోనే రోజూ పడుకుంటూ. ఒక్క రోజు బయట హాల్లో పడుకునేసరికి మర్నాడు భార్య వీపంతా మలం అంటుకుపోయి వుంటుంది. అది శుభ్రం చేయబోతే చర్మం అంతా పుండ్లు, రసి కారుతూ మరింత బీభత్సంగా అవుతుంది వొళ్ళు. భార్యను ఇంతగా చూసుకుంటున్న అతనికి అంతుపట్టనిది ఆమె కలవరించే పేరు "మనోజ్". ఎవరతను? ఆమె గతకాల ప్రేమికుడా, లేక ఆమె మతిస్థిమితం

పోయి చేస్తున్న ప్రేలాపనా? ఏమో?

హాల్ మధ్యలో బల్ల మీద వున్న విరుగుడు మీద కెమెరా ఫోకస్, తర్వాత తండ్రి వెళ్ళిపోతాడు. అతను తిరిగి వచ్చేసరికి ఆ సీసా అలానే వుంది, భార్యకు సలైన్ అందుతూనే వుంది. వాకిట్లో ఎండుటాకులు ఊడుస్తూ వుంటే నేపథ్యంలో పాట (నీరజ్ ప్రదీప్ పురోహిత్ పాడినది). "కుటుంబమంతా నా లోనే వున్నా, నేను మాత్రం ఖాళీ గానే వున్నాను".

ఈ కథ లాంటివి ఇదివరకు మనం చూసే వుంటాము. కాని కేవలం 20 నిముషాల్లో, సంభాషణల బలంతో, మెలోడ్రామా అన్నది లేకుండా చెప్పడం ఇక్కడే చూస్తాము. వృద్ధాప్యం లో మనిషి దీనత్వం, పరాధీనత ఎలా వుంటుందో చెంప చెళ్ళుమనిపించేలా చెబుతుంది ఇది. కథ కేవలం సంభాషణలతోనే కాదు (సంజయ్ మెహతా) కెమేరాతో కూడా చెప్పబడింది. కూతురు దూరంగా సోఫా మీద కూర్చుంటుంది. కొడుకును కూర్చోమంటే కుర్చీని తండ్రికి దూరంగా లాక్కుంటూ కూర్చుంటాడు. తల్లిదండ్రుల మీద శ్రద్ధ లేని ఆ పిల్లల బాల్యకాలపు చిహ్నాలని జాగ్రత్తగా దాచినవి వాళ్ళకు ఇవ్వడం. ఇల్లు అమ్మేశాననడం. దానికి పిల్లల స్పందన. ఆస్తిలో వాటాకోసం చూసే పిల్లలకు తల్లి మాత్రం అక్కరలేనిదవ్వడం. ఇలా చాలా వాటిని కెమేరా తనదైన భాషలో చెబుతుంది. మొదట్లో చూపించిన పాయసమే, తండ్రి వెళ్తూ కూడా గుర్తుపెట్టుకుని చెబుతాడు పాయసం వుంది తినండి మరచిపోకుండా అని. ఇక సంజయ్ మిశ్రా గురించి ఎంత చెప్పినా తక్కువే. మనకున్న గొప్ప నటులలో వొకడు. మసాన్లో విశ్వరూపాన్ని చూపించినవాడు. నీరజ్ నటన, గానం, కథ (కథకులలో ఇతను వొకడు) కూడా బాగున్నాయి. అనుప్రియ నటన కూడా బాగుంది.

ఈ సాంకేతిక యుగంలో మనుషుల మధ్య దూరాలు తగ్గాయా, పెరిగాయా?

రెండు లఘు చిత్రాలు "ఆఫ్టర్‌గ్లో", "బాంబే మిర్రర"

ఒక మనిషికి ప్రాణాంతకమైన వ్యాధి వస్తే, అతని పరిస్థితీ, అతన్ని చూసుకునే భార్య పరిస్థితులు ఎలా వుంటాయి? అనుకున్నట్టుగానే అతని మరణం తర్వాత ఆ సంఘటనకు ఆమె స్పందించిన తీరూ, సమాజం స్పందించే తీరూ ఎలా వుంటాయి? జీవితమూ, మృత్యువూ రెండింటినీ ఎలా స్వీకరించాలి అన్నది మన చేతుల్లోనే వుంటుంది. ఇలాంటి అతి సామాన్యంగా కనబడే, కాని లోతైన తాత్వికత కలిగిన అంశాన్ని చాలా చక్కగా పట్టుకున్నది ఈ లఘు చిత్రం "ఆఫ్టర్‌గ్లో".

సొహ్రాబ్ అర్దేషిర్ (నటుల పేర్లే, పాత్రల పేర్లు కావు) కి అనారోగ్యం. అతని భార్య అనాహిత ఉబెరాయ్ అన్నట్టు అతని కిడ్నీ పాత BEST bus ఇంజన్ లా మారిపోయింది. తిరిగి బాగుపడే అవకాశం లేదు. హాస్పిటల్లో నర్సులు అతనికి స్పాంజ్ బాత్ ఇవ్వడానికి వస్తే రచ్చ చేస్తాడు, చిన్న పిల్లాడిలా. అతని వీపుకు ఉన్న బెడ్ సోర్స్ ని టర్కీ టవల్ తో సున్నితంగా తుడవాల్సింది పోయి మీరు గిన్నెలు తోమినట్లు పరపరా తుడుస్తున్నారు, తప్పుకోండి అంటూ అనాహిత తనే చేస్తుంది. ఇంటికి వచ్చాక కూడా అతన్ని జాగ్రత్తగా చూసుకుంటుంది. అవసరమైనప్పుడు కోప్పడుతుంది. అతను దేనికీ కోపం తెచ్చుకోడు, పైగా తన దగ్గర వున్న వాక్మన్ లో అవన్నీ రికార్డ్ చేస్తాడు. గడ్డీ గాదం రుచించట్లేదని కూరలూ, మందులూ బెడ్ పేన్ లో పడేస్తాడు. అతన్ని వొక పక్క కోప్పడుతూనే

నాన్ వెజ్ చేసి పెడుతుంది. తనకు నచ్చిన సంగీతం, వెస్టర్న్ వెర్డి లాంటివి, వింటూ, భార్యతో సరదాగా వుంటూ గడుపుతాడు. అతని మరణం గురించీ, మరణానంతరం చూడటానికి వచ్చే జనాల మాటల గురించీ ఇద్దరూ నవ్వుతూ మాట్లాడుకుంటారు. ధృవం అయిన విషయాన్ని వాళ్ళు ఎంత గ్రేస్ఫుల్ గా స్వీకరించారో చెప్పలేను. అనుకున్నట్టుగానే అతని మరణం తర్వాత ఆమె పేపర్ లో "నివాళులు అర్పించే కార్యక్రమం" (condolence meet) లేదని వేయిస్తుంది. అయినా దగ్గరివాళ్ళు కొంతమంది వస్తారు. ఒక పెద్దావిడ వచ్చి తన సొంత గోల చెప్పుకుంటుంది, తన భర్త పోయినప్పుడు ఎంతో మంది వచ్చారని, కుర్చీలు కూడా పక్కింట్లోంచి అరువు తీసుకోవాల్సి వచ్చిందనీ వగైరా. బెడ్రూంలో దీపం చూసి ఇది నాలుగు రోజుల ప్రార్థనల అనంతరం ఆర్పేయాలనీ, లేదంటే ఆ ఆత్మ అక్కడక్కడే తచ్చాడుతూ నరకం అనుభవిస్తుందనీ చెబుతుంది. అనాహిత వినదు. అక్కడ కనిపించిన పెళ్ళి తలపాగా (పాగరి) చూసి ఇలాంటివి ఇప్పుడు ఎవరు చేస్తున్నారు గనుక, దీన్ని దాచెయ్యి లేదంటే ఫలానా వాళ్ళింట వాళ్ళబ్బాయి పెళ్ళి వుంది దగ్గరలో, చూస్తే అడుగుతారు అంటుంది. ఆమె వెళ్ళిపోయాక అనాహిత వాళ్ళకు ఫోన్ చేసి తన దగ్గరున్న తలపాగా ను ఎప్పుడైనా వచ్చి తీసుకెళ్ళొచ్చు అంటుంది. ఆ తర్వాత వచ్చిన ఒకావిడ లొడ లొడా తన సుత్తే కొడుతుంది. కూడా చదువుకునే కొడుకును తెచ్చింది, మర్యాద కాకపోయినా. ఇంట్లో వదిలితే ఎలాంటి ప్రమాదాలు వుంటాయో అంటూ కొన్ని జరిగిన కథలు చెబుతుంది. తర్వాత సొహ్రాబ్ గురించి అడుగుతుంది. వేరే డాక్టర్ సెకండ్ ఒపీనియన్ తీసుకున్నారా? ఈ రోజుల్లో డాక్టర్లు చేయలేనిది లేదు. చైనాలో ఒకతను ఆవేశంలో తన పురుషాంగాన్ని కోసి పారేసినా, అతనికి వో కృత్రిమ పురుషాంగం చేసి అతికించారు అంటుంది, నివాళులు అర్పించి సాంత్వన అందించడానికి వచ్చినావిడ చెబుతుంది, ఇలాంటి సొల్లు చాలా. అప్పుడే ఆ యువకుడు తలపాగా తీసుకోవడానికి వస్తాడు. ఈ ఇద్దరు స్త్రీల నిరసనను పక్కన పెట్టి తలపాగా తీసి ఇస్తుంది అనాహిత. మిమ్మల్ని నా పెళ్ళికి పిలవచ్చా అని జంకుతూ అడుగుతాడు అతను. భర్తను పోగొట్టుకుని నాలుగు రోజులే అయ్యాయి కాబట్టి తప్పకుండా వస్తానంటుంది. వచ్చిన వాళ్ళందరూ వెళ్ళిపోతారు. దీపంలో నూనె అడుక్కి వచ్చింది. కొంత అసమంజసం తర్వాత దాంట్లో పోయడానికని ఎత్తిన నూనె గ్లాసును పక్కన పెట్టేస్తుంది అనాహిత.

ఇది రోహింటన్ మిస్త్రీ వ్రాసిన condolence meet అనే కథ ఆధారంగా తీసిన చిత్రం. కౌశల్ ఓఝా స్క్రీన్‌ప్లే, దర్శకత్వం చాలా బాగున్నాయి. ప్రశాంత్ పరబ్ ఆర్ట్ డైరెక్షన్ మెచ్చుకోవాలి. closed spaces లో అయినా ఆ పార్సీ వాతావరణాన్ని, సరైన ప్రాప్స్‌తో బాగా సృష్టించాడు. మనీష్ మాధవన్ ఛాయాగ్రహణం కూడా బాగుంది. జొహేన్స్ హెల్బ్బెర్గ్ సంగీతం, మధ్య మధ్యలో వచ్చే జుసెప్పే వెర్డి, షూబర్ట్, యోహాన్ పకల్బెల్ ల సంగీతం సినిమా కి వొక మంచి బలాన్నిస్తుంది. సొహ్రాబ్ కి నచ్చిన సంగీతం అది. FTII నిర్మించిన ఈ చిత్రానికి జాతీయ పురస్కారం లభించింది. తప్పక చూడండి.

బాంబే మిర్రర్. మనం వాట్సాప్ కాలంలో వున్నాము. నిజం వార్తలూ, కట్టుకథలూ చాలా తొందరగా వ్యాప్తి చెందుతున్నాయి, అడవిలో మంటలకన్నా వేగంగా. అంతే వేగంగా మనుషుల మనోభావాలని ప్రభావితం చేస్తున్నాయి, ఆవేశాలను రెచ్చగొడుతున్నాయి. స్నేహాలను శత్రుత్వాలుగా మార్చడానికి ఎంతో సమయం పట్టడం లేదు. ఇస్లామోఫోబియా సహస్ర ఫణి గా తాండవిస్తున్న ఈ రోజుల్లో ఈ చిత్రం చాలా రెలవంట్. ఇంతా చేసి ఈ చిత్రం నిడివి 3 నిముషాలు. బాంబే మిర్రర్ అనేది వొక వార్తా పత్రిక. వొక సలూన్ లో షకీల్ (రాజ్ కుమార్ రావు) గడ్డం గీయించుకోవడానికి వస్తాడు. తొమ్మిది గంటలకు ఇంటర్వ్యూకి వెళ్ళాల్సి వుంది. రమేష్ (వినోద్ రావత్) గడ్డానికి ఉపక్రమిస్తూ మాటల్లో పడతాడు. వాళ్ళ మాటల వల్ల ఇద్దరి మధ్యా చనువు వుందనీ, స్నేహం లాంటిది వుందనీ, పరస్పర కుటుంబాల మధ్య కూడా పరిచయాలున్నాయనీ తెలుస్తుంది. ఏదో వీడియో చూపించమంటాడు రమేష్, టైం లేదంటాడు షకీల్. క్రితం రాత్రి సలీం ని పోలీసులు పట్టుకుని అతని చేత శిక్షగా గుంజీళ్ళ తీయించారని నవ్వుతూ చెబుతాడు. ఇంతలో బయట ఎవరో వచ్చి బయటకు రావద్దు అని చెప్పి వెళ్ళి పోతాడు. ఆ వెంటనే వో హిందూ కుర్రాడిని ముగ్గురు ముస్లిం మగవాళ్ళు వెంటపడి మా వాళ్ళ అమ్మాయి మీద కన్నేస్తావా అని తిడుతూ కత్తి తీసి పొడిచి చంపేస్తారు. ఇది రమేశ్, షకీల్ ఇద్దరూ చూస్తారు. గడ్డానికి షేవింగ్ క్రీం వున్న షకీల్ కళ్ళల్లో వొక నీటి చుక్క, కణతల నుంచి జారుతున్న చెమట చుక్కలు. రమేశ్ ముఖంలో కోపం కనిపిస్తుంది. అతని రేజర్ రాజ్ కుమార్ గొంతు దగ్గరే వుంది. క్షణంలో అది అతని మెడను

కోసేస్తుంది. బయట కేకలు. డైరెక్టర్ కట్ అన్నాడు. ఆ పడ్డ కుర్రాడు లేస్తాడు. అది వొక సినెమా షూటింగ్ అని అర్థమవుతుంది. కానీ ఈ లోపల జరగాల్సిన నష్టం జరిగిపోయింది. భయం కమ్మగా రమేశ్, షట్టర్ ను లోపలినుంచి దించేస్తాడు. ఇదంతా మూడు నిముషాల్లోనే. శ్లోక్ శర్మ దర్శకత్వం బాగుంది. రాజ్ కుమార్, వినోద్ రావత్ ల నటన కూడా. ఇది కూడా చూడాల్సిన చిత్రమే. రెండూ యూట్యూబ్ లో వున్నాయి.

కొత్త "అహల్య"

నచ్చని సినిమాలు చూడటం నా వొక్కడికే శిక్ష అయితే పర్వాలేదు గాని, దాని గురించి వ్రాసి మీ అందరికీ అదే శిక్షకు గురి చేయడం నా మనసుకు ఒప్పలేదు. లాభం లేదు కనీసం నా స్వస్థత కోసమైనా వో మంచి సినెమా చిన్నదైనా సరే చూడాలని అనుకున్నాను. సౌమిత్ర ఛటర్జీ నాకు చాలా ఇష్టం. అకిర కురసావాకి తొషిహిరో మిఫునే యెలానో, సత్యజిత్ రాయ్ కి సౌమిత్ర అలాగ. ఈ వారం ఆయన కోసం "అహల్య" చూశాను. దర్శకుడూ నాకు ఇష్టమైన వాడే, సుజోయ్ ఘోష్. మీకు "కహాని" గుర్తుండే వుంటుంది.

సరే, చిత్రం "మయూరాక్షి" చూసి ఇది వ్రాశాను. సరే కథలోకి వెళ్ళే ముందు పాత రామాయణ గాథ వొకటి మళ్ళీ గుర్తు చేసుకుందాం. అహల్య గౌతమ ముని భార్య. ఆమె సౌందర్యాన్ని చూసి మోహించిన ఇంద్రుడు గౌతమ మహర్షి రూపం ధరించి అహల్య దరి చేరతాడు. నదీ స్నానం అయిన తర్వాత తిరిగి వచ్చిన గౌతం మహర్షి సంగతి తెలుసుకుని అహల్యను రాయిగా మారమని శపిస్తాడు. తను నిర్దోషినని వేడుకుంటే కోపం తగ్గి రాముని పాద స్పర్శ వల్ల తనకు పూర్వ రూపం వస్తుందని శాప విమోచనం కూడా చెబుతాడు.

ఇక ఈ లఘు చిత్రంలోకి వస్తే ఇన్స్పెక్టర్ ఇంద్ర సేన్(తోతా రాయ్ చౌధరి) వొక ఇంటి తలుపు తడతాడు. అహల్య (రాధికా ఆప్టే) తలుపు తీస్తుంది. సాధు (సౌమిత్ర చట్టర్జి) గారున్నారా అని అడుగుతాడు. వున్నారు, లోపలికి రండి అంటుంది. గౌను వేసుకున్న అహల్య వెనుకే ఆమె పిరుదులనే చూస్తూ

లోపలికి వెళ్తాడు ఇంద్ర సేన్. ఆమె వెను తిరిగినప్పుడు చూపులు మార్చేస్తాడు. (ఇది లస్ట్ ను establish చేయడానికి.) హాల్లోకి ప్రవేశించగానే బల్ల మీద వున్న బొమ్మల్లో వొకటి కింద పడుతుంది. "ఈ ఇంట్లో వొక విచిత్రం జరుగుతుంది. యెవరన్నా కొత్త వాళ్ళు వస్తే ఈ బొమ్మల్లో వొకటి కింద పడుతుంది", అంటుంది అహల్య. ఫ్యాను గాలికేమో అంటాడతను. గౌతం సాధు ను పిలుచుకురావడానికి పైకి వెళ్తుంది అహల్య. ఆ బొమ్మలను చూస్తూ వాటిలో వొక బొమ్మ గల్లంతైన "అర్జున్" అనే మోడెల్ ని పోలి వుండడం గమనిస్తాడు. అలాగే బల్ల మీద వొక రాయి అమర్చి వుండడం గమనిస్తాడు. వయసు మళ్ళిన సాధు కిందకొచ్చి అదే విచిత్రం గురించి చెప్పబోతే, మీ అమ్మాయి చెప్పింది లెండి అంటాడు. గౌతం నవ్వి, ఆమె నా కూతురు కాదు భార్య. నాలో యేం చూసిందో తెలీదు, నన్ను భాగస్వామిగా యెంచుకుంది అంటాడు. ఇన్స్పెక్టర్ అర్జున్ ఫొటో చూపించి ఇతన్ని చూశారా అని అడుగుతాడు. మోడెడ కదా, వొకసారి సిట్టింగ్ కి వచ్చాడు, యేం యేమైంది అని అడుగుతాడు గౌతం. అతను కనబడుటలేదు, అతను చివరిసారిగా మీ దగ్గరికి వచ్చినట్లు తెలిసింది. ఆ సందర్భంలో మిమ్మల్ని ఇంటెరాగేట్ చేయాలి, పోలీస్ స్టేషన్ కి పదండి అంటాడు. అప్పుడు నెమ్మదిగా నమ్ముతానంటే చెబుతాను అని ఆ రాయి రహస్యం చెబుతాడు. మాయాశక్తులున్న ఆ రాయిని యెవరన్నా ముట్టుకుంటే కోరిన రూపంలోకి మారిపోతారు ముట్టుకున్నవారు అంటాడు. కాకమ్మ కబుర్లు ఆపమంటాడు ఇన్స్పెక్టర్. నమ్మకపోతే చేతిలోకి రాయి తీసుకుని చూడండి, నన్ను తలచుకుంటూ. నా రూపం ధరించి పైనున్న అహల్యకి ఈ మొబైల్ ఇచ్చి రండి అంటాడు. అపనమ్మకంగానే ఆ రాయినీ, ఆ మొబైల్ నీ తీసుకుని పైకి వెళ్తాడు ఇన్స్పెక్టర్. భర్తగా భావించి అతన్ని తన కౌగిలిలోకి ఆహ్వానిస్తుంది అహల్య. అద్దంలో అతని ప్రతిబింబం గౌతం సాధు లా కనబడుతుంది అతనికి.

కట్ చేస్తే అతను ఇప్పుడు వొక బొమ్మలో బందీ. కాలింగ్ బెల్ మోగడం, యెవరో లోనికొచ్చి సాధు గురించి వాకబు చేయడం, భార్యా భర్తలు అదే కథ చెబుతుండగా వూపిరి ఆడని ఇన్స్పెక్టర్ బొమ్మ కింద పడటం తో సినిమా ముగుస్తుంది.

అసలు కథ కు విరుద్ధంగా వున్న ఈ కథలో అహల్య తనను కాముక

దృష్టితో చూసిన వారందరినీ మట్టి/రాతి బొమ్మలుగా మార్చివేయడం చూస్తాము. అసలు కథలో అమాయిక మోసపోయి, భర్త శాపానికి గురై, శాపవిమోచనం దాకా రాతి రూపం లో దుఃఖిస్తూ పడివుంటుంది. ఈ ఆధునిక అహల్య మాత్రం అలా కాకుండా కాముకులకు తగిన శిక్ష విధిస్తుంది.

దర్శకుడు సుజోయ్ ఘోష్ అయినప్పుడు చెప్పేదేముంది. చాలా చక్కగా తీశాడు ఈ చిత్రాన్ని. సౌమిత్ర నటన యెప్పటిలా గొప్పగా వుంది. రాధికా ఆప్టే నటన కూడా బాగుంది. షాట్స్ ను కుదించడం కోసం యెలా రూపొందించాడంటే మొదటే కాలింగ్ బెల్ వైపు చేతిని సాచిన ఇన్స్పెక్టర్ ఛాతీ మీద "ఇంద్ర సేన్" అన్న పేరు గల బిళ్ళ కనిపిస్తుంది. అలాగే "గౌతం సాధు" అని వ్రాసివున్న బోర్డు తగిలించి వున్న తలుపు తీస్తూ అహల్య కనిపిస్తుంది. ఇలా సూటిదనమూ, క్లుప్తతా సాధిస్తాడు. ఆమెను చూసి అతను మోహించడం, దాన్ని ఆమె గమనించడం కూడా 2,3 షాట్లలో ఎస్టాబ్లిష్ చేస్తాడు. ఇలా సినిమా అందం చూసి మనం కూడా తృప్తిగా ఫీలవుతాము. కథలో సత్యజిత్ రాయ్ వ్రాసిన శొంకు కథలలో వొకటైన "ఆశ్చోర్జో పుతుల్ - ప్రొఫెసర్ శొంకో" ఛాయలు కనిపిస్తాయి. నబరూన్ బోస్ సంగీతం, సేతు ఛాయాగ్రహణం చాలా బాగున్నాయి. తప్పక చూడాల్సిన చిత్రం, చూస్తే గుర్తుండిపోయేలా వుంటుంది ఇది.

ఆకట్టుకునే "చేలో గుడ్డెద్దు" "అంధాధున్"

సస్పెన్స్, త్రిల్లర్లు ఇష్టపడేవారికి శ్రీరాం రాఘవన్ పేరు గుర్తుంటుంది . జానీ గద్దార్, బద్లాపుర్ లాంటి చాలా మంచి చిత్రాలు తీశాడు ఈ FTII graduate. బహుశా అంధాధున్ అతని ఇప్పటిదాకా వచ్చినవాటిలో అత్యుత్తమమైనది. వో ఫ్రెంచ్ లఘు చిత్రం ఆలివర్ ట్రైనెర్ ది "LAccourderu (The Piano Tuner)" దీనికి ఇన్స్పిరేషను. సినిమా టైటిల్స్ అప్పుడు దీన్ని ప్రకటించాడు కూడా. అయినా వో లఘు చిత్రానికి చాలా ఉపకథలు జోడించి తీసిన ఘనత అతనిదే.

చిత్రం మొదట్లో వో సన్నివేశం. క్యాబేజీ తోటలో క్యాబేజీలన్నీ కొరికేస్తున్న కుందేళ్ళ బెడదకు విసిగిపోయి ఆ రైతు గన్ను తో వేటకు బయలుదేరుతాడు. పారిపోతున్న వో వొంటి కన్ను కుందేలుపై గురి పెడతాడు. తర్వాత సన్నివేశం వో ఇంటిలో పియానో వాయిస్తున్న కళ్ళులేని ఆకాశ్ (ఆయుష్మాన్ ఖురానా), పక్కనే అతని తెలుపు నలుపు కలసిన రంగుల్లో పిల్లి! అతన్ని చూపించే మొదటి షాట్ కిటికీ వూచల గుండా. ఇలాంటి చిన్న చిన్న డీటైల్స్ యెందుకు వ్రాస్తున్నానంటే దర్శకుడు వాచ్యంగా చెప్పకుండా తన కథను ఇలాంటి అనేక సూచనల ద్వారా కూడా చెబుతాడు. మరో పక్క పాతకాలం నటుడు ప్రమోద్ సిన్హా (అనిల్ ధవన్) తన రెండవ భార్య సిమి (టబు) లు కలిసి యెండ్రకాయ సూప్ చేస్తుంటారు. అంతలో అతని కూతురు దాని వీడియో కాల్ వస్తుంది. తను చేస్తున్న పని మీదే ధ్యాస పెట్టి మాట్లాడుతుంది సిమి ఔపచారికంగా. యెండ్రకాయను

నేరుగా ఉడుకుతున్న నీళ్ళల్లో వేస్తే దానికి కష్టంగా వుంటుందని, ముందుగా దాన్ని వో రెండు గంటలపాటు డీప్ ఫ్రిజ్ లో పెట్టి తర్వాతే ఉడుకుతున్న నీళ్ళో వేస్తుంది. ఆ సూప్ మంచి వాజీకరణమంటుంది. అనుకోకుండా సోఫి (రాధికా ఆప్టే) రోడ్డు పక్కన చూసుకోకుండా ఆకాశ్ ను తన ద్విచక్రవాహనం తో పొరపాటున గుద్దుతుంది. ఆ తర్వాత అపరాధ భావనతో అతన్ని ఇంటిదాకా వదిలిపెడుతుంది. ఆ విధంగా వాళ్ళ మధ్య స్నేహం కుదురుతుంది. వొకసారి ఆమె కఫేలో పియానో వాయిస్తున్న ఆకాశ్ ను చూసి ప్రమోద్ మర్నాడు తన ఇంటికి వచ్చి కేవలం తమ దంపతులకొరకు ప్రత్యేకమైన షో చేయమంటాడు, విసిటింగ్ కార్డూ, కొంత సొమ్మూ ఇచ్చి. మర్నాడు ఆకాశ్ వెళ్ళే సరికి తన భర్త లేడు, మర్నాడు రమ్మంటుంది తలుపు తీసిన సిమి. ఇతను గొణుక్కుంటాడు. యెదురింటి ఆమె తలుపు తీసి యేమిటా అని చూసే సరికి, ఇక తప్పక సిమి తలుపు తీసి ఆకాశ్ ను అయిష్టంగా లోపలికి ఆహ్వానిస్తుంది. వాళ్ళ దృష్టిలో ఇతను అంధుడు, కాని ఇతనికి అన్నీ కనిపిస్తాయి. లోపల నేలపై సిమి భర్త శవం, బాత్రూంలో ఆమె ప్రియుడు గన్నుతో. అలా వో విచిత్రమైన పద్మవ్యూహంలో చిక్కుకుంటాడు ఆకాశ్. దీని తర్వాత యెన్నో మలుపులు, సస్పెన్సులు. సినెమా మొత్తం నవ్వులతో పాటు ఉత్కంఠ ను కూడా కలిగించేలా వుంటుంది కథనం. ఇక్కడ యెక్కువ వివరిస్తే చూడబోయే వాళ్ళకి బాగుండదు.

కేవలం సస్పెన్సు కాకుండా తాత్వికత, moral dilemma, మనిషిలో వుండే తెలుపు నలుపులు ఇలా చాలా వాటిని యెలాంటి తీర్పులూ చెప్పకుండా చూపిస్తాడు. ఆయుష్మాన్ ఖురానా, టబుల నటన చాలా బాగుంది. అలాగే మానవ్ విజ్, జాకిర్ హుస్సేన్, రాధికా ఆప్టే లది కూడా. ఆఖరికి చిన్న చిన్న పాత్రలు చేసిన అశ్వినీ కాల్సేకర్, ఛాయా కదం లు కూడా. ఆయుష్మాన్ మంచి గాయకుడుగా మనకు ఇదివరకే తెలుసు, ఈ చిత్రంకోసం పియానో వాయించడం కూడా నేర్చుకున్నాడు. లేకపోతే చాలా వాటిల్లో పియానో వాయిస్తున్న వారి వేళ్ళు ఆ సంగీత దర్శకుడివో మరొకరివో పెడతారు క్లోసప్ లో. శ్రీరాం రాఘవన్ దర్శకత్వం చాలా కొత్తగా, అందంగా వుంది. మోహనన్ ఛాయాగ్రహణం కూడా. యే సినెమా అయినా పెద్ద పని, ముఖ్యమైన పని, కీలకమైన పని రాతబల్ల మీదే. ఆ రాత పని ఇందులో అయిదుగురు చేశారు. శ్రీరాం

రాఘవన్, అరిజిత్ బిశ్వాస్, పూజా లధా సురతీ, యోగేష్ చందేకర్, హేమంత్ రావు లు. కథ అల్లిక చాలా బిగువుగా వుండి సినిమాను రెండో సారి చూడటానికి ప్రేరేపించేలా వుంది. ఇక ఇలాంటి చిత్రాలకు సంగీతం, ముఖ్యంగా నేపథ్య సంగీతం చాలా ముఖ్యమైన భూమిక నిర్వహిస్తుంది. ఇప్పటి కాలంలో మేధావి అమిత్ త్రివేది. నేపథ్య సంగీతమూ, పాటలూ, అతని గాత్రమూ అన్నీ A1. వీలు దొరికినప్పుడల్లా పాత చిత్రాలలో నేపథ్య సంగీతమిచ్చిన ఆర్ డి బర్మన్ కు నివాళిగా అతని మార్కు సంగీతమూ కూర్చాడు.

సినిమాలో చాలా రెఫరెన్సులు వుంటాయి, వోపికగా గుర్తించాలి. "తేరీ గలియోన్ మైన్ న రఖెంగే కదం" అన్న పాట కొన్ని సార్లు వస్తుంది. ఇది అనిల్ ధవన్ చిత్రం లోదే. వస్తువు మోసకారి ప్రియురాలిపై ప్రియుని కినుక. షోలే లో కనుచూపు సన్నగిల్లిన ఏ కె హంగల్ అంటాడు "ఇతనా సన్నాటా క్యా హై భాయ్" అని. ఇందులో దాన్నే ఆకాశ్ అంటాడు. "లేడీ మేక్బెథ్" సిమి కూడా శవం వున్న గదిలో ఆకాశ్ ఆవేశంగా పియానో వాయిస్తుంటే వరసగా చప్పట్లు కొడుతూ "మార్వలెస్" అంటూ వుంటుంది. ముఖంలో భావనలు దాచుకోదు, ఇక పోరా బాబూ నా టెన్షన్లు నాకున్నాయి అన్నట్టు వుంటాయి. అతను అంధుడు అని నమ్మడం వల్ల భావాలు దాచుకోదు. ఇక ఆ పేరు చూడండి సిమి, ఇదివరకు వచ్చిన కర్జ్ లో ఇలాంటి పాత్రే సిమి గరేవాల్ పోషించింది. వో సన్నివేశంలో పోలీసు అధికారి అడుగుతాడు ఆకాశ్ ని "నీ పిల్లి యే రంగు?" అని. తెలుపు నలుపు అంటాడు. నీకెలా తెలుసు? నీకు కనబడదుగా! అని అడుగుతాడు. అందరూ అనడం బట్టి అంటాడు. ఇలాంటి చర్చలు చాలా వున్నాయి. యెవరికి కనిపిస్తుంది, యెవరికి కనబడదు, యెవరు చూసీ చూడకుండా వుంటారు లాంటి ప్రశ్నలెన్నో లేస్తాయి. సినిమా కథ చర్చించకుండ చాలా విషయాలు చర్చించలేము. కాబట్టి అందరూ ఈ సినెమా తప్పకుండా చూడండని చెబుతాను. ఈ మధ్య కాలంలో గుర్తుండి పోయే చిత్రం ఇది.

అనుకూల్ : సత్యజిత్ రాయ్ కథ, సుజోయ్ ఘోష్ దర్శకత్వం

ఇదిగో పైన శీర్షికే చెబుతున్నది నన్ను ఈ చిత్రం తన వైపుకు ఎందుకు లాక్కెళ్ళిందో. నిడివి ముచ్చటగా 21 నిముషాలు. గంగి గోవు పాలు అంటారే అలా వుంది. పూర్తి నిడివి చిత్రం తీయడానికి ముందు చాలా మంది లఘు చిత్రాలు తీస్తుంటారు. వొక్కసారి పెద్ద తెరమీద తమ చిత్రాలు ప్రదర్శించాక లఘు చిత్రాల జోలికి చాలామంది వెళ్ళరు. సుజోయ్ ఘోష్ కహాని, బదలా లాంటి చిత్రాలతో పేరు తెచ్చుకున్నాడు. అసలు ఇతని మొదటి చిత్రమైన ఘంకార్ బీట్స్ తోనే గుర్తింపు పొందాడు. సరే, వొక బెంగాలీ గా అతని పైన, చాలా మందికి లానే, సత్యజిత్ రాయ్ ప్రభావం చాలా వుంది. అది అతని చిత్రాలలో కూడా కనిపిస్తుంది. ఈ సారి యేకంగా రాయ్ కథనే తీసుకుని వో లఘు చిత్రం తీశాడు. కథ 1976 లో వస్తే, సినెమా 2017 లో.

పోయిన వారం వొక నెట్‌ఫ్లిక్స్ ఒరిజినల్ చూసి వాతలు పెట్టించుకున్నాక, ఈ సారి సేఫ్ గేం ఆడాలనుకున్నాను. నా ఆరోగ్యం కూడా చూసుకోవాలిగా. ఇది చూడమని రెకమెండ్ చేస్తాను.

నికుంజ్ (సౌరభ్ శుక్లా) కలకత్తా లో వొక హిందీ టీచర్. వొక్కడే వుంటాడు. ఇంటి పనులకి వొక రోబో కొనుగోలు చేస్తాడు, వాయిదాల పద్ధతి మీద. ఆ రోబో పేరే అనుకూల్ (పరమబ్రత చటర్జీ). మనిషి కాదు కాబట్టి నిద్ర పోడు.

శలవలు లేవు. 24 గంటలూ చేసినా ఓవర్ టైం వుండదు. ఇలాంటి రోబోని ఎవరు మాత్రం వద్దనుకుంటారు? అయితే చిత్రంగా అనుకూల్ కి పుస్తకాలు చదవడం ఇష్టం. చదివి, దాని మీద ఆలోచించి, తర్కించే రకం. వో సారి భగవద్గీత చదివి నికుంజ్ తో ధర్మం మీద చర్చిస్తాడు. ఆ సంభాషణ చాలా కీలకం. వాళ్ళను, సమాజాన్ని, అప్పటి పరిస్థితులని వో కోణంలో అర్థం చేసుకోవడానికి. ధర్మం పక్షాన నిలబడాలి సరే, కాని ఏది ధర్మమో ఎలా నిర్ణయించడం? ఎవరు చెబుతారు? అని అడుగుతాడు. ఎడమ వక్షం మీద చెయ్యి పెట్టుకుని ఇది చెబుతుంది అంటాడు నికుంజ్. కథంతా నాలుగు గోడల మధ్యే. కానీ బయట వో కార్మిక సంఘ నాయకుడు కేకలేస్తూ పిలుస్తాడు. నువ్వు వో రోబో ని తెచ్చుకున్నావంట. కోల్కాతా లో మేమందరం రోబోలకు వ్యతిరేకంగా పోరాడుతున్న సంగతి తెలీదా? ఎంత మంది ఉద్యోగాలు పోయి ఎలా యాతన పడుతున్నారో తెలీదా? అని నిలదీస్తాడు. లేదు అలాంటిదేం లేదు అనేసరికి వెళ్ళి పోతాడు. అబద్ధం ఎందుకు ఆడావని అనుకూల్ అడిగితే వొక్కోసారి అవసరమవుతుంది అంటాడు నికుంజ్. నికుంజ్ కి వరసకి తమ్ముడు రతన్ (ఖరజ్ ముఖర్జీ) కి ఉద్యోగం దొరకదు. అతను అన్న ఇంటికి వచ్చి అనుకూల్ ని చూసి అన్న మీద మండి పడతాడు. ఇలాంటి రోబోల కారణంగానే నీ తమ్ముడు నిరుద్యోగి, అని దుర్భాషలాడి కోపంలో ఇస్త్రీ పెట్టెతో అనుకూల్ చెంప వాయిస్తాడు. అనుకూల్ పడిపోతాడు, తల డేమేజి అవుతుంది. చౌరంఘీ రోబో సప్లై కంపెనీ నుంచి ఏకావలి ఖన్నా వచ్చి ఆ రోబో ని రెపేర్ చేయించి, ఇకనించి జాగ్రత్తగా వుండమని చెబుతుంది. తనకు హాని చేసే ప్రయత్నం ఎవరన్నా చేస్తే రోబో కరెంటు షాక్ ఇచ్చేట్టుగా తయారు చేయబడింది అని చెబుతుంది. నాలుగు గదుల్లో కేవలం సంభాషణలతోనే కోల్కాతా నగరమంతా ఎలాంటి పరిస్థితులు నెలకొని వున్నాయో తెలియచేస్తాడు. ఈ రోబోలు బాగా ఎక్కువై పోయి, చాలా మందితో పాటే నికుంజ్ కూడా ఉద్యోగాన్ని కోల్పోతాడు. వొకసారి రతన్ వచ్చి వాళ్ళ చుట్టం వొకాయన చనిపోయి, పోతూ పోతూ తన ఆస్తినంతా తన పేర వ్రాసి పోయాడనీ, నికుంజ్ కు మాత్రం ఏమీ వదలలేదనీ చెబుతాడు. వొకసారి వెళ్ళొద్దాం అంటాడు నికుంజ్. నీకు చిల్లి గవ్వ ఇవ్వకున్నా నువ్వు వెళ్ళడానికి తయారయ్యావంటే నీకంటే పిచ్చోడు మరొకడుండడు అంటాడు తాగి వచ్చిన రతన్. నికుంజ్ పక్క గదిలోకెళ్ళినప్పుడు బయట ఉరుము శబ్దం, లోపల ధడాలున మనిషి పడ్డ శబ్దం. చూస్తే రతన్ చనిపోయి పడున్నాడు.

అనుకూల్ గుండె మీద చేయి పెట్టుకుని అంటాడు, నా మీద దాడి చేయబోతే నాకిది తప్పలేదు అంటాడు. మర్నాడు లాయర్ వచ్చి ఆ చనిపోయిన వ్యక్తి తాలూకు వారసుడు వొక్క నికుంజ్ మాత్రమే మిగిలాడు కాబట్టి ఆ పదకొండున్నర కోట్లు అతనివే అని ప్రకటిస్తాడు.

మనం ఆధునిక సాంకేతిక ప్రపంచంలో ఎంతగా అలవాటు పడ్డామంటే ఇప్పుడు ఈ చిత్రం మనల్ని ఆశ్చర్య పరచదు. కాని ఈ కథ అప్పట్లోనే వ్రాశాడు అంటే రాయ్ ఎలాంటి దూరదర్శో అర్థం చేసుకోవచ్చు. ఇదే కాదు ET స్పీల్బర్గ్ తీసినా అలాంటి కథ రాయ్ అంతకు ముందే వ్రాసి వున్నాడు. ఇంకా పిల్లల కోసం కథలు, సైన్స్ కథలు, డిటెక్టివ్ కథలు చాలానే వ్రాశాడు. సుజోయ్ ఘోష్ కూడా చాలా మటుకు వాచ్యంగా చెప్పకుండా సంకేతాల రూపం లో చెబుతాడు. ధర్మం అన్న మాటను ఛాతీ పై చేయి పెట్టడంతో కలిపి చెప్పడం. అనుకూల్ కి చదవడమే కాదు తర్కించడం అనే మానవ గుణారోపణ చెయ్యడం. కోల్కొతా సినిమాలలో ఎక్కువగా నగరంలో రద్దీ ఎలా వుంటుందో ఇళ్ళల్లో ఫర్నిచర్ల రద్దీ కారణంగా వొక ఇరుకుదనం కనిపించి ఊపిరి ఆడనివ్వదు. ఇందులో కొంత open spaces కనిపిస్తాయి. కథలో, ముఖ్య పాత్రధారులలో ఆ openness కనిపిస్తుంది. పారిశ్రామిక విప్లవం వచ్చినపుడు యంత్రాలకు ఎంత భయపడ్డామో, ఇప్పుడు AI విస్తరణకు ఎంత భయపడుతున్నామో స్ఫురణకు వస్తుంది. మనుషుల్లో వొక పక్క అభద్రతా భావన, కొత్తదనాన్ని నిరాకరించడం, స్వార్థం, అక్కడక్కడా మిగిలిన మానవీయత అన్నీ కనిపిస్తాయి. కావడానికి 21 నిముషాల చిత్రమే అయినా ఆలోచించే కొద్దీ ఆశ్చర్యమేస్తుంది, ఆ లోతుకి. సౌరభ్ గొప్ప నటుడు అని ఇప్పుడు కొత్తగా చెప్పాలా? సుజోయ్ చిత్రాలలో తరచుగా కనిపించే పరమబ్రత కూడా చాలా బాగా చేశాడు. రోబో కదా బాగా చెయ్యడం ఏమిటి అంటారా? ఇది రజనీకాంత్ రోబో లా కాకుండ పరిమిత ఎక్స్ప్రెషన్స్ తోనే కాని ప్రభావవంతంగా చేశాడు.

ఇది కాక సుజోయ్ మరో లఘు చిత్రం అహల్యా తీశాడు. సౌమిత్ర చటర్జీ, రాధికా ఆప్టేలతో. అది కూడా బాగుంటుంది చూడండి. కొత్తగా దర్శకత్వం చేపట్టే వారు లఘు చిత్రాలు తీయడం ద్వారా, వ్యాపార ప్రకటనల చిత్రాలు చూడటం ద్వారా దృశ్య కథనం మీద కొంత అవగాహన వస్తుంది.

"అరువి" వో హృదయ విదారక గాథ, వో చెంపపెట్టు కూడా

యెన్నో వారాల నుంచీ వాయిదా వేస్తున్న "అరువి" చూసి రాత్రంతా ఆ దుఃఖ భారంతో నిద్రకు వెలిఅయి, తెల్లారెప్పుడో నిద్రపోయాను. అంతగా కదిలించిన చిత్రం. వద్దన్నా మనసులో మెదిలే ప్రశ్న మన భాషలో ఇలాంటి చిత్రాలు యెందుకు రావు? సమాధానం నా దగ్గర కూడా లేదు.

2018 లో వచ్చిన మంచి చిత్రాలలో దీన్ని తప్పకుండా చేర్చవచ్చు. ఈ యేడు తమిళంలోనే మంచి చిత్రాలు యెక్కువ వచ్చినట్టు అనుమానం. "అతి" కి మారుపేరుగా చెప్పుకునే తమిళ చిత్రాలలో ఇంత గొప్ప సంవేదనశీలీ, హృదయస్పర్శీ, వైవిధ్యభరిత చిత్రాలు కూడా వస్తున్నాయి. ఇలాంటివి నాలాంటివాళ్ళ సబ్ టైటిల్స్ పుణ్యమాని చూడగలుగుతున్నారు. అదీ అమేజాన్ ప్రైం లాంటి వాళ్ళ సౌజన్యంతో.

వొక ఆడ టెర్రరిస్టు పట్టుబడుతుంది. ఆమెనూ, ఆమె అనుచరులనూ అందరినీ ఇంటర్వ్యూలు చేస్తూ వుంటాడు లా ఎంఫోర్స్మెంట్ అధికారి షకీల్ (మొహమ్మద్ అలి బేగ్). బయట మీడియా, సాధారణ జనాల కుతూహలం, కోలాహలం. నెమ్మదిగా కథ ముందుకూ వెనక్కూ కదులుతూ చివరికొచ్చేసరికి మనల్ని కంట తడి పెట్టించేస్తుంది.

తల్లి, తండ్రి, తమ్ముడుతో వుంటుంది అరువి. తండ్రి కూచి. తండ్రి

ఆమెను విపరీతంగా గారాబం చేస్తాడు. ఇది నేను వ్రాయడం లీనియర్ గా వ్రాస్తున్నా కాని తెరపై కథనం వో లెక్కతో ముందుకూ వెనక్కూ కదులుతూ వుంటుంది. ముఖ్యంగా యెదిగిన అరువి తండ్రిని గుర్తు చేసుకోవడం ద్వారా. ఆమె అలా యే యే సందర్భాలలో తలచుకుంటుంది అన్నది గమనిస్తే దర్శకుని వ్యూహం కూడా అర్థమవుతుంది. వ్యూహం అన్నప్పుడు మూడు కథలను వొకే చిత్రంలో జడలా అల్లేశాడు. దేనికదే కథ చెప్పినా వొక trilogy అయ్యేది. కానీ ఈ అనుభవం వేరు.

అరుణ్ ప్రభు పురుషోత్తమన్. ఈ పేరు గుర్తు పెట్టుకోండి. ఈ చిత్రానికి కథ, దర్శకత్వం అతనే. ఇది అతని మొదటి చిత్రమంటే నమ్మలేము. అంత బాగా చేశాడు. తర్వాత చెప్పుకోవాల్సింది మరచిపోలేని అరువి (అదితి బాలన్) ముఖాన్నీ, నటననీ. చాలా బాగా చేసింది. మిగతా పాత్రలు వేసిన వారందరూ కూడా చాలా బాగా చేశారు. షెల్లి కేలిస్ట్ ఛాయాగ్రహణం దర్శకుని వ్యూహాన్ని సహకరిస్తూ అందంగా వుంది. నాకు పాటలు ఆ అనువాదం వల్ల పూర్తి లోతు అందక పోయినా ఆ పాటల సాహిత్యమూ సంగీతమూ (బిందు మాలిని, వేదాంత్ భరద్వాజ్) బాగున్నాయి. తమిళం వచ్చినవారు చాలా బాగా ఆస్వాదించగలరు. తప్పక చూడాల్సిన చిత్రం ఇది. చిన్న చిన్న చోట్ల అభ్యంతరం అనిపించినా అవి ఈ చిత్రం సాధించిన దాని ముందు పట్టించుకోతగ్గది కాదనిపిస్తుంది. యెలాగంటే, వో చోట అరువి కన్స్యూమరిజం మీద చాలా పెద్ద ఉపన్యాసం లాంటి డైలాగులు చెబుతుంది. అది వొక్కటే వో చిత్రంగా తీయవచ్చు, లేదా రేఖామాత్రంగా స్పర్శించి చూసేవాడు తన మనసులో దాన్ని uncompress చేసుకోవచ్చు. కాని సినిమాకు మాత్రం అది భాష కాదు.

ఇక్కడి నుంచి కథను అనివార్యంగా నేను చర్చించాలి. కాబట్టి spoiler alert ఇవ్వబడిందిగా భావించి ముందుకెళ్ళండి.

కథ మూడు పాయలు అన్నాను కదా. వొకటి సెక్సు పట్ల మనకున్న so called "నైతికత". వొక మనిషికి ఎయిడ్స్ సోకిందని తెలీగానే ఆ మనిషి నైతికతను ప్రశ్నిన్నించి, ఆ మనిషిని వెలివేయడం, హీనంగా చూడటం వగైరా. ఈ విషయంలో ఆడా మగా తేడా లేదు. అందుకే ఈ చిత్రంలో వో ట్రాన్స్జెండర్

ఎమిలి (అంజలి వరదన్, చాలా బాగా చేసింది) అరువికి తోడు నిలుస్తుంది. మరోపక్క అలాంటి మనుషులను అక్కున చేర్చుకుని మానసికంగా ధైర్యం ఇవ్వకపోవడంతో పాటు సరైన వైద్య సదుపాయాలు కూడా తగినంతగా లేవు. ఇంకో కథ మన టీవీలలో వచ్చే రకరకాల రచ్చబండ కార్యక్రమాల మీద నుంచి ముసుగు యెత్తేయడం. కేవలం ఆ షోల మీద నుంచే కాదు, ప్రేక్షకులమైన మన మనస్సులో పేరుకుపోయిన jundgementality (అన్నిటి మీదా తీర్పులు ప్రకటించే బుద్ధి), voyeurism (ఇతరుల వ్యక్తిగత జీవితాలలో తొంగి చూసే బుద్ధి) ల మీద నుంచి కూడా తెరలు యెత్తేస్తుంది ఈ చిత్రం. అరువి కథను టీవీలో వొక ఎపిసోడ్ చేస్తున్నప్పుడు రకరకాల మార్పుల కనుగుణంగా ఆ నిర్మాత తన వ్యూహాలను మార్చుకోవడం, అతనికి యెంతసేపూ తన TRPల ఆదాయాల గోల తప్ప నిజాయితీ తో తీయాలనే ఆలోచన లేనట్టు ప్రవర్తిస్తాడు. అలా ఆ షోలో వ్యాఖ్యాత కూడా. ఇక మూడో పాయ వో ఎయిడ్స్ సోకిన మనిషి పడే నరక యాతన మన కళ్ళ ముందు పెట్టడం. నిజంగానే హృదయవిదారకంగా చూపించాడు, ఆ మానసికావరణంలోని వొంటరితనం, అదీ చాలా విశాలమైన ప్రకృతి మధ్య, జనావాసాలకు దూరమైన స్థావరంలో. చూస్తున్న మనకు లోపలెక్కడో కళ్లుక్కు మంటుంది.

ఇక కథ చెప్పనే లేదు కదూ. Obvious అనతగ్గవి కేవలం రేఖామాత్రంగా చూపించాడు, ఆ దృశ్యాల చిత్రీకరణ కూడా లేదు. లేదంటే ముగ్గురు ఆమెను చెరిచారు అన్నది చెప్పడానికి రెచ్చిపోయి చిత్రీకరించే వీలున్న కథ కదా, అవేమాత్రం లేవు ఇందులో. అవసరమూ లేదు. అల్లారుముద్దుగా పెరిగిన అరువి ఇప్పుడు కాలేజీ విద్యార్థిని. ఆ వయసులో వుండే ఉత్సాహం, అల్లరీ అన్నీ వుంటాయి. వొక ప్రమాదంలో ఆమెకు వైద్య చికిత్స అవసరమవుతుంది. ఆ క్రమంలో ఆమెకు ఎయిడ్స్ సోకుతుంది. వ్యాధి బయటపడగానే, అప్పటిదాకా ప్రేమగా చూసిన కుటుంబమే ఆమెను అమానుషంగా మానసికంగా హింసిస్తారు, వెలి వేస్తారు, చిత్రవధ చేస్తారు. తనకు యే పాపమూ తెలీదు అని మొత్తుకున్నా వినరు, నమ్మరు. ఆమె ఇల్లు వదిలి తన స్నేహితురాలింట కొన్నాళ్ళు తలదాచుకుంటుంది. ఆ అమ్మాయి తండ్రి మొదట అత్యాచారం చేస్తాడు, తాగిన మైకంలో. తర్వాత అరువి వో ట్రాన్స్జెండర్ అయిన ఎమిలితో కలిసి వుంటుంది. ఇద్దరూ వో కార్ఖానాలో బట్టలు కుట్టే పనికి వెళ్తుంటారు. అక్కడి

యజమాని ఆమెపై అత్యాచారం చేసిన రెండవ వ్యక్తి. కుంగిపోయిన ఆమె మానసిక పరిస్థితి ని వో బాబా నయం చేస్తానంటూ చెరుస్తాడు. ఇక లాభం లేదని చెప్పి వీళ్ళందరినీ లోకం ముందు దోషులుగా నిలబెట్టాలని అరువి టీవి రచ్చబండ లాంటి షో సహాయం తీసుకుంటుంది. షో నిర్మాతల వ్యూహాలు వొకలా వుంటే, చేత గన్ను పట్టి అరువి తన కథను చెబుతుంది, అందరినీ భయభ్రాంతులు చేసి. చివరకు పోలీసులకు సరండర్ అయిపోతుంది. చివరి పాయ ఆమె ఎయిడ్స్ తో తల్లడిల్లడం, తోడు కోసం, ప్రేమకోసం తల్లడిల్లడం అనివార్యంగా చెప్పాల్సిన కథ.

ఇది స్థూలంగా కథ అయితే, ఇందులో ఉపకథలు అనేకం. చాలా నైపుణ్యంగా అల్లినవి. వొకే చిత్రంలో ఎయిడ్స్ సోకిన మనిషి వ్యథ, వో ట్రాన్స్జెండర్ వ్యక్తి ని వో ముఖ్య పాత్రలో మన ముందు పెట్టడం, సెక్సు పట్ల సమాజానికి వున్న ద్వంద్వ వైఖరి, కుటుంబంలో కూడా సెక్సు విషయంలో చాలా తీవ్రమైన భావజాలం వుండి కుటుంబ సభ్యురాలినే, ప్రేమించి పెద్ద చేసిన అమ్మాయినే అమానుషంగా హింసించే గుణం, టీవీలలో వచ్చే దొంగ షోలు, ప్రేక్షకులో వుండే voyeurism, judgementality ఇలాంటివన్ని చాలా సమర్థవంతంగా చెప్పగలగడం నిజంగా గొప్ప విషయమే. అరువి నా strong recommendation !

ఆసక్తికరమైన "బత్తీ గుల్ మీటర్ చాలూ"

ఎడిటర్ గా సినిమాల్లోకొచ్చిన శ్రీ నారాయణ్ సింఘ్ తర్వాత దర్శకుడై ఈ మధ్యనే "టాయ్లెట్ : ఏక్ ప్రేం కథా" తో ప్రజల నోట్లో నానాడు. ఇతని మొదటి చిత్రమైతే "యే జో మొహబ్బత్ హై". ఇప్పుడొచ్చిన "బత్తీ గుల్ మీటర్ చాలు" నిడివి మూడు గంటలు. కాని ఎడిటర్ గా వున్న అనుభవమూ, కథ, మానవ సంవేదనలు, మనస్థత్వాలూ వీటిని తెరపై చూపించే విధమూ మనకు యెక్కడా విసుగు అనిపించదు.

హిందీ లో ఈ మధ్య సినిమాలు ఫార్ములా చిత్రాలలో వుండే timeless spaceless, nowhereland నుంచి స్పెసిఫిక్ గా వొక పల్లెలోనో, ప్రాంతంలోనో అక్కడి ప్రజల నిజమైన సమస్యను తీసుకుని, అక్కడి కట్టూ-బొట్టూ-మాటా వొంట బట్టించుకుని, అక్కడి వీధుల్లో చిత్రీకరించి మనల్ను కూర్చున్నపళంగా అక్కడికి తీసుకెళ్తున్నారు. వొకటి కథా రచయితలకు ఇవి మంచి రోజులు. మంచి కథలు వెలుగులోకొస్తాయి. సంభాషణా రచయితలకు కూడా. మనకు వొకటో రెండో రకాల హిందీ (హాలీవుడ్ హిందీ కాకుండా) తెలిసి వుంటే ఇప్పటి సినిమాల పుణ్యమా అని చాలా ప్రాంతాల యాసలు తెలుస్తున్నాయి. శుభ పరిణామం.

ఇది ఖచ్చితంగా వ్యాపార చిత్ర మూసలోదే. ఆ హీరోని ప్రవేశ పెట్టడం కాని, డ్రామా కాని. కాని వొక సీరియస్ చిత్రం ఇచ్చే తృప్తిని ఇస్తుంది. అదనంగా ఇది అన్ని రకాల ప్రేక్షకులనీ దగ్గరకు లాక్కుంటుంది. ప్రస్తుతానికి ఇలాంటివి

యెక్కువ అవసరం.

SK (షాహిద్ కపూర్), నౌటి (శ్రద్ధా కపూర్), త్రివేది (దివ్యేందు శర్మ) చిన్నప్పటినుంచీ స్నేహితులు. ఎస్కే లాయరు. యెక్కువగా బ్లేక్మేల్ పద్ధతిలో కేసులని కోర్టు బయటే సెటిల్ చేసే “చమత్కారి”. నౌటి వొక డ్రెస్ డిజైనర్. త్రివేది కొత్తగా వొక ప్రింటింగ్ ప్రెస్ పెట్టిన లఘు industrialist. సినిమా అసలు కథ మొదలు కాకముందు వీళ్ళ స్నేహం, నవ్వులు, డేటింగ్ లాంటివి సాగుతాయి. అసలు కథ కు సమానంగా ఇది కూడా ఆకర్షిస్తుంది. పాటలకూ, మాటలకూ మధ్య సరిహద్దు చెరిపేసింది ఈ చిత్రం. ముఖ్యంగా మొదటి అరగంట. ఇదంతా వాళ్ళ స్వభావాలు తెరకెక్కించడానికి ఉపయోగపడే మెట్లు. తిన్నగా అసలు కథలో కెళ్ళిపోతే కొంత వెలితిగా వుండొచ్చు. ఉత్తరాఖండ్లోని టిహరి గఢ్వాల్ ప్రాంతాల్లో కరంటు కోతలూ, భారీ కరెంటు బిల్లులు (బత్తీ గుల్ మీటర్ చాలూ అంటేనే కరెంటు లేకపోయినా తిరుగుతున్న మీటర్లు అని) దానివల్ల జనం పడుతున్న కష్టాలు, వాటి కోసం ప్రజల ఫైటు ఇది మూల కథ. ఉత్సాహంగా ప్రింటింగ్ ప్రెస్ అయితే పెట్టాడుగాని, యెప్పుడూ కరెంటు కోతలు, జెనరేటర్లు వాడక తప్పని పరిస్థితి వీటికి తోడు లక్షల కరెంటు బిల్లులు. ఆ విద్యుత్ సంస్థకు complaints చేసినా ఉపయోగముండదు. ఒకసారైతే 54 లక్షల బిల్లు వస్తుంది. అది కట్టాలంటే ఇల్లు అమ్మకానికి పెట్టాలి. ఎస్కే లా ధైర్యసాహసాలు లేని భయస్తుడైన త్రివేది వో సామాన్యుడు. తను చనిపోతే వచ్చే ఇన్స్యూరెన్స్ డబ్బులతో బిల్లు కట్టి ఇంటిని తల్లిదండ్రులకు మిగల్చాలని ఆత్మహత్య చేసుకుంటాడు. ఇక అక్కడినుంచి ఎస్కే రంగంలో దిగుతాడు. తన పూర్వపు పద్ధతులకు స్వస్తి చెప్పి విద్యుత్ సంస్థ మీద దావా వేస్తాడు. మొదటి సారి కోర్టులో ప్రవేశిస్తాడు. ఆ తర్వాతి కథ అంతా దీని వెనుక ప్రజల నిస్సహాయత, వెతలు, ప్రభుత్వపు పట్టనితనము, ప్రైవేటు విద్యుత్ సంస్థల మోసాలు అన్నీ చర్చకు వస్తాయి.

ముందుగా ప్రస్తావించాల్సింది ఛాయాచిత్రణం (అన్షుమన్ మహాలయ్), నేపథ్య సంగీతం (అనామిక్ చౌహాన్, విజయ్ వర్మ, అరబింద్ లైటన్). ఆ తర్వాత కథా - సంభాషణలు (విపుల్ రావల్, సిద్దార్థ సింఘ్, గరిమా వహల్). Solid work. ఇక నటనకొస్తే అందరూ బాగా నటించారు ముఖ్యంగా కపూర్లు,

శర్మ. షాహిద్ వొక వాణిజ్య చిత్రాల హీరోలలాగా తోపు మాత్రమే కాదు వొక మాములు మనిషి కుండే అన్ని సంవేదనలూ ప్రకటించే నటుడు. ముఖ్యంగా ఇంటర్వెల్ తర్వాత ఎస్కే - త్రివేదీలు కలిసినప్పుడు సన్నివేశం. అను మాలిక్ మరో ఇద్దరు పాటలకు సంగీతమిచ్చారు. పాటలన్నీ బాగున్నాయి. చూడాల్సిన చిత్రమనే అంటాను. అన్నట్టు ఇప్పుడు హిందీ చిత్రాలలో నటించే వాళ్ళకు ఆ కథా ప్రాంతపు భాషా వ్యవహారాలు నిశితంగా పరిశీలించి పలకగల సత్తా వుంటేనే, ఇది ఇదివరకట్లాగా చెల్లదు. చిత్రం మొదట్లోనే ప్రాసలతో ఆడుకుంటూ స్పాంటేనియస్గా ముగ్గురు మిత్రులు మాట్లాడే సన్నివేశం చాలా పొడుగైన సింగిల్ షాట్. అందరూ అద్భుతంగా తమ లైన్లు చెప్పారు, ప్రేక్షకుల నోట్లో పంచదార పోస్తూ.

ఆశల హరివిల్లే పూసే మబ్బులకావల

Beyond the clouds!

ఇరాన్ దర్శకుడు మజిది. మజిదిపేరు నేను విన్నది అతని చిత్రం "Children of Heaven" కు ఆస్కార్ నామినేషన్ వచ్చినప్పుడు. ఆ చిత్రం నేను చూడలేదు. అడపా దడపా అతని పేరు వింటూనే వున్నా. ఇన్నాళ్ళకి "Beyond the clouds" తో ఆ కోరిక తీరింది. అందమైన చిత్రం. హృదయాన్ని మెలిపెట్టే కథ. మరచిపోలేని కథనం. తమ అమాయకత్వంతో మిమ్మల్ని బుట్టలో పడేసే ఆ చిన్న పిల్లలు. చిత్రం గొప్పగా వున్నదా లేదా అని తూనిక రాళ్ళు తీసుకుని కూర్చోకుండా, వో అందమైన అనుభూతిని, కొంత దిగులునూ ఇంటికి మోసుకెళ్ళడానికి తప్పకుండా చూడాలి దీన్ని.

ముంబై నగరంలో అందమైన ఫ్లైవోవర్లు, కార్ల రద్దీ, వెలిగిపోతున్న వాణిజ్య కటౌట్లతో మొదలయ్యే చిత్రం, నెమ్మదిగా ఆ కెమేరా ఆ బ్రిడ్జి కింద వున్న బీద ప్రపంచాన్ని ఫోకస్ చేయడంతో మనకు దర్శకుని దృష్టికోణం అర్థమైపోతుంది. ఆమిర్ (ఇషాన్ ఖట్టర్), తార (మాళవికా మోహనన్) అక్కా తమ్ముళ్ళు. బీదరికంలో పుట్టి రకరకాల వెతలతో తలపడుతున్న వీరి కథ కలచి వేస్తుంది. తార భర్త తాగుబోతు, తిరుగుబోతు, భార్యను కొడుతుంటాడు. ఆమిర్ డబ్బు కోసం మాదక ద్రవ్యాలను బట్వాడా చేస్తుంటాడు రిస్కు తీసుకుని. కొన్నాళ్ళు ఈ పని చేసి, తగినంత డబ్బు సమకూరాక మానేసి చక్కగా బతకాలన్నది అతని కల. అతని కలను ఛిద్రం చేస్తూ వొక సారి పోలీసులు అతన్ని పట్టుకోవడానికి

వల పన్నుతారు. అతి కష్టం మీద తప్పించుకుని తన దగ్గరున్న ఆ డ్రగ్ పేకెట్టుని అక్కదగ్గర దాచిపెట్టమని పరిగెడుతాడు. ఆ పరిసరాలలోనే వుంటున్న అక్షి ("పార్", "మా భూమి" లాంటి చిత్రాలు తీసిన గౌతం ఘోస్) అతన్ని దాచి రక్షిస్తాడు. అయితే అతని కన్నెప్పుడూ తార మీదే వుంటుంది. ఇటు తమ్ముడిని రక్షించి, అటు అక్క దగ్గరనుంచి ఆ పేకెట్టుని దొంగలించి, ఆమెను బలవంతం చేయబోతాడు. స్వీయరక్షణకోసం ఆమె చేతికందిన రాయితో అతని మాడు పగలగొడుతుంది. స్పృహ కోల్పోయిన అతన్ని ఆసుపత్రికి, హత్యానేరం మీద ఆమెను జైలుకి తీసుకెళ్తారు. ఇప్పుడు అక్కను విడిపించడం యెలా అన్నది ఆమిర్ కు యెదురైన అదనపు సమస్య. అక్షి చనిపోతే అక్క జీవితాంతం జైల్లో మగ్గాలి. అందుకే అక్షి చనిపోకూడదని ఆమిర్ అయిష్టంగానే, కోపంగానే అతనికి సేవలు చేస్తాడు, మందులవీ తెచ్చి పెట్టడం ద్వారా. వొక రోజున ఆసుపత్రికి వస్తారు అక్షి పిల్లలు, అతని తల్లీనూ. తమిళులు. వేరే దిక్కు లేదు, దస్కమూ లేదు. మళ్ళీ అయిష్టంగానే ఆమిర్ వాళ్ళ సంరక్షణా భారం కూడా నెత్తినేసుకుంటాడు. అక్కడ జైల్లో హత్యానేరం మీద శిక్ష అనుభవిస్తున్న వో స్త్రీ (తానిస్తా చటర్జీ) తన యేడెనిమిదేళ్ళ కొడుకుతో వుంటుంది. ఆ అబ్బాయికి ఆర్నెల్లప్పుడు పడింది ఆమెకు శిక్ష. పుట్టి చంద్రుడిని చూసి యెరుగడు ఆ అబ్బాయి. ఆ జైలు గోడల మధ్య తారకూ ఆ అబ్బాయికీ మధ్య స్నేహం కుదురుతుంది. అస్వస్థత వున్న ఆ పిల్లవాడి తల్లి చనిపోవడంతో ఇక తనే ఆ అబ్బాయికి యేకైక దిక్కవుతుంది. ఆ జైలులోనే తాన్నిస్తా ఛటర్జీ లా తను కూడా చనిపోతుందేమో అన్న భయం పట్టుకుంటుంది తారకు. "నేను చనిపోను, నేను చనిపోదలచలేదు" అని గట్టిగా యేడుస్తుంది, రుత్విక్ ఘటక్ "మేఘే ఢకా తారా" లో నీతా (సుప్రియా చౌదరి) లాగా. కానీ అంత impressive గా కాదు. అక్కడ అక్షి చనిపోతాడు. ఇటు ఆ అబ్బాయికి చందమామ కథ చెబుతుంటే చందమామ అంటే యేమిటి అని అడుగుతాడా పిల్లోడు తారని. నువ్వెప్పుడూ చూడలేదా, ఈ రోజు నేను చూపిస్తాను అంటుంది తార. రహస్యంగా డాబా వరకూ వెళ్ళి చందమామను చూడడానికి తన చెవి రింగును లంచమిస్తుంది జైలరుకు. దాన్ని తీసుకున్న ఆ జైలరు తార చేస్తున్న పనికి మనసులో మార్పు వచ్చి ఆ బంగారు రింగును మరలా ఆమె కోసం పెట్టేస్తుంది. వర్షపు రాత్రి చంద్రుడూ కనపడడు. రోజుకొక రంగు చూపిస్తున్న జీవితం. చివర్న ముంబై వీధుల్లో

హెూలీ ఆడుకుంటున్న ప్రజల మధ్యనుంచి ఆమిర్ వెళ్ళడంతో ముగుస్తుంది కథ.

మజిది కథ కషాని తో కలిసి వ్రాశాడు. చాలా చోట్ల కుంటుపడినా, వూహాకందే మలుపులున్నా మొత్తం మీద బాగుంది. కొన్ని సన్నివేశాలు గుర్తుండిపోతాయి. కథనం కేవలం దృశ్యపరంగా, పరిమిత సంభాషణలతో వున్నా, ఫ్లాష్‌బ్యాక్ అవసరం వచ్చిన రెండు సందర్భాలున్నాయి. వొకసారి అక్కా తమ్ముళ్ళు వొకరినొకరు తప్పుపట్టడం, సంభాషించుకోవడం ద్వారా కథ చెబుతాడు. మరో సారి ఆసుపత్రిలో అక్షి తలగడ తీసుకుని అతని మంచం కిందే పడుకుని అతనితో సంభాషిస్తుంటాడు ఆమిర్. ఈ రెండు తప్ప మిగతా కథంతా సినిమా ద్వారానే. చాలా యేళ్ళ తర్వాత ఆమిర్ పోలీసుల నుంచి తప్పించుకుంటూ పరిగెడుతూ తన అక్క దగ్గరికి వెళ్ళడం, అక్క ఇంట్లో వున్న ఆమిర్ కి రాత్రిళు ళ యెవరెవరో తలుపు తడుతుంటే తన అక్క చాటున వ్యభిచారం చేస్తుందని తెలియడం... ఇలాంటివి చాలా చాలా వున్నాయి. ఇక్కడ అవన్ని వ్రాయడం చూడబోయే ప్రేక్షకుడిపట్ల అన్యాయమే అవుతుంది. అనిల్ మెహతా సినిమాటోగ్రఫీ చాలా బాగుంది. రెహమాన్ సంగీతమూ బాగుంది. అందరి నటనా బాగుంది. ముఖ్యంగా ఇషాన్ ఖట్టర్‌ది. ఇతని మొదటి చిత్రమే అయినా గొప్ప నటనతో మన ముందుకొచ్చాడు. ఇతని నుంచి చాలా ఆశలున్నాయి. ఇతను నీలిమా అజీం (నటి, పంకజ్ కపూర్ మొదటి భార్య) కొడుకు. తర్వాత చెప్పుకోవాల్సింది ఆ ముసలామె పాత్ర చేసిన GV శారద. విగ్రహం లాగా నిలబడిపోయి గుచ్చి గుచ్చి చూసే కళ్ళతో ఆమె యెదురైనప్పుడల్లా ఆమిర్ మాత్రమే కాదు మనం కూడా భుజాలు తడుముకుంటాము. ఆ తర్వాత అతి ముఖ్యంగా చెప్పాల్సింది ఆ పిల్లల నటన. ముద్దుగా, అందంగా, అమాయకంగా వుండే ఆ పిల్లలే జీవితం పట్ల ప్రేమను, భరోసాను, ఆశను కలిగించే ఇంద్రచాపాలు. వాళ్ళను కాపాడుకోవడానికి ఆ అక్కాతమ్ముళ్ళు పడే తాపత్రయమే, మనలోనూ. అదే చెబుతుంది చివరిలో ఆ హెూలీ సంబరం.

నాకు సందర్భం వస్తే చాలు సత్యజిత్ రాయ్ పూనుతాడు. యెంత మానుకుందామనుకున్నా కూడా. యేం పర్లేదు, ఈ దర్శకుడు కూడా రాయ్

అభిమాని. పథేర్ పాంచాలిలో రైలును చూడలేకపోయిన దుర్గ, ఇందులో యెప్పుడూ చంద్రుడిని చూసి యెరుగని పిల్లవాడు. అందులో ముసలామెగా చేసిన చున్నిబాలాదేవి తన పట్ల జరుగుతున్న అన్యాయాన్ని వెక్కిరింతలతో, గొణుక్కోవడంతో, అలిగి తన మూట యెత్తుకుని చుట్టం ఇంటికి వెళ్ళి పోవడంతో వ్యక్తపరిస్తే, ఇందులో GV శారద కదలకుండానే, తీక్షణమైన అదే సమయంలో నిస్సహాయతను ప్రకటించే కళ్ళతో చేస్తుంది. అసలు ఆ ముగ్గురు (శారద, ఇద్దరు పిల్లలు) వున్న దృశ్యాలు చాలా శక్తివంతంగా వుంటాయి. ముగ్గురూ నిరాశ్రితులు, అటు ఆమిర్‌కి, ఇటు ప్రేక్షకుడికీ మౌనంగానే నిస్సహాయంగా ప్రశ్నలు వేస్తారు.

ఇంతా చెప్పాక మనకు అప్పుడెప్పుడో మీరా నాయిర్ తీసిన "సలాం బాంబే" గుర్తు రాక మానదు. బంబై రాత్ కీ బాహెూం మే లాంటి యెన్నో కథలందించిన కె ఎ అబ్బాస్ ది రొమాంటిక్ శైలి అలవాటు పడ్డ జనానికి ముంబై నగరపు చీకటి కోణాలను తెరకెక్కించి వొక benchmark వేసి పెట్టింది. అది అందుకుంది అని చెప్పను కాని ఇది కూడా మంచి సినిమా, మిస్ కాకూడని సినిమా a touching human document అని తప్పకుండా అంటాను.

Timeless : Bicycle Thieves

ప్రతివారం వొక సినెమా సమీక్ష వ్రాస్తున్నా. ముందే వొకటి అనుకునున్నాను, సినెమా లో కనీస విలువలు (minimum standards) వుంటేనే వ్రాస్తాను. అలా యే వారమన్నా సినిమా చర్చించతగ్గదిగా లేనప్పుడు యేదేని క్లాసిక్ గురించి వ్రాద్దామని కూడా అనుకున్నా. అలాగే ఈ వారం విట్టోరియో డెసికా తీసిన ఇటాలియన్ చిత్రం "ద బిసికిల్ తీవ్స్".

1948 లో తీసిన ఈ చిత్రాన్ని నేను మొట్టమొదటి సారి 1990 లో FTII లో చూశాను. అప్పటినుంచీ అది వెంటాడుతూనే వుంది. మరలా ఈ పూట ఇది వ్రాయడానికి చూశాను. చిత్రం ప్రభావం అంతే వుంది. యెలాగూ ఇది రెండు సార్లు కనీసం చూడాల్సిన చిత్రమే. మొదటిసారి దృష్టంతా కథ, వగైరాల మీద వుంటుంది. రెండవ మారు వొక్కో షాట్ ను నిశితంగా పరిశీలించే వీలు కోసం చూడాలి. 70 యేళ్ళ తర్వాత కూడా వొక సినిమా మనిషిని వూపేస్తుందంటే వూహించండి దాని బలం.

రెండవ ప్రపంచ యుద్ధానంతరం (Rome) లో పరిస్థితి యెలా వుందంటే మనుషులు పనిలేక, సంపాదన లేక అలమటించి పోతున్న కాలం. ఆ సమాజాన్ని వొక కుటుంబ నేపథ్యంలో మన ముందు వుంచుతాడు. యేక కాలంలో వో కుటుంబ గాథ, వో దేశ గాథ కూడానూ. Ricci వో మధ్యతరగతి సంసారి. భార్య, ఇద్దరు పిల్లలు. రెండవ సంతానం పసిది. ఇల్లు గడపడానికి వుద్యోగం అవసరం వుంది. ప్రస్తుతం అతని కొడుకు బ్రూనో బహుశా పది పన్నెండేళ్ళ

ండవచ్చు వొక పెట్రోల్ పంప్ దగ్గర పనిచేస్తున్నాడు. రిచికి ఉద్యోగం దొరుకుతుంది, గోడల మీద సినిమా పోస్టర్లు అంటించే పని. కాని షరతు యేమిటంటే అతని దగ్గర సొంత సైకిలుండాలి. అది లేదంటే ఆ ఉద్యోగం కొట్టేయడానికి చాలామందే వున్నారు. రిచి సైకిలు కుదువపెట్టబడి వుంది. దాన్ని విడిపించడానికి ఇంట్లో వున్న దుప్పట్లు కుదువ పెట్టి సైకిల్ ను విడిపించుకుంటారు. దాన్ని బాగు చేసి మర్నాడు పనికి బయలుదేరుతాడు రిచి. అతను నిచ్చెనెక్కి పోస్టర్లంటించే సమయంలో గోడకి ఆనించిన అతని సైకిల్ ను యెవరో దొంగలిస్తారు. ముందు అతన్ని వెంబడించి పట్టుకోలేక పోతారు. తర్వాత మిత్రుని సాయం కోరతాడు సైకిల్ ని వెతికి పట్టుకోవడంలో. ఇలాంటివి వెంటనే సెకండ్ హేండ్ మార్కెట్లో అమ్మేస్తారు, అక్కడికెళ్ళి వెతుకుదామని చూస్తారు. దొరకదు. యే పార్ట్ కి ఆ పార్ట్ విడదీసి అమ్మితే మనం పట్టుకోలేమని నిరాశ చెంది ప్రయత్నం మానుకుంటారు. వో చోట ఆ దొంగ కనబడ్డా సరైన సాక్ష్యాధారాలు లేవని పోలీసు అతన్ని అరెస్టు చేయడు. ఇలా రకరకాల frustrations కు లోనై వో సారి కొడుకు మీద అకారణంగా చేయి చేసుకుంటాడు. చిన్నబోయిన ఆ మోమును చూసి మరింత అపరాధ భావన కు గుర్రై, అతని అలక తీర్చి హొటెల్‌కి తీసుకెళ్ళి తినిపిస్తాడు. అక్కడ తిండి మీద కూడా మనసుండదు అతనికి. ఆ ఉద్యోగం వుంటే కుటుంబం యే రకంగా నడిపేవాడో అని లెక్కలేసుకుంటాడు. రేపటి ఆలోచన మనసును దిగులుతో నింపేస్తుంది. బయటికొచ్చాక అతనికి వో చోట గోడకానించి పెట్టిన సైకిల్ కనిపిస్తుంది. కొడుకును, డబ్బులిచ్చి, బస్సులో వెళ్ళమంటాడు. తర్వాత తను వెళ్ళి ఆ సైకిల్ ను తీసుకుని వేగంగా పారిపోవాలని చూస్తాడు. ఆ సైకిల్ యజమాని చూసి కేకలేసి జనాలను పోగేసి, వెంటపడి రిచిని పట్టుకుంటాడు. జనం తలో చెయ్యి చేసుకుంటారు అతని మీద. బ్రూనో బస్సును అందుకోలేకపోతాడు, ఈ లోగా ఈ గోల వినబడి వచ్చి చూస్తే తండ్రిని అందరూ కలిసి కొడుతున్నారు. వెళ్ళి తండ్రి కోటుపట్టుకుని లాగుతూ యేడుస్తాడు. ఆ అబ్బాయి మొహం చూసి సైకిల్ యజమాని పోలీసుకు ఫిర్యాదు ఇవ్వను, సైకిల్ దొరికింది చాలు అంటాడు. అన్నివిధాలా భంగపడ్డ రిచి కొడుకు ముందు ఈ వేషంలో పట్టుబడినందుకు వెక్కి వెక్కి యేడుస్తాడు. బ్రూనో కన్నీళ్ళు నిండిన కళ్ళతో తండ్రిని చూసి, అతని చేతిని తన చేతిలోకి తీసుకుంటాడు.

ప్రపంచ దర్శకులెందరినో ప్రభావితం చేసిన ఈ చిత్రం ఇప్పటికీ వో స్టడీ చేయతగ్గ చిత్రమే. మన దగ్గర సత్యజిత్ రాయ్, బిమల్ రాయ్ లాంటి వాళ్ళనుకూడా ప్రభావితం చేశాడు. డెసికా ఈ చిత్రాన్ని నిజమైన లొకేషన్లలో (స్టూడియోల్లో కాకుండా) చిత్రీకరించాడు. తీసుకున్న నటులు కూడా మామూలు జనంలోంచి యెంపిక చేసినవాళ్ళే. రిచీ వాస్తవంలో వో కర్మాగారంలో కార్మికుడు. బ్రూనో నిజ జీవితంలో తండ్రికి పూలు అమ్మే పనిలో సాయపడే కొడుకు. బహుశా అందుకేనేమో వాళ్ళు ఆ పాత్రలలో అంత లోతును ప్రదర్శించగలిగారు. బ్రూనోగా చేసినతన్ని మాత్రం అస్సలు మరవలేము! ఇక వొక్కో దృశ్యం వొక్కో తెలుపు నలుపు రంగుల్లో చిత్రంలా వుంటుంది. ఛాయాగ్రహణం తర్వాత సంగీతం అంతే ప్రభావవంతంగా వుంది. వొకోసారి చార్లీ చాప్లిన్ చిత్రాలు, కొన్ని సార్లు బిమల్ రాయ్ చిత్రాలూ గుర్తుకొస్తాయి.

సైకిల్ పోగొట్టుకున్న వ్యక్తి దాన్ని వెతికే క్రమంలో తిరిగే ప్రదేశాలు: పోలీసు స్టేషను, సెకండ్ హేండ్ వస్తువులమ్మే ఆదివారం బజార్లు, దొంగను వెంబడిస్తూ వో వేశ్యావాటిక, వో సారి చర్చిలో ఇలా ప్రతి చిన్న డీటేల్ ను పట్టుకున్నాడు. యెక్కడా అతిగా సెంటిమెంటాలిటీ వుండదు, అనవసర ప్రసంగం, నాటకీయతా వుండవు కాని చెప్పాల్సినవన్నీ క్లుప్తంగా ఇండైరెక్ట్ గా చెబుతాడు. మొదట్లో భార్య వో జోస్యం చెప్పే ఆవిడదగ్గరికి పాత బాకీ చెల్లించడానికి వెళ్ళినప్పుడు చదువుకున్న నువ్వు ఇలాంటివన్నీ నమ్ముతావా, ఆ డబ్బు ఇంకోచోట ఖర్చు పెట్టు అని లాక్కెళ్ళినవాడే చివరికి నిస్సహాయుడైనప్పుడు తనే ఆమె దగ్గరికి వెళ్తాడు : తనకు ఆ సైకిలు దొరికే అదృష్టముందా లేదా జోస్యం చెప్పించుకోవడానికి. ఇక పరిస్థితులు అతన్ని దొంగగా మార్చడం, పట్టుబడడం, దెబ్బలూ తిట్లూ తినడం, ఇదంతా కొడుకు కంటపడటం మనల్ని నిలువనీయదు. యెప్పటికీ మరిచిపోలేని దృశ్యానుభవం అది!

ఈ కథంతా రిచీ అతని కొడుకుకు సంబంధించినవేనా? వ్యక్తి కథను సమూహంతో యెలా జత చేశాడో చూద్దాం. రిచి ఉద్యోగ కష్టాల్లో భాగంగా వున్న వొకే పోస్టర్ల ఉద్యోగానికి పెద్ద సమూహంతోనే పోటీ. ఇంటికెళ్తే బయట నల్లా దగ్గర scarce resources (water) కోసం అతని భార్య రెండు బక్కెట్లతో మిగతా ఆడవాళ్ళతో పోటీ. సైకిల్ విడిపించడానికి ఆమె దుప్పట్లన్నీ తీసి మూట

కడుతుంది (ఆ చలి ప్రదేశంలో దుప్పటిలేకుండా పడుకోవడం యెలాంటి కష్టమో వూహించుకోవచ్చు) కుదువ పెట్టడానికి. మొత్తం ఆరు అందులో రెండు అసలు వాడనివి. 7500 లభిస్తాయి. అందులో డబ్బుతో అక్కడే సైకిల్ ను విడిపించుకుంటారు. వో పక్క ఇతను సైకిల్ను బయటకు తీసుకొస్తుంటే, మరోపక్క వీళ్ళ దుప్పట్ల మూటను వో ఉద్యోగి లోపలున్న పెద్ద గోడౌన్‌లో వరసగా పెట్టివున్న రాకుల దగ్గరకెళ్ళి నిచ్చెన యెక్కి పైన పెడతాడు. అక్కడ అలాంటి మూటలు వందల కొద్దీ వుంటాయి. సైకిళ్ళు కూడా. అంటే ఆ సామాజిక పరిస్థితి యెలాంటిదో వూహించుకోండి. యేం ఆస్తులున్నాయి వాళ్ళకు, కుదువ పెట్టుకోవడానికిగాని, విడిపించుకోవడానికి గాని, దుప్పట్లు, సైకిలూ తప్ప? తమ ఆస్తిని తాము యెంత ప్రియంగా చూసుకుంటారో చెప్పడానికి దుప్పట్లు కుదువపెట్టేటప్పుడు ఆ ఉద్యోగి 7000 మాత్రం వస్తాయి వాడిన దుప్పట్లు కదా అంటే, కాదు అందులో రెండు కొత్తవి, అన్నీ కాటన్, సిల్కువి, కొన్ని తన పుట్టింటివాళ్ళు ఇచ్చినవి అంటుంది. అతను సరే 7500 ఇస్తానంటే ఆమె కళ్ళు మెరుస్తాయి. సైకిలు ఇంటికి తెచ్చాక బ్రూనో దాన్ని తుడుస్తూ అంటాడు : నాన్నా ఇక్కడ చూడు సొట్టబోయింది, వాళ్ళు వడ్డీ బాగానే తీసుకుంటారు వస్తువును మాత్రం జాగ్రత చెయ్యరు, నువ్వు దెబ్బలాడాల్సింది. యెక్కడ చూసినా సమూహాలు, అందరివీ దాదాపు వొకేలాంటి కష్టం. ఇది కేవలం వొక ఉదాహరణంగా తీసుకుని వివరంగా వ్రాశాను. ఇలా ప్రతి సన్నివేశం గురించీ వ్రాయొచ్చు, అది వో పుస్తకంగా తయారవుతుంది అన్న భయం తప్ప. ఇక కొత్తగా సినిమా తీద్దాం అనుకునే యువతరం దీని షాట్ కంపోసిషను, స్థూల కథనం, సూక్ష్మ కథనం అన్నీ పరీక్షగా చూసి తమ స్కిల్స్ ను మెరుగుపెట్టుకోవచ్చు.

ఇక ఆ తండ్రి కొడుకుల సంబంధం గురించి. కేవలం జీవితం వాళ్ళిద్దరిని పడేసిన విచిత్ర సన్నివేశాల్లో ఇద్దరి గురించీ, పేదరికం గురించీ, బాధ్యతను పంచుకోవడం గురించి, ఆసరాగా నిలవడం గురించీ అన్నీ వున్నాయి. పోయిన సైకిల్ ను పొందలేక, రేపటి చింత తొలుస్తూ వుంటే ఇంటికి తిరిగి వెళ్ళేటప్పుడు తండ్రి కేవలం తన ఆలోచనల్లో మునిగి వుంటాడు. కొడుకు పడుతూ లేస్తూ వెంట నడుస్తూ వుంటాడు. వొక సారి వర్షంలో జారి పడతాడు. మరోసారి రోడ్డు క్రాస్ అతి కష్టంగా చేస్తాడు. ఇదంతా తండ్రి దృష్టిలో వుండదు. ఆ చిన్న

వయసులోనే పెట్రోల్ పంప్ దగ్గర పనిచేసి ఆర్థికంగా ఆసరాగా వుండడం. (మిగతా పిల్లల పరిస్థితులూ అంతే. వొకడు అడుక్కుంటూ కనిపిస్తాడు, మరొకడు యేదో వాద్యం వాయిస్తూ అడుక్కుంటాడు.) చివరికి తండ్రి పరిస్థితి గమనించి ధైర్యం ఇస్తున్నట్టు తండ్రి చేతిని తన చేతిలోకి తీసుకోవడం.

The bread and alley

ఈ సారి మరో మంచి లఘు చిత్రం. పది నిముషాల నిడివి గల "ద బ్రెడ్ ఎండ్ ఏలి" చిత్రం. దీనికి దర్శకుడు ప్రముఖ ఇరానీయ అబ్బాస్ కియారొస్తామి. ఇది ఇతని తొలి చిత్రం.

ఎలాంటి సంభాషణా లేని చిత్రం. ఎక్కువ భాగం నిశ్శబ్దమే. కొన్ని సంగీత అభివ్యక్తులు మాత్రం వున్నాయి. ఒక సరదా అయిన డాన్స్ కి సూటయ్యే సంగీత నేపథ్యంలో ఓ మధ్యాహ్నం వేళ ఓ సందులో ఓ అబ్బాయి. బహుశా అది అతని యూనిఫాం కావచ్చు. చేతిలో రొట్టె పేకెట్టు ఉంది. ఏదో కాగితపు ఉండో మరొకటో నేల మీద ఉంటే దాన్ని తన్నుకుంటూ నడుస్తున్నాడు ఆనందంగా. అక్కడి వీధులు విచిత్రంగా అనిపిస్తాయి మనకు. చిన్న చిన్న సందులు, గొందులు తప్పిపోతామేమో అనిపించేలా వుంటాయి అవి. అన్నీ దాదాపు ఒకలానే. జీవితంలో లాగా. అలా కొన్ని నిముషాలు అతన్ని అలా నడుస్తూ చూస్తాము. ఇల్లు దగ్గర పడింది. అక్కడో కుక్క బ్రెడ్డు వాసన పసిగట్టి మొరుగుతూ మీద మీద కు వస్తోంది. అబ్బాయి భయపడి వెనక్కు పరిగెడతాడు. చాలానే దూరంగా వెళ్ళి నిలబడి నిస్సహాయంగా చూస్తుంటాడు, తననెవరన్నా ఇల్లు చేరేదాకా సాయం వస్తారేమోనని. నిద్ర వస్తోంది, ఆవలింతలు వస్తున్నాయి, భయంగా వుంది, చిరాకుగా వుంది, నిస్సహాయంగా ఉంది. ఆ చిన్న పిల్లవాడి హావభావాలు అన్నీ చక్కగా వున్నాయి. అన్నట్టు ఇతను శిక్షణ పొందిన నటుడు కాదు. సరె, వెనక నుంచి అటూ ఇటూ వెళ్తున్న వారు కనిపిస్తుంటారు. కానీ ఈ సందులోకి

రారు. కాసేపటికి ఒకతను ఓ గాడిద మీద కూర్చుని, మిగతా గాడిదలను పరుగెత్తించుకుంటూ వెళ్ళి పోతాడు. కాసేపటికి ఒకతను అట్నించే సైకిల్ మీద వెళ్ళి పోతాడు. ఇతనికి ఎలాంటి సాయమూ లేదు. అంతలో ఓ పెద్దాయన నెమ్మదిగా నడుచుకుంటూ వస్తుంటాడు. ధైర్యం వస్తుంది. ఇప్పుడు మళ్ళీ ధైర్యాన్ని సూచించే సంగీతం. ఆ పెద్దాయనకు చెవుల్లో హియరింగ్ ఏడ్స్ ఉంటాయి. బధిరత్వం కేవలం వయసుకే పరిమితమైన సంగతి కాదు, ఒక రకంగా మెటఫర్ కూడా. అయితే ఒక చోట ఆ పెద్దాయన వేరే సందు మలుపులో తిరగడం తో కథ మళ్ళీ మొదటికి వస్తుంది. సంగీతం ఆగిపోయింది. మళ్ళీ అయోమయంగా చూస్తాడు అబ్బాయి. ఇల్లు దగ్గరే. అక్కడ నీడన ఆ కుక్క కూర్చుని ఇతన్నే చూస్తుంది. ఆ కుక్క ఏ గోడకు ఆనుకుని కూర్చుందో దాని ఎదురుగా వున్న గోడ వారగా నెమ్మదిగా నడుస్తాడు. భయం భయంగా. దగ్గర దాకా రానిచ్చి కుక్క మొరుగుతుంది. ఆ క్షణంలో అతనికి life surviving skill స్ఫురిస్తుంది. ఎవరు నేర్పుతారు ఇవన్నీ? కూర్చుని, బ్రెడ్ ముక్కతుంచి కుక్క వైపు విసురుతాడు. అది మొరగడం మానేసి బ్రెడ్ తింటుంది. అబ్బాయి నెమ్మదిగా నడక మొదలు పెడతాడు. ఎవరైనా తినడానికి ఇంత పెడితే కుక్క అతన్ని స్నేహితుడుగా భావిస్తుంది, వెంట వెళ్తుంది, అతని నుంచి ఆశిస్తుంది. ఈ సారి కుక్క మొరగకుండా వెనకే నడుస్తుంది తోక ఊపుకుంటూ. కోపం పోయి ఆనందంగా వున్న సూచన. కొన్ని క్షణాల్లోనే అబ్బాయీ కుక్కా పక్క పక్కనే నడుస్తూ కనిపిస్తారు. నేపథ్యం లో విజయాన్ని సూచించే సంగీతం. దాని చివర్న ఆర్మీలో లాంటి సంగీతం వినిపిస్తుంది. ఇల్లు వచ్చింది. తలుపు తడతాడు. ఒకామె తలుపు తెరిచి అబ్బాయి లోపలి కెళ్ళాక వొకసారి సందులో అటూ ఇటూ చూసి తలుపు వేసుకుంటుంది. కుక్క ఆ తలుపు దగ్గరే కూర్చుంటుంది. మనిషికీ కుక్కకీ మధ్య వొక వారధి ని చిన్న రొట్టె ముక్క వేసింది కదా అనిపిస్తుంది. ఇంతలో సందు చివరి నుంచి మరో అబ్బాయి వస్తున్నాడు. చేతిలో ఏదో తినే వస్తువు వున్న పాత్రతో. అతను దగ్గరకు రాగానే కుక్క మొరుగుతుంది.

ఎవరి జీవితం వారిది. ఎవరి పోరాటం వారిదే. ప్రకృతి మనిషికి కావలసిన instincts ఇచ్చింది. లేదంటే ఇవన్నీ పిల్లలకు ఎవరు, ఎప్పుడు నేర్పుతారని?

Institute for intellectual development of children and young adults

కోసం తీసిన చిత్రమిది. అయితే పెద్దవాళ్ళకి కూడా నచ్చుతుంది. ఇక సినిమాని సినిమాగా చూసేవాళ్ళకి తప్పకుండా నచ్చుతుంది, మరోసారి చూసేలా చేస్తుంది.

చిన్న పిల్లల చేత నటింపజేయడం సులువు కాదు. ఈ అబ్బాయి అన్ని రకాల హావభావాలు సునాయాసంగా పలికించాడు.

ఆ నిశ్శబ్దాలు, మధ్య మధ్య వచ్చే pieces of musicను మరింత emphasize చేస్తాయి.

తప్పకుండా చూడండి. యూట్యూబ్ లో వుంది.

అడ్డదారి తొక్కిన "బైపాస్"

ఈ సారి మరో లఘు చిత్రం "బైపాస్". ఇది 2003 లో తీసినది. కాని నా దృష్టికి ఈ మధ్యే వచ్చింది. ఇక మీరు ఎందుకు చూడాలంటారా? 2003 నాటికి ఇర్ఫాన్ ఖాన్, నవాజుద్దీన్ సిద్ధిఖీలు ఎలా వున్నారో చూడాలని కుతూహలంగా వుందా? ఇర్ఫాన్ లో తక్కువ సిద్ధిఖి లో ఎక్కువ మార్పు వుంది, అప్పటికీ-ఇప్పటికీ. అప్పటికి గొప్ప నటులుగా ఎస్టాబ్లిష్ కాకపోయినా, ఈ లఘు చిత్రం వాళ్ళు సామాన్యులు కాదు అని చెబుతుంది. ముఖ్యంగా ఎలాంటి సంభాషణా లేకుండా కథను తమ కళ్ళతోనే చెప్పడం ద్వారా.

రాజస్థాన్ లో ఏదో ప్రాంతం. సరాసరి వెళ్తున్న దారి ఒక చోట రెండుగా చీలుతుంది. ఎడంవైపు రహదారి అయితే కుడివైపు బైపాస్. వొక కొత్తగా పెళ్ళైన జంట పూలతో అలంకరించబడిన కారులో అల్లరి చేస్తూ వెళ్తుంటారు. ఆ అల్లరిలో రోడ్డు పక్కనే వాలి వున్న వో గద్దను గాని, ఆ చీలిక వద్ద మార్గసూచిక రాయిని గాని గమనించకుండా బైపాస్ రోడ్డు మీదుగా వెళ్తారు. అక్కడ ఇద్దరు బందిపోట్లు దారి కాచి వున్నారు ఇలాంటివాళ్ళ కోసం. ఒకడు మాటలు రాని మూగ జీవి (సుందర్ దాన్ డేథా), మరొకడు మాటలొచ్చినా సైలెంట్ చిత్రంలో మాట్లాడలేని నవాజుద్దీన్ సిద్ధిఖి. కారు దగ్గరికి రావడం, నవాజుద్దిన్ రాయి పుచ్చుకుని కారు ముందు అద్దం పగిలేలా కొట్టడం, కారు ఆగిపోవడం, ఇద్దరూ వెళ్ళి డబ్బు దోచుకోవడం జరిగిపోతాయి. భర్త చనిపోయి వున్నాడు, భార్య స్పృహలోనే వుంది. భర్త చేతికి రోలెక్స్ వాచి వుంది. కాని తీయడానికి వీలు

లేకుండా అతని చేయి స్టీరింగులో చిక్కుకుని వుంది. అర్థం చేసుకున్న మూగవాడు తన చేతిలో వున్న కత్తిని నవాజుద్దీన్ కి అందిస్తాడు. వెనక మోటర్ సైకిల్ మీద ఇన్స్పెక్టర్ (ఇర్ఫాన్ ఖాన్) వస్తుండడం చూసి ఇద్దరూ పారి పోతారు. ఆ తర్వాత కథ సినిమాలోనే చూడండి. ఎందుకంటే ఇందులో కథ కంటే కథనమే ముఖ్యం.

అమిత్ కుమార్ దీనికి దర్శకుడు, స్క్రీన్‌ప్లే వ్రాసినవాడు. మాన్సూన్ షూటౌట్ అనే చిత్రం, ద లాస్ట్ అవర్ అనే టీవీ సీరీస్ తీశాడు. నేను అవి చూడలేదు. కాని ఈ లఘు చిత్రంతోనే తన ప్రతిభను కనబరిచాడు. మనిషి రకరకాల కారణాలతోటి అడ్డదారి తొక్కుతారు. ఆ విషయం తెలిసిన ఇంకొంతమంది అదే అడ్డదారి మీద కాపుకాసి ఇతరులను దోచుకుంటారు. డబ్బు చేతులు మారుతుందంటారే, అలాంటి విన్యాసమే ఇక్కడా చూస్తాము అయితే చాలా వేగంగా, గగుర్పొడిచే విధంగా. కథ కంటే కథనం ముఖ్యమైన చిత్రమిది అన్నాను కదా, దర్శకుడు ఎక్కడ కట్ చేస్తున్నాడో చూడండి. రోలెక్స్ వాచి కోసం చేతినే నరకడానికి చెయ్యెత్తిన కత్తిని కట్ చేసి మరో చోట మటన్‌ను నరకడానికి కత్తి ఎత్తడం తో కలపడం. అలాగే ఆ రోలెక్స్ వాచి ప్రయాణాన్ని కూడా సినిమా అంతా గమనించండి. దాని మీద ప్రత్యేకమైన ఫోకస్ లేకుండా వుంటుంది. ఈ వాక్యం వ్రాయకుండా వుంటే బాగుణ్ణు, కాని వ్యాపార చిత్రాల్లో ఠఠాం అన్న భయంకర మ్యూసిక్ తో పాటు ఆ ప్రాపర్టీని జూం చేసి మరీ చూపిస్తారు. ఇందులో మనమే గమనించుకోవాలి. ప్రతి ప్రాపర్టీ తన కథ చెబుతుంది. వీటి కారణంగా మొదటి మార్కు దర్శకుడికి. ఆ తర్వాత ఇద్దరు మహానటులకి. ఎక్కడా overplay చెయ్యకుండా matter of fact గా నటించి మెప్పించారు. చిన్న చిన్న nuances ని వాళ్ళ ముఖాల్లో చూస్తే భలే సంతోషంగా వుంటుంది. అంతే ముఖ్యంగా చెప్పుకోవాల్సింది ఆ రాజస్థాన్ ఎడారుల మధ్య ఈ నటుల విన్యాసాలు అందంగా కెమేరాలో బంధించిన రాజీవ్ రవి. అంతే అందంగా సంగీతంతో గోడచేర్పు ఇచ్చిన డేరియో మరియనెల్లి అనే ఇటాలియన్ సంగీతకారుడు. ఈ చిత్రాన్ని తప్పక చూడండి. యూట్యూబులో వుంది.

జీవితంలో స్పర్శ కరువైతే :
Call Him Eddy

మనమిప్పుడు వాస్తవిక ప్రపంచంలో కంటే వేరే వింతైన ప్రపంచంలో ఎక్కువ బ్రతుకుతున్నాం. అందరం కలిసినట్టే వున్నా కలవనట్టే వుంటుంది. ముఖ్యంగా ఈ సాంకేతిక ప్రగతి అనంతరం. మనిషికి మైళ్ళ దూరంలో వున్న మరో మనిషి కేవలం ఫోన్ కాల్ దూరం. అయినా పలకరింపులు వాట్సాపుల్లోనే ఎక్కువ. ఇదివరకు తరాలు పడ్డ కష్టం మనం పడట్లేదు. పనులన్నీ బటన్ నొక్కితే అయిపోతున్నాయి. అయినా సమయం లేనట్టే వుంటుంది. ఇది కాస్త అతిశయోక్తి అనిపించవచ్చు, కానీ ఎంతో కొంత నిజం కూడా వుంది. ఎంత, ఎన్ని పాళ్ళు వగైరా మనిషికీ మనిషికీ మారొచ్చుగాక.

కొన్నేళ్ళ క్రితం ఒక ఫ్యూచరిస్టిక్ sciifi చిత్రం వచ్చింది "HER" అని. వాకిన్ ఫీనిక్స్ నటించాడు. స్పైక్ జాంజ్ దర్శకుడు. ఆ పూర్తి నిడివి చిత్రం జీవితంలోని అనేక పార్శ్వాలను తడుముతుంది. కానైతే ప్రారంభం మాత్రం ఇలా వుంటుంది. సమీప భవిష్యత్తులో, మనుషులు తీరిక లేకుండా వున్నారు. మాటలకు తడుముకుంటున్నారు. ఒకప్పటిలా ప్రేమపూర్వక సంభాషణలు, ఉత్తరాలూ - ఈమెయిల్స్ మరచిపోయారు. కాని దగ్గరివాళ్ళ జీవితంలో ముఖ్యమైన ఘట్టాలలో నాలుగు మాటలు వ్రాయలేని దుస్థితి. పెట్టుబడిదారి విధానం లో వొకటుంది. అవసరాన్ని బట్టి తగ్గ వ్యాపారాలు కూడా విస్తరిస్తాయి. ఒక పెద్ద

కంపెనీ అలాంటి వాళ్ళ కోసమే తయారవుతుంది. అలా వ్రాయలేనివారికోసం మనుషులను పెట్టి వ్రాయిస్తుంది అది. అక్కడే మనల్ని చేయి పట్టుకుని దర్శకుడు ఇంకా జరగగల పరిణామాల దిశగా నడిపించుకెళ్తాడు.

సరే. ఇప్పుడు ఈ చిత్రం లో ఎడిత్ డిసూజా (సంజయ్ సూరి) ఇంటికి ఓ విలేఖరి రియా (ఈషా చోప్రా) ఇంటర్వ్యూ తీసుకోవడానికి వెళ్తుంది. మొదట్లోనే అంటాడు నన్ను ఎడిత్ అంటే చాలు అని. పూర్తి పేరుతో పలకరిస్తాము, వెస్ట్ లో ఇంటి పేరుతో పలకరిస్తారు. ఇది ఫార్మల్. ఇక చనువు వున్న వారే అసలు పేరుతో పిలవగలుగుతారు. ఆ రెండు పలకరింపుల్లో అంత తేడా వుంటుంది. ఒక రకంగా నువ్వు, మీరు ల మధ్య వున్నటువంటిది. ఇందులో మొదట్లోనే ఆ దూరాన్ని చేరిపేసే ప్రయత్నం జరుగుతుంది. ఆమె అతన్ని ఇంటర్వ్యూ తీసుకోవడానికి వెళ్ళిందంటే అతనిలో ఏదో విశేషం వుండాలిగా. ఖచ్చితంగా వుంది. మన జీవితాల్లో అనేక కారణాలుగా మనుషుల మధ్య ఎడం పెరుగుతూ వస్తోంది. పదేళ్ళ వయసు వచ్చేదాకా పిల్లవాడు తల్లిని కరచుకుని గారాలు పోతూ కబుర్లు చెబుతాడు. అప్పుడు వాళ్ళిద్దరూ ఒక్కటే. అతనికి స్వాంత్వత, ఆమెకు అనురాగం లభిస్తుంది ఆ స్పర్శలో. స్పర్శ మాటలు పుట్టిస్తుంది, నవ్వులు పూయిస్తుంది, బాధలను, క్లేశాన్నీ చేరిపే ప్రయత్నం చేస్తుంది. కాని ఆ తర్వాత? పెద్దయ్యేకొద్దీ క్రమంగా ఆ స్పర్శ కూడా తప్పుకుంటుంది, ఎడం మధ్యన వచ్చేస్తుంది. ఇలా ఈ స్పర్శ అందకే ప్రతి మనిషీ ఒక దీవిలా మారి పైకి కనబడకపోయినా లోలోన అగాథంలా ఫీల్ అవుతాడు. సరిగ్గా అలాంటి వాళ్ళ కోసమే ఎడిత్ సేవలందిస్తున్నాడు. వెచ్చని కౌగిలింత. గంటకు రెండువేలకి. చట్ట బద్ధత లేని ఈ పని తనను జైలుకు తోసేసినా వెరవక చేస్తానంటాడు. మొదట్లో రియాకి ఇదంతా అయోమయంలా, నవ్వులాటలా, నమ్మడానికి లేనిదానిలా అనిపిస్తుంది. గోడమీద ఎడిత్ భార్యా కొడుకుల ఫొటోను చూస్తూ, వాళ్ళకి ఇదంతా తెలుసా అడుగుతుంది. నేను రోజూ తెలియజేస్తాను అన్నీ అంటాడు. ఒక అపరిచిత వ్యక్తిని కౌగిలించుకున్నప్పుడు ఇరువురిలో ఎవరికీ అలాంటి భావన కలగదా అని అడుగుతుంది. నవ్వి, కలగవచ్చు అది సహజం కదా, దాన్ని పట్టించుకోకుండా ముందుకెళ్ళడమే చేస్తానంటాడు. ఇంటర్వ్యూ అయి పోయింది. ఆమె వెళ్ళే ముందు అడుగుతాడు, చివరిసారిగా ఒకరిని కౌగిలించి ఎన్నాళ్ళైందని. ఆమె

బిడియ పడుతుంది. కావాలంటే ఒకసారి ఈ ప్రయోగం చేసి చూడమంటాడు. అయోమయపడి, అసమంజసంగానే ఒప్పుకుంటుంది. ముందు భుజాలు రాసుకుంటూ కూర్చోవడం. తర్వాత ఆమె పడుకుంటే, వెనుక నుంచి చేతులు వేసి నిమురుతాడు. క్షణాల్లో ఆమె ఏడవడం మొదలుపెడుతుంది. ఆ స్పర్శ ఆమె మనసులో తాళం వేసి మరీ వుంచుకున్న విషయాలను నెమ్మదిగా బయట పెడుతుంది. తను ఆరేడేళ్ళ వయసులో చివరిసారిగా తండ్రిని చూసింది. తర్వాత అతనెప్పుడు ఫోన్ చేసి సారీ చెప్పినా స్పందించనే లేదు. పోనీలే మరచిపో అని తల్లి అన్నా కూడా వినలేదు. తను మాత్రం తప్పు చెయ్యలేదా. ఆ ప్రాణిని ఇన్నేళ్ళు, తన మృత్యువు వరకూ, బాధ నుంచి విముక్తి ఇవ్వలేకపోయిందే. మంచి మాట, లాలింపు, స్నేహ స్పర్శా ఏదీ ఇవ్వలేదు, తీసుకోలేదు. ఇద్దరూ నరకం అనుభవించారు. ఇప్పుడు అన్నిటికీ అవకాశాలు మూసుకుపోయాయి అతని చావుతో. ఎడిత్ వింటూ వున్నాడు. భుజాలు నిమురుతూ, జుత్తు సవరిస్తూ, శాంతి వచనాలు చెబుతూ బుజ్జగిస్తూ వున్నాడు. ఆమె మనసులో బరువు దిగి దీర్ఘ నిద్రలోకి జారుకుంటుంది. వెళ్ళే ముందు అడుగుతుంది, ఇలా చెయ్యాలన్న ఆలోచన నీకు ఎలా వచ్చింది అని. నవ్వి వూరుకుంటాడు. ప్రేక్షకులకు చెప్పాలి కాబట్టి, అతని భార్యా, కొడుకులను ఖననం చేసిన సిమెట్రీకి వెళ్ళడం చివరి షాట్ గా చూపిస్తాడు దర్శకుడు సంజీవ్ విగ్.

నాకు ఈ స్పర్శ గురించిన కాన్సెప్ట్ తెలుసు. మొదట్లోనే అనిపించింది ఇది వ్యాసానికీ, కథకీ లొంగే విషయం. సినిమాకు కష్టం అని. కానీ సంజీవి విగ్ నేను తప్పని నిరూపించాడు. విశాలమైన ఆ ఇంటిలో ఒక్కడే వుంటున్న ఎడిత్ దగ్గరికి ఒక్కొక్కరుగా (అపాయింట్మెంట్ ని బట్టి) రకరకాల మనుషులు వచ్చి స్వస్థత పొంది పోతుంటారు. ఆ స్పేస్ లోని వైశాల్యం, ఆ హృదయాల్లోని శూన్యం రెంటినీ juxtapose చెయ్యడం తెలివైన పని. తర్వాత ఆ చుట్టుపక్కలా పచ్చదనం వుంటుంది, ఈ మానవ స్పర్శ అనేది కూడా అంతే ప్రకృతి సహజం, మనం దాన్ని ఇప్పుడు మరోలా చూస్తున్నప్పటికినీ అని చెప్పడానికి. సంజయ్ సూరి రాటుదేలిన నటుడు. మొత్తం సినిమా (20 నిముషాలు) స్టెడీగా చేసాడు. ప్రత్యేకంగా చెప్పాల్సింది ఈషా చోప్రా గురించి. వచ్చినప్పుడు ఒకలా, ఇంటర్వ్యూ చేస్తున్నప్పుడు ఒకలా, వ్యక్తిగత ప్రశ్న అడిగినప్పుడు మరోలా, థెరపిలో వున్నప్పుడు

తన అసలు స్వరూపంలోకి వచ్చిన మనిషిలా చాలా వేరియేషన్స్ చూపించింది. శరీర స్పర్శ వలన శరీరంలో ఆక్సిటోసిన్ అనే కెమికల్ విడుదల అయ్యి మనిషి సంతోషంగా ఫీల్ అవుతాడు అన్న మొదట్లోని వాక్యం తప్ప ఎక్కడా "వ్యాసం" లేదు. సంభాషణలన్నీ చాలా సహజంగా వున్నాయి. ఇంకా ఈ చిత్రాన్ని ఒక లెవెల్ కు తీసుకెళ్ళినది ఆదిత్య దేవ్ సంగీతం. చాలా బాగుంది.

శషభిషలు కాసేపు పక్కన పెట్టి ఈ చిత్రాన్ని చూస్తే మనకు ఒక చిన్నదే అయినా ముఖ్యమైన ఇన్పుట్ ఇస్తుంది. యూట్యూబ్ లో వుంది. చూడండి.

గాలికి ఊగుతూ శబ్దంతో స్పందించే "చైంస్"

ఇది 2018 లో వచ్చిన సైకలాజికల్ హారర్ లఘు చిత్రం. 21 నిముషాల నిడివిలో మూడు కథలు ఇంత చక్కగా కలిపి చెప్పడం, అదీ సినిమాటిక్ గా అన్నది మెచ్చుకోతగ్గ విషయం.

మొదటి షాట్ యే విండ్ చైంస్ ది. శబ్దం చేస్తూ వూగుతూ వుంటుంది. తర్వాత నల్లటి తెర. మగ గొంతు అభీక్ ని కోప్పడుతుటుంది. వో ఆడ గొంతు అతన్నలా వదిలెయ్యండి అతని మానాన అంటుంది. ఆ జంట సాన్యాల్ (సత్యజిత్ శర్మ) అతని భార్య (వర్జీనియా రోడ్రిగ్స్) ల సంభాషణ. అభీక్ వాళ్ళ కొడుకు. మొదటి నుంచీ తండ్రికి కొడుకు అంటే చిరాకు, కోపం. అతను చదువులో వెనకబడ్డ పిల్లవాడు. సాన్యాల్ కుటుంబమంలో అందరూ IIT,Lawers,IAS వగైరా. వీడు తమకెలా పుట్టాడో అంటాడు తల పట్టుకుని. అందుకే పేరెంట్ టీచర్ మీట్ కు వెళ్ళడం ఇష్టం వుండదు. అయితే అభీక్ కి నాటకాలంటే ఇష్టం. సినిమాలో ఎక్కడా ఒక్క మాటా మాట్లాడకుండానే చాలా కథ చెబుతాడు ఈ అబ్బాయి.

ఒక ఇల్లు 20 ఏళ్ళ పాతది అమ్మకానికి వుంది. రేటు కూడా తక్కువే. అది చూడడానికి వెళ్తారు వీళ్ళు. దుబే అనే బ్రోకర్ (గోపాల్ దత్) ఇల్లు చూపిస్తూ అతి ఉత్సాహంగా కథలన్నీ చెబుతాడు. ఆ ఇంట్లో మూడు కుటుంబాలున్నాయి

ఇదివరకు అంటాడు. అతను చెబుతున్న ఒక్కో కథలోని పాత్రలు వాళ్ళ మధ్యనుంచే నడుస్తూ వెళ్ళి తమ పాత్రలు పోషిస్తాయి. ఈ టెక్నిక్ ఇదివరకు ఉన్నదే అయినా ఈ సినిమాకు బాగా సూట్ అయ్యింది. ఎందుకంటే మూడు కథలనూ పద్ధతిగా కలపాలి. ఇంకా కలిపే ఇతర అంశాలు వస్తువులు. విండ్ ఛైంస్, గన్, దేవుని మూర్తి వగైరా. మొదటి కథలో కొడుకు లావుగా వుండడం వల్ల మంచి సంబంధం దొరక్క తల్లి (అయేషా రజా) చిరాకు పడుతుంటుంది భర్త (కుముద్ మిశ్రా) మీద. నెమ్మదిగా కొడుకు నోరు విప్పుతాడు, తను ఇదివరకే వొక అమ్మాయిని ఇష్టపడ్డాడని. అయితే ఆ అమ్మాయి హిందూ అగ్రజాతి అమ్మాయి కాకుండా వొక ముస్లిం అమ్మాయి. భరించలేని తల్లి బాల్కనీ నుంచి దూకి చనిపోతుంది.

రెండో కథలో వేరే జంట, కాని నటులు వాళ్ళే. భర్త రైటైర్డ్ మిలిటరీ ఆఫీసర్. వాళ్ళ పద్దెనిమిదేళ్ళ కూతురు ప్రేమలో పడి కడుపు తెచ్చుకుంటుంది. ఆమెకు తను చేసిన పని మీద అపరాధ భావన లేనే లేదు. ఆ బిడ్డను నిలుపుకోవాలని కోరుకుంటుంది. తండ్రీ కూతుళ్ళ మధ్య గొడవ. కూతురు ఏ మాత్రం తగ్గకుండా తండ్రితో వాదిస్తుంది. తన పరువు మర్యాదల ఆలోచనలతో ఆ అహంకారి గన్ తో షాండ్లీర్ ని షూట్ చెయ్యడం, అది కూతురి మీద పడి ఆమె మరణించడం జరిగిపోతాయి. తిన్నగా ఎందుకు కాదు? షాండిలీర్ ఒక స్టేటస్ సింబల్ కూడా కదా.

సాన్యాల్ భార్యకు ఇల్లు కొనడం ఇష్టం లేదు. సాన్యాల్ ఇంత మంచి బేరం పోనివ్వకూడదంటాడు. వెళ్ళాల్సిన సమయం అయ్యింది. కొడుకు పైనెక్కడో వున్నాడు. వాణ్ణి కేకేస్తూ పైకి వెళ్తాడు సాన్యాల్. ఆ అబ్బాయికి బీరువా కింద గన్ కనిపిస్తుంది. అతని చేతి సంచి లో పుస్తకం, అందులో దాచుకున్న డబ్బులు, ఫ్రూటీ, తను నాటకాలలో నటించినప్పటి ఫోటోలు : ఇలాంటివన్నీ వుంటాయి.వొక పేస్ట్ తో మూతికి జోకర్ లాగా మేకప్ చేసుకుంటాడు. వెతుకుతున్న సాన్యాల్ వొక గదిలో బందీ అయిపోతాడు, గాలికి తలుపుకి లాక్ పడి. (వాస్తవానికి ఇదే మొదలు. ఇదే చివర. ఇక్కడి నుంచే ఆ బందీ అయిపోయిన తండ్రి అంతా గుర్తు తెచ్చుకుంటాడు. నిజంగా ఆ ఇంట్లోనే ఏదో వుందా? లేక మనిషి తాను నిర్మించుకున్న భావజాలానికి బందీ కావడమో, బలి కావడమో జరుగుతుందా?) కొడుకు మీద లోపలినుంచే అరుస్తూ వుంటాడు. ఆ నాటకాల

పిచ్చితో పారిపోదామనుకుంటున్నావా? పోయినసారి పారిపోతే ఏమయ్యిందో గుర్తుంది కదా. రోడ్డు మీద బికారిలా పడుంటే తీసుకొచ్చాం. ఈ సారి నిన్ను పట్టించుకునేది లేదు. అంతా వింటున్న అభీక్ తన సామాను సంచిలో సర్దుకుని పారిపోతాడు.

ఇక మూడవ కథ వొక ప్రోగ్రెసివ్ కవిది (మళ్ళీ కుముద్ మిశ్రానే). అతను హిందీలో కవిత్వం వ్రాస్తుంటాడు, లెక్చరరు. అతని కొడుకూ, అతని ఒక శిష్యుడూ కలిసి అతని వొక కవితా సంపుటిని అనువదించారు, అది త్వరలో అచ్చులోకి రాబోతుంది. కవి వాళ్ళిద్దరినీ కూర్చోబెట్టి కవిత వినిపిస్తాడు. ఇది అనువాదం కష్టమే అయినా ప్రయత్నించండి అంటూ లోపలికెళ్తాడు. ఆ శిష్యుడు అంటాడు ఇదే సమయం చెప్పేద్దామా అని. నాకు ఆయన ఇష్టమైన గురువు, ఒకవేళ ఆయనకి ఈ విషయం నచ్చకపోతే నేను నా మనసులోని మాటను లేఖ రూపంలో అతనికి వ్రాసి పెట్టాను, అందిస్తా. ఇద్దరూ లోపలికెళ్తారు. అనువాదం అని చెప్పి ఇచ్చిన కాగితం వాస్తవానికి అతను వ్రాసిన లేఖ. అది చదివి కవి మ్రాన్పడిపోయాడు. ఇద్దరు కుర్రాళ్ళూ కౌగిలించుకుంటారు. చూచాయిగా వాళ్ళ మధ్య homosexual సంబంధాన్ని సూచించబడింది.

ఇక దీన్ని నాల్గవ కథ అనాలేమో.

రెండు దశాబ్దాల కాలం గడిచినా పిల్లల మీద తల్లిదండ్రుల పెత్తనం పోవకపోవడం చూస్తాము. రెండు పాత్రలు చనిపోవడం, మూడవ పాత్ర పారిపోవడం అన్నది ఆ తీవ్రతను తెలియ చేస్తుంది. ఇలా కథగా చెప్పుకోవడం అన్నది తెరమీద స్క్రీన్ ప్లే విన్యాసానికి సరికాదు. ఆ ఊహ, దాన్ని ఎక్సెక్యూట్ చేసిన తీరూ చాలా బాగున్నాయి. దర్శకుడు శుభాజిత్ దాస్గుప్తా. ఇతను ఇదివరకు పరిచయం చేసిన "నీంద్" అన్న చిత్ర దర్శకుడు. ఈ చిత్రానికి చాలా అవార్డులొచ్చాయి. దర్శకత్వం, ఎడిటింగ్ (శుభాజిత్ దాస్గుప్తా), స్క్రిప్ట్ (శు భాజిత్ దాస్గుప్తా,సందీప్ శంకర్లు) లకు. చాలా ఫెస్టివల్స్ లో ప్రదర్శింప బడింది. మూడు పాత్రలలో కుముద్ మిశ్రా, రెండు పాత్రలలో అయేషా రజా, దుబే గా గోపాల్ దత్ చాలా బాగా నటించారు. నీల్ దత్ సంగీతం, అరుణ్ జేంస్ ఛాయాగ్రహణం కూడా చాలా బాగున్నాయి.

ఈ చిత్రం యూట్యూబ్ లో వుంది. చూడండి. కాని అది 15 నిమిషాల నిడివి కలది. మూడో కథ వుండదు. ఆ విషయం కూడా మనకు స్ఫురించదు. ఇలాగైనా పూర్తి చిత్రం లానే వుంది. కాని 21 నిముషాల పూర్తి చిత్రం చూడాలనుకుంటే vidsee.com లో చూడండి.

కత్తి లాంటి "ఛురి"

వొక నాజూకు విషయం ప్రేక్షకుడికి అందించడానికి సాధారణం కాని పద్ధతులు ఉపయోగిస్తారు దర్శకులు. మీరు "అర్థ్" చూసి వుంటే, అందులో వివాహేతర సంబంధంలో వుండి, అది తెగిపోయి మరలా భార్య దగ్గరికి వెళ్ళి పాతవన్నీ మరచిపోయి మరలా కొత్త జీవితాన్ని ప్రారంభిద్దామా అంటాడు. నీ స్థానం లో నేనుంటే నువ్వు ఏమనేవాడివి అంటుంది. నిజాయితీగా అంటాడు నో అనేవాడిని అని. మరో సినిమా "కమలా" 1984 లో వచ్చినది. భర్త ఒక విలేఖరి. మధ్య ప్రదేశ్ లోని భీల్ ట్రైబ్స్‌లో స్త్రీలను అమ్ముతారని అందరికీ తెలిసిన విషయం. అది సాక్షాధారాలతో నిరూపించాలని భర్త నిజంగానే అలాంటి వొక అమ్మాయిని (దీప్తి నవల్) కొని ఇంటికి తీసుకొస్తాడు. (అక్కడ భయంకరమైన సీన్, కొనేవాళ్ళు స్త్రీలను వొళ్ళంతా తడిమి, నలిపి అన్నీ నచ్చితేనే ఎంచుకుంటారు కొనడానికి). మర్నాడు కోర్టులో సాక్ష్యంగా ఆ అమ్మాయిని ప్రవేశపెట్టాల్సి వుంది. ఇంట్లో సోఫా మీద భార్య (షబానా ఆజ్మి) కూర్చుని వుంటుంది, నేల మీద దీప్తి. హాలంతా కలయజూస్తూ దీప్తి అడుగుతుంది సార్ ఎంతిచ్చి మిమ్మల్ని తెచ్చుకున్నారు అని.

వొక వ్యాసానికి, వొక కళాకృతికి వున్న తేడానే ఇది. చెప్పే విషయం షార్ప్ గా చెప్పడం వల్ల చూసిన వ్యక్తికి గుర్తుండిపోతుంది. అయితే అవి కథ కు, శిల్పానికి అతకాలి, అతికించకూడదు.

ఇప్పటి చిత్రం "ఛురి" దగ్గరికి వస్తే మొట్టమొదటి సీన్ వేలాడుతున్న

wind chimes. అది ఇంట్లో వేలాడదీస్తే అదృష్టం అని చైనీయుల నమ్మకం. అందుకే మనదగ్గర కూడా బాగా అమ్ముడుపోతాయి. ఇక హాల్లో సోఫా మీద శరద్ (అనురాగ్ కాశ్యప్) కూర్చుని పేపర్ చదువుతున్నాడు, పిల్లలు స్కూల్ కి తయారవుతున్నారు, వంటగదిలో భార్య మీరా (టిస్కా చోప్రా) వంటమనిషి సాయంతో వంటచేసి టిఫిన్ తినిపిస్తుంది పిల్లలకి. పక్కనే వున్న మొబైల్ లో notification alert sounds వస్తే శరద్ అది చూసి చిరునవ్వుతాడు. మీరా కూడా అతన్నే గమనిస్తూ వుంటుంది. అతను వెంటనే తయారై వెళ్ళబోతుంటే, కూతురు అడుగుతుంది నన్ను క్లాస్‌కి దిగబెట్టాలి, మరిచిపోయారా అని. అర్జంటు పని పడింది కాస్త నువ్వు ఈ రోజు చూసుకో అని భార్యతో చెప్పి వెళ్ళిపోతాడు. మీరా కార్ లో కూతురిని తీసుకుని బయలుదేరుతుంది. కూతురు కోపంగా వుంది. అమ్మా, నువ్వు ఇంత తేలికగా తీసుకుంటున్నావు, ఏమనవే, నీకేం చాతకాదు, నువ్వొట్టి హెల్ప్‌లెస్ అంటుంది. ఎదిగే పిల్లలు అన్నీ అర్థం చేసుకుంటారు. ఈ మాట విన్న తర్వాత మీరా సమస్య మరింత జటిలమవుతుంది. అబద్ధాలు చెప్పి సుర్వీన్ చావ్లా (ఇది నటి పేరు, పాత్రకు పేరున్నట్టు లేదు) ఇంటికి వెళుతుంటాడని తెలుసు మీరాకి. కూతుర్ని దిగబెట్టాక తిన్నగా ఆ ఇంటికే వెళ్ళి తలుపు తడుతుంది. Spoiler alert ahead. ఇంటిమేట్ క్షణాల్లో మీరా తలుపుబయట వున్నట్టు గమనించి సుర్వీన్ అతన్ని అతని బట్టలతోపాటు వేరే గదిలో దాచేస్తుంది. మంచినీళ్ళు అడిగిన మీరా, లోపలికి వచ్చి కూర్చుని తాగుతాను అంటే ఇక తప్పక రానిస్తుంది. నేను షూట్ కి వెళ్ళాలి ఏమనుకోవద్దు అని లేవబోతుంటే, రెండు నిముషాలు చాలు. తిన్నగా విషయానికి వద్దాం, నువ్వు శరద్ ని రెండు రోజులుంచుకో, మిగతా రోజులు ఇంట్లోనే వుండనీ అంటుంది. ముందైతే శరద్ ఇక్కడెందుకుంటాడు అని నాటకం ఆడబోతే, నాకన్నీ తెలుసు మనం వొక ఒప్పందానికి వచ్చేస్తే ఇద్దరికీ బాగుంటుంది, చాటుగా కలిసేప్పుడు వుండే థ్రిల్ వుండదుగాని వొక పద్ధతంటూ ఏర్పడుతుంది కదా అంటుంది. ఏ రెండు రోజులు అన్నదగ్గర ఇద్దరికీ సమస్యలున్నాయి. అంత టైట్ షెడ్యూల్. ఆరోజు నాకు ఫలానా కారణంగా కుదరదు అంటే మరో రోజు ఫలానా కారణంగా నాకు కుదరదూ అని ఇంకొకరు అంటారు. చివరికి ఆదివారమో, అంటుంది సుర్వీన్. అబ్బే ఆ రోజు పిల్లలు ఇంట్లోనే వుంటారు కుదరదు, పోనీ నువ్వు శనివారం వుంచుకో అంటుంది మీరా. శనివారం అస్సలు కుదరదు, ఆ రోజు

విక్రం అని నాలుక కరచుకుంటుంది సుర్వీన్. విక్రం అంటే మీ బాసే కదూ, పోనీ అతను వెళ్ళిపోయాక శరద్‌ని పిలుచుకో అంటుంది మీరా. ఇక వెళ్తాను గాని, ఆయునకిచ్చి పాత మేజోళ్ళు పంపు, తక్కువ పడుతున్నాయి అని మెట్లు దిగుతుంది మీరా. చాటుగా అంతా వింటున్న శరద్ బయటికొచ్చి ఒహెూ, విక్రం కూడానా, నీకు సిగ్గులేదూ అంటాడు. తీక్షణంగా చూస్తుంది అతన్ని సుర్వీన్. మెట్లు దిగిన మీరా కారు తీయబోతుంటే పైనుంచి శరద్ బట్టలూ, బూట్లూ కింద పడతాయి. మీరా పెదాలపై చిరునవ్వు.

ఇక్కడ రెండు విషయాలు చర్చించుకోవాలి. సుర్వీన్ కి మరో వ్యక్తి తో సంబంధం వుండడం అనేది చూపించడం వల్ల ఆ ముగింపు అంత షార్ప్ గా వీలయ్యింది, కాని దాని కోసం విక్రం పాత్ర అవసరమా? శరద్‌తో వుండడం మీరా పట్ల అన్యాయం అన్న అపరాధ భావన వున్న సుర్వీన్‌కి అబద్ధాలు చెప్పాల్సి వస్తుంది, కాని సిగ్గు లేదా అని అతను అడిగితే ఆ ఒక్క ఎక్స్‌ప్రెషన్ తో అంతా చెప్పేస్తుంది. వెంటనే మరో చర్య అతని వస్తువులు కిటికీ లోంచి గిరాటెయ్యడం. విక్రం పాత్ర వల్ల అసలు సిసలు శరద్ బయటపడ్డాడు, కాకపోయినా తనను ఇద్దరు పంచుకోవడం అన్న మాటలు విని అతను సగం చచ్చి పోయుంటాడు. మొదట్లో మీరా వున్న ఇంట్లో చూపించిన విండ్ చైంస్ లాంటిదే సుర్వీన్ ఇంట్లో కూడా వుంటుంది. అక్కడ అబద్ధమాడాల్సి వస్తుంది సుర్వీన్ కు. మనస్సాక్షి తప్పు చేస్తున్నట్టు గమనించిన ఇద్దరూ అబద్ధాలనే ఆశ్రయిస్తారు. ఇక కథ అవకాశమిచ్చిందని "చాటుగా కలుసుకోవడంలో వుండే థ్రిల్లు తిన్నగా కలుసుకోవడంలో వుండదు" లాంటి విషయాలు పెట్టింది దర్శకురాలు. ఇక లిఫ్ట్ పనిచెయ్యక ఆమె అన్ని అంతస్తులూ నెమ్మదిగా ఎక్కితే, చివర్న అతని బట్టలు పైనుంచి క్షణంలో కింద పడతాయి. కవిత్వంలో అలంకారాలు వాడినట్టు, సినిమాలో కూడా ఇలాంటి ఆలోచనలు, రూపకల్పనలూ చెయ్యాలి కదా. లేకపోతే లిఫ్ట్ చెడిపోవడం ప్రసక్తే ఎందుకు. రెండోది కూతురు నువ్వు ఏమీ అనవెందుకమ్మా అన్నప్పుడు ఆ అమ్మాయి తండ్రి ఇంటి పట్ల మాత్రమే కాదు వైవాహిక బంధంలో కూడా బాధ్యతా రహితంగా వున్నాడు, అని తనకు తెలుసన్నట్టుగా మాట్లాడుతుంది. భార్యకు వివరంగా తెలిసిన విషయం కూతురుకు చూచాయిగానైనా తెలీదా. పిల్లలకు ఏమీ తెలీదనుకోవడం పెద్దలు చేసే పొరపాటు.

ఛురి అంటే కత్తి. అదే కత్తి తో సుర్వీన్ మీరా ఇంటిని కోస్తే. అదే కత్తితో మీరా తన భర్తను కోసి సుర్వీన్ తో పంచుకోవడానికి తయారవుతుంది. టైటిల్స్ లో కూడా "ఛురి" అన్నప్పుడు అడ్డంగా ఒొక గాటు కూడా తెలివిగా పెట్టారు. దీనికి కథా, దర్శకత్వం రెండూ మానసి జైన్. ఈమె కొలంబియా యూనివర్సిటి నుంచి స్క్రీన్ రైటింగ్ లో పట్టా సంపాదించి, కొన్ని లఘు చిత్రాలు చేసి ప్రస్తుతం మరో పూర్తి నిడివి చిత్రం మరియు ఇతర ప్రాజెక్టులకు పని చేస్తున్నది. ఈమె నుంచి మరిన్ని మంచి చిత్రాలు ఆశించవచ్చు. ముగ్గురూ బాగా నటించారు. టిస్కా కాస్త ఎక్కువ. ఈ లఘు చిత్రం చూడమనే నా మాట.

కొంచెం తీపిగా ఎక్కువ కారంగా "చట్నీ"

లఘు చిత్రాలు తీసేవారికి బోల్డంత స్వేచ్ఛ వుంటుంది, తమ నైపుణ్యాన్ని ప్రదర్శించే వీలుంటుంది, చెయ్యాలనుకునే ప్రయోగాలు చెయ్యడానికి వీలు చిక్కుతుంది. కాని ఎందుకో చాలా మంది బాలీవుడ్ కి నకళ్ళుగానే తీస్తున్నారు. 2016 లో వచ్చిన ఈ లఘు చిత్రం "చట్నీ".

మోడల్ టౌన్ ఏమాత్రం పెద్దదనీ, ఎవరు ఏం తిన్నారు ఏం... అంటాడు వొకతను ఆ సాయంత్రపు పార్టీలో. వీర్జీ (ఆదిల్ హుసేన్) ష్.. అంటూ అతని నోరు మూయిస్తాడు. మరో పక్క ఆడవారి గుంపు. వీర్జీ భార్యను(టిస్కా చోప్రా) ఘాజియాబాద్ రోజులనుంచీ ఎరుగుదును, మాటకారి, కథలు బాగా చెబుతుంది అంటుంది వొకామె రసికా దుగల్‌తో. అంత మంది మధ్య కూడా రసికా, ఆదిల్ దొరికిన క్షణం పాటు కళ్ళతోనే వూసులాడుకుంటారు. ఆదిల్ ఆమె చెవి జుంకాని వేలితో స్పృశిస్తాడు. అది టిస్కా కంట పడుతుంది. రసికాను మర్నాడు తన ఇంటికి పిలుస్తుంది.

రసికా మర్నాడు వెళ్తే కూచోబెట్టి కబుర్లు చెబుతుంది టిస్కా. వంటవాన్ని పకోడీలు, కోలా తెమ్మంటుంది. వాడు ఆ కోలాలలో ఉమ్మి తీసుకెళ్తాడు, మరి వాడికి ఏ విషయంలో కసి వున్నదో? ఇక టిస్కా రసికాతో మాట్లాడుతూ తన భర్త, మరిది, ఇదివరకు పనిచేసిన వంటవాడు, అతని భార్య, తన ఇంటి ముందే పెంచుతున్న కూర మొక్కలు, వాటికి ఎరువుగా వేసే వంటింటి వ్యర్థాలు... అన్నీ చెబుతుంది. ఏ వ్యర్థాన్నీ మేము పారెయ్యం, మట్టికి సమర్పిస్తే సత్తువ

కదా అంటుంది. అవతల నిలబడి ఈ కథ వింటున్న వంటవాడి మొహం పాలిపోతుంది. కెమేరా నెమ్మదిగా పైపైకి పోతుంది ఆ ఇద్దరు వ్యక్తులను ఆ వూరిమొత్తంలో కలిసిపోయేదాకా.

సస్పెన్స్ కారణంగా నా చేతులు కట్టేసినట్టు వుంది, ఎక్కువ చర్చ చేయకుండా. మీరే చూడండి, యూట్యూబ్ లో. టిస్కా చెప్పిన కథలు అబద్ధమా? ఆమెకు కథలు చెప్పడం బాగా వచ్చని వొకామె మొదట్లోనే చెప్పినట్టు. కేవలం రసికాని భయపెట్టడానికే కథను అప్పటికప్పుడు వండిందా? లేదా ఆమె చెప్పినదంతా నిజమా? వంటవాని చొక్కా బొత్తాలు నెమ్మదిగా విప్పుతూ అదేదో బాగా అలవాటైన విషయం అయినట్టు. అలా విప్పుతూనే భర్తతో అంటుంది : ఇంకా లోతు కావాలి, లేకపోతే వాసన వస్తుంది, అదేదో అనుభవానంతరం కలిగిన జ్ఞానంలా. ఏ విధంగా కథను అర్థం చేసుకున్నా దానికి తగ్గట్టే కనిపిస్తుంది కథనం.

ఇది జ్యోతి కపూర్ దాస్ మొదటి ప్రయత్నమట. ఆమె దర్శకత్వం చాలా బాగుంది. ఆమె తర్వాత మెచ్చుకోవాల్సింది టిస్కా చోప్రాని. అందమైన ఆ ముఖాన్ని మేకప్ చేసి అందాన్ని తగ్గించారు. మొట్టమొదటి సీన్ లో ఆమెను గుర్తు పట్టలేనంత. ఆమె మంచి నటి, అయినా నాకు ఫిర్యాదు ఉండేది, ఆమె అన్నిట్లో వొకేలా చేస్తుందని. కాని నా మాటను వెనక్కి తీసుకుంటున్నాను. ఈ చిత్రంలో ఆమె అభినయం చాలా ప్రభావవంతంగా వుంది. ఇక్కడ కొంత జ్యోతి గురించి కూడా చెప్పాలి. వొక పక్క టిస్కా చేత మౌఖికంగానే కథ చెప్పిస్తూ, మధ్య మధ్యలో క్లుప్తంగా నైనా ఆయా దృశ్యాల రూపకల్పనలో టిస్కా స్వరం, హావభావాలతో సమాంతరంగా కథను చెప్పడం. వీళ్ళిద్దరి కోసం తప్పకుండా చూడమని చెబుతాను ఈ చిత్రం. కొత్తగా లఘు చిత్రాలు తీసేవారికి ఇది చూడడం తప్పకుండా ఉపయోగకరంగా వుంటుంది.

మనసును గల్లంతు చేసే "కలర్స్"

ఈ మధ్య లఘు చిత్రాల మీద వ్రాస్తున్నా కదా. ఎక్కువగా హిందీ లఘు చిత్రాలే వ్రాశాను. తెలుగులో నేను చూసినవి తక్కువ. వాటిలో నచ్చి, గుర్తుండిపోయినవి ఇంకా తక్కువ. ఇప్పుడు చర్చిస్తున్న లఘు చిత్రం "కలర్స్" ను ఇదివరకే చూశాను. అప్పటికి "ఘాజి" లో ఒక చిన్న పాత్రలో చూశాను తిరువీర్ ని. ఒక తెలుగు దర్శకుడు (సంకల్ప్ రెడ్డి), తెలుగు నటుడు (తిరువీర్) హిందీ మహామహులతో కలిసి పని చేసిన చిత్రం. సరే ఆ తర్వాత బర్బరీకుడు అనే నాటకం చేసినట్టు తెలిసింది. అది వచ్చినప్పుడు నేను ఢిల్లీలో వున్నా. ఈ కరపత్రం చూసినా, వచ్చి చూసే అవకాశం లేదు. సొదా నాకు నచ్చిన రచయిత. అతని "అపురూప పురాణ గాథలు" లోని వొక కథే ఈ బర్బరీకుడు. కాబట్టి ఈ మనిషి పేరు గుర్తుండి పోయింది. నెట్ లో చూస్తే ఇదీ ఇంకొన్ని షార్ట్స్ వున్నాయి. ఈ వారం తెలుగు లఘు చిత్రం గురించి వ్రాద్దామనుకుని ఇది ఎంచుకున్నాను. నాకు చిత్రం పేరు గుర్తు లేదు. నెట్ లో వెతికితే ఇది తప్ప అన్నీ కనిపిస్తున్నాయి. ఎక్కువగా బొమ్మల రామారం, సిన్ గురించే ఎక్కువ వస్తున్నాయి నా ఫైండ్ లో. ఇక అతన్నే అడిగా నా జ్ఞాపకం ఇలా వుందీ, ఆ సినిమా లింక్ ఇవ్వగలవా అని : "నువ్వు నటించిన ఒక షార్ట్ సైకాలజీ మీద ఆధారిత కథనం చాన్నాళ్ల క్రితం చూసిన గుర్తు. పేరు? ఒకే రూమ్ లో కుర్రాళ్ళ సీన్, చివర్న ఓ అమ్మాయి తలుపు తట్టడం etc". వొక చిత్రం ఈ మాత్రం గుర్తుండిపోయినా, నా విషయంలో, గొప్పే. లేదంటే నేను సినిమాలు చూసినవి చూసినట్టే మరచిపోతుంటాను. (Blessing in disguise) మల్లేశం, జార్జి రెడ్డి,

పలాసల తర్వాత బాగా నోట్లో నలిగిన పేరు ఇతనిది. ఆసక్తి వుంటే దీన్ని చూస్తారని.

పాత్రలకు పేర్లు లేవు. అందుకే నటుల పేరుతోనే చెబుతాను. ఆ బ్రహ్మచారి గదిలో తెల్ల బనీను లో అర్జున్ మీనన్ తను పెంచుకుంటున్న చేపకు తిండి పెట్టబోతాడు. మనకు కనిపించే మొదటి దృశ్యమే ఆ గుండ్రటి గాజు పాత్రలో తేలుతున్న గోల్డీ అన్న చేప శవం. అంతలో పచ్చ టీషర్టులో తిరువీర్ వచ్చి అతన్ని ఆపుతాడు. చేపను పెంచడం అంటే ఇలా తెచ్చి పడెయ్యడం కాదు, క్రమం తప్పకుండా దానికి తిండి పెడుతుండాలి, చూసుకుంటూ వుండాలని. అర్జున్ అతన్ని నెట్టేసి తన కుర్చీలో కూర్చుంటాడు. వినాలని ఆసక్తి కనబరచడు. ఇదంతా నువ్వు ఆ అమ్మాయి కోసమే కదా, ఆమె అంటే ఇప్పుడొచ్చింది నేను ఎప్పుడూ నీ వెంటే వున్నాను కదరా అంటాడు. తిరువీర్ కి నత్తి. అంతలో బెల్లు మోగుతుంది. ఆమె ఏమైనా వచ్చిందా? తలుపు తీస్తే ఎర్ర దుస్తుల్లో, రెండు ఎర్ర బలూన్లతో, క్రిష్ రాజ్. ఏదీ అమ్మాయి ఏదీ అంటూ వస్తాడు. ఏవేవో చెబుతుంటాడు. అర్జున్ వినడం లేదు. అప్పుడు తిరువీర్ అంటాడు, నీ మాటే అతనికి వినబడటం లేదు, నువ్వు చెబుతూ పోతున్నావు అని. కోపం వచ్చిన క్రిష్ నువ్వు ఎప్పుడూ నెగెటివ్ గానే మాట్లాడుతావు, కాసేపు పాజిటివ్ గా ఉండలేవా? అప్పుడే ఏమైంది, రా చూపిస్తాను అంటూ క్రిష్ ని లాక్కుంటూ పోయి అల్మరా తలుపు తీయిస్తాడు. లోపల నలుపు దుస్తుల్లోక్రిష్ణ తేజ. అతని చేతిలో వెలుగుతున్న కొవ్వొత్తి. (Skeleton in the cupboard అంటే దాచుకున్న రహస్యాలు). ఆ ఆశ్చర్యంలోంచి తేరుకునేలోపే గుట్టగా పడివున్న బట్టలు. పైన ఆకుపచ్చ వస్త్రం, దానికింద వేర్వేరు రంగుల బట్టలు. బట్టలను వొక్కొక్కటే తీసి చూస్తే అడుగున బీన్ బేగ్, దాని మీద పడుకున్న అక్రం ఉల్ హక్. (అణిచిపెట్టుకున్నవి). మరోసారి బెల్లు మోగుతుంది. ఆమేనేమో! క్రిష్ తలుపు తీయవద్దని వారిస్తాడు, మాకంటే ఆవిడే ముఖ్యమా అంటాడు. అతని చెంపలు వాయించి మరీ తలుపు తీస్తాడు. వచ్చింది మౌనిమ. అర్జున్ తో కబుర్లలో పడుతుంది. చనిపోయిన గోల్డీ గురించి అడుగుతుంది. వెనకనుంచి పసుపు,ఎరుపు,నలుపు,ఆకుపచ్చా అతన్ని మాటలతో వెనక్కు లాగుదామని చూస్తుంటారు. కాని అర్జున్ మాత్రం ఆమె మాటలే వింటుంటాడు. మందులు వేసుకుంటున్నావా? అడుగుతుంది. ఇప్పుడు ఆ భ్రమపూరిత వ్యక్తులు కనబడడం

తగ్గిందా అని కూడా అడుగుతుంది. తిరువీర్ ఆమెతో గొడవపడితే, ఆమె అతనికి బదులిస్తుంది. తాము కనబడడంలేదనుకుంటున్న తిరువీర్ అవాక్కవుతాడు. స్నేహితుడు అంటున్నారు, అతన్ని ఆదుకోక డ్రగ్స్ అనీ, మందనీ అతన్ని ఈ స్థితికి తెచ్చారు అని కోప్పడుతుంది. నేను చూసుకుంటాను మీరు వెళ్ళండిక అంటుంది. అందరూ వెళ్ళిపోతారు. ఇప్పుడు చూడు ఎవరూ లేరు అంటుంది అర్జున్‌తో. అర్జున్ అటూ ఇటూ చూస్తాడు, నిజమే ఎవరూ లేరు. ఇంతలో బెల్లు మోగుతుంది. చూడు ఆమేనేమో అంటుంది మౌనిమ.

అర్జున్ తన ప్రియురాలితో ప్రేమలో పడ్డా చాన్నాళ్ళ వరకూ ప్రకటించలేక పోతాడు తన ప్రేమను. ఆత్మ న్యూన్యత. అపరాధ భావనలు. మందు అలవాటు. డ్రగ్స్ అలవాటూ. తప్పు చేస్తున్నాను అనుకుంటున్న వాటిని లేవు అని తనకుతాను చెప్పుకుని అణిచిపెట్టుకోవడం. ఇంకొన్నింటిని రహస్యంగా, సజీవంగా (ఆరకుండా కాపాడుకుంటున్న కొవ్వొత్తి) ఉన్న రహస్యాలను బీరువాలో దాయడం. తన తల లోనే సకారాత్మక, నకారాత్మక తానులు తనను చెరో వైపు లాగుతుంటే తలపట్టుకుని కూర్చుంటాడు. అన్ని రంగులనూ తనలో ఇముడ్చుకున్న తెలుపు తను. ఆహారం పెట్టకుండా వదిలేస్తే, పట్టించుకోకుండా వదిలేస్తే చేప పిల్లే కాదు ఏదైనా చనిపోతుంది. అతనిలోనే వున్న మౌనం మాటలను విని, వైద్యం చేయించుకుని దారిలో పడతాడు అర్జున్. అతని మనసులోని పసుపు సైకియాట్రిస్టులు మనల్ని వేరు చెయ్యలేరురా అని తప్పుదారి పట్టించడానికి చూస్తాడు. అసలు అందరిలో ఎక్కువ మాట్లాడేది అతనే. ఎందుకంటే అర్జున్ కూడా ఎక్కువ వినేది అతన్నే. అతని మాటలకు పిచ్చెక్కి వెతుక్కుని మరీ పరుపుకిందనుంచి వొక పొట్లం (డ్రగ్స్?) తీస్తాడు, పసుపు వద్దని వారిస్తున్నా. ఎరుపు మాట్లాడుతాడు కానీ, అతని మాటలను చెవిన పడనివ్వడు అర్జున్. నిద్రపుచ్చిన ఆకుపచ్చ మాట్లాడనే మాట్లాడడు, అప్పుడప్పుడు పసుపు చెవులు కొరికి ఎగదోయడం తప్ప. ఇక నలుపుకి వొకే వొక్క వాక్యం. కొవ్వొత్తిని ఆర్పేస్తూ అంటాడు బహుశా నేను వొక్కడినే నిజం, మీరంతా అబద్ధం అని. నేను చెప్పాల్సిన నాలుగు ముక్కలూ చెప్పడానికి కథ చెప్పక తప్పింది కాదు. అది కూడా సగం చెబితే మీ తలలో నేను కూడా ఈ భూతాల్లా వొక భూతాన్ని అయ్యుండేవాడిని.

పద్నాలుగు నిముషాల్లో ఇంత చక్కగా కథ చెప్పిన మోటూరి సిద్దార్థ ను

అభినందించాలి. కథ వ్రాయడంతో పాటు శాంతన్ రెడ్డితో కలిసి దర్శకత్వం చేశాడు. ఈ పేరు నేను మళ్ళీ వినలేదు. చూడాలి, ఇంకా ఏమైనా సినిమాలు చేశాడో ఏమో. దర్శకులలో ఒకడైన శాంతన్ రెడ్డి దీనికి ఛాయాగ్రహణం కూడా. అందరి నటనా బాగున్నా బాగా కొట్టొచ్చినట్టు కనబడేది తిరువీరే. తన నటనా స్థాయి ఏమిటో 2017 లోని ఈ లఘు చిత్రంలోనే చూపించేశాడు.

పస వున్న తెలుగు సినిమాలు రావడంలేదూ అని ఫిర్యాదు చేస్తుంటాము కదా. ప్రస్తుతానికి ఇది చూడండి. ఇలాంటివి వైరల్ అయితే మెరుగైన చిత్రాలు మరిన్ని వస్తాయి.

"పో, సిమ్రన్ పో, నీ బతుకేదో నువ్వు బతుకు", వొక కరుణార్ద్రహృదయుని దయా వాక్యం!

"దిల్వాలే దుల్ హనియా లే జాయెంగె" నేను అది వచ్చినప్పుడే చూశాను. 1995 అనుకుంటా. అప్పుడే యేమాత్రం నచ్చలేదు. చాలా సినిమాలు వస్తుంటాయి, హిట్టవుతుంటాయి, తర్వాతర్వాత దాన్ని మరిచిపోతారు కూడా. కాని ఈ సినేమా కి కల్ట్ స్టేటస్ లాంటిది వచ్చింది. వొక షోలే, వొక మదర్ ఇండియా లాంటి. యెన్నో రికార్డులు పగలగొట్టింది. యెంతోమందికి ఫేవరెట్ అయ్యింది. సిల్వర్ జూబ్లీ జరుపుకుంది. ఇదంతా చూసి నేననుకునే వాణ్ణి, మొదటి సారి చూడటంలో యేదన్నా తేడా వచ్చి వుండవచ్చు మళ్ళీ చూడాలని. ఈ సంవత్సరం మొదట్లో చూశాను. మళ్ళీ అస్సలు నచ్చలేదు. దీని మీద వ్రాయాల్సిన అవసరం తోచింది. కాని బద్ధకం కారణంగా వ్రాయలేదు.

సరే, ముందు కథ చూద్దాం. రాజ్, సిమ్రన్ లు లండన్లో వుంటున్న ఎన్నారైలు. వొక ప్రయాణంలో వారి పరిచయం ప్రేమగా మారుతుంది. కాని సిమ్రన్ పెళ్ళి వాళ్ళ తండ్రి తన స్నేహితుని కొడుకుతో ముందే నిశ్చయం చేసుకునివుంటాడు. సిమ్రన్ కు ఆ పెళ్ళి ఇష్టం లేదు. రాజ్ కు మాత్రం పారిపోయి పెళ్ళిచేసుకోవడం అస్సలు ఇష్టం లేదు, పెద్దవాళ్ళ ఆశ్శీస్సులతోనే పెళ్ళిచేసుకుంటానంటాడు. యేం కంగారు పడొద్దు, నేనున్నాను కదా, చక్రం తిప్పుతానంటాడు. సరే, మనం కూడా నాటకీయంగా (ఇది సినిమా కాబట్టి సినెమాటిక్ గా అనాలేమో), యేదో చేసి శుభం అనిపిస్తాడేమో అని మనం అనుకుంటాము. రీళ్ళు తిరిగి పోతుంటాయి.

కాని యేమీ జరడంలేదు. పెళ్ళి రోజు దగ్గర పడింది. సిమ్రన్ తోపాటు మనక్కూడా టెన్షన్ పెరిగిపోతుంటుంది. యెందుకంటే మనం కూడా ప్రేమ గెలవాలని కోరుకుంటాము కదా. క్లైమాక్స్ వచ్చేస్తుంది. సిమ్రన్ తండ్రి రాజ్‌ను పిచ్చ కొట్టుడు కొడుతూ వుంటాడు. రాజ్ తన్నులు తింటూనే వుంటాడు కాని తన stance మార్చుకోడు. చివరికి దేవుడి దయ వల్ల సిమ్రన్ తండ్రి మనసు కరిగి, దయ తలిచి "పో సిమ్రన్ నీ బతుకేదో నువ్వు బతుకు" అని దయా వాక్యాలు పలకడం వల్ల కథ సుఖాంతమ వుతుంది.

సరే, వొక వ్యాపార చిత్రం గురించి నేను యెందుకు ఇన్ని వాక్యాలు వ్రాయాలి? ఇది సూపర్ హిట్ కావడం వల్ల. అంటే దీనికి చాలా పెద్ద సంఖ్యలో జనాల మద్దతు లభించింది అని. దీన్ని బట్టి కొంత ఆలోచించాల్సింది యేమిటంటే జనం కోరుకుంటున్నది యేమిటి? కుటుంబ సార్వభౌమికత్వం, పితృ స్వామ్యం, సెక్సు విషయంలో "నైతికత" (సిమ్రన్ తాగి వున్న క్షణాల్లో కూడా రాజ్ ఆమె వొంటిమీద చేయి కూడా వేయడు. ఆ విధంగా "నైతికత"ను సినెమా కాపాడుతుంది. వొక అమ్మాయి అలా కోరుకోవడం అన్నది జనం జీర్ణించుకోలేరుగాని వొక అబ్బాయి కూడా అలాంటివేమీ చేయకపోవడం "నైతికత"ను నిలబెట్టినట్టే.) కావడానికి ఇది ప్రేమ కథ కాని తమ ప్రేమకు విలువ ఇవ్వటం చేతకాని ప్రేమికుల చేతుల్లో అది వొక ఆటబొమ్మైపోయింది. సినిమా శీర్షిక చూడండి : హృదయమున్నవారు పెళ్ళికూతురిని గెలుచుకెళ్తారు. (ఇదివరకు "చోర్ మచాయే షోర్" అన్న చిత్రంలో పాట వుంది. హృదయమున్న వారు పెళ్ళికూతురిని తీసుకెళ్తారు, డబ్బున్నవాళ్ళు మాత్రం అలా చూస్తుండి పోతారు అని. ఆ పాటలోంచి వచ్చింది ఈ శీర్షిక). అంటే హృదయం మగవారి సొత్తు అని స్పష్టం కదా. ఇక ఇష్టాఇష్టాలు కూడా వారివే కదా. అమ్మాయి ప్రమేయం యేమాత్రం వుండరాదు.

ఆ లోకేషన్స్ చూపించినందుకో, జతిన్ లలిత్ లు కూర్చిన ఆ అద్భుతమైన పాటలకోసమో అయితే సినిమా తప్పకుండా చూస్తాను. కాని మిగతావన్నీ నేను భరించడం కష్టం. నా చిన్నప్పుడు చాలా రొమాంటిక్ మ్యూజికల్స్ చూశాను. అవేవీ నా సెన్సిబిలిటి మీద వేటు వేయలేదు, కాబట్టి ఆ పాటలు వింటూ, ఆ కాశ్మీరు అందాలు చూస్తూ ఆనందించాను. ఇందులో మాత్రం బూటుకాలు కింద నలుగుతున్నట్టు ఉక్కిరి బిక్కిరి అయ్యాను.

Nittie-gritties లోకి వెళ్ళను. రాబోయే రాకుమారుడి గురించి కలలు గనడం లాంటివన్నీ cinematic excuses. ప్రమాదంలేదు. కానీ జీవితంలో నిర్ణయాలు తీసుకోవాల్సి వచ్చినప్పుడు ఆ పాత్రలు యేమి చేస్తున్నాయన్నది ముఖ్యమే. సమాజంలో కుటుంబంవొక functionను నెరవేరుస్తుంది. అక్కడిదాకా పేచీ వుండనక్కరలేదు. కానీ అందులో సభ్యుని కలలకు, జీవితానీయాలకు, కోరికలకు, స్వయం నిర్ణాయక శక్తులను అణిచివేస్తే ఆ సభ్యుడు/సభ్యురాలు యేం చేయాలి? సినిమా చూసి కొన్ని నెలలవుతుంది, చాలా చిన్న చిన్న విషయాలు అప్పుడు ఉద్రేకపడినవి, ఇప్పుడు మరచిపోయాను కూడా. చిన్న చిన్న లోపాలున్నా క్షమించవచ్చు కానీ ఆ ప్రేమ అలా పితృ స్వామ్యం నుంచి తన్నులు తింటూ వుంటే కష్టమనిపిస్తుంది, అవమానం అనిపిస్తుంది.

మా తరం, మా కంటే ముందు తరం యెలాంటివి? దేశంలో స్వాతంత్ర్యం లేకపోతే దేశ స్వాతంత్ర్యం కోసం ప్రాణాలు సైతం లెక్క చేయకపోవడం, అలాగే ప్రేమించడం అంటూ జరిగితే "ప్యార్ కియా తో డర్నా క్యా" అని ఆ రాజునే ధిక్కరించడం. ఆ ధిక్కార స్వరం యేమైంది? Rebel without reason అని తుమ్మినదానికీ దగ్గినదానికీ ధిక్కారం ప్రకటించే టీనేజి పిల్లల్ని చూసి అంటాము, కాని జీవితంలో అతి ముఖ్యం అనుకుంటున్న సందర్భం లో యెలాంటి ధిక్కారమూ ప్రకటించకుండా లొంగిపోవడాన్ని యేమంటారు?

Abusive relations, abusive institutions నుంచి విముక్తి కోసం ప్రయత్నించడం అవసరమా, లేక యథాతథ స్థితికి తలవొగ్గితే సరిపోతుందా?

ఇలా యెంతైనా వ్రాయొచ్చుగాని, నాకు యెలాంటి ప్రేమ కథలిష్టం అని అడిగితే జవాబివ్వాలి. ఆ జవాబైనా ఈ విషయంలో నా ఆలోచనలు కొంత స్పష్టంగా చూపిస్తాయేమో. వొకటి : "బాబీ". సత్యం శివం సుందరం అన్న వొక మంచి సినిమా తీసి చేతులు కాల్చుకుని తర్వాత బాబీ తీసి బాగా సంపాదించాడంటారు. లోపాలుంటే వుండవచ్చు గాని నాకు ఈ సినిమా అప్పుడూ, ఇప్పుడూ చాలా ఉన్నతంగా, ప్రజాస్వామికంగా కనిపిస్తుంది. వొక్క సీన్ మాత్రం వివరిస్తాను. రాజ్, బాబీ లు పరస్పరం ప్రేమించుకుంటారు. ఇద్దరూ సినిమా చూడటానికి వెళ్ళామనుకుంటారు. నువ్వు వచ్చి మా నాన్నగారి అనుమతి తీసుకో

అంటుంది. సరే అంటాడు. అనుమతి కోరుతాడు. బాబీ తండ్రి ఆమెనడుగుతాడు నీక్కూడా వెళ్ళాలని వున్నదా అని. ఆమె అవుననడంతో సరే వెళ్ళమంటాడు. కాని వొక షరతు విధిస్తాడు. ఆమె తన వంతు ఖర్చు తనే చెల్లించాలి అని చెప్పి డబ్బు ఇచ్చి పంపిస్తాడు. ఇలాంటి చిన్న చిన్న మెరుపులు నా తల మీది జుట్టన్ని. ఉదాహరణకి వొకటి చాలు, వుండడానికి చాలా వున్నాయి. అలాగే తెలుగులో "మరో చరిత్ర". ఇది వొక్క ప్రేమ సంగతే కాదు, ఇప్పుడు మన దేశంలో వున్న ఆర్థిక రాజకీయ వాతావరణం చూడండి. యేమన్నా లింకు కనిపిస్తున్నదా? లేకపోతే అంతా నా భ్రమేనా?

“దేవి” : ఒక గది లేక బందిఖానా

ఒక బలమైన విషయాన్ని పదమూడు నిముషాల్లో తెరకెక్కించాలంటే ఎంత నేర్పు వుండాలి! ఒక్క వ్యర్థమైన షాట్ కూడా వుండకూడదు. విషయాన్ని బహుముఖీన దృష్టితో చూసి మన ముందుంచాలి. ఎక్కువగా కదలించకుండానే, మనం ఆలోచించి స్పందించేలా వుండాలి. అంటే మెలోడ్రామానీ అదుపులో పెట్టుకుంటూనే ప్రభావవంతంగా వుండాలి. ఈ “దేవి” అనే లఘు చిత్రం ఇవన్నీ చేస్తుంది. ఆ ప్రభావం వెనుక దర్శకురాలి షాట్ డివిజన్, ఆయా నటుల గొప్ప నటన నాకు వెంటనే స్ఫురించాయి.

మొదటి షాట్లోనే సరిగ్గా సిగ్నల్స్ పట్టుకోని టీవీని తడుతూ, రిమోట్ చేత పట్టుకొని మాటలు రాని వో టీనేజీ అమ్మాయి కుస్తీ పడుతుంటుంది. వార్తలు వస్తున్నాయి. ఏదో ఘటనాస్థలిలో లోపలికి అనుమతించలేదని బయటి నుంచే ఆ టీవీ రిపోర్టరు కథనాన్ని చెబుతున్నాడు. దేశాన్ని అట్టుడికించిన నేరం, నేరస్తులకు రాజకీయ నాయకుల రక్షణ జనాలను మరింత కోపోద్రిక్తులు చేసినా, చట్టం కళ్ళు మూసుకునే వుంది అని విలేఖరి చెబుతున్నాడు. ఇంతలో మళ్ళీ సిగ్నల్స్ పోతాయి. కాజోల్ పూజ చేసి అగరొత్తుల పళ్ళేన్ని తీసుకుని గదంతా తిరుగుతుంది. ముగ్గురు వృద్ధ స్త్రీలు (నీనా కులకర్ణి మరో ఇద్దరు, పేర్లు తెలీదు) పేకాట ఆడుకుంటున్నారు. వాళ్ళ గొంతులో ఉత్సాహం, సొంత రక్షణ కోసం అవసరమైనంత వరకూ స్వార్థం, వెటకారం వగైరా వుంటాయి. (వెటకారం : ఇక్కడ దేవుళ్లు లేరులే, పూజలెందుకు చేస్తావు?). చదువుకుంటూ వున్న మెడిసిన్ విద్యార్థిని శివాని రఘువంశీ వీళ్ళ గోలకి విసుక్కుంటుంది, మీ మధ్య కంటే ఆ

శవాల మధ్య వుంటేనే ప్రశాంతంగా చదువుకోవచ్చు అని. తొడల పైవరకే దుస్తులు వేసుకుని వున్న, మద్యం తాగుతున్న శృతి హాసన్ ఉక్కగా వున్నది అంటుంది. బుర్ఖా తొడుక్కుని వున్న, కాళ్ళకున్న రోమాలు తొలగిస్తున్న ముక్తా బార్వే అంటుంది: నీకే అంత ఉక్కగా వుంటే నా గురించి ఏం చెప్పమంటావు, నా పరిస్థితి ఉడుకుతున్న కబాబ్ లానే వుంది. ఇతరులకు వలె తన మీద కత్తితో గాని, రాళ్ళతో గాని ప్రహారం జరగలేదు కాబట్టి తన నొప్పి తక్కువేమీ కాదంటుంది ఇంగ్లీషు చదువులు చదివిన నేహా ధూపియా. ఇంతలో కాలింగ్ బెల్లు మోగుతుంది. అందరిలోనూ కలకలం. ఒకరితో మరొకరు వాదించుకుంటారు, గొడవ పడతారు. ముందే ఇరుకుగా వుంది, ఇంకెవ్వరినీ రానివ్వొద్దు, తలుపే తీయవద్దు అంటారు. మనం ఇక్కడికి వచ్చిన క్షణాలు గుర్తు తెచ్చుకోండి, నేనైతే తలుపు తీస్తాను అంటుంది కాజోల్. లోపలికి వచ్చిన మనిషిని చూసి అందరి నోళ్ళూ పడిపోతాయి. అందరి కళ్ళల్లో బాధ.

కథ వాళ్ళ సంభాషణతో సగం నడిస్తే, కెమేరా తన షాట్ డివిజన్, camera angles తో కొంత, సంగీతంతో కొంతా కథ నడుస్తుంది. ఆ సంభాషణలను సశక్తంగా పలకడం, సరైన హావభావాల ద్వారా ఆ నటులు కథను బలంగా చెబుతారు. అది బందిఖానానా? గదా? బందిఖానా అయితే వారినలా కట్టిపడేసినది ఎవరు/ఏమిటి? సంభాషణలతో కొంత అర్థమవుతుంది కాని రెండోసారి చూడండి మరింత raw గా అనిపిస్తుంది. ప్రియాంక బెనర్జీ దర్శకత్వం బాగుంది. ఆమె పై "ఫోర్" అనే లఘు చిత్రాన్ని కాపీ కొట్టిన అభియోగం వుంది. నేను అది కూడా చూశాను. దీని కంటే నిడివి తక్కువ, అయిదారు నిముషాలు. కాని మూల కథావిషయం వొకటే. కాపీనో కాదో కాని, ఇది ఇంకా రక్త మాంసాలున్న స్క్రీన్ ప్లే. చివరి షాట్ చూడండి. అప్పటి దాకా ఆ స్త్రీలను క్లోజప్ గాని, మిడ్ లాంగ్ గాని తీసుకుని వొక్కొక్కరినీ కొన్ని సార్లు ఇద్దరు ముగ్గురిని వొక ఫ్రేం లో చూపించి, చివరికి వచ్చేసరికి ఆ మూలనున్న స్త్రీనుంచి అందరూ వొకే ఫ్రేం లో వొదిగేలాగా తలుపు దగ్గరి కెమేరా రిట్రాక్ట్ అవుతుంది. కెమేరా (సవితా సింఘ్) భాష గమనించడానికైనా మరోసారి చూడతగ్గది. పదో నిముషం నుంచి మొదలయ్యే సంగీతం (యష్ సహాయ్) కొంత కథ చెబుతుంది. దాని ముందు వున్న సంగీతపరమైన నిశ్శబ్దానికి ఊతాన్నిస్తూ, అంతే బలంగా. ఇది మనం దృష్టి పెట్టాల్సిన చిత్రం, ఆలోచించాల్సిన విషయం.

సరిహద్దు రేఖలనూ, మన మనస్సులనూ కప్పిన పొగమంచు : ధుంధ్

నెట్లిఫ్లిక్స్ ఒరిజినల్ ఏదన్నా చూద్దామని కూర్చున్నా. జావూ కహా బతా అయ్ దిల్ వున్నది. ఆ పాట నాకిష్టం. చూద్దామని కూర్చున్నా. దాదాపు ఇరవై నిముషాల పాటు ఆ జంట ముంబై లోని మరీన్ డ్రైవ్ పక్కన నడుస్తూ చర్చించుకుంటారు. ఇదెక్కడి గోలరా బాబూ, అనిపించింది. రివ్యూ కి సినిమా అంటే చర్చ కాదు అన్న శీర్షిక కూడా మనసులో ఖాయం చేసేశాను. ఆ చర్చ తెగదే. గంట అయిపోయింది. ఇక నెమ్మదిగా పోర్న్ లాంటిది మొదలైంది. వొక పెద్ద నమస్కారం పెట్టి అక్కడితో కట్టేశా.

ఇప్పుడేం చెయ్యాలి? ~~ఈ~~ మధ్య లఘు చిత్రాలు బాగా తీస్తున్నారు. వెతికితే "ధుంధ్" కనబడింది. నా చిన్నప్పటి జ్ఞాపకం "ధుంధ్". జీనత్ అమాన్ ది. బాగుంటుంది. ఇది కూడా బాగుండొచ్చు అనిపించి చూశా. అందులో ఆ జంట నడిచినంత సేపట్లో వో లఘు చిత్రం లో కథం లాగించేశాడు. ఆ దర్శకుడు ఇలాంటి వాళ్ళ దగ్గర అప్రంటీస్ చేస్తే సినిమా ప్రాథమిక విషయాలన్నా అర్థమవుతాయి.

1948-1958 ల కాలంలో ఫిరోజ్పూర్ అన్న భారత-పాకిస్తాన్ సరిహద్దులోని వో పల్లెలో జరిగే కథ. 1958 లో వో పగలు : సంతోక్ సింఘ్ (విపిన్ శర్మ) లేచి, స్నానం చేసి పూజాపాఠాలు కూడా ముగిస్తాడు. కొడుకు హర్మీత్ (షారిబ్ హాష్మి) రాత్రి తాగి పడుకున్న మనిషి ఇంకా లేవలేదు. మనవడు అతన్ని నిద్ర

లేపుతున్నాడు. కోడలు మనవరాలికి జడ వేసి పెడుతున్నది. నీ కూతురు పెద్దదవుతోంది, నువ్వీ తాగుడు మానెయ్యిక అంటాడు సంతోక్ కొడుకుతో. పాలు ఇవ్వడానికి వచ్చిన కోడలు అతనితో అంటుంది, కూతురు పెద్దదైపోయింది, తనకి చదువుకోవడానికి ప్రత్యేకమైన గది కావాలంటుందీ అని. మీ అత్తగారి గది ఖాళీనే కదా, తీసుకోమను అంటాడు. వొకసారి అందులో సామాను చూడండి, ముఖ్యమైనవి వుంటే తీసి అట్టే పెట్టుకోవచ్చు అంటుంది కోడలు.

ఆ రోజు మధ్యాహ్నం మందు సీసా బల్ల మీద వుంచి, వొక బల్ల మీద సంతోక్ కూచుంటాడు. కొడుకుని పిలిపించి ఇద్దరికీ మందు పోయమంటాడు. సంతోక్ కి ఇది మొదటిసారి. తన తాగుడు మానిపించడానికి ఇదంతా చేస్తున్నారేమో అనుకుంటాడు కొడుకు. నెమ్మది గా మాటలు కలుస్తాయి. పాత విషయాలు గుర్తు చేసుకుంటారు. నీకు గుర్తుందా, ఫలానా వారి పెళ్ళిలో నువ్వూ నీ తమ్ముడు బల్జీత్ ఎంత ఆనందంగా డాన్స్ చేశారో. ఆ రోజు బల్జీత్ ఎంత నవ్వాడని! అంటాడు. గుర్తున్నదని తల వూపుతాడు కొడుకు. **1947** లో దేశ విభజన అయిన తర్వాత కూడా చాన్నాళ్ళ పాటు హిందూ ముస్లింల మధ్య అల్లర్లు జరిగేవి. **1948** లో వొక రాత్రి సంతోక్ తన ముస్లిం మిత్రుడు అతని ఇద్దరు వయసులో వున్న కూతుళ్ళకీ తన ఇంట శరణమిస్తాడు. వూళ్ళో వున్న వో ఉన్మాది అర్ధరాత్రి తలుపు తట్టి వివరం అడుగుతాడు. ఇప్పుడు కాదు, నువ్వు రేపు పగటి పూట రా, నా ఇంట్లోకొచ్చి చూసుకుందువుగాని అంటాడు సంతోక్. పెద్దాయన మాటకు గౌరవమిచ్చి వెళ్ళి పోతారు వాళ్ళు. మర్నాడు చీకటి వుండగానే ఆ ముస్లిం కుటుంబాన్ని సరిహద్దు దాటించాలని కొడుకులకు పురమాయించి తానూ బయలుదేరుతాడు. దట్టంగా వున్న పొగమంచులో దారిని గుర్తు పట్టడం అలవాటే అంటాడు. ఈ కథనం అంతా ముందుకీ వెనక్కీ జరుగుతూ చెప్పబడింది. సంతోక్ తన జేబులోంచి వో రివాల్వర్ తీసి దాంట్లో వొక్కటే తూటా పెడతాడు. మొదటి వంతుగా తను కాల్చుకుంటాడు. ఆ జాగాలో తూటా వుండదు. రెండవ సారి కొడుకు వంతు. అప్పుడూ తూటా వుండదు. ఇదంతా ఎందుకు నాన్నా, నేనిక తాగుడు మానేస్తాను వొట్టు అంటాడు కొడుకు. కాదు మీ అమ్మ గదిలో సామాను సర్దుతుంటే పదేళ్ళ క్రితం సరిహద్దు అవతలనుంచి వచ్చిన లేఖ నా చేతికి వచ్చింది. ఇన్నేళ్ళూ మీ అమ్మకు నిజం తెలుసు. నేను తెలుసుకోవడం అవసరం అనిపించి అలానే వుంచింది అంటాడు సంతోక్.

కొడుకు తల దించుకుంటాడు. ఆ తర్వాత కథ మీరు ఆ లఘు చిత్రంలోనే చూడండి.

సుదీప్ కవల్ దర్శకుడు. ఇతని గురించి నేను వినలేదు. కాని ఈ చిత్రం చూస్తే ప్రతిభాశాలి అని అర్థమవుతుంది. కథ కూడా తనే వ్రాసుకున్నాడు. నటీ నటులందరూ చక్కగా చేశారు. మలయ్ ప్రకాశ్ ఛాయాగ్రహణం, లారెన్ బక్టర్ సంగీతమూ చాలా బాగున్నాయి. సినెమా మూడ్ ను చక్కగా పట్టిస్తాయి అవి. సినెమా చూశాక మనం కూడా పొగమంచులోంచి వెలుగులోకి వచ్చినట్టు ఫీల్ అవుతాము. ఆ పాత్రల లాగే మనం కూడా అనుకుంటాం : అవును అప్పుడు మనం ఎందుకలా?

Spoiler alert పొగమంచు పూర్తిగా వీడలేదు. దాదాపు సరిహద్దు దగ్గరికి వచ్చేశారు వాళ్ళు. ఈ నది వొడ్డు వెంట వెళ్ళండి, ఇక భయం లేదంటాడు సంతోక్. చూస్తే తమతో వచ్చిన కొడుకు, స్నేహితుని కూతురూ లేరు. ఏమై వుంటుంది? ఎవరన్నా వీళ్ళ మీద దాడి చేసి వుంటారా? అసలే వూళ్ళో వాళ్ళకి తన మీద అనుమానంగా వుంది, ముస్లింలకు శరణమిచ్చినట్టు. చిన్న కొడుకును వెళ్ళి చూడమంటాడు, చేతికి రివాల్వర్ ఇచ్చి. తమ్ముడుకి తన అన్న ఆ అమ్మాయిని రేప్ చేస్తూ కనబడతాడు. ఆమెను వదిలెయ్యి అంటాడు. సమస్యే లేదు, ఈ ముస్లింలు మనవాళ్ళను ఎలా చిత్రహింసలు పెట్టారో నేను మరచిపోలేదంటాడు అన్న. అన్నా తమ్ముళ్ళు పెనుగులాడుతుంటే రివాల్వర్ పేలి తమ్ముడు చనిపోతాడు. ఆ శబ్దం విని వచ్చిన సంతోక్ స్థాణువైపోతాడు. అతని ఊహ రాత్రి తమ ఇంట వచ్చి సోదా చేస్తామన్నవాళ్ళలో వొకరు ఇది చేసి వుండాలని. అన్న మాట్లాడడు. ఇప్పుడు పదేళ్ళ నాటి ఆ వుత్తరం అతని కళ్ళు తెరిపించాయి. మానవత్వం జీవించనివ్వదు. అందుకే ఈ ఏర్పాటు. కొడుకు అప్పటినుంచీ సిగ్గుతో, పశ్చాత్తాపంతో చెప్పలేకా, మింగలేకా తాగుడుకి బానిసవుతాడు. తన కారణంగా తమ్ముడు పోయాడు. ఇప్పుడు తండ్రి పోతే తను తనని క్షమించగలడా? నా తప్పుకి నువ్వెందు శిక్ష పడాలి నాన్నా అంటాడు. తప్పు నువ్వొక్కడివే చెయ్యలేదు, నేను కూడా. నేను వాళ్ళని అనుమానించి.....! అయితే బగ్గాను చంపింది మీరా అంటాడు కొడుకు. మనం అప్పుడు ఎందుకలా.. గొణుక్కుంటూ అంటాడు కొడుకు. కెమేరా బయటకు వస్తుంది. ఆ ఇంటిలోపలినుంచి వో పిస్తోలు పేలిన శబ్దం.

కార్పెట్ కింద తోసేసిన కొన్ని సంగతులు : Dolly, Kitty aur woh chamakte sitare

ఇది నెటిఫ్లిక్స్ ఒరిజినల్ చిత్రం. మామూలు సినిమాల్లో తడమడానికి జంకే విషయాలు OTTల్లో కుదురుతుంది. అలాగని థియేటర్ చిత్రాల్లో బోల్డ్‌వి లేవని కాదు. ఈ దర్శకురాలిదే Lipstick under my burkha వున్నది.

స్పాయిలర్స్ లేకుండా ఈ సినిమాని చర్చించడం కష్టమే.

ఈ చిత్రం ముఖ్యంగా ఇద్దరు స్త్రీల కథ. డాలీ (కొంకొణా సెన్ శర్మా), కాజల్ (భూమి పెడ్నేకర్) ఇద్దరూ వరుసకి అక్కా చెల్లెళ్ళు. బిహార్ లోని పల్లె నుంచి అక్క వుంటున్న నోయిడాకు వచ్చింది కాజల్. వాళ్ళను వూరంతా చూపిస్తూ ఓ scary house కి కూడా తీసుకెళ్తాడు డాలీ భర్త అమిత్ (ఆమిర్ బషీర్). వీలు చిక్కించుకుని మరీ కాజల్ని (groping) తడుముతుంటాడు. ఈ విషయం అక్కతో ఆ స్కేరీ హౌస్‌లో చెబుతుంది. నీదంతా భ్రమ అంటుంది అక్క. సంభాషణ మధ్య మధ్యలో భయపెట్టడానికి, థ్రిల్ ఇవ్వడానికి పెట్టిన అస్థిపంజరాలూ వగైరా చటుక్కున లేస్తాయి. ఈ మొదటి సీన్ ద్వారా కథకు పునాది వేయబడింది.

డాలీకి ఇద్దరు మగ పిల్లలు. కొత్తగా ఒక ఫ్లాట్ బుక్ చేసి కిస్తులు కడుతున్నారు. ఏ సీ అద్దెకు తెచ్చుకున్నారు. ఫ్రెండ్స్ ని పిలిచి పార్టీ చేసుకుంటూ గొప్పలు పోతారు. బయటకు ఒక సంతోషకరమైన కుటుంబంలా వుంటుంది. అయితే గత రెండు సంవత్సరాలుగా డాలీ సెక్స్ ఎరగదు. భర్త చాటుగా ఫోన్ సెక్స్

చేస్తుంటాడు. ఆమె సమస్య frigidity. చిన్న కొడుకు dolls తో ఆడుకుంటాడు, బ్రా వేసుకుని స్కూల్ కెళ్తాడు, మగపిల్లలతో క్రికెట్ లాంటివి నచ్చవు. ఇక cross dresser లక్షణాలు. ఇక డాలీ తల్లి గతంలో తన భర్తనూ, బిడ్డనూ వదిలేసి ఎవరో ప్రేమికునితో వెళ్ళిపోయింది. ఈ రెండు విషయాలకూ తన ఫ్రిజిడిటి తో ఏమన్నా సంబంధం వుందా అని సందేహం. పక్క మీద, హనీమూన్‌తో సహా, ఎప్పుడూ తనకు ఎలాంటి స్పందనా వుండదు, లూబ్రికంట్స్ వాడినా ఉపయోగం వుండదు. పెళ్ళికి ముందు తను తన hymen recreate చేయించుకుంది. దాని పరిణామమేమో తెలీదు. కానీ ఒక డెలివరీ బాయ్ ఉస్మాన్ అన్సారీ (అమోల్ పారాషర్) తో ప్రేమలో పడి మొదటిసారిగా ఆర్గాజం అనుభవిస్తుంది.

కాజల్ పెద్దగా చదువుకోలేదు. మొదట ఒక షూ కంపెనీలో జేరి, ఆ మొదటి రోజే బాస్‌తో పడక ఉద్యోగం మానేస్తుంది. తర్వాత Red Rose Romance App కంపెనీ లో జేరుతుంది. జేరాక గాని అదేమిటో తెలియదు ఆమెకి. మగవారికి సెక్స్ జీవితంకు తోడుగా ఇంకా కొన్ని థ్రిల్లింగ్ పనులు ఇష్టం. వాటిలో ఒకటి. ఈ ఆఫీసుకు ఫోన్ చేసి నచ్చిన అమ్మాయితో చేస్తారు ఫోన్ సెక్స్ క్లైంట్స్. వాళ్ళలో ప్రదీప్ అనే క్లైంట్ తో ఆమె ప్రేమలో పడి బయట కూడా కలుస్తుంది. అతనితో రెండు సార్లు సెక్స్ చేసినా, ఆమె మాటల్లోనే "కాస్త రక్తం కారింది కానీ క్లైమాక్స్ చేరలేదు". ఎందుకంటే ప్రదీప్ కేవలం తన గురించే చేసుకుంటూ పోతాడు క్షణాల్లో. తర్వాత అతనొక ఫ్రాడ్ అనీ, వివాహితుడనీ తెలిసి వదిలేస్తుంది. తన స్నేహితురాలు షాజియా (కుబ్రా సైట్) మాజీ ప్రేమికుడు డీజే గుర్జర్ తేజా (కరణ్ కుందర్) తో కలిసినపుడు మాత్రం ఆమె తొలిసారి ఆర్గాజం పొందుతుంది, అతను ఆమెను తనతో సమాన భాగస్వామిగా ప్రవర్తిస్తాడు గనుక. చివర్న కాజల్ తన బాస్ లను ఒప్పించి Ladies special red rose romance app తయారు చేయిస్తుంది.

చాల విషయాలు చివర్లో అక్క చెల్లెళ్ళు విస్కీ తాగుతూ మాట్లాడుకున్నప్పుడు ఇవన్నీ బయట పడతాయి, ముందు కాదు. కాజల్ కి తను చేస్తున్న పని కారణంగా గిల్ట్ ఫీల్ కాదు. ఆమె ఆఫీసును సంప్రదాయ పరిరక్షకులు గొడవ చేసి మూయించేస్తారు. తనకు వేరే ఆప్షన్ దొరికుంటే ఈ పని చేసేదాన్ని కాదంటూనే, ఇలాంటి సర్వీసే ఆడవాళ్ళకు కూడా వుంటే బాగుణ్ణు అంటుంది.

ఒక యోని ఆకారం లో వున్న నిర్మాణం womens empowerment symbol గా తయారు చేసి అక్కడ పెట్టి దాన్ని ఆవిష్కరించే ఆ సభలో సంప్రదాయ సంరక్షకుల అల్లరి మూకలు వచ్చి అక్కడంతా ధ్వంసం చేస్తారు. ఆ తర్వాత పోలీసులు రావడం, గొడవలు, షూటింగు జరగడం, ఆ షూటింగులో ఉస్మాన్ చనిపోవడమూ జరిగిపోతాయి. డాలీ ముస్లిముల సమాధికి వెళ్ళి ఉస్మాన్ ని పాతిపెట్టిన చోట వొక నాపరాతి ఫలకాన్ని పెట్టి దానిపై "అమోల్" అని వ్రాస్తుంది. భర్తను విడిచిపెట్టి, పెద్ద కొడుకు రాకపోతే, చిన్నవాడినే తీసుకుని ఆమె వెళ్ళిపోతుంది.

లిప్ స్టిక్ అండర్ బుర్ఖా లో నాలుగు కథలను కలిపి అల్లింది దర్శకురాలు అలంకృతా శ్రీవాస్తవ్. అక్కడ ముగింపు తప్ప మిగతా చిత్రమంతా సహజంగా వచ్చింది. మొత్తం మీద ఆ చిత్రం దీనికంటే బిగువుగా సూటిగా వుంది. ఈ కథలో చాలా విషయాలను స్పర్శించడం ద్వారా కొంత బలహీన పడింది.

కథలో లోపాలు తక్కువేమీ లేవు. అక్క చెల్లెళ్ళిద్దరూ విస్కీ తాగే సీన్. నోయిడా లో వున్న అక్కకీ, పల్లె నుంచి వచ్చిన చెల్లెకీ అది మొదటి సారి. అక్క అడగడం, రెడీగా వున్న విస్కీని చెల్లె తేవడం అంతా కృతకంగా వుంటుంది. అక్కడ అది ఎందుకవసరమైందంటే వాళ్ళిద్దరూ ఓపెన్ గా మాట్లాడుకోవాలి. తాగకుండా మాట్లాడితేనే ఎక్కువ బలంగా వుంటుంది. ఇక మరో విచిత్రం ఏమిటంటే అక్కకి ఫ్రిజిడిటి అని ఎలా తెలుసు? డాక్టర్ దగ్గరకెళ్ళలేదు. తనకు తనే అనేసుకోవడమే కాదు తల్లితో చర్చిస్తుంది, నీ సెక్స్ జీవితం ఎలా వుండేదీ అని. ఫ్రిజిడిటి అనేది వంశపారంపర్యంగా వచ్చేది కాదుగా. ఆ తల్లితో సంభాషణా అదీ కథలో ఫిట్ కాలేదు. తనకు సమస్య వున్నప్పుడు వైద్య సలహా తీసుకోలేని ఆమె, మరొక మగవాడితో కలిసి తనకు ఫ్రిజిడిటి లేదని తెలుసుకోవడం అనేది ప్రేక్షకుడి మీద రుద్దబడినట్లు ఉంటుంది. పల్లె నుంచి వచ్చిన చెల్లెలిలో స్వల్ప కాలంలో అంత మార్పు రావడం, రొమాన్స్ ఏప్ కోసం పనిచెయ్యడం వగైరా. వజైనా మోనోలోగ్స్ పేరుతో ఒక ఇంగ్లిష్ నాటకం, ఒక పుస్తకం. అందులో స్త్రీలు సెక్స్ గురించి ఓపెన్ గా మాట్లాడి, ఆ పదం వెనక వున్న నకారాత్మక (negative) నీడను చెరిపేసి దాన్ని డైనింగ్ టేబుల్ మీద కూడా గౌరవంగా మాట్లాడగల విషయం గా ప్రకటన. దీన్నే ఈ చిత్రంలో చివర్న ఆ మ్యూజియం,

అక్కడ జరిగే గొడవలూ అవీ చూపడానికి వజైనా అనే ఒక సింబల్ ని వాడారు. ప్రతి కథకూ ఒక summation లాంటి ముగింపు అవసరం లేదు. సమస్యను సమర్థవంతంగా ముందు పెడితే చాలు. లేకపోతే అది counter-productive గా మారుతుంది. దర్శకురాలు ఒక విషయం చెప్పాలి అనుకుని అల్లిన కథ కాబట్టి నప్పని విషయాలు చాలానే వున్నాయి. లిప్స్టిక్ చిత్రం కూడా ఇలాంటిదే అయినా అది దీని కంటే చాలా మెరుగ్గా వుంది.

కానైతే ఈ చిత్రం కొన్ని విషయాలను చర్చకు పెడుతుంది. ఇప్పుడు మనం అన్ని రకాల సేవలనూ మొబైల్ ఏప్స్ ద్వారా పొందుతున్నాం. ఆ తర్వాత ప్రతి డెలివరీ తర్వాత కస్టమర్ స్టార్ రేటింగ్ ఇవ్వాల్సి వుంటుంది. దాన్ని బట్టి ఆ మనుషుల ఉద్యోగాలు ఆధారపడి వుంటాయి. అలాగే ఈ రొమాన్స్ ఏప్ లో కూడా. డెలివరి బాయ్ ఉస్మాన్ కూడా తనకు ఐదు స్టార్ల రేటింగ్ ఇమ్మని బతిమాలుతాడు. జీవితపు అన్ని పార్శ్వాలలో ఈ రేటింగ్ వున్నా, స్త్రీ పురుషుల మధ్య వున్న సంబంధం విషయం లో స్త్రీకి ఎలాంటి హక్కూ ఉండదు రేటింగ్ ఇవ్వడానికి. పడక అనేది కేవలం మగవారికి సంబంధించినది అయిపోయింది. ఇలా వ్రాస్తున్నానంటే చాలా మంది అభ్యంతర పెట్టొచ్చు ఇది అతిశయోక్తి, అన్ని ఇళ్ళల్లోనూ ఇలా వుండదని. నిజమే. కానీ అలాంటి వారి గురించి కాదు ఈ చిత్రం. డాలీ, కాజల్ లాంటి వారి జీవితాల గురించి. అలాంటి వారు కూడా తక్కువేమీ వుండరు. అలంకృత దర్శకత్వం బాగుంది. అవకాశం వున్న ప్రతి చోటా చిన్న చిన్న విషయాలు పనిగట్టుకుని మన దృష్టికి వచ్చేలా చేస్తుంది. డాలీ పని చేస్తున్న చోట తను స్త్రీ కాబట్టి అదనంగా టీ పెట్టే పని కూడా ఆమెకిస్తారు. చివరి సీన్‌లో ఆమె తనకు మాత్రమే టీ పెట్టుకుని తాగుతుంది ఆఫీసులో. నోయిడాలో కాజల్ ఒక్కతే రోడ్డు మీద కనబడితే కార్లలో వెళ్తున్న కుర్ర మూకలు ఆమెను తమతో రమ్మనడం, భయపెట్టడం చేస్తారు. ఇలాంటివి మనం వార్తా పత్రికలలో చదువుతూనే వుంటాము. ఇక డాలీ చిన్న కొడుకు మొదటి సారి dolls తో ఆడటం చూసి జెండర్ రోల్స్ ఫిక్స్ కాకుండా చేసినట్టు అనుకున్నాను. కానీ తీరా ఆ బాబు క్రాస్ డ్రెస్సర్ అని తెలిసేసరికి ఆ మొదటి సీన్ పెట్టాల్సింది కాదనిపించింది. మనం చూసేది మగ పిల్లలు గన్స్ తో, ఆడ పిల్లలు డాల్స్ తో ఆడటం. దాన్ని ఛేదించే ప్రయత్నంగా దాన్ని వాడుకుంటే బాగుంటుంది. ఇక కుబ్రా సైట్ పాత్ర కూడా ఎలాంటిదంటే తన అవసరాలకోసం

ఆ డీజేని వాడుకుంటుంది. పడక మీద ఉన్న క్షణాల్లోనే తనకు ఐ ఫోన్ కావాలనీ అడగడం వగైరా. చివరికి అతన్ని వదిలేసి కెనెడాకు వెళ్ళిపోతుంది. ఇలాంటి వాళ్ళు కూడా వుంటారని చెప్పడానికి ఈ పాత్ర.

ఈ చిత్రం నెట్‌ఫ్లిక్స్ లో వుంది. చూడండి.

మోహాగ్ని కీలలలో

Empire of passion

1895 కాలంలో జపాన్‌లోని వో పల్లె. భర్త గిసాబురో (తాకాహిరో తమురా) ఒక రిక్షా నడిపేవాడు. భార్య సేకి (కజుకో యోషియుకి), ఇద్దరు పిల్లలు. పెద్దది అమ్మాయి షిన్ (మసామి హాషేగావా) వేరే వూళ్ళో వుంటుంది. రెండో సంతానం చిన్న పిల్లవాడు. వో రెండేళ్ళుండవచ్చు. తోయోజి (తాత్సుయా ఫుజి) అనే యువకుడు ఆర్మీ నుంచీ సరాసరి ఆ వూరికి రావడంతో వాళ్ళ జీవితంలో సంభవించిన మార్పులే ఈ చిత్రం. తోయోజి కి సేకి పట్ల ఆకర్షణ. అక్కడక్కడే తచ్చాడుతూ వుంటాడు. ఈ విషయం భర్త దృష్టికి కూడా వస్తుంది. భార్య ఏమీ ఎరగనట్టు వున్నా, తను కూడా అతని ఆకర్షణలో పడుతుంది. తోయోజి భర్త లేని సమయాల్లో ఆమె ఇంటికి వెళ్ళడం, కబుర్లు ఇలా పరిచయం కాస్తా ప్రేమగా, మోహంగా మారుతుంది. ఈ మోహావేశాల్లో ఎందుకో మనిషి మరో మనిషిని పూర్తిగా స్వంతం చేసుకోవాలనుకుంటారు. ఇద్దరి మధ్య మూడో వ్యక్తి నీడ కూడా ముల్లులా గుచ్చుకుంటూ వుంటుంది. తోయోజికి అదే అవుతుంది. ఆ భర్త పట్ల అసూయ. అతన్ని చంపి అడ్డు తొలగించుకుందామని ఆమెను ఒప్పిస్తాడు. మోహం ఇద్దరిలోనూ సమపాళ్ళలో వుండబట్టి ఆమె ఒప్పుకుంటుంది. మాట్లాడుకున్నట్టుగానే ఆమె భర్తకి పీకలదాకా తాగించడం, అతను మత్తులో వున్నప్పుడు ఇద్దరూ కలిసి తాడుతో అతని గొంతు నులిమి చంపేయడం జరిగిపోతాయి. ఆ వెంటనే ఆమె భీతిల్లి ఏడ్వడం మొదలు పెడుతుంది, నేను

ఇంత పని చేశానా అని. తర్వాత ఇద్దరూ ఆ శవాన్ని ఈడ్చుకుంటూ అడవిలోని వొక పాడుబడ్డ బావిలో పడేస్తారు. తర్వాత ఏమీ ఎరుగనట్టు నటిస్తారు. తన భర్త టోక్యోలో పని చేసి సంపాదించడానికి వెళ్ళాడని అందరితో చెబుతుంది భార్య.

Spoiler alert. సినిమా ముందు చూడాలనుకునే వారు ఈ పేరాను దాటేసి చూసిన తర్వాత చదవండి. హత్య చెయ్యడం చేసేశారు గానీ ఇద్దరి మనసుల్లోనూ భయం, అపరాధ భావన, పశ్చాత్తాపం అన్నీ ముసురుకుంటాయి. ఆ బావిలో శవం ఎవరి కంటా పడకూడదని అతను అడవిలో రాలిన ఎండుటాకులను ఎత్తి తీసుకెళ్ళి ఆ బావిలో పడేస్తుంటాడు. మామూలుగా ఆ ఎండుటాకులను ఏరి వంట చెరకుగా వాడుకుంటారు. ఆ అడవిప్రాంత యజమాని కళ్ళు గప్పి చాలా మంది ఆ పని చేస్తుంటారు. ఒకసారి అతను బావిలో ఆకులు పడెయ్యటం యజమాని కొడుకు చూస్తాడు. ఎందుకు పారేస్తున్నావు అని అడిగితే తడిసి పోయాయి, పొగలు వచ్చి వంటచెరకుగా పనికి రాదంటాడు. అప్పటికి అనుమానం రాని ఆ యజమాని కొడుకు వెళ్ళిపోతాడు. భర్త వున్నప్పుడు కలిస్తే లేని భయం ఇప్పుడు కలుగుతుంది ఇద్దరికీ. ఎవరి కంటా పడకూడదు, లేదంటే తమ మీద అనుమానం కలుగుతుంది, భర్తను ఏదో చేశారని. వొకసారి కూతురు వస్తే ఆమెను అడుగుతారు వూళ్ళో వాళ్ళు, మూడేళ్ళయ్యింది నీకు కబురేమన్నా చేసాడా మీ నాన్న అని. ఆమె లేదంటుంది. ఆమెకు కూడా ఇది అయోమయంగా వుంటుంది. వొకసారి ఏదో కోపంలో కూతురిని నువ్వెళ్ళిపో అంటుంది కూడా తల్లి. రుతువులు మారుతున్నాయి. కాలం గడిచిపోతోంది. వూళ్ళో అనుమానం పడేవారెవరో ఫిర్యాదు చేసినట్టుంది, నగరం నుంచి తనిఖీ చెయ్యడానికి వస్తాడో పోలీసాఫీసరు. ఈ బాధలు చాలవన్నట్టు భార్యకు పలు సందర్భాల్లో తన భర్త ఆత్మ (దయ్యం) కనిపిస్తుంది. ఏం మాట్లాడదు, అలా గుచ్చి గుచ్చి చూస్తుంటుంది అంతే. నీకే కనిపించడం ఏమిటి, నాకెందుకు కనబడడు, నీ భ్రమ అంటాడు అతను. కొన్నాళ్ళకి ఆ దయ్యం తమకు కనబడిందని వూళ్ళో మరికొందరు చెబుతారు. పోలీసుకు ఈ జంట మీదే అనుమానం. ఇద్దరూ పంజరంలో చిక్కుకున్న పక్షుల్లా గిలగిలా కొట్టుకుంటూ వుంటారు. నువ్వు నాతోనే వుండు, నాకు భయంగా వుందని ఆమె అన్నా, వీలు పడదు మన మీద అనుమానం గట్టి పడుతుంది అంటాడతను. మొదటిలో వాళ్ళలో వున్న మోహాన్నంతా అపరాధ

భావనా, భయమూ చెరిపేస్తాయి. ఆ తర్వాత కొన్ని మలుపులు, చివరికి ఆ గిల్ట్ వారిని ఎలా శిక్షిస్తుందో మిగతా కథ.

In the realm of senses తీసిన రెండేళ్ళ తర్వాత తీశాడు దీన్ని, నాగిసా ఒషిమా. మొదటి చిత్రం పోర్న్‌లా వుంది అన్న వాళ్ళు ఇది చూసి కాస్త నిరుత్సాహ పడ్డారు. రెంటిలోనూ వివాహేతర సంబంధం, ప్రేమ, మోహం వున్నా రెంటిలోనూ ముగింపు భయంకరంగా వుంటుంది. మొదటి చిత్రం ఒక సాహసం అనుకుంటే, ఈ చిత్రంలో నాగిసా ఒషిమా నైపుణ్యం అచ్చెరువొందేలా వుంది. కొండల మీద వున్న ఒక పల్లె, కాలానుగుణంగా రుతువులతో పాటు మారే ప్రకృతి, అడవులు, మంచూ, ఏరూ, విసిరేసినట్లుగా వున్న ఇళ్ళూ వొకటేమిటి అన్నీ కన్నులకు ఇంపుగా వుంటాయి. దానికి దర్శకునితో పాటు యోషియో మియాజిమా ఛాయాగ్రహణాన్ని కూడా మెచ్చుకోవాలి. తోరు తాకేమిస్తు సంగీతం మన చేత రకరకాల భావోద్వేగాల ప్రయాణం చేయిస్తుంది. కథతో సమాంతరంగా. గొప్ప కథలలో, నాటకాలలో విదూషకుడు వుంటే ఇందులో వొక పిచ్చివాని పాత్ర వుంది. సామాజిక భాష కానిదాంట్లో వాఖ్యానం చేస్తూ. వొక పెళ్ళి సంబరంలో అతనూ వెళ్తాడు, కాని అతన్ని చూసి నవ్వి అతన్ని బయటకు పంపించేస్తారు. భయపడుతున్న సేకి వద్దన్నా అతని ఇంటికి వెళ్ళి అతని ఛాతీ మీద తల వాలుస్తుంది. పక్క మంచంలోనే ఆ పిచ్చి వాడు. అతను మెలకువ వచ్చి అల్లరి చెయ్యడం, అతను ఆ పిచ్చివాణ్ణి అవతలకు తీసుకెళ్ళి ఆమెను వెళ్ళిపొమ్మనడం వొక సరళ రేఖలో మధ్య తను నుంచుని ఆ చివరా ఈ చివరా ఇద్దరు ఉన్మత్తులను సంబాళిస్తుంటాడు. ఇక చిత్రంలో ఆ రిక్షా బండి చక్రం గిరగిరా తిరగడం పదే పదే కనిపిస్తుంది. అది లాగుతున్నది భర్త అయినా దాన్ని మోస్తున్నది వీళ్ళిద్దరు. అలాగే సింబాలిక్ గా ఆ బావి లోపలి నుంచి షూట్ చేసిన దృశ్యాలు చాలా ప్రభావవంతంగా వుంటాయి. ఆ బావి అంచులు ఒక సర్కిల్, బయట ఇద్దరి ముఖాలు, వాళ్ళు లోపలికి మెట్లను వదలడం ఇవన్నీ. ప్రకృతి లో ఏదీ దారి తెరిచే వున్న ఆకారం లో వుండదు, ముఖ్యంగా వర్తులాలు. ఇవి చర్చించడం కొంచెం కష్టమే, గానీ చూస్తే వొక అనిర్వచనీయమైన భావనకు లోను చేస్తాయి.

ఇతొకో నాకామురా వ్రాసిన నవల ఆధారంగా తీసారు ఈ చిత్రాన్ని. ఆమె ఇతర పుస్తకాలు తెలుసుకుందామనుకుంటే నాకు సమాచారం దొరకలేదు.

ఈ చిత్రానికి గానూ నాగిసా ఒషిమా కు కాన్ లోఉత్తమ దర్శకుడుగా అవార్డు లభించింది.

“ఎందుకు?” తెగని ప్రశ్న : “ఎపిలోగ్”

గుమ్మానికీ, తలుపుకీ మధ్య రెంటినీ కలుపుతూ వుంటుందే hinge (కీలు). తలుపు తెరుచుకున్నప్పుడూ, మూసుకుంటున్నప్పుడూ అది తొంభై డిగ్రీల కోణంలో తిరగగలదు. అది దాని లిమిట్, చాలా మటుకు. మొట్ట మొదటి సీన్ లో కుర్చీలో కూర్చున్న నాడ్జా (ఐసిస్ క్రూగర్) తల అలా తిరుగుతుంది. చాలా నెమ్మదిగా. ఆ కదలిక కూడా చక్కగా కాకుండా జర్కీ ఫ్రేంస్ కదిలినట్టుగా వుంటుంది. నేపథ్యంలో కీచు లాంటి సంగీత ధ్వని, హారర్ చిత్రాల్లో లాగా. ఆ వెంటనే టైటిల్స్. లౌడ్ వాల్యూంలో సంగీతం, క్రమంగా తగ్గుతూ. బ్లాక్ స్క్రీన్ వచ్చేటప్పటికి నిశ్శబ్దం. మరి లఘు చిత్రమంటే మొదటి సీన్ నే కీలకమైన విషయం, పరిసరాల పరిచయం, పునాది అన్నీ వేసెయ్యాలి కదా. స్క్రీన్ టైం ఎంతుంటుందని, ఒక్క ఫ్రేం అయినా వేస్ట్ చెయ్యడానికి.

ఇంతకీ సినిమా పేరు చెప్ప లేదు కదూ. ఇది “ఎపిలోగ్” అనే ఓ జర్మన్ లఘు చిత్రం. రెండే పాత్రలు. అతను (థామస్ వుల్ఫ్) ఆమె (ఐసిస్ క్రూగర్). భార్యా భర్తలో, ప్రేమికులో కావచ్చు. ఒక్కటే గది. బేసిక్ ఫర్నిచర్. ఓ మంచం, బెడ్ సైడ్ టేబల్, పుస్తకాల బీరువా, సింగల్ సోఫా, ఫోను,... ఇంకా ఒకటో రెండో వస్తువులు.

టైటిల్ కాగానే ఎదురెదురు వున్న స్త్రీ పురుషుల ముఖాలు ఒకరినొకరు చూసుకుంటూ. ఇది ఒక వేగంగా వున్న ఫుల్ ఆర్క్ షాట్. ఇది కూడా రెండు సార్లు వస్తుంది. ఆమె ముక్కునుంచి రక్తం కారి వుంటుంది. కెమేరా కదలిక

ఆగాక ఆమె కోపంగా అతన్ని వెళ్ళిపొమ్మంటుంది. అతను బలహీనంగా వున్నట్టు, మంచం మీద కూలబడతాడు. అతని కనుపాపలు కుడి యెడమల తిరుగుతున్నాయి. నెమ్మదిగా బెడ్ సైడ్ టేబుల్ వైపు చూస్తాడు. లేచి సొరుగు లాగి అందులోంచి గన్ తీసి ఆమెను షూట్ చేస్తాడు. ఆమె కుప్పకూలిపోతుంది. అతనేమో వెర్రి చూపులు చూస్తూ ఆలోచిస్తాడు : నిజంగా నేనే నాడ్జాని కాల్చి చంపానా? ఎందుకు? నాటకాల్లో తెర పడుతుందే అట్లా పై నుంచి కిందకు నల్ల స్క్రీన్ దిగుతుంది. ఇదీ రెండు సార్లు ఉంటుంది.

మొదట్లో ఆమె తల కీలులా తిరిగింది అన్నాను కదా. ఇప్పుడు ఇదే కథ మరో రకమైన కథనం లో. ఆమె కుర్చీలో అటు తిరిగి కూర్చుని ఫోన్ లో మాట్లాడుతుంటున్నది. అతను తలుపు తెరుచుకుని లోపలికొస్తాడు. గోడవారగా వున్న సింగిల్ సోఫా జరిగి అతని దగ్గరికొస్తుంది. అతను కూర్చుంటాడు. అతని రాక తెలీక ఆమె మాట్లాడుతూనే వుంటుంది రహస్య ప్రియుడితో. ఇక్కడి నుంచి కథ చెప్పను. మీరు చూడండి.

ఒక రిలేషన్షిప్ ఎందుకు చెడుతుంది? మనుషులు ఎందుకని మోసం చేస్తారు? మనుషుల మధ్య కమ్యూనికేషన్ ఎందుకు సవ్యంగా వుండదు? పరస్పర నమ్మకం స్థానే అనుమానాలు వగైరా ఎందుకుంటున్నాయి? ఇవన్ని సమాధానం లేని ప్రశ్నలే. ఆ జంటలోనే కాదు చాలా జంటల్లో వుండేదే. దాన్ని తనదైన పద్ధతి లో చెప్పాడు దర్శకుడు, కథ-స్క్రీనేప్లే రచయితా, సంగీతం ఇచ్చినవాడూ అయిన టాం టిక్వర్. ఇతను జెర్మన్ దర్శకుడు. “రన్ లోలా రన్”, “Perfume” లాంటి చిత్రాలకు ప్రసిద్ధం. ఇంతా చేసి 1992 లో తీసిన ఇది అతని రెండో చిత్రం. మొదటిది కూడా ఓ లఘు చిత్రమే “ఛెచాసె” అనే లఘు చిత్రం, దీనికి రెండేళ్ళ ముందు తీసినది. సినిమాల్లోకి అడుగు పెట్టే ముందే అతనికి ఓ దర్శక మిత్రుడు సలహా ఇచ్చాడు, నీ జీవితంలోని అనుభవాల నుంచే కథలు సినిమాలుగా తీయి, ఉదాహరణకు నీకూ నీ గాళ్ ఫ్రెండుకీ మధ్య వచ్చే వాదనలు, గొడవలను జాగ్రత్తగా గమనిస్తూ. అదే చేసాడు ఈ రెండు చిత్రాలలోనూ.

కొన్ని సీన్లను రెండు సార్లు చూపించడం, కథనాన్ని తిరగేసి చెప్పడం, గదిలోని వస్తువులు తమంతట తామే కదలడం ప్రాణం లేని పాత్రలలాగా,

ఇంకా ఒక సైకలాజికల్ కోణం. ఇవి ఇతని విశేషాలు. ఒక సీన్ ని తనే దృశ్యకల్పన చేసి తనే సంగీతం కూడా చేర్చితే ఎంత ప్రభావవంతంగా వుండగలదో మీరు ఈ చిత్రంలో చూడొచ్చు. సత్యజిత్ రాయ్ మొదట్లో గొప్ప సంగీతకారుల చేత పని చేయించుకున్నాడు. కానీ త్వరలోనే ఆ పనికి స్వస్తి చెప్పి సంగీతం కూడా తనే ఇవ్వడం మొదలుపెట్టాడు. (ఆయన బహుముఖ ప్రజ్ఞాశాలి కాబట్టి, ఎంతమంది వుంటారలా?). ఆయన చెప్పిన రెండు కారణాలు : ఇగో కారణంగా వాళ్ళు తన మాటను విని, అర్థం చేసుకుని, ఫాలో అవరు. వాళ్ళు ముందే శాస్త్రీయ సంగీతం, రాగాలూ ఆ వలయంలో నుంచే ఆలోచిస్తారు. వారు చేసినది తనకు తన ఫ్రేంస్ కి అతికినట్టు అనిపించదు, తృప్తి నివ్వదు. రెండోది తన మనసులో వున్నది ఇతరులకు అర్థమయ్యేలా చెప్పడం కంటే తనే చేసుకుంటే మెరుగ్గా వుంటుంది.

ఇక కెమేరా ఏంగల్స్, కెమేరా మూవ్మెంట్లు పరిశీలించదగ్గవి. ఎందుకంటే కెమేరానే కథా ప్రధాన కథకుడు కదా. ఫ్రాంక్ గ్రీబ ఛాయాగ్రాహకుడు. టాం టిక్వర్ చాలా చిత్రాలకు అతనే. బహుశా వాళ్ళ ఆలోచనల వేవ్ లెంత్‌లు బాగా కలిసి వుంటాయి.

థామస్ వుల్ఫ్, ఐసిస్ క్రూగర్ ల నటన చాలా బాగుంది.

నేను ఈ శీర్షిక మొదలు పెట్టినప్పుడు conventional review లాగా మొదలు పెట్టాను. చాలా త్వరలో నాకే విసుగెత్తింది. ఆ తర్వాత ఇంకాస్త వివరంగా వ్రాయడం మొదలు పెట్టాను. ఒక సమీక్ష పూర్తి కథ చెప్పకూడదు, ఒక పాయింట్ తర్వాత ఎక్కువ చర్చించనూ కూడదు. అవన్నీ ఫిలిం స్టడీలో భాగంగా వస్తుంది. కొన్నాళ్ళు అదీ చేసి ఇప్పుడు కథనే చెబుతూ నా observations ఏమిటో వ్రాస్తున్నాను. ఇది కూడా విసుగు పుట్టేదాక ఇలాగే కొనసాగిస్తా. ముఖ్యం ఏమిటంటే మీతో నా సంభాషణ. అంతే.

ఈ చిత్రం యూట్యూబ్ లో వుంది. తప్పక చూడండి.

ఎవరు? : మంచి ఉత్కంఠభరిత చిత్రం

అప్పట్లో "ఎవరు" హాల్లో చాన్నాళ్ళే ఆడినా నాకు చూడటం వీలు పడలేదు. అంతకు ముందు అమితాబ్ నటించిన "బదలా" చూసినప్పటికీ తెలుగులో కూడా చూడాలని అనుకున్నా. వొక కారణం అడివి శేష్. అతని మొదటి చిత్రం "కర్మ" చూశాను. అది నచ్చకపోయినా కథనం బాగుందని అనిపించింది. ఆ తర్వాత "క్షణం", "గూఢచారి" చిత్రాలు చూశాను. తన బలాలూ బలహీనతలూ తెలుసనుకుంటాను. రొమాన్స్ లో మెప్పించలేడు కానీ సస్పెన్స్ సినెమాలు బాగానే చేస్తాడు. నటనలో సగ భాగం సంభాషణా చాతుర్యం. ఇందులో అతను తనే చెప్పినట్లైతే బాగా నటించాడు అని వొప్పుకోవచ్చు. ఇక అభివ్యక్తీ, వ్యక్తీకరణలు పర్లేదు. అమితాబ్ సినిమా చూసిన తర్వాత తెలుగు సినిమా చూస్తారా, చూసినా నచ్చుతుందా అన్న సంశయం నాకైతే లేదు. రెంటినీ పోల్చే ప్రయత్నం చెయ్యకుండానే చూడాలని అనుకున్నా, అలానే చూశా. వొక మంచి చిత్రమే, అమేజాన్ ప్రైం లో వుంది, చూడని వాళ్ళు చూడండి.

కూన్నూర్ లో డీ ఎస్ పీ అశోక్ కృష్ణ (నవీన్ చంద్ర) తనను రేప్ చెయ్యబోతే సమీర (రెజీనా కసాండ్రా) స్వయం రక్షణార్థం అతన్ని కాల్చి చంపేస్తుంది. ఆమె వొక పరిశ్రమవేత్త అయిన రాహుల్ (సయ్యద్ ఇర్ఫాన్ అహ్మద్) భార్య కావడం వల్ల ఈ వార్తకు ప్రచారం బాగానే జరుగుతుంది. నిజంగా అశోక్ అపరాధా?, సమీర చెబుతున్నది నిజమా అన్న సంశయం అందరిలో. అయితే కోర్టుకు తీర్పు వినిపించడానికి కావాల్సింది సాక్ష్యాలే తప్ప మనోభావాలు,

సంవేదనలు, ఊహా ప్రతిపాదనలు కాదు. ఇప్పుడు ఫోకస్ తన మీద కూడా వుంది కాబట్టి సమీర తన తరఫున బెనర్జీ అనే లాయర్ను నియమిస్తుంది. మొదట్లోనే బెనర్జీ ఫోన్ చేసి తను అత్యవసరంగా ఈ కేస్ విషయంలోనే వెళ్ళాల్సి వస్తోందని చెబుతాడు. పోలీసు సిబ్బందికీ ఇది వొక ప్రతిష్టాత్మకమైన కేసు. ఆ డి ఎస్ పి నేరస్తుడు అని రుజువైతే పరువు పోతుంది. వాళ్ళు రత్నాకర్ అనే లాయర్ని నియమించుకుంటారు. అతను కేసు నెగ్గడం కోసం అవసరమైతే లేని రుజువులూ, దొంగ సాక్ష్యాలూ కనిపెట్టగల దిట్ట. సమీరకు ఇది కొంచెం జాగ్రత్తగా గమనించుకోవాల్సిన సందర్భం అని తెలియబరుస్తాడు. తను మాట్లాడడానికి విక్రం (అడివి శేష్) అన్న పోలీసాఫీసర్ను పంపిస్తున్నానని చెబుతాడు. అతనూ పోలీసేగా అంటుంది. అవును కాని డబ్బు కోసం ఏమైనా చెయ్యగల అతను, ముందే అతని ఖాతాలో పాతిక లక్షలు వేశాననీ కేసు ఎటు తిరిగినా తమకు భయం లేదనీ చెబుతాడు. సినిమా సింహ భాగం వొకింట్లోనే వాళ్ళిద్దరి మధ్యా సంభాషణల రూపంలో సాగుతుంది. ఇద్దరూ పరస్పరం కథలు/ సంఘటనలు వివరించేటప్పుడు కెమేరా కన్ను బయటికి వెళ్ళి వాళ్ళు చెబుతున్నవన్నీ దృశ్యాలుగా మనకు చూపుతుంది. వొక పరిశ్రమలో ఆరేళ్ళు రిసెప్షనిస్టుగా పనిచేసిన సమీర తర్వాత అదే పారిశ్రామికవేత్తను చేసుకుంటుందనీ, అతను స్వలింగసంపర్కుడు కాబట్టి సంఘ మర్యాదకోసం మాత్రమే పెళ్ళి చేసుకుంటున్నానని చెప్పే చేసుకుంటాడనీ తెలుస్తుంది. ఇక నేర స్థలంలో చనిపోయిన అశోక్ ఇదివరకు ఆమెను ప్రేమించిన మనిషనీ తెలుస్తుంది. ఈ త్రికోణ కథతో ముడివేసుకున్న మరో కథ వో భార్యా-భర్తా-కొడుకుల కుటుంబానిది. ఏడాది క్రితం నుంచీ కనబడని భర్త, అతనికోసం నానా హైరానా పడుతున్న తల్లి కొడుకులు. అసలు వొక్కో కథా ఆ పాత్ర చెబుతున్నప్పుడు మనం వొక్కో అంచనా వేసుకుంటాము, వొక్కో వూహ చేసుకుంటాము. అంతలోనే సంభాషణలలో దొర్లే మరో కథాత్మక సంభాషణ మన ఆలోచనలు తారుమారు చేస్తాయి. సమీర కాసేపు వో బాధితురాలిగా, ఇంకాసేపు కపటిలా తోస్తుంది. నిజమేమిటో తెలియాలంటే సినెమా చూడాల్సిందే.

వొక స్పానిష్ చిత్రం Contratiempo చాలా చిత్రాలకు మాతృక. బదలా, ఎవరు చిత్రాలతో సహా. నేను మూలాన్ని ఇంకా చూడాల్సే వుంది. అయితే

హిందీ తెలుగు చిత్రాలు చూసిన అనుభవంతో దర్శకులిద్దరూ చక్కగా మన వాతావరణానికి తగ్గట్టుగా రూపాంతరం చేశారని చెప్పక తప్పదు.

వెంకట్ రాంజి దీనికి దర్శకుడు. మొదటి చిత్రమే అయినా అతని ప్రతిభ ప్రశంసనీయంగా వుంది. ఒక స్పానిష్ కథను తెలుగు వాతావరణానికీ, జీవితానికీ చాలా చక్కగా రూపాంతరం చేశాడు, అబ్బూరి రవి సాయంతో. ఇక అబ్బూరి రవి సంభాషణలు చాలా చక్కగా వున్నాయి, నటులు చక్కగా పలికారు కూడా. ఈ విషయంలో చాలా తృప్తిగా అనిపించింది. పచ్చిపులుసు వంశీ ఛాయాగ్రహణం ఎక్కువ భాగం రాత్రిలో వుండే పల్చటి వెలుతురులో, గదిలో ఫోకస్ లైట్లలో పాత్రల ముఖ కవళికలు పట్టుకోవడంలో, కదలికలలో అన్నిటా కథను, దాని మూడ్ నూ అనుసరించి వుంది. చాలా మెచ్చుకోతగ్గట్టుగా వుంది. పాకాల శ్రీచరణ్ నేపథ్య సంగీతం కూడా మనల్ని సినిమాకు కట్టిపడెయ్యడంలో పెద్ద పాత్ర వహిస్తుంది. ఇక రెజీనా కసాండ్రా అందంగానూ వుంది, ఆమె అభినయం కూడా అందంగా వుంది.

బదలా చూసాము అనుకుంటున్న వారికి ఒక మాట అదనంగా చెప్పాలి. బదలాకి ఎవరుకీ మధ్య చాలా తేడాలున్నాయి. దేని ఫ్లేవర్ దానిదే. ఇది స్పానిష్ చిత్రానికి రూపాంతరం కాకపోతే ఆ క్రెడిట్ అంతా మనం కొట్టెయ్యమా?! అయినా మన వెన్ను మనం తట్టుకోవాల్సిన సందర్భమే.

అంతా కుశలమే
"Everything is fine"

ఈ సారి ఓ పదిహేడు నిముషాల లఘు చిత్రం పరిచయం చేస్తాను. మరచిపోవడం కష్టమనిపించే చిత్రం. Everything is fine. ఇది కూడా రాయల్ స్టాగ్ బారెల్ వాళ్ళదే. నాకు నటి సీమా పహ్వా అంటే చాలా ఇష్టం. ఆమె వుండడం వల్ల ఎక్కువ జాప్యం చెయ్యకుండా చూశాను. తీరా చూస్తే ఈ చిత్రం వూరికే ఇన్ని అవార్డులు సంపాదించుకోలేదని అర్థం అయ్యింది.

వొక రచయిత అయినా, ఓ చిత్ర దర్శకుడైనా మంచి సృష్టి ఎప్పుడు చెయ్యగలడంటే జీవితాన్ని దగ్గర్నుంచీ అధ్యయనం చేసినపుడు. ఏవో సిద్ధాంతాలు నమ్మి వాటి చుట్టూ కథలల్లడం, లేదా ఏదో చెప్పడానికి కథలల్లడం, లేదూ వో వున్న సంఘటన చుట్టూ భావజాలాన్ని అల్లడం వల్లో కాదు. అవి బాగుంటే బాగుండొచ్చు. కానీ ఏదో వెలితి వుంటుంది. జీవితంలో ప్రతి మనిషి తనను తనలాగా అర్థం చేసుకోవాలని కోరుకున్నట్టే ప్రతి సృష్టీ వుండాలి.

ముందు నాకు గుర్తొచ్చిన ఒక కార్టూన్ చెప్తాను. ఆ చతురస్రంలో వో సైకియాట్రిస్టు, ఓ భార్య, ఓ భర్తా వుంటారు. సైకియాట్రిస్ట్ అడుగుతాడు : "మీ భార్య మీ పైన బాగా డామినేట్ చేస్తుందని భావిస్తున్నారా?". దానికి ఆ భార్యే జవాబిస్తుంది : "లేదు, అతనలా భావించట్లేదు". ఇది చదివి మనం నవ్వుతాము. ఇది నవ్వు ఎందుకు తెప్పించింది? ఇది జోక్ ఎలా అయ్యింది?

లేటరల్ థింకింగ్ కి, జోకులకీ దగ్గరి సంబంధం వుంది. మామూలుగా వూహకి అందనిది దగ్గరి దారిలో అందడం లాంటిది. ఇక్కడ జోకు ఆ భార్యా భర్తల పొజిషన్లలో వుంది. ఇలాంటి జంటలు వుంటాయి, కాని ఎక్స్పెషన్ గా. ఎక్కువగా ఇళ్ళల్లో భర్తలు చెప్పిందే చెల్లుబాటవుతుంది. ఒక స్టేజ్ వరకూ అది భరింపతగ్గదిగా అనిపించినా అది బార్డర్ దాటినతర్వాత పరిణామాలు తీవ్రంగా వుంటాయి. ఇది కేవలం భార్యా భర్తల మధ్యనే కాదు, ఏ రెండు సంబంధాల మధ్య అయినా. అయితే అక్కడ ఒక కండిషన్ వుంది. ఆ ఇద్దరిలో ఎవరికైనా మరొకరి మీద పెత్తనం చెలాయించే అవకాశం సామాజికంగానో, మరో కారణంగానో వుండాలి. ఎందుకంటే నేనే నా భార్య మీద పెత్తనం చెలాయించగలగ వొచ్చు, సంపాదిస్తున్న నా కొడుకు మీద అలా చెయ్యలేకపోవచ్చు. ఇది ఒక ఉదాహరణ మాత్రమే.

సినిమా గురించి చెప్పకుండా ఇదంతా ఏమిటి అంటారా? అదేనండి, ఈ సినిమాలో కథ కంటే ఎక్కువ డీటైలింగ్ వుంది. అదే కావలసింది. మొదటి సీన్ లోనే భార్యా, భర్తా, కూతురూ లగేజిని మోసుకుని మెట్లెక్కుతూ వుంటారు. ఇది కూడా మూడు షాట్స్లో. ముందు చీకటి, కేవలం సంభాషణ వినిపిస్తుంది. తర్వాత ఆ ముగ్గురి కాళ్ళు, లగేజీ కనబడితే, సంభాషణలు వినబడతాయి. మూడోది పై అంతస్తునుంచి వీళ్ళ ముగ్గురినీ ఎక్కుతూ చూపించటం. ఇక మాటలంటారా. కూతురు అంటుంది ఇంత సామానెందుకు మోసుకొచ్చారు అనవసరం బరువు కదా. దానికి తండ్రే ఎప్పటిలా స్పందిస్తాడు :"మీ అమ్మనడుగు, వద్దన్నా అన్నీ మోసుకొస్తుంది. మాకు ట్రైన్లో కూడా ఇబ్బంది అయ్యింది." ఈ సారి తల్లి అంటుంది :"మీ నాన్న అలాగే అంటారు. తర్వాత భోజనం దగ్గర ఆ పచ్చడి లేదా, ఇది తేలేదా ఇది తేలేదా అంటూ నా ప్రాణం తీస్తారు. అన్ని గుర్తుపెట్టుకుని తెస్తాను అందుకే". ఈ షాట్ లో వొక స్పైరల్ మూవ్మెంట్ చూపిస్తారు. జీవితం, అనుభవ పాఠాలు, తెలివిడి అన్నీ వర్తులాలు కావు, స్పైరల్సే. ఒక ఆవృతం ముందు వున్న స్థితికి తిరిగి రాము, అదే బిందువుకి కొంచెం పై స్థాయిలో వుంటాము. ఈ వొక్క సీన్తో కథంతా చెప్పేయడం అయిపోయింది.

భర్త ఎలాంటివాడు? చెడ్డవాడేం కాదు? అదే, భార్యను కొట్టి చిత్రహింసలు పెట్టే నర రూప రాక్షసుడు కాదు. కానీ ప్రతిదానికీ భార్యను మాట్లాడనివ్వకుండా చెయ్యడం, గేలి చెయ్యడం, ఆమె మాటకు విలువ ఇవ్వకపోవడం, ఆమె కోరికలు

అవి ఎంత చిన్నవైనా లక్ష్యపెట్టకపోవడం, అసలు ఆమెకు ఓ మనసు దానికి స్పందన, ఒక మెదడు దానికి ఆలోచన, ఓ హృదయం దాని ఇష్టాఇష్టాలూ, కోరికలూ వుంటాయి అని నమ్మని మనిషి. ఈ మాత్రానికే అతను చెడ్డవాడైపోతాడా ఏం?

ఇక భార్య ఎలాంటిది. వొక ముఖ్య లక్షణం ఎవరు ఏం చెప్పినా తలాడించడం. భర్త అయినా, కూతురైనా, భర్త చెల్లెలయినా. బోటింగు ఇప్పుడెందుకు, చెల్లెల్ని కలవడానికి వెళ్దాం అంటే సరే, ఈ చెప్పులు ఇప్పుడు కొనాలా, ఎప్పుడైనా కొనొచ్చులే పద అంటే సరే : బాలచందర్ సినిమాలో వో తల ఆడించే కొండపల్లి బొమ్మ లాగా అనుకోండి. అయితే ఆమెకు ఏం బాధగా లేదా? ఎందుకు లేదూ? భరిచడం కష్టమై చాటున కన్నీళ్ళు పెట్టుకోవడం, అదీ హద్దు మీరిపోతే అతన్నుంచి విడిపోవాలనుకోవడం దాకా వెళ్తుంది.

తల్లి డాబాలో అర్ధరాత్రి కన్నీళ్ళు పెట్టుకోవడం చూసి కూతురు అడుగుతుంది, నీకొచ్చిన కష్టం ఏమిటని? ఏమని చెబుతుంది? ఇవన్ని చెప్పుకోవడానికి కష్టాల్లా వుంటాయా అసలు? అత్తవారిల్లు వొదిలేసి ఇంటికొచ్చిన అమ్మాయినికి తల్లి ఏమని చెబుతుంది? ఇవన్నీ అందరి ఇళ్ళల్లో వుండేవే, నువ్వే సర్దుకుపోవాలీ అని. ఇక్కడ కూతురు అదే మాట అంటుంది. కాని ఆ తర్వాత అదే కూతురు తండ్రి తల్లితో వ్యవహరిస్తున్న తీరు చూసి కొంచెం అర్థం చేసుకుంటుంది. అత్త వారిస్తున్నా, లేదంటూ ఆ సాయంత్రం తల్లి కోరుకున్నట్టు ఆమెను బోటింగ్‌కు తీసుకెళ్తుంది. అక్కడ ఆ పచ్చదనం, నీరు, బాతులను చూసి మనసారా నవ్వుతుంది తల్లి. ఎంత చిన్న చిన్న విషయానికి మొహం వాచిపోయిందో ఆమె.

అసలు ఒప్పందం కేవలం తల్లి కూతుళ్ళు కలిసి ఎంజాయ్ చెయ్యాలని. నీకు జాగ్రత్త తెలీదు, అంటూ కూడా వస్తాడు తండ్రి. ఏం, నేను చూసుకోలేనా అంటుంది కూతురు. తెల్లబోవడం తల్లి వంతయ్యింది. తనే పెంచి పెద్ద చేసిన కూతురు, ఇప్పుడు తనను చూసుకుంటే తప్ప తను మనలేదు. వాస్తవంగా అందరి గురించీ చూసుకునేది తనే, వొక్క చదువు రాకపోతే మాత్రం తను వో బరువు, వో ఆధారం అవసరమైన మనిషి అయిపోయిందా. ఇవన్నీ చిన్న చిన్న షాట్స్ లో చూపిస్తుంది దర్శకురాలు.

ఓ పగలు తండ్రి లేవగానే, మీ అమ్మ బాత్రూం కెళ్ళినట్టుంది త్వరగా టీ పెట్టు అంటాడు కూతురుతో. అతనికెప్పుడూ తన అవసరాలే అవీ అర్జంటుగా. తల్లి ఇంట్లో లేదు. కంగారు వేస్తుంది కూతురికి. తీరా చూస్తే తల్లి క్రితం రోజు చూసిన చెప్పుల షాపుకెళ్ళి తనకు నచ్చిన జత కొంటుంది. తర్వాత బస్ షేడ్ లో కూర్చుని వో సిగరెట్టు కాలుస్తుంది. తన విషయమై తాను నిర్ణయం బహుశా మొదటి సారి తీసుకుంది. అలాగే కూతురు కూడా మొదటి సారి తల్లిని ఎప్పటిలా కాకుండా వో వ్యక్తిలా, తనకూ కోరికలూ నమ్మకాలు వున్న మనిషిలా చూసి ఆమెను బోటింగుకు తీసుకెళ్తుంది.

ఇదే కథలో బోల్డంత తాత్వికత పేరుతో గుప్పించడానికి అవకాశం వుంది. కానీ కేవలం మన రోజువారి జీవితంలోని దృశ్యాలు తప్ప మరేం లేదు. డాబా మీద రాత్రి పూట తల్లి కూతుళ్ళ సంభాషణంతా క్లోజప్పుల్లో వుంటుంది. సహజమే. కూతురు నీకు విశ్రాంతి అవసరం, రేపటికంతా బాగైపోతుంది అని వెళ్ళి పోతుంది. ఆ తర్వాత తల్లి ఏడుస్తున్న క్లోజప్పు అర నిముషం, తర్వాత ఆమె పిట్టగోడను ఆనుకుని ఎదుట బిల్డింగులూ మధ్యనుంచి పోతున్న వీధిని చూస్తుండడం మనకు వెనక కొంచెం దూరం నుంచి చూపిస్తారు. ఆమె సిలూవెట్ లో వుంది. అన్ని బిల్డింగుల మధ్య. వొక వ్యక్తిగత విషయాన్ని సామాజికం చేసే పద్ధతుల్లో ఇదొకటి.

లఘు చిత్రాలు తీసేవాళ్ళు ముందు ఇలాంటి ప్రయత్నాలు చేస్తే నయం. మంచి శిక్షణగా పనికొస్తుంది.

సీమా పహ్వా లేకపోతే ఈ సినిమా లేదు. సాంకేతికంగా ఇంత మంచి సినిమా కూడా ఆ స్థాయి నటన లేకపోతే కూలిపోతుంది. ఆమె నటన మెలోడ్రమాటిక్ నటన కాదు. సహజమైనది, మినిమలిస్టిక్ నటన. ఇక భర్తగా సిద్దార్థ్ భరద్వాజ్, కూతురుగా పాలోమి ఘోష్ కూడా బాగా చేసారు. కథ, దర్శకత్వం మానసి నిర్మలా జైన్ వి. ఆమె సినిమాకి సంబంధించిన విద్యలో భాగంగా తీసిన షార్ట్ ఇది. నిస్సందేహంగా చాలా బాగా తీసింది. జిగ్మె టి టెంజింగ్ ఛాయాగ్రహణం బాగుంది. ఆ మెట్ల దగ్గర, ఇంటి లోపలా, ఇరుకు బజారుల్లో, డాబా మీదా అన్ని వొక సరి అయిన మూడ్‌ను పట్టుకున్నాడు.

ఎక్కడా ఓవర్ ఎంఫసిస్ లేదు. ఇక సంగీతం సాగర్ దేశాయిది. అది కూడా చాలా బాగుంది. మౌనాలు, కేవల సంభాషణలు, నేపథ్య సంగీతం ఇవి ఎప్పుడు ఏఏ నిష్పత్తుల్లో ఎలా వుండాలి అన్న నిర్ణయం కూడా సృజనాత్మకతను తెలుపుతుంది. డాబా మీద ఆ రాత్రి పూట నిశ్శబ్దంతో మొదలైన షాట్ కూతురు వ్యాకులతను పట్టిస్తూ, తర్వాత తల్లీ కూతుళ్ళు మాట్లాడుకునేటప్పుడు పాత్రల, మన ఫోకస్ విషయం పై వేసి, కూతురు వెళ్ళిపోయాక మొదలయ్యే సంగీతం దర్శకురాలి భాషలో మోగుతుంది. మనకు అప్పటి దాకా గ్రహింపే వుండదు ఇప్పటి దాకా సంగీతం లేదని. జబీన్ మర్చంట్ ఎడిటింగ్ కూడా పూసలో దారంలా సినిమాని కలిపి కుట్టింది.

మనం కలిసినపుడు పలకరింపుగా “కుశలమా” అంటాం. అక్కడ “సబ్ ఠీక్?” అని అదనంగా అంటారు. జవాబు “హా ఉ! సబ్ ఠీక్ హై”. నిజంగా అంతా బాగానే వున్నట్టా?

ఏమో అలవాటుకు విరుద్ధంగా చాలా వ్రాసేశాను. నాకైతే ఈ చిత్రం చాలా తృప్తినిచ్చింది.

ఫండ్రి : హృదయస్పర్శి, అలాగే కూసాలు కదిల్చేది కూడా

నాగరాజ్ మంజులె తీసిన "సైరాట్" చూసిన తర్వాత అతని చిత్రాల పట్ల ఆసక్తి కలిగింది. అతని మొదటి చిత్రమైన "ఫండ్రి" లోనే అతని సత్తా కనిపిస్తుంది. చాలా అవార్డులు గెలుచుకున్న ఈ చిత్రం నాకు శ్యాం బెనెగళ్ తొలి చిత్రాలను గుర్తు చేసింది. ఇందులో నాగరాజ్ వొక పాత్రను కూడా చేశాడు. యేకకాలంలో నటన, దర్శకత్వం తో పాటు సరైన నటుల యెంపికలో, వాళ్ళ దగ్గరినుంచి నటన రాబట్టడంలో వున్న నైపుణ్యాన్ని మొదటి చిత్రంలోనే కనబరిచాడు.

వొక పల్లె శివార్లలో బతుకుతున్న వో దళిత కుటుంబ కథ, ఆ ఇంటి పదమూడేళ్ళ అబ్బాయి కళ్ళతో చెప్పబడింది. జాంబవంత్ కచ్రూ మనే క్లుప్తంగా జబ్యా (సోమ్నాథ్ అవ్ఘడే) యవ్వనంలో తొలి అడుగులు వేస్తున్న నల్లవాడు. తన క్లాసులోనే చదువుకుంటున్న అయినింటి, పెద్దకులపు తెల్ల అమ్మాయి షాలూ (రాజేశ్వరి ఖరాట్) పట్ల ఆకర్షితుడై, యెట్లాగైనా ఆమె కంట పడాలనీ, ఆమె మెప్పు పొందాలనీ యేవేవో పగటి కలలు కంటూ వుంటాడు. కొత్త బట్టల కోసం ఇంట్లో మారాం చేయడం, లభ్యం కాకపోతే చిరాకుపడటం, తల దువ్వడం, తయారవడం పట్ల పెరిగిన శ్రద్ధ ఇవన్నీ అతని వయసుతోపాటు వచ్చే మానసిక మార్పులను సూచిస్తాయి. కైకడి అనే వో తక్కువ కులానికి చెందిన ఆ కుటుంబం చిల్లర పనులవీ చేసుకుంటూ బతుకు నెట్టుకొస్తుంటారు.

వెదురు బుట్టలు అల్లడం, పందులను పట్టుకోవడం లాంటివి. తండ్రి కచ్రూ (కిశోర్ కదం) నంగి నంగి గా వుంటాడు, వూళ్ళో యెవరేం చెప్పినా చేస్తుంటాడు. తన కులం కారణంగా సమాజంలో తన స్థానం తెలిసినవాడై, దాన్ని వొప్పుకొని లేదా అలాంటి పరిస్థితికి లోను కాబడి, యెలాంటి ప్రతిఘటనా లేకుండా అలా తయారవుతాడు. భార్య, పెళ్ళై పాపతో ఇంట్లోనే వుంటున్న పెద్ద కూతురు (విధవరాలో, లేక వదిలివేయబడ్డదో స్పష్టంగా లేదు), పెళ్ళి కావాల్సిన చిన్న కూతురు కూడా అతనికి సహాయపడుతుంటారు. వొక్క జబ్యా మాత్రం తన స్థానాన్ని గ్రహించక, గ్రహించడానికి ఇష్టపడక యేదో ప్రపంచంలో విహరిస్తూ వుంటాడు. తన తోటి విద్యార్థుల ముందు అతని కుటుంబం వచ్చినా తక్కువగా ఫీలవుతాడు. అతని నేస్తగాడు పిర్యా (సూరజ్ పవార్) తో కలిసి యెప్పుడూ నల్ల పిట్ట వేటలో వుంటాడు. అది అందీ అందకుండా పోతూ వుంటుంది. ఆ పసి మనసు నమ్మేది యేమిటంటే ఆ పిట్టను గనక పట్టి, కాల్చి ఆ బూడిదను కావలసిన మనిషి మీద జల్లినట్లైతే ఆ మనిషి తన వశమవుతాడు/వశమవుతుంది. అంత అమాయకత్వంలోనూ ఆర్థిక, సామాజిక వ్యత్యాసాల కారణంగా తను కోరుకుంటున్నది జరిగే పని కాదని తెలుసు. అందుకే ఆ పిట్టను పట్టగలిగినా తన కల సాకారమవుతుందన్న ఆశ. అది కేవలం అతని కలలోనే నెరవేరుతుంది. వొకసారి వూరి పటేలింటి ముందు గుంతలో పడిపోయిన పంది పిల్లను తీయమంటే నిరాకరించిన జబ్యా చివరికొచ్చేసరికి తనే తన కుటుంబంతో పాటు పందులను పట్టుకునే బృహత్కార్యంలో పాల్గొనాల్సి వస్తుంది. అది యెట్లా అంటే ఆ వూరి వో పండగ సందర్భంలో దేవుని వూరేగింపు ముందు కొత్త బట్టలు వేసుకుని డాన్స్ చేస్తుంటాడు జబ్యా, అలాగైనా షాలు కంట పడాలని. వో పక్క పైకులపు వాళ్ళు ఇతన్ని నెట్టేస్తూ వుంటారు. మరో పక్క తండ్రి వచ్చి పిలుచుకుని వో పెట్రోమేక్స్ లాంతరు మోసే పనిలో పెడతాడు. డాన్స్ చేస్తున్నవారి మధ్య ఆ లాంతరు పట్టుకుని యేడుస్తూ నిలబడతాడు జబ్యా. ఇంతలో వో పంది యెటునుంచో వచ్చి పల్లకి కిందనుంచి తుర్రు మంటుంది. దాన్ని అశుభంగా భావిస్తారు అందరూ. రెండు రోజుల తర్వాత కూతురు పెళ్ళి జరగాల్సి వుండిన సమయంలో కచ్రూని పిలిపించి పటేలు పందులను పట్టే పని చెబుతాడు. పెళ్ళుందని నసిగితే డబ్బు ఆశ పెట్టి సాయం కోసం కుటుంబం మొత్తాన్ని కలుపుకుని మరీ ఆ పని మీద వుండమంటాడు. ఇక్కడి నుంచి ఆ పందులను

పట్టే సన్నివేశం చాలా విస్తారంగా వుండి వొక layered constructive గా మన ముందు నిలుస్తుంది. డబ్బు అవసరమైన కుటుంబం మొత్తం ఆ పనిలో నిమగ్నమైనా జబ్యాకి మాత్రం సిగ్గు వేస్తుంది. తన సామాజిక స్థితి (status) నుంచి తప్పించుకోలేని ఘట్టం. పైగా వూరంతా చుట్టూ చేరి చూస్తున్నారు. షాలూ కూడా అందరితోపాటే యెగతాళిగా నవ్వుతూ తిలకిస్తూ వుంటుంది. దాక్కోలేడు, తప్పించుకోలేడు. మరో పక్క అతని పెళ్ళి కావాల్సిన అక్కను మాటలతో ఆటపట్టిస్తుంటాడువో తుంటరి. పనిలో శ్రద్ధ పెట్టడంలేదని తండ్రి నుంచి దెబ్బలు తింటాడు జబ్యా అందరి ముందూ. వొక్కసారిగా నిస్సహాయత్వం ఆవరిస్తుంది. తన నిజమైన ఉనికి తెలుస్తుంది. అణిచివేత అనుభవానికి వస్తుంది. పోనీలే, వాళ్ళ మాటలు పట్టించుకోవద్దు అన్న అక్క మాటలు పట్టవు. కోపం కట్టలు తెంచుకుంటుంది. తండ్రి లాగా అణిగిపోవడమా లేక ప్రతిఘటించడమా? తనని కొట్టవస్తున్న ఆ తుంటరి మీద రాయి రువ్వుతాడు, కసిగా. అది అతనికి తగిలిందో లేదో గానీ తెర మాత్రం నల్లబారుతుంది, అదేదో మనల్నే తగిలినట్టు. తగలాల్సినచోటే దెబ్బ తగులుతుంది. తెర మీదే కాదు, తెర ముందు కూడా వున్న అరాచక మూకల మీద ఘాతం. భుజాలు తడుముకోవడమా, పాఠం నేర్చుకోవడమా, కళ్ళు తెరుచుకోవడమా యెవరికివారు నిర్ణయించుకోవాలి.

చర్చించదలిస్తే ఇంకా చాలా సూక్ష్మంగా అల్లిన కథనాలున్నాయి. జబ్యా అక్కను పెళ్ళి కోసం చూడటానికి వచ్చినప్పుడు వాళ్ళ (కైకడి) భాషలో సంభాషించడం, కట్నం గురించి బేరసారాలు వగైరా. అంతా జబ్యా కళ్ళ ముందే. కేవలం ఆ కులానికి చెందడం వల్ల వూరు వూరంతా వారిని హీనంగా చూడటం. వూరి కోసం కడుతున్న శౌచాలయ నిర్మాణం కోసం కచ్రూ అతని భార్యే కాక, బడికి శలవు పెట్టించి ఇష్టానికి వ్యతిరేకంగా జబ్యా చేత కూడా పని చేయించడం. ఇలా చాలా విషయాలు వున్నాయి. ఆ చివరి పందులను పట్టే సన్నివేశం నాకు పార్ లో చివర్న నసీరుద్దిన్ షా, షబానా ఆజ్మీలు పందులను నదిని దాటించే సన్నివేశాన్ని తలపుకు తెచ్చింది.

రెండో చిత్రమైన సైరాట్‌ను నేను ముందు చూసి మెచ్చుకున్నాను. అది చాలా ప్రజాదరణ పొందింది. కాస్త రెగ్యులర్ కమర్షియల్ మూసలో వున్నా

చాలా బలమైన కథనం, మంచి సబ్జెక్టు వున్నాయి. అది అలా రావాల్సిన అవసరం వుంది, అలాగే అది బహుళ ప్రజానీకాన్ని చేరింది కూడా. కానీ నాగరాజ్ మొదటి చిత్రమైన ఫండ్రి నాకు యెక్కువ తృప్తినిచ్చింది. మరి సినిమా హిట్ అయ్యిందో లేదో తెలీదు. నాగరాజ్‌లో మంచి దర్శకుడు, నటుడు కనిపించాడు. కిశోర్ కదం తండ్రిగా బాగా చేశాడు. కొత్తగా పరిచయమైన సోమ్నాథ్ అవఘడే చాలా బాగా చేశాడు. బాల్యపు గొంతు పోయి వొక గీర వచ్చిన గొంతుతో సంభాషణ, కళ్ళల్లో సిగ్గు, అమాయకత్వం, అమ్మాయి వైపు దొంగ చూపులు, ఆమె మెప్పు కోసం, ఆమె దృష్టిలో పడటం కోసం తపన, తన కులం కారణంగా సమాజంలో వున్న స్థితిని వొప్పుకోకపోవడం, నిజం నుంచి తప్పించుకోవాలని చూడటం అన్నీ చాలా సమర్థవంతంగా చేశాడు. కష్టమైన పాత్ర అమోఘంగా చేసి జాతీయ అవార్డు కూడా పొందాడు. ఈ చిత్రానికి నాగరాజ్ మంజులే కూడా కొత్త దర్శకునిగా (best debut director) జాతీయ అవార్డును పొందాడు. అందమైన ఛాయాగ్రహణం (విక్రం అంలాది), అంతే అద్భుతమైన నేపథ్య సంగీతం (ఆలోకనంద దాస్గుప్తా) ఆకర్షిస్తాయి, గుర్తుండిపోతాయి.

ఇదివరకే చూసి వుండకపోతే తప్పక చూడండి ఫండ్రి. అన్నట్టు ఫండ్రి అంటే పంది!

జీవితంలో వైవిధ్యాన్ని సినిమాలో అద్దం పట్టడం

మనం కొన్నింటికి ఎంత అలవాటు పడిపోయామంటే వొక జంట అది పెళ్ళైన జంట కానీ, ప్రేమలో వున్న జంట కానీ, అబ్బాయి వయసు అమ్మాయి వయసు కంటే ఎక్కువ వుండాలి. అబ్బాయి ఎత్తు అమ్మాయి ఎత్తు కంటే ఎక్కువ వుండాలి,అబ్బాయి సంపాదన అమ్మాయి సంపాదన కంటే ఎక్కువ వుండాలి. అలా వున్నప్పుడే మనకు ఈడూ జోడూ అనిపిస్తుంది. తద్విరుద్ధంగా వుంటే ముక్కున వేలు వేసుకుంటాము. కానీ నిజ జీవితంలో అన్నీ అలా వుండవు. నాకు తెలిసిన వొక జంటలో అతని ఎత్తు ఆమె ఎత్తు కంటే తక్కువ. అయితే ఆమె కొంచెం వంగి నడుస్తూ వుండేది. అది అలవాటై పోయి ఆమెకు గూని వున్నదేమో అనే భ్రమ కలిగేది మాకు. బాధ కూడా వేసింది. పెళ్ళికి అడ్డు రాని ఆమె ఎత్తు తర్వాతి జీవితానికి ఎలా వచ్చిందో. వెనకాల ఎలాంటి సంభాషణలు జరిగి వుంటాయో వూహించవచ్చు. లేదూ ఆమె తనకు తానే అలా చేసినా, ఆశ్చర్యం లేదు. ఎందుకంటే సమాజం మన మీద ఒక్క మాటా చెప్పకుండానే చాలా పెత్తనం చెలాయిస్తుంది. ఎదురు తిరగడానికి ప్రయత్నం చేయాలిగానీ, లొంగిపోవడానికి కాదుగా. ఈ సారి హిందీ సినిమాల్లో వయసులో అమ్మాయి పెద్దది అబ్బాయి చిన్నవాడూ అయిన కథలు కొన్ని చూద్దాం. ఈ విషయంలో హిందీ సినిమా ధైర్యంగా బోల్డ్ కథలు ఎంచుకుంది. ఆడుతాయా లేదా అన్నది తర్వాతి విషయం.

2003 లో దీప్తి నావల్ నటించిన "ఫ్రీకీ చక్రా" వచ్చింది. అందులో దీప్తి నావల్ వొక డాక్టరు. కానీ భర్త చనిపోయిన తర్వాత వొక రకమైన వొంటరితనానికి గురవుతుంది. వొక సీన్‌లో ఆమె మూడంకె వేసి పడుకోవడం, ఇలా ఆమె మనస్తత్వం పట్టి ఇస్తుంది. పిల్లలు డోర్ బెల్లు నొక్కి పారిపోతారు. ఎవరో అనామకుడు ఫోన్ చేసి సెక్సీ కబుర్లు చెబుతుంటాడు. ఆమె అతన్ని ప్రోత్సహించదూ, ఫోన్ పెట్టేయదు కూడా. ఆమె వైద్య వృత్తి మానేసి మార్టీషియన్ పని చేస్తుంది. అంటే క్రీస్తు మతస్తులలో ఎవరన్నా చనిపోతే వాళ్ళ అంత్య క్రియల నిర్వహణ. ముఖ్యంగా శవానికి లేపనం రాసి, శవపేటికలో సర్ది, దాన్ని అలంకరించి శ్మశాన వాటికకు పంపడం. మనం ఇలాంటి వృత్తి గురించి ఒక సినిమాలో చూడడం కూడా విశేషమే. సరే, ఆమె ఇంటికి వో కుర్రాడు పేయింగ్ గెస్ట్‌గా వస్తాడు. ఆమె అతనికి టీ చేసి పెడుతుంది. అతను మాత్రం ఆమెతో మరీ చనువు తీసుకుని వ్యవహరిస్తుంటాడు. ఆమెకు ఇబ్బందిగా వున్నా ఏమీ చెప్పదు. ఆమె మీద తనకు హక్కేదో వున్నట్టు ప్రవర్తిస్తాడు. నెమ్మదిగా వాళ్ళు దగ్గరవుతారు. కథ మొత్తం చెప్పను, చూడండి. సినిమా గొప్ప సినిమా కాకపోవచ్చు కానీ ప్రత్యేకంగా వుంటుంది. కొన్ని లోపాలున్నా గుర్తుండిపోయే సినిమా.

2013 లో B A Pass అన్న చిత్రం వచ్చింది. ఇది మాత్రం బోల్డ్ చిత్రమే కాదు, మంచి చిత్రం కూడా. కథాస్థలం ఢిల్లీ. ఆ పట్టణ స్వరూప స్వభావాలనీ, జీవితాన్ని చక్కగా చూపించారు. తల్లిదండ్రులు చనిపోవడంతో పంతొమ్మిదేళ్ళ ముకేశ్ పరిస్థితి ఇరకాటంలో పడుతుంది. ఇద్దరు చెల్లెళ్ళు. చావుకు వచ్చిన బంధువులు కూర్చుని మాట్లాడుకుంటారు. ఇప్పుడు ఈ పిల్లల బాధ్యత ఎవరు తీసుకోవాలని. ఇద్దరమ్మాయిలనీ అమ్మాయిల అనాథాలయంలో పెడతారు. ముకేశ్ ని దూరపు చుట్టాలు తమతో ఢిల్లీ కి అయిష్టంగా తీసుకెళ్తారు. అక్కడ బియ్యేలో జేరతాడు. ఇంటి చాకిరీ అంతా చేసినా ఆంటీ ముఖం ముడుచుకుంటూనే వుంటుంది. కష్టపెట్టే మాటలంటూ వుంటుంది. వొకసారి ఆ ఇంట కిట్టి పార్టీలో వచ్చిన సారిక కన్ను అతని మీద పడుతుంది. మాయమాటలు చెప్పి అతన్ని తన ఇంటికి రప్పించుకుని నెమ్మదిగా అతన్ని తన సెక్సు తీర్చే యంత్రంగా మార్చుకుంటుంది. పాపం ముకేశ్ కి ఆమె పట్ల నిజంగానే సద్భావం వుంటుంది. కొన్నాళ్ళకి సారిక తన స్నేహితురాళ్ళ దగ్గరికి ముకేశ్‌ని పంపడం, డబ్బు

సంపాదించడం, అతని సంపాదన కూడా తన దగ్గరే దాయడం చేస్తుంది. తెలీకుండానే అబ్బాయి హై ప్రొఫైల్ మగ వేశ్యగా మారిపోతాడు.. అసలు కథ ఎక్కడి నుంచి ఎక్కడికో వెళ్ళిపోతుంది. బయటకు రాలేనంతగా రొచ్చులో దిగబడిపోయాడతను. మరో వైపు ఆ అమ్మాయిలను అనాథాలయంలో లైంగిక దోపిడీ ప్రయత్నాలు. వాళ్ళు అది తప్పించుకోవడానికి పారిపోయి ముకేశ్ ని చేరుకోవాలని చూస్తారు. ఆ తర్వాత ఎలాంటి ముగింపు వుంటుంది వగైరా చర్చించను. కానీ ఈ చిత్రం చాలా నిజాయితీగా తీశారు. సారికాగా నటించిన శిల్పా శుక్లా బాగా చేసింది.

ఇవి కొన్ని బోల్డ్ చిత్రాలు. ఇలాంటివి ఇంకా చాలా వున్నాయి కాని నా ఉద్దేశం వొక (హిందీ సినిమాకు) కొత్త అంశాన్ని తడమటం. ఇక ఇదే అంశంతో పరిణితి చెందిన ప్రేమ కథలు కూడా వున్నాయి. వాటి పేర్లు చెప్పి వూరుకుంటా. ఎందుకంటే వాటిలో సెక్సు గురించి మాట్లాడకుండా తీయడంవలన ప్రేక్షకుల ఆమోద ముద్రను పొందాయవి. వొకటి "దిల్ చాహతా హై". అక్షయ ఖన్నా డింపల్ కాపడియా మధ్య సంబంధం మిస్టిక్‌గా చూపాడు. మరో చిత్రం "వేక్ అప్ సిద్". అందులో రణబీర్ కపూర్, కొంకొణా సెసే శర్మల ప్రేమ కూడా చాలా హృదయస్పర్శి.

ప్రేమ గుడ్డిది అంటారు కదా. మరి అది వయసు తారతమ్యాన్ని ఎలా చూస్తుంది? మనం కూడా వొక జడ్జీ స్థానంలో కూర్చుని తీర్పులు చెప్పాలా, కథను అర్థం చేసుకోవాలా? అన్నీ బాగుండకపోవచ్చు. కొన్ని కేవలం వ్యాపారాత్మక దృష్టితో సొమ్ము చేసుకోవడానికి తీసి వుండొచ్చు. కాని ఏదైనా సమాజంలో వైవిధ్యం వున్నట్లే, సినిమాలో కూడా వుండాలి కదా.

గంటుమూటె : మూటకట్టుకున్న జ్ఞాపకాలు

గంటుమూటె అన్న కన్నడ చిత్రం పరిచయం ఈ సారి. గంటుమూటె అంటే బేగేజి అని చూపిస్తారు తెరపై టైటిల్స్ అప్పుడు. బేగేజి అనగానే అనవసరమైన బరువును మోస్తుండడం గుర్తొస్తుంది. మళ్ళీ మూటె అంటే తెలుగులో మూట అంటే మనం ఇష్టంగా దాచుకున్నవి లాంటి భావనలు కలుగుతాయి. ఏది ఏమైనా ఈ చిత్రం బాల్యం నుంచి యవ్వనంలో అడుగు పెట్టే అమ్మాయి మనఃస్థితిని బాగా పట్టుకుంది.

తోటి పిల్లలు పిక్నిక్‌కి బయలుదేరితే వాళ్ళతో వెళ్ళకుండా మీరా (తేజు బెలావడి) వో కొండమీదకు ట్రెక్కింగ్‌కు వెళ్తుంది. ఆ పచ్చదనం మధ్య కూర్చుంటే తనకు నిజమైన అర్థంలో ఇంట్లో వున్నట్టుంటుంది. అలవాటైన డైరీ తీసి వ్రాస్తూ, పాత జ్ఞాపకాలను తలచుకుంటూ చెబుతుంది తన కథ.

పాతికేళ్ళ క్రితం కాలంలో కథనం. తల్లిదండ్రులిద్దరూ ఉద్యోగస్తులు. మీరా పెద్దదవుతోందని గ్రహించి, ఎక్కడ ఎవరితోనో లేచిపోతుందన్న భయంతో వాళ్ళు ఆ వూరు నుంచి బెంగుళూరుకు మారతారు. ఆ వయసులోని అందరూ పిల్లలలాగే మీరాకు కూడా సినిమాలంటే ఇష్టం. వోసారి వొక్కతే వో సినెమా చూడడానికి వెళ్తుంది. పక్కన కూర్చున్నతను ఆమె తొడపై చెయ్యి వేస్తాడు. కంపరం పుట్టి లేచి బయటకు వచ్చేస్తుంది. అంతలోనే ఆలోచన : ఎవరి కారణంగానో తను వో సినెమాని చూసి ఆనందించకుండా ఎందుకుండాలి? మళ్ళీ హాల్లోకి వెళ్ళి వేరే చోట కూర్చుని సినిమా మొత్తం చూస్తుంది. అప్పటికి

తొమ్మిదేళ్ళ వయసు ఆమెకి. ఈ వొక్క సీన్ తోనే ఆమె మనస్తత్వం అర్థం అయిపోతుంది! ఇదే తర్వాత కూడా ఎన్నోసార్లు కనిపిస్తుంది మనకు. అలాంటి ముందు చూపు వున్న అమ్మాయి, భయపడకుండా తెలివిగా నిర్ణయాలు తీసుకునే అమ్మాయిని చూసి మనమూ ముచ్చట పడతాము. చాలా మంది లాగే మీరా కూడా సల్మాన్ ఖాన్ ని ఆరాధించడం మొదలు పెడుతుంది. క్లాస్‌లో తోటి విద్యార్థి మధు (నిశ్చిత్ కొరొడి) లో ఆమెకు సల్మాన్ పోలికలు కనబడి ఆకర్షితురాలవుతుంది. ఆ తర్వాత వాళ్ళిద్దరి మధ్యా చూపించిన ప్రేమలో ఎక్కడా సినిమేటిక్ చమక్కులు లేవు, వీలయినంత సహజంగా చిత్రించారు. ఇద్దరిలోనూ అమాయకత్వం, కుతూహలం, అల్లరి, ఏదో ప్రపంచంలో విహారం అన్నీ. ముఖ్యంగా మీరాలో. సల్మాన్ సినిమా చూడడానికి ముందూ, తర్వాత ఆమె నడకలో సైతం మార్పు వచ్చేస్తుంది. తొమ్మిదో మబ్బుమీద విహరిస్తున్నా వాస్తవిక ప్రపంచం మెదడు నుంచి పోదు, ఆమె తీసుకునే ప్రతి నిర్ణయంలోనూ అది ప్రతిఫలిస్తుంది. ఆ ప్రేమ కారణంగా ఆమె చదువైతే దెబ్బతినదు. స్కూల్ ఫస్ట్ వస్తుంది. కానీ దాని మాయలో పడి మధు మాత్రం రెండు సార్లు ఫేలవుతాడు. ఆమె కాలేజిలో జేరుతుంది. అతను సప్లిమెంటరీలు వ్రాస్తుంటాడు. నెమ్మదిగా అతనిలో న్యూనతా భావం రావడం, మాటల్లో అదుపు, పద్ధతీ లేకపోవడం, అన్నిటికీ ఆమెనే తప్పు పట్టడం ఇలాంటివన్నీ చేస్తుంటాడు. మీరాకు అతన్నినికి నచ్చచెప్పడం కష్టమవుతుంది.

ఆ తర్వాత కథ ఏమిటి? అతను మామూలు మనిషవుతాడా? ఇవన్నీ ఇక్కడ చెప్పను. అమేజాన్ లో చూడండి.

రూపా రావు రచనా, దర్శకత్వమూ బాగున్నాయి. తర్వాత ప్రత్యేకంగా చెప్పుకోవాల్సింది తేజూ, నిశ్చిత్ ల నటనా, కెల్వాది సహదేవ్ ఛాయాగ్రహణం. ఈ కథ చెబుతున్నది మీరా కాబట్టి కెమేరా కన్ను కూడా ఆమె కంటి నుంచే చూస్తుంది. అదీ కాక తెలివితేటలూ, ధైర్యం, సమయస్ఫూర్తి అన్నీ వున్న అమ్మాయి కాబట్టి అవన్నీ కెమేరా కథనంలో బాగా కొట్టొచ్చేట్టు కనబడుతుంది. ఆమె మిగతా సినిమాలలో లాగా నాజూకుగా నడుస్తూ, వయ్యారాలు పోతూ, దొంగ చూపులు చూస్తూ, బెట్టు చేస్తూ కనబడదు. అబ్బాయిలు సిగరెట్ తాగుతూ వుంటే అడుగుతుంది. మంచి అమ్మాయిలు సిగరెట్ తాగరు అని అంటే లాక్కుని మరీ తాగుతుంది. హక్కుగా మధుని దగ్గరకి లాక్కుంటుంది. అతని

ముద్దు చెల్లించడానికి ధైర్యం చేసి తనే ఆ పరిస్థితి కల్పిస్తుంది. అతను ఫేలయ్యి న్యూనతకు గురైతే తనే పెద్దరికం వహించి అతనికి బుద్ధులు చెప్తుంది. కొంత సినిమా ప్రభావం, కొంత సొంత ఆలోచనలు : లోకల్ గూండాల చేత దెబ్బలు తిని డీలా పడిపోయిన మధుని చూస్తే ఇతనేం హీరో, తనని రక్షించి వాళ్ళతో పోరాడాలి గానీ, నేనేం చెయ్యను అంటాడేం అనుకుంటుంది. ఇలా ఆమె చాలా ఆలోచనలను బయటపెట్టడానికి సహజమైన పరిస్థితులు అల్లింది దర్శకురాలు. కానీ చివరికొచ్చేసరికి కొంత సాగతీత అనిపిస్తుంది. మళయాళంలో, తెలుగులో ఇలాంటి ప్రేమ గాథలు చాలా చూశాము. కన్నడ సినిమాకి ఇది కొత్తట.

ఇంకొంత వ్రాయాలని వుంది. కానీ అది వొక spoiler alert అయిపోతుందన్న భయంతో వ్రాయడంలేదు. అది ఆమె ధృక్కోణాన్ని వ్యక్తపరిచే వొక వాక్యం అంతే. వీలైతే చూడండి.

గల్లీ బాయ్ : పొరలుపొరలుగా అల్లిన స్క్రీనప్లే

జోయా అఖ్తర్ సినెమాలంటే మిస్స్ అవకూడని చిత్రాలు అనిపించేలా తీస్తూ వచ్చింది. మొదటి రెండు : లక్ బై చాన్స్, జిందగీ న మిలేగీ దొబారా మాత్రం అద్భుతమైనవి. ఇది అంతగా కాకపోయినా మంచి చిత్రమే. కాకపోతే రెండున్నర గంటలు అంటే ఆవలింతలు తప్పవు. ఆ నిడివి కూడా యెందుకు పెరిగిందంటే జోయా, స్క్రీన్ప్లే కలిసి వ్రాసిన రీమా కాగతి (తను దర్శకురాలు కూడా) చాలా విషయాలను కలుపుకుంటూ వచ్చారు. అందుకే కథ కూడా యెన్నో స్థాయిల్లో నడుస్తూ వుంటుంది.

ముందు క్లుప్తంగా కథ చూద్దాం. ముంబై లోని ధారావి ప్రపంచంలోనే అతి పెద్ద స్లం. అలాంటి చోటనుంచి వో పేద ముస్లిం కుటుంబం నుంచి వచ్చిన వాడు మురాద్ (రణబీర్ సింఘ్). డిగ్రీ చివరి సంవత్సరం చదువుతున్నాడు. స్కూల్లో కలిసి చదువుకున్న సఫీనా (ఆలియా భట్) తో ప్రేమలో వున్నాడు. తండ్రి (విజయ్ రాజ్) వొక డ్రైవరు. తల్లి, తమ్ముడు ఇప్పుడు కొత్తగా వచ్చిన తండ్రి రెండవ భార్య ల తో వో చిన్న ఇంట్లో వుంటారు. ధారావి అంటే దాని చుట్టూ వున్న రాజకీయ, ఆర్థిక గాథలు, పోరాటాలు అన్నీ మెదులుతాయి. తండ్రి అవన్నీ బహుశా చూసినవాడేమో, యెప్పుడూ తల దించుకుని (low profile) చిన్నగా బతికెయ్యాలంటాడు. మురాద్ కేమో పెద్ద పెద్ద కలలు. కాని తాను వుంటున్న పరిస్థితుల కారణంగా వొక రకమైన భయం, అధైర్యం,

vulnarability వుంటాయి అతనిలో. అలా నెమ్మదిగా ఆత్మ విశ్వాసాన్ని ప్రోది చేసుకుంటూ యెలా తన జీవితాన్ని మలచుకుంటాడన్నది కథ. ఇది వొక వ్యక్తి కథ అనుకుంటే, దీనితో పాటే వాళ్ళ ప్రేమ కథను కూడా చాలా అందంగా, ప్రతిభావంతంగా చూపించారు. ఇది రెండవ పొర అనుకుంటే, మొదటి నుంచీ తనకు ఆసక్తి వున్న హిప్ హాప్ రాప్ సాహిత్య సంగీతాలలోనే ముందుకెళ్ళాలని నిర్ణయించుకుంటాడు. ఫలితంగా సినిమా అంతా ఆ రాప్ పరచుకుంటుంది. ఇవి ప్రధానంగా వున్నా, చిన్న చిన్న ఉపకథలు చాలా సహజంగా అమిరాయి ఇందులో. పేదరికపు జీవితం మరో ముస్లిం యువకుడిని మోయీన్ (విజయ్ వర్మ : ఇతన్ని పింక్ లో చూశాము ఇదివరకు) కార్లు దొంగలించడం లాంటి అసాంఘిక కార్యకలాపాలలో పాల్గొంటూ వుంటాడు. అది కాక తను చేసే డ్రగ్స్ పనిలో పిల్లల్ని కూడా పెట్టుకుంటాడు. వాళ్ళ జీవితాన్ని యెందుకు ప్రమాదంలో పడేస్తావు అని మురాద్ కోప్పడితే చెబుతాడు, నన్ను కాదు కని చెత్త కుప్పల్లో పారేసిన వాళ్ళ తల్లి దండ్రులనడుగు. నేనైతే వాళ్ళకు రెండు పూటల తిండి పెడుతున్నాను. షఫీనా మెడిసిన్ చదువుతూ వుంటుంది, కాస్త స్థితిమంతురాలే. కానీ కుటుంబంలో నడిచేవి సాంప్రదాయిక పాత పద్ధతులే. పగలు కాలేజి, ఆ తర్వాత తండ్రి క్లినిక్ లో సాయపడటం ఆ తర్వాత సమయం చేజిక్కించుకుని చాటుగా మురాద్‌ని కలవడం. యెందుకంటే ఇంట్లో చెబితే అనుమతించరు. చాలా కోపమూ, తల తిక్కా వున్న షఫీనా ప్రేమలో మాత్రం చాలా పొజెసెవ్‌గా వుంటుంది. యెంతగా అంటే వేరే అమ్మాయి యెవరన్నా తమ మధ్య రా జూసినా మాడు పగలగొట్టేంత! నిజానికి ఇందులో వొక కథ కాదు, కొన్ని కథల మాలిక వున్నది. కానీ అన్నిటినీ కలిపి కుట్టి చక్కగా మనకందించారు. రాప్‌ను ఇష్టపడని వారికి మాత్రం ఆ భాగమంతా బోర్ కొడుతుంది. నాకు రాప్ మీద పెద్ద ఆసక్తి లేదు గాని, ఇందులో కొన్ని నిజంగా చాలా బాగున్నాయి. 2018 లో జింగోస్తాన్, ఆజాది మీదవి ముఖ్యంగా. అవి వింటే ప్రస్తుత సామాజిక, రాజకీయ పరిస్థితులు కళ్ళ ముందు మెదులుతాయి. కొన్ని మాత్రం చాలా చిల్లరగా కూడా వున్నాయి Showing one upmanship కోసం ప్రత్యర్థిని వెక్కిరించడం లాంటివి.

డివైన్, నాజీ లు నిజజీవితంలో తమ రాప్ నైపుణ్యాం కారణంగా అట్టుడుగు

నుంచి చాలా పేరు డబ్బు సంపాదించే వరకూ వెళ్ళారు. వాళ్ళ జీవితం మీద కొంత ఆధార పడి మిగతా కథలన్నీ దాని చుట్టూ అల్లారు. వివరించాలంటే ఈ Column పరిధి వొప్పుకోదు గానీ చాలా చిన్న చిన్న విషయాలున్నాయి. భర్త రెండో భార్యను తెచ్చిన తర్వాత సహించలేని రజియా (అమృతా సుభాష్) ఆ ఇల్లు విడిచి తన తమ్ముడింట చేరుతుంది. చాలా సాంప్రదాయికుడైన అతను తన బావ రెండో వివాహమప్పుడూ, ఇప్పుడు విడిపోతానంటున్న అక్కను సమర్థించ నిరాకరిస్తాడు. రజియా మాత్రం టిఫిన్ల పనితో తన కాళ్ళ మీద నిలబడాలనుకుంటుంది. మరో ఉపకథ అమెరికా నుంచి వచ్చిన వో సంగీత నిర్మాత స్కై (కల్కి కేక్లా) మురాద్ రాప్ కి, మురాద్ కీ ఆకర్షితురాలవుతుంది. వాళ్ళిద్దరి మధ్య వో సారి శారీరిక సంబంధం కూడా యేర్పడుతుంది. ఇది మురాద్ సఫీనాతో యేదో అలా జరిగిపోయింది, సీరియస్ కాదు అని అంటే: సఫీనా అంటుంది అంటే నేను కూడా యెవరితోనన్నా వూరికే కనెక్ట్ అయి పోవచ్చు కదా. ఇలాంటి చిన్న చిన్న మెరుపులు సినిమాలో అనేకం. ఇక స్లంస్ లోని జీవితాలు, ముస్లిం కుటుంబాలలోని చిత్రాలు అన్నీ చాలా బాగా చూపించారు. అసలు కథనం కూడా జాగ్రత్తగా గమనించకపోతే తెల్ల మొహం వేయాల్సి వస్తుంది, కొన్ని సార్లు . వొక ఉదాహరణ. ఫోన్ వస్తే, విని ఆ వస్తున్నా అని మురాద్ ఇంటికి పరుగు తీస్తాడు. అక్కడ వో కారు వస్తుంది, అందులోంచి విజయ్ రాజ్, అమృతాలు దిగి ఇంటిలో అడుగుపెడతారు. మర్నాడు రజియా యేడుస్తూ తన బట్టలు బయట పారేస్తుంది, ఇంట్లో పెట్టుకోవడానికి జాగా లేదని. ఆ రెండో భార్య భోజనం చేసి ప్లేటుని అక్కడ అలాగే వదిలేసి పనికి వెళ్ళిపోతుంది. ఇవి చాలా సూక్ష్మంగా చూస్తే అబ్బురమనిపిస్తుంది, చాలా తక్కువ ఫుటేజ్ లో చాలా చెప్పబడిందని.

ముందు జోయా-రీమాలను మెచ్చుకున్నాం కదా ఇది చక్కగా వచ్చినందుకు. తర్వాత ఆలియా భట్ - రణబీర్ సింగ్ నటనల గురించి చెప్పుకోవాలి. ఆలియా కి యెంత చిన్న పాత్ర ఇచ్చినా మరచిపోలేని విధంగా నటించి చూపిస్తుంది. ఇందులో కూడా. ఇక రణబీర్ మాత్రం యెక్కడా హీరోలా వుండడు. నంగినంగి గా ఆత్మ స్థైర్యం తక్కువ వున్న యువకుడుగా మొదట, నెమ్మదిగా తను యేమిటో తెలుసుకుంటూ, ధైర్యాన్ని కూడ గట్టుకుంటూ చివరికి తెగేసి నా

కలలను మాత్రం కురచబారనివ్వను, నా కలలకు తగ్గట్టుగా నా వాస్తవాలను మార్చుకుంటాను గాని అనేంతవరకు యెన్నో షేడ్స్. మనం రొటీన్ చిత్రాలు చూస్తే ప్రత్యేకంగా కనబడే హీరో, అతని చుట్టూ చెంచాల లాంటి మిత్రులు వుంటారు. ఇందులో ఇతర చిన్న పాత్రలన్నీ మురాద్ పాత్రకు సమానంగా వుంటాయి. అలాగే వాళ్ళ నటన కూడా. విజయ్ రాజ్ కోపిష్టి తండ్రిగా, విజయ్ వర్మ అసాహంఘిక పనులు చేసే మిత్రుడుగా, కొత్త నటుడు సిద్ధాంత్ చతుర్వేది వొక రాప్ కళాకారుడుగా, మురాద్ ను ఉత్తేజపరచి ప్రోత్సహించే వాడుగా, అసంపూర్తిగా మలచిన పాత్రలో కల్కి కేక్లా, తల్లిగా అమృతా ఇలా అందరూ చాలా మంచి నటన ఇచ్చారు. జయ్ ఓఝా ఛాయాగ్రహణం, విజయ్ మౌర్యా సంభాషణలు బాగున్నాయి.

కొన్ని ఉపకథలు పూర్తిగా మలచలేదు. ఉదాహరణకు తండ్రికి ప్రమాదం జరిగి మంచాన పడ్డప్పుడు అతని బదులు డ్రైవరుగా మురాద్ చేస్తాడు. తను గ్రాడ్యుయేట్, యజమాని కూతురు కూడా. కానీ తమ మధ్య ఆర్థిక అంతరాలు దాటలేనివి. వొక మ్యూజిక్ షోలో లోపల ఆమె వుంటే బయట ఇతను మిగతా డ్రైవర్లతో నిలబడివుంటాడు. వాళ్ళు యేవో వంటల గురించి, ఇంటి పనుల గురించి మాట్లాడుకుంటూవుంటే ఇతను గేటు వరకు వెళ్తాడు యేమన్నా వినబడుతుందేమోనని. అతని దుస్తులు చూసే అక్కడి వాచ్మన్ సంజ్ఞతోనే ఇతన్నీ తప్పుకోమంటాడు. ఆ అవమాన భారంతో వెనుతిరిగి కారులో కూర్చుని తన మొదటి పాట పాడుకుంటాడు "అపనా భీ టైం ఆయేగా". కాస్సేపటికి ఆమె యేడుస్తూ వచ్చి కారులో వెనుక కూర్చుంటుంది. మురాద్ మనసులో మరో పాట పుడుతుంది. కావడానికి దగ్గరగా వున్నా తమ మధ్య దూరమే యెక్కువ. ఆమె కంట కన్నీరు తుడవాలని వున్నా తనకా "ఔకాత్" (తెలుగులో ఇంచుమించు స్తోమత/position) లేదు. ఇలా సాగుతుంది పాట. వొక్క క్షణం అనిపించింది ఇదే వేరే సినిమా అయితే డ్రైవర్తో ఆమె అతి చనువుగా వుండేది, డ్రైవరే అయినా హీరో కాబట్టి అతను కూడా ఆమె విషయాల్లో జొరబడి, జోక్యం చేసుకుని over acting చేస్తాడు కదా. సరే చిత్రం మొత్తం ఇలాగే సహజంగా వుంటుంది. ఆ హీరోగిరి చూసి చూసి విసుగొచ్చినవాళ్ళకు కాస్త రిలీఫ్.

ఉత్కంఠభరితం "హెలెన్"

మళయాళ చిత్ర "హెలెన్". హెలెన్ (అన్నా బెన్) ఇంగ్లీషులో మాట్లాడటం అభ్యాసం చేస్తోంది, ఇంటి పని చేస్తూ. నాన్నకి వేళకి మందులివ్వాలి. నానమ్మకు ఇంజెక్షన్. తండ్రి పాల్ (లాల్) దొంగచాటుగా సిగరెట్ కాలుస్తూ వుంటే పట్టుకుని వారిస్తుంది, పొగతాగడం ఎలా హానికరమో అతని చేత వల్లె వేయిస్తుంది. నవ్వుతూ, ఇల్లంతా తిరుగుతూ అందరికీ కావలసినవి చూస్తూ, అందరినీ నవ్వుతూ పలకరిస్తూ హుషారుగా వుండే ఈ పిల్ల, ఇంటిపనయ్యాక తండ్రి బైకు మీద IELTS క్లాసులకు వెళ్తుంది. నర్సుగా తర్ఫీదు పొందిన ఆమె, ఆ తర్వాత వో పెద్ద మాల్లో వున్న చికెన్ హబ్ అన్న రెస్ట్రా లో పని చేస్తూ వుంటుంది. చకచకా సాగిపోయే ఈ దృశ్యాల మధ్య క్లుప్త సంభాషణల్లోనే సారం చెప్పేస్తాడు. తల్లి లేని ఆ పిల్ల కష్టపడి, చదివి, కెనెడాకు వెళ్ళి చదువుకోవాలని ఆశిస్తుంది. ఎందుకంటే ఇక్కడ నర్సుగా చేస్తే జీతం పెద్దగా రాదు, తను కొన్నాళ్ళు ఇంటికి దూరమైనా కూడా కెనెడాలో చదువు తర్వాత బాగా సంపాదించగల పరిస్థితుల్లో వుంటుంది, అది కుటుంబానికి మంచిది కూడా. విని తండ్రి తలైతే ఆడిస్తాడు గానీ కూతురు దూరం వెళ్ళిపోతుందంటే అతనికి దిగులు, అయిష్టం.

క్రిస్టియన్ అయిన హెలెన్ ముస్లిం యువకుడు అఝర్ (నోబెల్ బాబు తోమస్) ని ప్రేమిస్తుంది. తన ఇంట్లోవాళ్ళు ఈ మతాంతర వివాహానికి ఇష్టపడరు అని తెలుసు, కానీ నెమ్మదిగా నచ్చచెప్పగలనన్న ధైర్యం. అఝర్ కి చెన్నై లో వొక ఉద్యోగం వస్తుంది. ఆ రోజు అఝర్ తన స్నేహితులతో మందు పార్టీకి సిద్ధమై వుంటాడు. ఉన్నట్టుండి హెలెన్ అతనితో సరదాగా తిరగాలని ప్లాన్

చేస్తుంది, ఎందుకంటే అతను మర్నాడే చెన్నై వెళ్ళిపోతాడని. అప్పటికే తాగి వున్న అర్జుర్ హెలెన్‌తో సమయం గడిపి, రాత్రి పూట తన బైక్ మీద ఆమె ఇంటికి దిగబెట్టడానికి బయలుదేరుతాడు. దారిలో పోలీసులు ఆపి అతను హెల్మెట్ ధరించలేదనీ, తాగి వున్నాడనీ పట్టుకుని స్టేషన్‌కు తీసుకెళ్తారు. ఆ పోలీసు అధికారి అజు వర్ఘీస్ (రతీష్ కుమార్) మన దగ్గర మోరల్ పోలీసింగ్ చేసే గేంగ్కు లీడర్ లా వుంటాడు. పోలీసు అన్నది వాచ్యార్థము కూడా. ఆ అమ్మాయి క్రిష్టియన్ తను ముస్లిం, ఈ సంబంధం ఎలాంటిది వగైరా ఆరా తీస్తాడు. తర్వాత పాల్ ని పిలిపించి అమ్మాయి గురించి కాస్త తక్కువగా మాట్లాడి, ఆమెను సరిగ్గా చూసుకోమని సలహా ఇస్తాడు. అర్జుర్ మీద కోపం వున్నా పాల్ కి తన కూతురిమీద నమ్మకం, ప్రేమా. కానీ ఇప్పుడు ఇలాంటి సంఘటన, ఇలాంటి మాటలు పడటం అతన్ని బాగా బాధిస్తాయి. కూతురిని ఇంటికైతే తీసుకెళ్తాడు కాని మాటలు మానేస్తాడు. ఇప్పుడు బాధలో మునిగిపోయే వంతు హెలెన్ ది. మర్నాడు ఆమె ఆఫీసులోంచి తండ్రికి ఎన్ని సార్లు ఫోన్ చేసినా తీయడు. ఆమె అపరాధ భావనకు లోనవుతుంది. తండ్రికి ముఖం చూపేదెట్లా? లేట్ దాకా ఆఫీసులోనే పనిచేస్తుంది. ఆమె సామాను కోల్డ్ స్టోరేజీలో పెట్టడానికి వెళ్ళిన సమయంలో అనుకోకుండా యజమాని అన్ని గదులకీ తాళాలు వేసి వెళ్ళిపోతాడు. -17 దాకా చల్లగా వుండే ఆ గదిలో ఆమె అయిదు గంటలపాటు ఎలా గడిపినదీ, మిగతా వాళ్ళు ఆమెను వెతకడంలో ఎన్ని అవస్థలు పడినదీ మిగతా కథ.

ఇది మతుకుట్టి క్సేవియర్ మొదటి చిత్రం. కాని చాలా బాగా తీశాడు. అనవసరమైన సొల్లు తక్కువ, చిత్రం నిడివి రెండు గంటలకంటే కొంచెం తక్కువ. మొదటి సగంలో ఆ ఇంట్లో సభ్యుల మధ్య సంబంధ బాంధవ్యాలు, తండ్రీ కూతుళ్ళ బంధం, మనస్థత్వాలు చూపిస్తే, రెండో సగంలో ఆ విపత్కర పరిస్థితుల్లో హెలెన్ సాగించిన జీవన పోరాటం. దానికి కావలసింది ఉత్కంఠభరితమైన కథనం. అది చక్కగా చిత్రీకరించాడు. కథ వ్రాసుకున్నది ఆల్ఫ్రెడ్ కురియెన్ జోసెఫ్, నోబెల్ బాబు తోమస్ (ఇందులో అర్జుర్ గా చేసినతను),దర్శకుడు మతుకుట్టి క్సేవియర్. క్లుప్తంగా గీసుకున్న సన్నివేశాల్లో ప్రభావవంతమైన సంభాషణలు. షాన్ రెహ్మాన్ నేపథ్య సంగీతం కొన్ని చోట్ల బాగుంది. కానీ ఆ కోల్డ్ స్టోరేజీలో వున్న సన్నివేశాలలో కొన్ని చోట్ల ప్రభావవంతంగా

లేదు. ఆనంద్ చంద్రన్ ఛాయాగ్రహణం బాగుంది. వున్న నాలుగు పాటలలో రెండు మెలోడీలు చాలా బాగున్నాయి. భాష రాకపోయినా తన్మయంగా అనిపించింది. నేను పాటలప్పుడు సబ్ టైటిల్స్ చదవను, అవి మక్కికి మక్కీగా వుండటం చేతనో ఎందుకో నాకు సంతృప్తికరంగా అనిపించదు. ఇప్పటి తెలుగు పాటలకు విసుగెత్తివున్నానేమో, నాకు ఇందులో మెలొడీలు శాంతినిచ్చాయి.

ఇక ముఖ్యంగా ఈ చిత్రం వొంటిస్తంభం మేడ. ఆ స్తంభం అన్నా బెన్. ఈమె ఇదివరకు కుంబళంగి నైట్స్ లో చేసింది. బహుశా ఇది రెండో చిత్రం కావచ్చు. చాలా బాగా చేసింది. ఇక నించి ఈ పేరు చూసినా చిత్రం చూడవచ్చు అనిపిస్తుంది. లాల్ పేరున్న నటుడు, దర్శకుడూ. అతని నటన కూడా బాగుంది. మిగతావాళ్ళు బానే చేశారు.

ఈ కింది పేరా దాటెయ్యొచ్చు. సినిమా మొదట్లోనే వొక నేపథ్యంలో పాట. నువ్వెవరివి, తెలియని తీరాలు వెతికే కపోతానివా, సీతాకోక చిలుక కన్నువా. జీవితం ఎంతో సుందరమైనది కదా. అని. ఇది తెర మీద వో చీమ రకరకాల వస్తువులను, హెలెన్ వాడేవీ ఆమె ఇంట్లోవీ, తాకుతూ వెళ్తుంది. అలా ఫ్రిజ్ డోర్ మీద వున్నప్పుడ్డు ఫ్రిజ్ తెరుచుకోవడం అది లోన ఐస్ ట్రేలో పడటం, డోర్ మూసుకోవడం చూస్తాం. చివర్న ఆసుపత్రిలో కోలుకుంటున్న హెలెన్ ఎదుటి బల్లమీద వో మందుల డబ్బా పైనుంచి వో చీమను వెళ్తూ చూస్తాం. చాలా కొద్ది సన్నివేశాలలోనే పాటకు అనుగుణంగా, కథకు అనుగుణంగా మంచి చిత్రీకరణ చూస్తాం. తర్వాత కూతురు స్టేషన్లో కూర్చోవలసి రావడం, ప్రియుడి కారణంగా అది తండ్రికి తలవంపులు లాంటి పరిస్థితి కల్పించడం కావాలి. ఆ సందర్భాన్ని పట్టుకుని మన సమాజంలో వున్న ద్వంద్వ నీతి, ఆడా మగా సంబంధించి, చూపించడం, వేలెంటైన్స్ డే లాంటివి వచ్చినప్పుడు చేసే మోరల్ పోలీసింగ్ పేరుతో అత్యాచారాలు వగైరా అన్ని అల్లాడు. దానితో పాటే తండ్రి వొక పక్క అఝర్ ని అసహ్యించుకుంటూనే (రెండు కారణాల వల్ల : అతను ముస్లిం, అతను తాగి బండి నడపడం వల్ల వచ్చిన ఈ ఆపద) తన కూతురి పట్ల నమ్మకం, ప్రేమా కలిగి వుంటాడు. ఆ ఎస్సై చీప్ గా మాట్లాడితే కొట్టబోతాడు కూడా. కాని అంత వయసూ, అనుభవమూ వున్నా ఈ సంఘటనకు ఎక్కువగా స్పందించి, తన కోప ప్రకటనగా కూతురితో మాట్లాడడం మానేస్తాడు.

మర్నాడు ఆమె ఎన్నో మార్లు ఫోన్ చేసినా తీయడు. మనం కూడా చాలా సార్లు అజ్ఞానంతోనో, అహంకారంతోనో పరస్పరం మాటలు మానుకుని క్షోభ పడుతుంటాము, పెడుతుంటాము. ఈ సినెమాలోనైతే అది చాలా తీవ్ర పరిణామాలకు దారి తీస్తుంది. తర్వాత మరో కథనం : హెలెన్ మంచు గదిలో బందీ అయిపోయినపుడు వో ఎలుక పిల్లను చూసి జడుసుకుంటుంది, తోసేస్తుంది, అసహ్యపడుతుంది. కొన్ని క్షణాలలోనే అర్థమవుతుంది ఆమెకు ఆ గది అనే ప్రపంచంలో అన్ని చికెన్ వగైరా మాంసం ముద్దల మధ్యన తామిద్దరమే జీవులం, సజీవులం అని. ఆ ఎలుక పిల్లను నిమురుతుంది. దాన్ని వెచ్చగా వుండేలా ఏర్పాటు చేస్తుంది. ఇద్దరికీ ఆకలి. దొరికిన వో కేకులాంటి ముక్కను తను తింటూ, చిన్న ముక్క ఆ ఎలుక పిల్లకు పెడుతుంది. ఇది వొక అదనపు డైమన్షన్. ఉష్ణోగ్రత తగ్గే కొద్దీ ఆమె చేతి వేళ్ళు కొంకర్లు పోవడం, చెవులూ బుగ్గలూ ఎర్రబడటం వగైరా సహజంగా చూపించాడు. చివర్న ఆ చనిపోయిన ఎలుకను చూసి మనం కూడా ఆలోచనలో పడతాం, హెలెన్‌కి కూడా అదే గతి పడుతుందా అని. కాని హెలెన్ చాలా ధైర్యం వున్న పిల్ల, తొందరగా వోటమి వొప్పుకునే రకం కాదు. ఆ మాల్ లో పనిచేసే వో గార్డు చివర్న వో ముఖ్యమైన క్లూ ఇస్తాడు. తాను హెలెన్‌ను వెళ్ళటం చూడలేదూ అని. ఎవరూ పట్టించుకోని ఆ గార్డ్‌ని రోజూ హెలెన్ నవ్వుతో పలకరిస్తుందనీ, మనిషి తనకు గుర్తింపు దొరికితే అవతలి వ్యక్తిని మరచిపోలేడనీ చెబుతాడు ఆ గార్డు. ఆమెలోని ఆ స్వభావమే ఆమెకు ఇలా సాయపడుతుంది.

ప్రేమా పిచ్చీ ఒకటే

ఒక స్త్రీ ఒక పురుషుడు పరస్పర ప్రేమలో పడ్డ తర్వాత ఒకరి మీద ఒకరికి పిచ్చి లాంటి, వ్యామోహం లాంటి ఆకర్షణ ఏర్పడుతుంది. అది మనశ్శరీరాల కంటే ఎక్కువ దూరం వెళ్తుంది. ఒకరిని విడిచి ఒకరు ఉండలేకపోవడం, ఈర్ష్యాసూయలు కలగడం, ఒకరిని మరొకరు పొసెసివ్‌గా చూసుకోవడం. ఇవన్నీ మనకు తెలిసిన విషయాలే. Fact is stranger than fiction అన్నట్టు కొన్ని సార్లు నిజ జీవితంలో జరిగిన ఘట్టాలు విభ్రాంతి కలిగేలా వుంటాయి. ఉదాహరణకు జపాన్ కు చెందిన అడే సదా గాథ.

మనం నిజ గాథలు కూడా తెరకు ఎక్కించేటప్పుడో, అక్షరబద్ధం చేసేటప్పుడో కాస్త పౌడరు అద్ది presentable చేస్తాము. కొంత నిజాన్ని చాటు చేస్తాము, shy away చేస్తాము. ఎలాగంటే పిల్లలు, పాపలు ఎలా పుడతారూ అంటే కొంగ తెచ్చి ఇస్తుందని కథలు చెప్పినట్టు. మనల్ని మనమే మోసగించుకుంటాం. సినిమా విషయానికి వస్తే ఈ మధ్య raw అని బోల్డ్ అనీ కొన్ని పదాలు వింటున్నా. నిజానికి వాటి అర్థం నాకు తెలీకపోయినా, నేను ఆ పదాలు వాడాల్సి వస్తే ఈ చిత్రానికి వాడుతాను.

స్త్రీ పురుష సంబంధాలలో అనివార్యంగా సెక్సు కూడా వుంటుంది. కానీ దాన్ని తప్పించి కథ మిగతా అంశాలన్నీ చెబుతుంది. ఎందుకు? ఎందుకంటే సెక్సు అనేది బూతు, అశ్లీలం అని ప్రపంచ వ్యాప్తంగా అభిప్రాయం స్థిరపడిపోయింది. మన దేశంలో పూర్వం victorian morality లేకున్నా ఆంగ్లేయులు

వచ్చిన తర్వాత మారింది. ఈ చిత్రం దర్శకుడు నాగిసా ఒషిమా చెప్పేది ఏమిటంటే : అశ్లీలత బయట పెట్టడంలో లేదు, దాయడంలో వుంది. బర్టొలుసి గాని, ఇమ్మొరా గాని మరొకరు గాని కథాంశంగా సెక్సు వుండి చిత్రీకరించేటప్పుడే తెలుసు తమని పోర్న్ చిత్రదర్శకులుగా ముద్రవేయడం ఖాయం అని. మరి పోర్న్‌కి ఈ చిత్రాలకీ తేడా ఏమిటి? నాకు ఈ చిత్రం కూడా వో "పోర్న్ సీడీ" రూపంలోనే పదేళ్ళ క్రితం దొరికింది. కారణం మరేం లేదు చాలా దేశాలలో, తీసిన జపాను లో ఇప్పటికీ, ఇది బేన్ అయి వుండడమే. ఢిల్లీలో రీగల్ హాల్లో వో సాఫ్ట్ పోర్న్ చిత్రంగా మదాం బవరీ చూసినప్పుడు వచ్చిన నవ్వే ఇప్పుడూ వచ్చింది. మా మిత్రుడొకడు అన్న మాట గుర్తొస్తున్నది. పోర్న్ బోర్ రా, ఎంతసేపూ ఆ పిండి మర గోల, ఎమోషన్ వుండదూ ఏమీ వుండదు. అవును పోర్న్ కీ ఈ చిత్రాలకీ సెక్సు కామన్ అయినా తేడా సరిగ్గా అదే.

జపాన్‌లో ఒక పక్క మానవత్వం మీద దృష్టి సారిస్తూనే వ్యాకరణ రీత్యా కొత్తగా, మెరుగ్గా సినెమాలు తీస్తున్న కురసావ, ఒజు లాంటి దర్శకులు వున్న కాలంలోనే నాగిసా ఒషిమా షాక్ కొట్టే రకం సినిమాలు తీశాడు. అతనిది విద్రోహ (rebel) భాష. సమాజంలో స్థిరపడిన భావజాలమంతటినీ ప్రశ్నిస్తాడు. అతని పాత్రలు కేవలం తమ అంతరంగిక కథను చెప్పుకుంటూ వున్నా చాలా సటల్ గా రాజకీయ ధోరణి కూడా కనిపిస్తుంది, స్పష్టంగానో అంతర్లీనంగానో. ఇందులోనే ఒక దృశ్యం అతను సలూన్‌కి అనుకుంటా వెళ్తుంటే ఎదుటినుంచి సైన్యం వస్తూ వుంటుంది. అవతలిపక్క వరుసలో జనం నిలబడి చప్పట్లతో వారికి స్వాగతం పలుకుతుంటారు. అతను తటస్థంగా వున్నా అతను సైనికులకు వ్యతిరేక దిశలో వెళ్తున్నాడు. ఇలా ఒషిమా ధిక్కార స్వరం కనిపించకుండా వుండదు.

ఇంతకీ సినిమా పేరు చెప్పలేదు కదూ. ఇంగ్లీషులో "In the realm of senses" **1976** లో తీసినది. జపాన్ లో షూట్ చేసినా అక్కడి ప్రభుత్వం సెన్సార్షిప్ చాలా కఠోరంగా వుండడంతో ప్రాసెసింగ్‌కి ఫ్రాన్సుకు వెళ్ళాల్సి వచ్చింది. అది డిజిటల్ సినిమా కాలం కాదు కదా. అందుకే జపాన్ ఫ్రాన్స్‌ల సంయుక్త చిత్రంగా ఇది వచ్చింది. వచ్చినప్పటినించీ తీవ్ర వ్యతిరేకతను ఎదురుకొంటూనే వుంది. ఫిల్మ్ క్లబ్బుల్లో ప్రదర్శించినా, పోటీల్లో ప్రదర్శించినా

బాగా సెన్సార్ చేసిగాని చెయ్యలేదు. మొదట్లో చాలా దేశాలు ఈ చిత్రాన్ని బేన్ చేశాయి. జపాన్‌లో నైతే ఇప్పటికీ. ఒషిమా మీద కూడా కేసు నడిచింది. అతనైతే బయటపడ్డాడు కానీ, చిత్రం పై బేన్ మాత్రం కొనసాగింది. 1990 నాటికి ఈ చిత్రాన్ని విడుదల చేశారు. ఒక పక్క దీన్ని వాటర్షెడ్ చిత్రంగా గుర్తించినా మరో పక్క ఇప్పటికీ దీని మీద తీవ్ర వ్యతిరేకత వుంది.

1936లో జపాన్‌లో జరిగిన వొక నిజమైన సంఘటన ఆధారంగా తీసిన చిత్రం ఇది. అడే సదా ఒక వేశ్య. కొత్తగా సర్వర్ ఉద్యోగానికై ఆ హొటెల్ కు వస్తుంది. దాని యజమాని కిచిజో ఇషిదా బేవార్సుగాడు. పని పాట చెయ్యడు. స్త్రీలోలుడు. ఆ హొటెల్‌ను నడపడం అదీ అతని భార్యే చూస్తూ వుంటుంది, ఒంటి చేత్తో. మొదటి రోజునుంచే ఆ యజమానురాలికీ సదాకి మధ్య ఘర్షణ. పని జాగ్రత్తగా చెయ్యి లంజముండా అని తిడుతుంది. సదాకి కోపం వస్తుంది. గొడవవుతుంది. ఒకసారి ఆ పని చేస్తే ఇక ఎప్పటికీ నువ్వు అదే అంటుంది యజమానురాలు. ఇషిదా కళ్ళు సదా మీద పడ్డప్పట్నుంచీ వొక ఆకర్షణలో పడిపోతాడు. ఆమె కూడా. మొదట ఆమె మీద అత్యాచారం చేస్తాడు. ఆ తర్వాత తీవ్రమైన ఆకర్షణలో పడిపోతారు ఇద్దరూ. ఎంత అంటే ఎప్పుడూ అంటిపెట్టుకునే వుంటారు, 24 గంటలూ. అదే యావ. అదే తీరని అసంతృప్తి. అదే వ్యామోహం, పిచ్చి. సదాని కలిసిన తర్వాత ఇషిదా తన భార్యతో కలిసినపుడు ఆమెకు కొత్తగా అనుభవం ఎదురవుతుంది. తమని చూస్తున్న సదా మీద కోపం రాదు. కాని సదాకి అసూయ. ఇషిదా కేవలం తనవాడు, తన భార్యతో కూడా కలవకూడదంటుంది. ఆమె ప్రేమలో నిండా మునిగిన ఇషిదా దానికీ ఒప్పుకుంటాడు. ఇద్దరూ వేరే చోట వుండడం మొదలు పెడతారు. అప్పుడప్పుడు డబ్బు కోసం సదా వో ముసలాయన దగ్గరికి వేశ్యగా వెళ్తుంది. కానీ ఆ ముసలాయనది ఆత్రమేగాని అయ్యేది ఏముండదు. సదా ఇషిదాల పిచ్చి ముదిరి sadomasochistic lovemaking గా పరిణమిస్తుంది. పరస్పరం గాయ పరచుకోవడం, అందులోనే బాధనూ ఆనందాన్ని పొందడం. చివరికి గొంతు నులమడం, చేతులతోనో, వస్త్రంతోనో వరకూ వెళ్తుంది. ఇషిదాకి నెప్పిగా వున్నా, అది తనకు ప్రాణాంతకం అని తెలిసినా ఆమె మీద ప్రేమతో నీకు నచ్చినట్లే చెయ్యి అంటాడు. ఇక చిట్టచివరి దృశ్యానికి వస్తే వరుసగా సెక్సు చేసి చేసి

అలసి పోయి ఇషిదా నిద్రలో జోగుతూ వుంటాడు. సదాలో అసంతృప్తి. అతని చెంపలు వాయిస్తూ మెలకువ తెప్పించాలని చూస్తుంది. నీకు నచ్చినట్టు చేసుకో అంటాడు. అయితే ఈ సారి ఆమె అతని గొంతు నులిమితే అతని ప్రాణం పోతుంది. అతను లేకుండా తను వుండలేదు. అతనూ అతని శరీరమూ తనకు కావాలి. ఇప్పుడెట్లా? పిచ్చి వ్యామోహంలో అతని అంగాన్నీ, వృషణాలనీ కోసి తన వస్త్రంలో దాచుకుంటుంది. ఆ రక్తంతో అతని వొంటి మీద "ఇషిదా సదా ఎప్పటికీ ఒక్కటే" అని వ్రాస్తుంది. అక్కడితో చిత్రం సమాప్తం. వాస్తవంలో సదా ఆ అవయవాలని తనకూడా పెట్టుకుని ఒక హొటెల్ తర్వాత మరో హొటెల్ లో దాక్కుంటూ తిరిగింది. మూడో రోజు పోలీసులు ఆమెను అరెస్టు చెయ్యడం, కోర్టు అయిదేళ్ళ శిక్ష వెయ్యడం, జపాన్ అంతా ఈ కథనం చదివి ఉద్రేకం చెందడం జరిగిపోతాయి. అయితే ఆశ్చర్యంగా ప్రజల్లో ఆమె పట్ల మిగతా భావనలతో పాటు జాలి కూడా కలుగుతుంది.

ఈ దర్శకుడే ఇలాంటి చిత్రమే 1978లో "ఎంపైర్ ఒఫ్ పేషన్" కు కేన్ అవార్డు వచ్చింది.

అశ్లీలత బయట పెట్టడంలో వుందంటారా? దాయడంలో వుందంటారా? మన చిత్రాల్లో ప్రేమ పేరుతో హీరో హీరొయిన్ ను వెంటపడి, వేధించి, అల్లరి చేసి, బలవంతం చేసి (అది ముద్దైనా), తన మగతనం చాటుకోవడం అశ్లీలం కాదూ? పూర్తిగా బట్టలు వేసుకున్నప్పటికీ.

"ఇందు, ఔర్ వో చిఠ్ఠీ" మరో ప్రేమ కథ.

ప్రేమ కథలు ఎన్నో రకాలుగా చెప్పబడ్డాయి. కొన్ని తిన్నగా, సూటిగా వుంటే, కొన్ని కవితాత్మకంగా అందంగా. మరికొన్ని సెంటిమెంటల్ గా mushy గా. కొన్ని ప్రాక్టికల్‌గా. కొన్ని ప్రపంచానంతర ప్రపంచంలో విహరణగా. అయితే ఎలాంటి ప్రేమ కథలైనా ముందు ఆకర్షిస్తాయి. ఆ తర్వాతే నచ్చడమో, నచ్చకపోవడమో. ఎందుకు? ప్రతి మనిషి లోనూ అన్ని సెంటిమెంట్లతో పాటు ప్రేమ అనేది వుంటుంది. మోతాదు తేడాలతో. తెర మీదా, మనసులోపలా వున్న ఆ రెండూ పరస్పర ఆకర్షితాలు. వివేకం ఆనక పని చేస్తుంది. నిగ్గు తేలుస్తుంది. అది పూర్తిగా వేరే కథ.

పంజాబీలో అమృతా ప్రీతం అని కవి. జ్ఞానపీఠం వచ్చింది. ఇప్పుడామె లేదు. ఆమె కవిత్వంతో పాటు కథలూ, నవలలూ వ్రాసింది. ఆమె కథల్లో, నవలల్లో కూడా నిండుగా కవిత్వమే ఉంటుంది. ఆకాశం ఓ మధుపాత్రికనెత్తి వెన్నెల పానం చేయిస్తోంది అని చందమామను సూచిస్తుంది. ఇలాంటి వాక్యాలు వుంటాయి. ఇక చాలా కథలలో ప్రేమ ప్రధాన పాత్ర వహిస్తుంది. దాని తో పాటే సమాజంలో స్త్రీ స్థానం, ఆమె ఆలోచనలు, ఆమె బలాలు బలహీనతలూ అన్నీ ఉంటాయి. బహుశా ప్రేమను అన్ని రకాలుగా కథలల్లినవారు మరెవరూ లేరేమో అనిపిస్తుంది.

ఇప్పుడు నేను పరిచయం చేస్తున్న లఘు చిత్రం "Indu Aur woh chitthi" కూడా ఒక సెంటిమెంటల్ కథ. ఒక అయిదు నక్షత్రాల హొటెల్ లో ఇందు అనే అమ్మాయి వెళ్ళి రిసెప్షన్‌లో తను కరణ్ అగ్నిహొత్రిని కలవాలని వచ్చింది

అని చెబుతుంది. ఆ రిసెప్షనిస్టు ఇంటర్కాం లో తెలియచేస్తాడు. జవాబు నాకే ఇందూ తెలీదు, నేను కలవను అని వస్తుంది. అదే మాట చెబుతాడు. మొహం వేలాడదీసుకుని ఇందు అక్కడే ఓ సోఫా లో కూలబడుతుంది. కాసేపటికి కరణ్ రిసెప్షన్ కు ఫోన్ చేసి ఆమెను పంపమంటాడు. వెయ్యి వోల్టుల వెలుగుతో వున్న ఆమె మోము.

చాలా ఔపచారికంగా ఆహ్వానిస్తాడు కరణ్. మధ్య మధ్యలో ఏవో ఫోన్ కాల్స్ వచ్చి లోపలి గదిలో కెళ్ళి మాట్లాడతాడు. బయట ఇందు జ్యూస్ తాగుతూ బిక్కు బిక్కు మంటూ కూర్చుని వుంటుంది. లోపల కరణ్ చాలా కటువుగా మాట్లాడతాడు. ఫోన్ పెట్టేసాక కూడా కటువుగా ఏవేవో అంటాడు. తర్వాత బయటకొచ్చి ఏమీ జరగనట్టు ఆమెతో మాట్లాడతాడు, చాలా పొడి పొడిగా. మళ్ళీ ఫోన్ వచ్చి లోపలికెళ్ళి మళ్ళీ అదే తంతు : కటువుగా మాట్లాడటం. ఫోన్ పెట్టేసాక కూడా బయట ఆమెకు వినబడేలాగా మరింత కటువుగా, అవమానకరంగా మాట్లాడతాడు. పది ఏళ్ళ తర్వాత వచ్చేస్తారు ఏ మొహం పెట్టుకునో, నేనిక్కడ సత్రం తెరిచి పెట్టుకోలేదు వగైరా. నెమ్మదిగా మనకు తెలుస్తుంది అతను ఓ సినీనటుడనీ. ఆమె అతని చిత్రాలు అవీ చూస్తుందనీ. ఇందు తన పర్స్ తెరిచి ఓ ఉత్తరం తీసి అక్కడ పెడదామని అనుకునీ మళ్ళీ మనసు మార్చుకుని పర్స్ లో పెట్టేసుకుంటుంది. వెళ్ళబోతూ కరణ్ ని పిలిచి వెళ్తున్నానంటుంది. ఆమె తలుపు దగ్గరికి చేరిందో లేదో వెనకాల అతను ఏడుస్తున్న ధ్వని వినిపించి మరలా వెనక్కి వస్తుంది.

ఇద్దరూ బాల్కనీలో నిలబడి పాత రోజులను గుర్తు చేసుకుంటున్నారు. ఆ నాటి బంగారు క్షణాలు. అయితే కరణ్ మొదట నైనా అనే అమ్మాయిని ప్రేమించాడు. ఆమెనెలా ప్రపోస్ చేస్తాడో ఇలాంటివన్నీ ఇందు తో చెబుతుండే వాడు. కానీ ఆ బంధం తెగిపోయినట్టు ఉంది. ఇప్పుడు ఆమె వ్రాసిన ఉత్తరం తీసుకుని ఇందు కరణ్ దగ్గరకొచ్చింది. తను చేసిన తప్పులకు క్షమాపణలు అడుగుతున్న లేఖ. అది చదివి అంటాడు బహుశా This must be what closure feels like అని.

కాసేపు తర్వాత శలవు తీసుకుంటూ ఇందూ అంటుంది : ఈసారి మనం గనక తప్పిపోతే ఒకరినొకరం వెతుక్కుందాం అని. ఆమె బయటికి వెళ్ళాక తల్లితో ఫోన్‌లో మాట్లాడుతున్నట్టు అంటాడు ఇందూని చేసుకుందా

మనుకుంటున్నాను, ఏమంటావ్ అని. బయట ఉన్న ఆమె అది వింటుంది. కథ సుఖాంతం.

సెంటిమెంటల్ అన్నాను కదా, చాలా లోపాలు ఆనక ఇబ్బంది పెడతాయి. పదేళ్ళ గాప్ ఎందుకు? అతను ఏదో డ్రగ్ స్కాండల్‌లో ఇరుక్కున్నట్టు ఉంది గాని, అది ఈ పదేళ్ళ వ్యవధిని సమాధాన పరచదు. నైనా కూడా ఎందుకు అతనికి దూరమైంది, అతను తనని మరచిపోయేలా చేయడానికి అతని మిత్రుల ముందే అతన్ని తిట్టడం వగైరా చేసింది. అదంతా సినిమేటిక్ కాదా? ఆమెకైనా ఈ లేఖ వ్రాయడానికి ఇన్నేళ్ళా? ఇలాంటివి చాలా వున్నాయి. అయినా చిత్రం ఎందుకు నచ్చుతుందంటే ఇందులో చూపించిన ప్రేమ నమ్మించేలా వుంది. ఇక అతను డ్రగ్ స్కాండల్ లో ఇరుక్కున్నాక తల్లి కూడా అతనితో మాటలు మానెయ్యడం, అతను మరింత ఒంటరిగా ఫీలవడం ఇలాంటివి కొన్ని నమ్మబలుకుతాయి.

ఇలాంటి కథలు అమృతా ప్రీతం లాంటి వారెవరన్నా వ్రాస్తే మనం చదివి చాలా ఎంజాయ్ చేస్తాం. కానీ భావనా ప్రధానమైన, ఇలాంటి కథను తెర మీద చూపడం కొంత ట్రికీనే. సంభాషణలు ఎక్కువ వుంటాయి. ఒకటి కథ చెప్పడానికి. రెండోది అతని మనోభావాలు తెలియజేయడానికి. సంభాషణలు ఎంత కవితాత్మకంగా, అందంగా ఉన్నాయో మిగతాదంతా కూడా అంతే అందంగా వుంది. ఖచ్చితంగా సినిమేటిక్ అనుభూతినిస్తుంది ఇది. మధ్య మధ్య ఆ మౌనాలు, ఇద్దరి నటనా, ఆమె మారుతున్న హావభావాలు, బాడీ లేంగ్వేజ్, తటపటాయిస్తూ వేస్తున్న అడుగులు అన్నీ. ఇందూ గా శుభా రాజ్‌పూత్ బాగా చేసింది. అయితే ప్రత్యేకంగా చెప్పుకోవాల్సింది కరణ్‌గా చేసిన వైభవ్ తత్వావాది నటన. తన లోపలి ఘర్షణను బాధను చాలా చక్కగా వ్యక్త పరిచాడు. అతని స్వరం, ఆ మాడ్యులేషన్ గొప్పగా వున్నాయి. ఎక్కడా ఒక్క గ్రాం ఎక్కువ గాని తక్కువ గానీ వుండవు. దర్శకుడు ఋతురాజ్ ధల్గాడేది బాగుంది. ఇతని గురించి ఎక్కువ సమాచారం లేదు. కానీ మంచి చిత్రాలు ఆశించవచ్చు ఇతన్నుంచి. శుభాంకర్ సంగీతం రొమాంటిక్ మూడ్ కి తగ్గట్టుగా బాగుంది. అతను వ్రాసిన ఒక పాట కూడా వుంది ఇందులో. "క్యా పతా" అనే పాట సాహిత్యమూ బాగుంది, బాణీ బాగుంది, అభయ్ జోధ్పుర్కర్ కూడా దాన్ని బాగా పాడాడు. రమేష్ భోస్లే ఛాయాగ్రహణం కూడా బాగుంది.

ఇంటీరియర్ కేఫ్ నైట్

మరో లఘు చిత్రం పరిచయం. నిజంగానే పూర్తి నిడివి చిత్రాలకన్నా ఇవే ఎక్కువ ఆకర్షిస్తున్నాయి. అనవసరమైన సరుకు అస్సలుండదు. పూర్తి ఫోకస్ కథనం మీదే.

కోల్కతా లోని వొక కేఫ్. తన సీట్ దగ్గర వచ్చిన యజమాని నసీరుద్దీన్ షా దృష్టి వొక బల్ల దగ్గర కూచుని కాఫీ తాగుతున్న వొక నడివయసు మహిళ మీద పడుతుంది. అప్పటికి ఆమె ముఖం కనబడటం లేదు. కానీ అతను గుర్తు పట్టి ఆమె ఎదుటి కుర్చీలో కూచుంటాడు. ఆమె (షెర్నాజ్ పటేల్) అతన్ని విస్తుపోయి చూస్తుంది. కొన్ని క్షణాల తర్వాత అతన్ని గుర్తు పడుతుంది. అయితే నువ్వు ఈ కేఫ్ యజమానివా అంటుంది. ముప్పై యేళ్ళ క్రితం వాళ్ళిద్దరు అక్కడే చివరి సారి కలిశారు. మొదటి సారి ట్రాక్ షాట్ కుడి నుంచి యెడమకు, యెడమ నుంచి కుడివైపుకు తిప్పుతూ అవతలి బల్లలో యువ జంట నవీన్ కస్తూరియా, శ్వేతా బసూ ప్రసాద్ లు వుంటారు. వాళ్ళిద్దరు నస్సీర్, షెర్నాజ్ ల యువ పాత్రలు. ఆ తర్వాత రెండు జంటలనూ వొకే సారి చూపిస్తాడు.

ఇద్దరూ పరస్పర ప్రేమలో వున్నా ఆమె తల్లి దండ్రులకి ట్రాన్స్ఫర్ అయ్యి లండన్ వెళ్ళాల్సి వస్తుంది. వాళ్ళతో పాటు ఆమె. యేమీ చేయలేని నిస్సహాయత ఇద్దరిలోనూ. మరో నాలుగ్గంటలలో ఫ్లైట్ వుంది. చివరిసారి కౌగిలింతలు, ముద్దుల అనంతరం ఆమె వెళ్ళిపోతుంది. మళ్ళీ ఇప్పుడు కలిశారు ఇద్దరూ. వొకరి గురించి వొకరు వివరాలు అడిగి తెలుసుకుంటారు. ముందు నసీర్ అడుగుతాడు. ఆమె

లండన్ వెళ్ళిన కొద్ది కాలంలోనే పెళ్ళి అయిపోయింది. పుట్టిన పిల్లలు ఇప్పుడు పెద్దై పోయి ఎవరి దారిన వారు వున్నారు. కొన్నాళ్ళ క్రితమే భర్త చనిపోయాడు. వొకసారి స్వదేశం చూడాలనిపించి ఇక్కడకు వచ్చింది. వచ్చి నెల అయ్యింది, మర్నాడు తను నైనితాల్ కు వెళ్ళాల్సి వుంది. అక్కడ టీచర్ ఉద్యోగం ఆమెకోసం ఎదురు చూస్తోంది. తర్వాత ఆమె అతని వివరాలు అడుగుతుంది. కొన్నాళ్ళు అక్కడే వుండి, తర్వాత అతనికి సిలిగురి కి ట్రాన్స్ఫర్ అయి వెళ్తాడు. పెళ్ళి చేసుకోడు. చాలా సార్లు వొక్కటే ప్రశ్న సతాయిస్తుంది : ఆ రోజు ఆమెను తను ఏ విధంగానైనా ఆపగలిగి వుండే వాడా? మరి ఇప్పుడో. అతని అంతరాత్మ అంటుంది, పాత తప్పే ఇప్పుడూ చేయవద్దని. అతను వున్నట్టుండి అంటాడు : నైనితాల్ ఎందుకు ఇక్కడే వుండిపోరాదు అని. మరి టిక్కెట్లు కేన్సిల్ చేయిస్తే మన డబ్బులు వాపసు వస్తాయా అడుగుతుంది ఆమె. ఆ విధంగా ఇద్దరూ మనసులో వున్నది బయట పెట్టుకుంటారు.

నలుగురు నటులు. నసీర్ గురించి చెప్పేదేముంది! మరచిపోలేని నటన ఇచ్చాడు. మిగతా ముగ్గురు కూడా బాగా చేశారు. షెర్నాజ్ పటేల్ నటన్ వొకేలా వుంటోంది. కాని శ్వేతా, నవీన్ కస్తూరియాలు బాగా చేశారు. పేరుకు కోల్కతా గానీ కేవలం ఆ కేఫ్ లో క్లోజప్ షాట్స్లో సినెమా అంతా చిత్రీకరించారు. నేపథ్యంలో హేమంత్ కుమార్ పాట. క్లోజప్పుల్లో నటులకు వొక ఇబ్బంది యేమిటంటే ఎక్స్ప్రెషన్ పొసిగినట్టుండాలి. కాస్త తేడా వచ్చినా అది పెద్ద పరిమాణంలో కనిపిస్తుంది. మరి ఈ చిత్రం మొత్తం క్లోజప్పుల్లోనే. సాయినీ రాజ్ తో కలిసి స్క్రిప్ట్ వ్రాసిన అధిరాజ్ బోస్ దీనికి దర్శకుడు కూడా.అధిరాజ్ కుర్రాడు. తల్వార్ చిత్రంలో మేఘనా గుల్జార్కి సహాయకుడుగా చేశాడు. ఈ చిత్రం రూపకల్పన, దర్శకత్వం అన్నీ బాగున్నాయి. ఇతని నుంచి మరిన్ని మంచి చిత్రాలు ఆశించవచ్చు.

రెండు శరీరాల మధ్య రాపిడి.

పోయిన వారం సినిమా సమీక్ష వ్రాయడం కోసం నెట్ఫ్లిక్స్ ఒరిజినల్ అయిన 'ఏయ్ దిల్" చూశాను. మొదటి ఇరవై నిముషాలు నాయికా నయకులు మరీన్ డ్రైవ్ పక్కన నడుస్తూ చర్చ నడుపుతుంటారు. ఇది సినిమా కాదు, సినిమా ముఖ్యంగా దృశ్య మాధ్యమం అని మనసులో గొణుక్కుంటున్నా. ఆ తర్వాత వాళ్ళు హొటల్‌కి తినడానికి టాక్సీలో వెళ్తారు. అక్కడ మళ్ళీ డ్రైవర్ తో చర్చ. మధ్యలో నాయకుడు నాయిక రొమ్ములు నలపడం మొదలు పెడతాడు. అక్కడితో ఆ సినిమా కట్టేసి మరో చిత్రమేదో చూసి సమీక్ష వ్రాశాను. మర్నాడు తీరిక దొరికితే ఆ సినిమా మిగతా భాగం చూశాను. సినిమా మంచిదేనా? కాకపోవచ్చు. సమీక్ష వ్రాయాలా? నేను వ్రాయలేను, అది వ్రాయడానికి కావలసిన ఒొక సమతుల్యత ప్రస్తుతం లేదు. మరి ఇంకేముంది అందులో, నేను వ్రాయడానికి? కొన్ని పచ్చి నిజాలున్నాయి. బూతుగా ధ్వనించవచ్చు కాని అవసరమైనవి. అది చెప్పడానికి బోల్డంత చర్చ, డ్రైవర్ లాంటి పాత్రలతో కూడా చర్చింపచెయ్యడం ఇలాంటివన్నీ సినెమా అన్న కళకి విరుద్ధంగా ప్రయాణం చేస్తుంటాయి. కానీ ఏ విషయాన్నైతే మరుగున పెట్టేసి సినిమాలు తీసేస్తుంటారో ఆ విషయాలనుంచి ఈ చిత్రం మొహం చాటు చేసుకోదు. ఆ విషయాలే ఈ వ్యాసంలో ముఖ్యం. ఇన్నాళ్ళూ ప్రేమ పేరుతో, రొమాన్స్ పేరుతో, పాటల పంచన హీరో హీరోయిన్లను sexual haraassment చేయిస్తుంటారు. అది ఒొక రకంగా ప్రజల్లో ఆమోదాన్ని పొందింది. బహుశా ఈ వాక్యం తప్పేమో. చాలా మంది ప్రజల ఆమోదాన్ని పొందింది అనాలేమో. అది కూడా మిగతా వాళ్ళు మౌనం దాల్చడం వల్ల.

అతను వో ప్రైవేటు కంపెనీలో అకౌంటెంటు. ఆమె కూడా ఏదో ప్రైవేటు ఉద్యోగిని. ఇద్దరిదీ దిగువ మధ్యతరగతి జీవితం. గత రెండేళ్ళుగా "ప్రేమలో" వున్నారు. ఆ వారాంతం అతనికంటే ఆలస్యంగా వస్తుంది సంకేత స్థలంలో కలవడానికి ఆమె, బస్సులో మేకప్పును సరి చూసుకుంటూ. అతను సిగరెట్టు మీద సిగరెట్టు వూది పారేస్తుంటాడు. ఆమె ఆలస్యానికి చిరాకు పడతాడు. నన్ను ఇప్పుడే తిట్టెయ్యి, లేదంటే నాకు నువ్వు తెలుసుగా ఎక్కడి కోపమో ఇంకెక్కడో తీర్చుకుంటావు అంటుంది. (This establishes a certain familiarity) నా ఇష్టం ఎప్పుడెలా అనిపిస్తే అలా చేస్తానంటాడు. ఆ తర్వాత నడుస్తూ బోల్డంత చర్చ. నటుల గురించి, వాతావరణ కాలుష్యం గురించీ, రాజకీయాల గురించి, ప్రేమ అనబడే బ్రహ్మ పదార్థం గురించీ. ఆమె మాటిమాటికీ నువ్వు నన్ను ప్రేమించలేదనుకోవాలా అని అర్థం వచ్చేలా అడుగుతుంది. ఏదో అభద్రతా భావన ఆమె మాటల్లో. అతను చాలా నిర్లక్ష్యంగా మాట్లాడుతుంటాడు. వో పెద్ద తాత్వికుడులా ఏవేవో అంటాడు. ఈ ప్రపంచం లో ప్రేమ లేదు, అవసరాలే. అన్ని బంధాలూ అవసరం తీరే వరకే. ఇలాంటివి. ఆ క్రమంలో ఆమె మనసు విరిగేలా కూడా మాట్లాడుతాడు. మళ్ళీ నేనింతే, కుండ బద్దలు కొట్టినట్టు మాట్లాడుతాను, లోన వొకటి బయట వొకటీ నాకు చేతకాదు అంటాడు. ఆమె పెళ్ళి ప్రస్తావన తెచ్చినా మళ్ళీ ఇలాంటి లెక్చర్లే దంచుతాడు. కొంత సాగతీత వున్నా ఇక్కడ అతనిలోని "తత్వికపురుషుడిని", ఆమెలోని అభద్ర స్త్రీని చూపించడం జరుగుతుంది. ఇద్దరికీ ఆకలేస్తుంది. లాడ్జికి వెళ్ళే ముందు వొక హొటల్లో ఏదన్నా తిందామని టాక్సీ ఎక్కుతారు. అతని చేతులు వూరుకోవు. మాటి మాటికీ ఆమె రొమ్ములను తడుముతాయి, ఆమె విదిలించుకున్నా. తర్వాత అతను ఆమె రహస్యాంగాలను తడుముతుంటే ఆమె అభ్యంతరం చెప్పకపోగా స్పందిస్తూ, సుఖిస్తూ భావప్రాప్తిని కూడా పొందుతుంది. ఆ తర్వాత డ్రైవర్ కూడా వాళ్ళ సంభాషణలో జోక్యం చేసుకుని "తాత్విక" లెక్చర్లు దంచుతాడు. ఇవన్నీ మాకు మామూలే సర్, ఇది nothing. మేము రాత్రిళ్ళు మా బండిని రెండు గంటల పాటు హోమోలకు, లెస్బియన్లకు వాడుకోనిస్తే మస్తు డబ్బులొస్తాయి. ఈ మధ్య పోలీసుల బెడద ఎక్కువై సొమ్ము రావట్లేదంటాడు. ఇదంతా దర్శకుడు అదనపు సమాచారాన్ని మనకందించడానికి ఎన్నుకున్న తేలిక మార్గం.

హొటల్లో తింటూ ఆ చర్చను కొనసాగిస్తారు. ఆమె మనసు గాయపడేలా

చాలా సార్లు అతను పేలుతాడు. మనసు నొచ్చినా సంభాళించుకుని, లేని నవ్వును తెచ్చుకుని ఆమె అతనితో కొనసాగుతుంది. మళ్ళీ పెళ్ళి ప్రస్తావన తెస్తుంది. నాకు ముప్పై యేళ్ళు. రెండేళ్ళయ్యింది మనం కలిసి. ఇంకా ఎన్నాళ్ళు ఆగాలి పెళ్ళికి? మా ఇంట్లో చేసుకోమని వత్తిడి చేస్తున్నారు అంటుంది. అతను మళ్ళీ intellectual lectures దంచుతాడు.

అక్కడి నుంచి ఇద్దరూ లాడ్జికి వెళ్తారు. ఇద్దరూ సమ ఉజ్జీలుగా సాగాల్సిన ప్రణయం కొంత, కొంత కాదు ఎక్కువే గాడి తప్పుతుంది. ఆమె వారిస్తున్నా మొబైల్ ఫోన్ లో వీడియో రికార్డ్ అయ్యేలా అమర్చి శృంగారాన్ని ప్రారంభిస్తాడు. ఇది కేవలం సరదాకే, తర్వాత తొలగించేస్తానుగా అంటాడు. ఆమె శరీరమంతటా ముద్దులు పెడుతూ యోని దగ్గరికొచ్చేసరికి కొరుకుతాడు. ఆమె బాధతో కెవ్వన అరుస్తూ, అతన్ని తోసేస్తుంది. సారీ, పోర్న్ చూసి అలా చెయ్యాలనిపించింది, వొట్టు మళ్ళీ అలా చెయ్యనుగా అంటూ దగ్గరకు తీసుకుంటాడు. ఇద్దరూ సెక్స్ కబుర్లు చెప్పుకుంటూ రతి కొనసాగిస్తారు. అతను అన్ని లెక్కలు వేసుకునే వచ్చేప్పుడు వేసలిన్ కూడా తెచ్చుకుంటాడు. ఈ రోజు ఎలాగైనా ఏనల్ సెక్సు చెయ్యాల్సిందే అంటాడు. ముందే కొరికి నా ప్రాణాలు తీశావు, ఇప్పుడిక దానికి నేను వొప్పుకోను అంటుంది. సరే ఎప్పటిలా కానిద్దామంటాడు. ముందు ఆ వీడియో ఆపెయ్యి అంటుంది. ఆ తర్వాత ఇద్దరూ సమంగా రతికార్యాన్ని ఆస్వాదిస్తారు. చివరికొచ్చేసరికి ఆమెను తను కోరుకున్న విధంగా అనుభవించాలని చూస్తాడు. ఆమె వొక్క తన్ను తన్నితే మంచం మీద నుంచి కింద పడతాడు. అప్పుడు వాళ్ళ సంభాషణ అసలు రంగును బయట పెడతాయి. ముప్పై అంటావు గానీ ముప్పై ఐదు కంటే ఎక్కువే వుంటాయి. నీ దరిద్రమైన మొహం అద్దంలో ఎన్నడన్నా చూసుకున్నావా? తాగకుండా వుంటే నిన్ను ముట్టుకోవడం ఏం ఖర్మ చూడాలనిపించదు కూడా. వేరే ఎవరి ముఖాన్నో ఊహించుకుంటూ నెట్టుకొస్తున్నా. నువ్వా నాకు నీతులు చెప్పేది. నోరు మూసుకుని లొంగిపో. ఆమె కూడా అతన్ని నానా మాటలంటుంది. పురుషుడికి అతని అంగపరిమాణం మీద దెబ్బ వేస్తే తట్టుకోలేడు. పక్కనున్న బీరు బాటిల్ తో ఆమె నెత్తి మీద కొడతాడు. స్పృహ తప్పి పడిపోయిన ఆమెను తనకు కావలసిన విధంగా అనుభవిస్తాడు. ఆ తర్వాత ఆమెకు మందు రాసి, కట్టు కట్టించి బస్సులో ఆమె హాస్టల్ వరకూ దించుతాడు.

ఆమె లోపలికి వెళ్ళబోతూ వుంటే కన్నీళ్ళతో అంటాడు, నన్ను క్షమించేయి, నేను చెడ్డవాణ్ణి కాను, ఏదో ఆవేశంలో పిచ్చివాడినైపోయాను అంటాడు. ఆమె మౌనంగా లోపలి కెళ్ళి వో దిండుతో నాట్యమాడుతుంది.

ఇంత ఎక్స్పోసింగ్, ఇన్ని బూతులు చూసేవాడి సెక్సును ఉద్రేక పరచవు. (కొందరు ఉంటారు ఎక్సెప్షన్స్). అసహ్యం పుట్టిస్తాయి. వో కీలకమైన విషయం చెప్పడానికి అవసరం కూడా అవుతాయి. ఛాతీ మీద కెమెరాను నిలవనియ్యలేదు అన్న ముసుగులో మానసికావరణాలని దాచెయ్యడానికీ లేదు. మగవాళ్ళు తమకు ఉద్రేకం వస్తే చేత కత్తి పట్టుకుని బెదిరించడమో, బీరు బాటిల్ తో తల పగలగొట్టి కోరిక తీర్చుకోవడం ఎలా చెయ్యగలుగుతున్నాడు? ఈ రకమైన ధైర్యం ఎలా వస్తుంది? దాని గురించి ఇంత బాహాటంగా మనం చూసి వుండం, కాని కొన్ని వార్తలను చదివితే ఈ మాత్రం మనం ఊహించగలము. అలాంటి వాళ్ళకి శిక్ష పడక పోవడం సామాజిక ఆమోదంగా భావించవచ్చా? అతను ఆమెతో రెండేళ్ళుగా తిరుగుతున్నాడు. నిజాయితీ(?)గానే ప్రేమ మీదా, వివాహం మీదా తన అభిప్రాయాలు చెప్పాడు. ఆమె సహకారం, అనుమతి లేకుండా ఏమీ చెయ్యలేదు. అతను హీరోనా? ఇది ఇలా ఎందుకుంది? ఆమె మాత్రం లక్ష సార్లు మనసు పగిలి కూడా అతన్నే అంటిపెట్టుకుని ఎందుకున్నది? అవమానాలను దిగమింగుకుని వుండడం వెనుక ఎలాంటి vulnerability వుంది? అతను ఆమెను కురూపి అనడం, దయతలచి రతిసుఖాన్నిస్తున్నానని చెప్పడం, ఆమె అతని అంగపరిమాణం గురించి అహంకారం దెబ్బతినేలా అనడంతో తెరలు దిగి వో అంచుకొస్తుంది నాటకం. ఆమె దిండుతో డాన్స్ చెయ్యడంతో ముగించడం దర్శకుడు ఎన్నుకున్న ప్రతీకాత్మక నిర్ణయాన్ని, నిశ్చయాన్ని తెలిపే విధం. అతను చివర్న కన్నీళ్ళు పెట్టుకుని నేను చెడ్డవాణ్ణి కాను అనటం కూడా మగవాడిలో వున్న అహంకారం, vulnerability రెండూ చూపిస్తాయి.

ఇప్పుడొక విషయం స్పర్శించి ముగిస్తా. తెర మీద శృంగారాన్ని చూపించడం perse వల్గర్ అనిపించుకోదు. బొడ్డు మీద పండ్లు వేసి నడుముని, తొడలనీ చూపించడం వల్గర్ అనిపిస్తుంది. తీవ్రమైన ప్రేమ ఇద్దరి మనస్సుల వరకే వుండదు. ఇద్దరి శరీరాలనీ కూడా అల్లుకుంటుంది. కొంత మంది వుంటారు, వాళ్ళ శారీరిక ప్రేమ తీవ్రత ఇద్దరిలోనూ సమానంగా పిచ్చి స్థాయిలో వుంటుంది.

అలాంటి కథ చెప్పడానికి ఆ శృంగారాన్ని తెర మీద చెప్పకుండా వుండడం కుదరదు. నేను మాట్లాడేది In the realm of senses చిత్రం గురించి. సెక్స్ అన్న సహజాతం (basic instinct) అదుపు చేస్తే అదుపులోకొచ్చేది కాదు. అందుకే సన్యాస మార్గంలో వున్నా అతను ఆ దారంట ముందుకెళ్ళలేడు, "Samsara" చిత్రంలోలా. ఈ రెంటిలోనూ సెక్స్ పట్ల, మనిషి పట్ల, శరీరం పట్ల వాళ్ళ ఆలోచనలకు అనుగుణంగా చిత్రీకరణ వుంది. దొంగతనంగా చొప్పించినట్టు వుండదు. తెర మీద కనిపించే ఆ నగ్న దేహాలు కాదు, ఆ మనస్సులను నగ్నంగా మనముందు పెట్టడం చూసి ఆలోచించాల్సిన విషయం.

పిండిన సారం : "జ్యూస్"

కవిత్వంలో హైకు వో ప్రత్యేక తరహా కవిత్వం. ముచ్చటగా మూడు పంక్తులలో గాఢమైన అనుభూతిని కట్టి ఇవ్వడం. సరిగ్గా ఇదే ఆలోచన నా మదిలో మెదులుతున్నది ఈ మధ్య. రెండున్నర గంటల చిత్రాలలో దొరకని తృప్తి ఏదో ఈ లఘు చిత్రాలలో దొరుకుతున్నది. పెద్ద నిడివి చిత్రాలలో మధ్యలో వంద సార్లు మనసు స్వల్ప కాలం పాటు పలు సార్లుగా ప్రపంచమంతా స్వైర విహారం చేసి వచ్చినా మనం పోగొట్టుకున్నదేమీ వుండదు. సీరియళ్ళలో కొన్ని వారాలపాటు చూడకపోయినా కొనసాగగలిగినట్టు. కానీ ఈ లఘు చిత్రాలలో వొ చిన్న nuance మిస్సయినా ఆ కాస్తా వెనక్కు వెళ్ళి మళ్ళా చూస్తాను. పోయిన వారం పరిచయం చేసిన "చట్నీ" అయితే వెంటవెంటనే మూడు సార్లు చూశాను. చూసిన ప్రతిసారీ వో కొత్త కోణం కనబడటం. చివరికి అన్నీ వొప్పించే వ్యాఖ్యానాలుగా కనిపించడం.

మనకు "మసాన్" అన్న చిత్రం వో పెద్ద landmark చాలా కారణాలుగా. ఆ దర్శకుడు (నీరజ్ ఘాయ్వాన్) తీసినదే ఈ "జ్యూస్". సినిమా మొదలవడమే నల్లటి చీకటి నిండిన తెర. చాలా దూరంగా వో స్త్రీ స్పీచ్ ఇస్తున్నది. ఆడవారి గురించి. బహుశా క్లింటన్ గురించి కూడా. సమాజంలో వొదిగిపోయే స్త్రీలు మాత్రమే స్త్రీలు, మిగతా స్త్రీలు likeable కాదు. కేవలం బలమైన వ్యక్తిత్వం వున్న స్త్రీలే ముందుకెళ్తారు వగైరా. అసలే క్షీణంగా వినిపించే ఆ మాటలు కూడా క్రమంగా వినపడటం మానేస్తాయి. ఆ చీకటి కూడా వో మధ్య తరగతి

ఇంటి డ్రాయింగ్ రూంకు దారి ఇస్తుంది. నలుగురైదుగురు మగవాళ్ళు కూర్చుని తింటూ, సిగరెట్లు ఊదుతూ, కబుర్లు చెప్పుకుంటున్నారు. ఇంటి యజమాని చెబుతాడు తన ఆఫీసులో కొత్తగా చేరిన అమ్మాయికి తను గంటసేపు వోపికగా పని గురించి వివరించిన తర్వాత కూడా అదేదో మేల్ లో పంపమన్నదని. అందరూ నవ్వుతారు. వొకాయన ఆమె వచ్చినప్పటి నుంచీ ఆఫీసు పద్ధతిగా క్రమంగా నడుస్తుందటగా అంటాడు. మరొకడు నీ సమస్య మెయిల్ (mail) తో నా ఫీమేల్ తోనా? అని అడుగుతాడు. ఆ ఇంటి గృహిణి బల్ల మీద ఉన్న ఎంగిళ్ళు ప్లేట్లు ఎత్తేస్తూ వుంటుంది. సాటి ఆడదాని మీద జోకును ఆమె ఇష్టపడదేమోనని వొకడు అంటాడు కూడా : మీరు మరోలా అనుకోకండి అని. అంతలో మరో జంట వస్తుంది. భర్త కుర్చీ లాక్కుని కూర్చుంటూ ఆ గృహిణితో అంటాడు, ఈమెను తీసుకెళ్ళండి మీకు సాయం చేస్తుంది, కొత్తగా వంటలు నేర్చుకుంటుంది కూడానూ. ఇద్దరు స్త్రీలు వంటగదిలోకెళ్తే అక్కడ మరో ముగ్గురు స్త్రీలు రకరకాల పనులు చేస్తూ వుంటారు. కడుపుతో వున్న ఈ స్త్రీ వో కుర్చీ లాక్కుని కూర్చుంటుంది. ఎండాకాలం. వంటగది వో కుంపటిలా మాడిపోతున్నది. గాలి ఆడట్లేదు, చెమట్లు పట్టేస్తున్నాయి. వంటల పొగకీ వాసనకీ ఊపిరి కూడా సరిగ్గా తీసుకోలేని పరిస్థితి. అటక మీద నుంచి వో చిన్న టేబుల్ ఫ్యాన్‌ని దించుతుంది ఆమె. అదీ ఆగి ఆగి పనిచేస్తుంది. మరో గదిలో పిల్లలు (ఈ జంటల) వీడియో గేం ఆడుతూ మాట్లాడుకుంటూ వుంటారు. నువ్వు చీటింగ్ చేస్తున్నావని మీ నాన్నతో చెప్పేస్తానంటుంది వో అమ్మాయి అబ్బాయితో. నేను కూడా మీ నాన్నతో చెబుతాను, హోం వర్క్ పేరుచెప్పి వీడియో గేం ఆడుతున్నావని. నువ్వాడట్లేదా అంటే అది నాది కదా అంటాడు. ఆడుతూ ఆడుతూ ఇద్దరు పిల్లలు బయటికి వస్తే ఆ ఇంటాయన విసుక్కుంటాడు, భార్యను కేకేస్తాడు పిల్లలు బయటకు రాకుండా చూడలేవా అని. హాల్లో మగవాళ్ళు తమ జీవితాలకు ఎంతో దూరంలో వున్న అమెరికా రాజకీయాలు -అంటీ అంటకుండా- మాట్లాడుకుంటూ, మధ్య మధ్యలో రకరకాల వివక్షలను జోకులుగా బయటపెట్టుకుంటారు. వంటగదిలో ఆడవాళ్ళ చర్చలు మాత్రం నిజ జీవితంలో వాళ్ళకు మాత్రం అంటే విషయాల గురించి మాట్లాడుకుంటారు. వో జంట పిల్లలు కనలేదు, వాళ్ళు తక్షణం ఆ పని మీద వుండాలని ఇతరుల ఉబోస. గర్భవతి స్త్రీ తన భయాలు బయట పెట్టుకుంటుంది. వో పక్క పిల్లలు లేని

స్త్రీని వార్ధక్యంలో అవసరమైన తోడుకోసం పిల్లలని కనమంటుంటే, వాళ్ళు తోడుంటారని గేరంటీ ఏముంది, దాని బదులు భార్యాభర్తలు వొకరినొకరు ఊతమిస్తూ, కలిసుంటూ, స్వతంత్రంగా కూడా వుండొచ్చు అంటుంది. గర్భవతి అయిన స్త్రీ చెబుతుంది తను ఉద్యోగానికి నెల రోజులనించీ వెళ్ళడం లేదనీ, తన భర్త పురుడయ్యాక ఉద్యోగం మానెయ్యమంటున్నాడనీ. పై నుంచి ఫేన్ తీయడం, దాన్ని బాగు చెయ్యడం, ఈ లోగా మాడిపోతున్న చికెనో మటనో చూడబోతూ చెయ్యి కాల్చుకోవడం, పిల్లల్ని కట్టడి చెయ్యడం, మగవాళ్ళకి వడ్డించడం, వంటగది వాతావరణానికి ఉక్కిరి బిక్కిరి అయి మౌనంగా వున్న ఆ గృహిణిలో చలనం వస్తుంది. చెప్పడం మొదలు పెడుతుంది : తన ఇష్టానుసారం ఆడది ఉద్యోగం మానడం అర్థం చేసుకోవచ్చు. కానీ వీళ్ళెవరూ నిర్ణయించడానికి? ఉద్యోగమైనా చెయ్యి, పిల్లలనైనా చూసుకో అంటారు. ఇద్దరూ కలిసి చెయ్యకూడదా? పిల్లలు ఒకటికి, రెంటికీ పోతే లంగోటా కూడా ఆడవాళ్ళే మార్చాలి. ఇలా అనర్గళంగా ఆమె చెబుతూ వుంటే మిగతా స్త్రీలు అలా చూస్తుండిపోతారు. బయటి నుంచి ఇంటాయన కేక : మంజూ ఇక వడ్డించేయి అని. వో దీర్ఘమైన నిట్టూర్పు విడిచి, ఫ్రిజ్ లోంచి జ్యూస్ తీసి గ్లాసులో పోసుకుని, మరో చేత్తో కుర్చీని ఈడ్చుకుంటూ హాల్లో వున్న కూలర్ ముందు వేసుకుని కూర్చుంటుంది. ఆమె ఏమీ చెప్పకుండానే విషయం అర్థమై మగవాళ్ళందరూ మూగవాళ్ళైపోతారు. నెమ్మదిగా టైటిల్స్ మొదలవుతాయి.

ఇంత చిన్న చిత్రంలో ముఖ్యమైన విషయాలన్నీ ఒక పద్ధతిగా కూర్చి అల్లిన "జ్యూస్" ఇది. అవును పిప్పిని వేరుచేసిన పండ్ల రసం, సారం. మగవాళ్ళ కోసం జల్సా గది, పిల్లల కోసం జైలు గది, ఆడవాళ్ళకోసం నిప్పుల కుంపటి లాంటి గది. ఇంట్లోనూ సమాజంలోనూ. అక్కడున్న పురుషులు వేరువేరు ప్రవృత్తి గలవారే అయినా అవే కుళ్ళు జోకులు. ఆ వంటింట్లో వున్న ఆడవాళ్ళందరూ ఏదో వొక విధంగా భిన్నంగా వున్నా అందరి బాధా వొక్కలాంటిదే. ఇక పిల్లలా, వాళ్ళకు ఆ వయసు నుంచే role play అలవాటు చేస్తారు. ఆ అమ్మాయి తల్లి పిలిచి చెబుతుంది : ఈ ప్లేట్లు తీసుకెళ్ళి అన్నలకు ఇవ్వు పో, అని. మధ్యలో ఆడవాళ్ళు తమ గురించి టీ పెట్టుకుని తాగుతుంటారు. అందరికీ కప్పుల్లో, వొక స్టీల్ గ్లాసులో పనిమనిషికోసం టీ. తన పని కాలం పూర్తి అయిన ఆ

పనిమనిషి (ఇల్లాళ్ళకు **24/7** పని గంటలు) ఇక వెళ్తాను, ఆలస్యమవుతుంది అని ఆ టీ కూడా తిరస్కరించి వెళ్ళిపోతుంది.

సినిమా మొత్తం వొకే ఇంట్లో తీసినా ఏ గదికా గది పూర్తిగా వేరేలా వుండడం, హాలు నుంచి వంటగది మధ్య వ్యత్యాసంగా పెద్ద పాసేజి వుండడం. తీసిన ఆ షాట్లు కూడా claustrophobic గా అనిపించేలా తీశాడు. కేవలం ఆడవాళ్ళకే కాదు, మగవాళ్ళకీ, పిల్లలకీ ఊపిరి ఆడనివ్వకుండా. మగవాళ్ళు వదులుతున్న సిగరెట్టు పొగలకు. పిల్లలకు స్వేచ్ఛగా తిరుగుతూ ఆడుకోలేని బందిఖానా కారణంగా. కథను సంభాషణలతో ఎంత చెప్పబడినదో, కేవలం ఆ దృశ్యాల రూపకల్పన ద్వారా కూడా అంతే బలంగా చెప్పబడింది. మొదట్లో చీకటి తెర అప్పుడు దూరం నుంచి వినవచ్చే స్త్రీ మాటలు (distant cry). చివర్న గృహిణి తన నిర్ణయం తాను తీసుకోవడం, పెద్ద యుద్ధం చెయ్యకుండానే దాన్ని వ్యక్త పరచడం, తనను తాను assert చేసుకోవడం. అందరూ బాగా చేసినా, శేఫాలీ ఛాయా షా నటన కళ్ళు తిప్పుకోనివ్వదు. ఆమె నటనను ఇండస్ట్రీ తగినంతగా exploit చెయ్యలేదనిపిస్తుంది.

కథ, నవల, కవిత, చిత్రం, సంగీతం వీటన్నిటికీ భిన్నంగా వచ్చిన సినిమా అనే కొత్త కళలో ఆసక్తి వున్నవారు తప్పక చూడతగ్గ లఘు చిత్రమిది.

కంచికి వెళ్ళని కథలు : "కహానీ బాజ్"

భార్య ఆ ఇంట్లో ఈ ఇంట్లో పని చేసి సంపాదిస్తుంది. భర్త ఆమె సంపాదనతో మందు తాగి, మళ్ళీ ఆమెనే కొడతాడు. పైగా వివాహేతర సంబంధం కూడా కలిగి వుంటాడు. భార్యను అనుమానిస్తాడు. ఎనిమిదేళ్ళ కొడుకు బిక్కు బిక్కు మని చూస్తుంటే వాడిని కూడా కొడతాడు. ఇక్కడ ప్రతీక బెల్టు. ఈ బెల్టు కథలు కాస్త అటో ఇటో మనం చూసే వుంటాము. కాస్త నిజం, కాస్త అతిశయోక్తి. కొన్ని సమాధానాలు, కొన్ని సంశయాలూ. ఒక్కో బెల్టుది ఒక్కో కథ.

ఈ సారి లఘు చిత్రం "కహానీ బాజ్" ఆ పిల్లవాడి కోణం నుంచి.

రోడ్డుపక్క వో జంట టేక్సీ కోసం ఎదురుచూస్తోంది. షిర్డీ కెళ్ళాలి. ఆశిష్ విద్యార్థి వొక టేక్సీ డ్రైవరు. కారాపి, మీరు భార్యా భర్తలేనా అని అడిగి అవునన్నాక ఎక్కించుకుంటాడు. ఆ కారులో భార్యా భర్తల ప్రవర్తనే వాళ్ళ గురించి చాలా చెబుతుంది. అతను ఆమెను మాట్లాడనివ్వడు. ఆమెకు సంబంధించిన నిర్ణయాలు కూడా, నిద్రపోవడం కూడా, తనే చేస్తాడు. ఆమెను తిడుతుంటాడు, చిరాకు పడుతుంటాడు. ఆమె అభిప్రాయం కోసం ఆగడు, అన్నీ తను అనుకున్నట్టే జరగాలి. మనకు ఇంత తెలిస్తే, ఆశిష్‌కి అంతకన్నా ఎక్కువే అర్థమవుతుంది. అతను తాగి, ఇంటికొచ్చి కొడతాడనీ, ఆమె ఉద్యోగం చెయ్యకపోతే అతనే చెయ్యనివ్వలేదనీ ఇవన్నీ చెబుతుంటాడు. భర్త కోపం వచ్చి నీ పని డ్రైవింగ్ చెయ్యడం, అది చెయ్యి చాలు అంటాడు. సారీ చెప్పి వొక కథ చెబుతానంటాడు. పై కథ చెబుతాడు. తండ్రి కొండ అంచు దగ్గర నిలబడి ప్రియురాలిచ్చిన

బహుమతిని చూస్తూ వున్నప్పుడు వెనక నుంచి కొడుకు భయం లేకుండా అతన్నే చూస్తూ వుంటాడు. తన తల్లిని అంత హింసపెట్టిన అతన్ని కొడుకు తోసి చంపెయ్యాలా లేదా? ఇక్కడ కథ రెండుగా చీలుతుంది. భర్త అవునన్నా, కాదన్నా పరిణామం వొక్కటే. అతన్ని కారునుంచి కిందకు లాగి బెల్టుతో కొట్టడం. బ్లాక్ ఇన్ బ్లాక్ ఔట్ తర్వాత అతను ఇంటికెళ్తాడు. తల్లి వంట చేసి వడ్డిస్తుంది. తిని పడుకున్న అతనికి బాల్యం గుర్తొచ్చి భయపడటం వగైరా చూపిస్తారు, అతని మానసిక పరిస్థితిని తెలుపడానికి.

ఈ చిత్రంలో చాలా సంసారాల్లో అలాంటి భార్యా భర్తల సంబంధాలుండొచ్చు గాక, కానీ ఆశిష్ మరీ ఎక్కువ ఊహిస్తున్నట్టు కనిపిస్తుంది. పొయెటిక్ జస్టిస్ కోసం కాకపోతే ఆ భర్త ఆ చచ్చు కథంతా ఎందుకు వింటాడు, ఎందుకు తన్నులు తింటాడు? అందుకే అన్నాను, కొంత నిజం కొంత అతిశయోక్తి అని. సరే ఈ వొక్క విషయాన్ని పక్కన పెడితే దర్శకుడికి వుండాల్సిన మొదటి లక్షణం కథను సమర్థవంతంగా, పాఠకుడిని కట్టిపడేసి చెప్పడం. అది వుంది ఈ చిత్రంలో. తర్వాత నలిగిన పిల్లవాడి మనస్తత్వం కూడా బాగానే చూపించాడు దర్శకుడు. తన దగ్గర దర్శకత్వ ప్రతిభ వున్నట్టు నిరూపిస్తుంది ఈ చిత్రం. ఎందుకంటే హిచ్కాక్ "సైకో" ని ఒక పూర్తి నిడివి చిత్రంగా తీశాడు. ఇది మాత్రం వొక లఘు చిత్రమే. ఆశిష్ విద్యార్థి ఆ పాత్రను బాగా పోషించాడు. ఆ భార్యా భర్తలు కూడా బాగానే చేశారు. ఎవరైనా కొత్తగా లఘు చిత్రాలు తీసేవారికి ఈ మోడల్ కాస్త ప్రాక్టీస్‌కు పనికి వస్తుంది.

దర్శకుడు సందీప్ ఏ వర్మ, నాకు కొత్తే. ఇదివరకు వినలేదు ఈ పేరు. కానీ గుర్తుపెట్టుకోతగ్గ దర్శకుడు. ఆషయ్ వ్యాస్ ఛాయాగ్రహణం, అనూజ్ సంగీతం ల తో పాటు సందీప్ ఫ్రాన్సిస్ ఎడిటింగ్ కూడా బాగుంది. యూట్యూబ్ లో వుంది ఇది. చూడతగ్గ లఘు చిత్రం.

యవ్వనం కాదూ కాటేసింది?

ఒకప్పుడు కేవలం దూర్దర్శన్ ఛానెళ్ళు వుండేవి. తర్వాత ప్రైవేటు ఛానెళ్ళు మొదలయ్యాక దూర్దర్శన్ మీద జోకులు మొదలయ్యాయి. పాడి పంటలు, బధిరులకు వార్తలు, సంస్కృతంలో వార్తలు వగైరాల పేరుతో. కానీ ఇప్పుడొస్తున్న ప్రోగ్రాములు ఎంత గొప్పగా వుంటున్నాయి? అప్పుడు "తమస్" లాంటివి తీశారు దూర్దర్శన్ కోసం. ఇప్పుడలాంటివి ఎందుకని రావు? దీనితో పాటే నేను NFDC గురించి కూడా మాట్లాడాలి. అదే లేనట్లైతే అన్నన్ని మంచి చిత్రాలు వెలుగు చూసేవా? దేశం మొత్తంలో అన్ని హాళ్ళల్లో ప్రదర్శించినా ప్రదర్శించకపోయినా దూర్దర్శన్ పుణ్యమాని దేశం మొత్తం చూసే వీలు కలిగింది కదా.

అలా వచ్చిన చాలా చిత్రాలలో వొకటి బాసు ఛటర్జీ తీసిన "కమలా కీ మౌత్" వొకటి. 1989 లో వచ్చింది ఇది. అప్పటికి నా వయసు పాతికేళ్ళు. దానికి ముందూ తర్వాతా వచ్చిన చిత్రాలలో కథలో స్త్రీ పాత్రకు పెళ్ళి కాకుండా కడుపు వస్తే అది పెద్ద నేరం, పాపం, సిగ్గుమాలినతనం వగైరా. సమాజం అలా చూసేది. మనుషులూ భయపడేవారు. అదే ఆ కుటుంబంలో మనుషులు. ఇతరులు పీక్కు తినడానికి రెడీగా వుండేవారు. నీతి వ్యాఖ్యానాలు, తీర్పులు, అవమానించడాలు ఇలా ఎన్నో. నా వయసు వారికి ఇదంతా చెప్పనవసరం లేదు, ఎందుకంటే వాళ్ళు కళ్ళారా చూసిన సమాజమే. ఇప్పటి తరానికి ఇది బహుశా అంతగా కొరుకుడు పడదు. కాస్త కష్టపడితే వూహించుకోవచ్చు. మరి

అలాంటి పరిస్థితుల్లో ఆ విధంగా పెళ్ళి కాకుండానే గర్భం దాల్చిన అమ్మాయి యేమైపోవాలి?

కమలా కీ మౌత్ లో మొదట్లోనే అలాంటి వొక అమ్మాయి, పేరు కమల, ఇంటి డాబా గోడ మీదనుంచి దూకి చనిపోతుంది. ఆ అమ్మాయి ఆత్మహత్యను, శవాన్ని చూసిన ఇరుగు పొరుగు ఇళ్ళల్లోని వ్యక్తులు తమ జీవితం గురించి మనసులో నెమరేసుకోవడం మిగతా కథ. నిర్మల తన యవ్వనంలో కాలాన్ని గుర్తు చేసుకుంటుంది. ఇంటికి వొక మేష్టారు చదువు చెప్పడానికి వచ్చేవారు. అతని ప్రేమలో, వ్యామోహంలో, ఆకర్షణలో పడుతుందీ పిల్ల. అతను వారించి చూస్తాడు. ఈమె అర్థం చేసుకోదు. చివరికి అతను నిర్మల తల్లిని కలిసి విషయం చెప్పి తను తప్పుకుంటాడు. తనను నిరాకరించాడని బాధపడి ఆత్మహత్యా ప్రయత్నం చేస్తుంది నిర్మల. సమయానికి వైద్యం అందబట్టి ఆమె బతికి, సుధాకర్ అనే కుర్రాడితో ఆమె పెళ్ళి కూడా అవుతుంది. తను ఆ ప్రయత్నం చెయ్యడమే కాదు, ఇప్పుడు ఈ కమల ఆత్మహత్య చేసుకోవడం కూడా తప్పు అని మనసులో అనుకుంటుంది.

అదే సుధాకర్ కి ఇదివరలో అంజు అనే అమ్మాయితో సంబంధం వుండేది. ఆమె గర్భం దాల్చితే ఆమెను ఒప్పించి అబార్షన్ చేయిస్తాడు. తర్వాత అక్కడినుంచి పారిపోయి పక్క వూరిలో వుంటాడు. అక్కడ చమేలి అన్న మరో అమ్మాయితో మళ్ళీ అదే కథ. వూరిలోవారి కంట పడి దుమారం లేచాక పంచాయితీ తీర్పు చెబుతుంది. ఇప్పుడు చమేలిని ఎవరూ చేసుకోవడానికి ముందుకు రారు కాబట్టి సుధాకరే చేసుకోవాలి అని. అయిష్టంగా సిద్ధం అయినా కూడా చమేలి మరో ప్రియుడు ఇచ్చిన వార్నింగుకు భయపడి అక్కడినుంచి పారిపోయి మరో వూరుకెళ్తాడు. అక్కడ ప్రకాశ్ అన్న మిత్రుడి భార్యతో రహస్య సంబంధం. బయటపడినప్పుడు ప్రకాశ్‌తో దెబ్బలు తినడం. చివరికి ఇలా నిర్మలతో వివాహం. సుధాకర్‌కి ఆత్మహత్య చేసుకునే గతి పట్టలేదు. కమలకి పట్టింది. అక్కడే వుంది మెలిక.

సంవత్సరాలు దొర్లిపోయాయి. ఇన్ని పాత్రలూ జీవితంలో తప్పులు చేసినా, ఆత్మహత్య చేసుకోలేదు. అందరికీ పెళ్ళిళ్ళు అయ్యాయి, పిల్లలూనూ. గుడి

లోనో, మరో చోటో ఒకరినొకరు చూసుకుంటారు కూడా. ఇప్పుడు జరిగింది యేమిటంటే కమల అన్న అమ్మాయి ఆత్మహత్య వారిలో వొక ఆత్మ పరిశీలనకు అవకాశమిచ్చింది. చూసేవాడికి కూడా వొక తేట దృష్టికోణం ఇస్తుంది. జీవితంలో దగా పడతాము, తప్పులు చేస్తాము, కాని ఆత్మ హత్య మాత్రం యెప్పటికీ సమర్థనీయం కాదు. అలాగే మనందరం చేసిన తప్పులే మరొకరు చేస్తే తప్పుపట్టే అర్హత కూడా మనకు లేదు.

ఈ సినిమా నా పాతికేళ్ళ వయసులో చూశాను. ఇప్పటికి ముప్పై యేళ్ళయ్యాయి. అయినా అందులో నటించిన పంకజ్ కపూర్, సుప్రియా పాఠక్ తదితరులు ఇంకా కళ్ళ ముందే మెదులుతున్నారు. కాస్త కష్ట పడి నెట్ లో వెతికి **1989** కి ముందూ తర్వాతా వచ్చిన కొన్ని చిత్రాల పేర్లు ఇక్కడ వ్రాయవచ్చు. కానీ మీకు అర్థమైపోతుంది నేను యెలాంటి సినెమాలను మనసులో పెట్టుకుని ఇది వ్రాశానో.

అప్పట్లోనే "పూజకు పనికిరాని పువ్వు" (1986) అని సినిమా వచ్చింది. నాకు ఆ "పూజకు పనికిరాని పువ్వు" శీర్షికే అసహ్యంగా అనిపించి చూడలేదు. ఇంకో చిత్రం "శిక్ష" అనుకుంటా. శరత్ బాబు చేత భంగపడ్డ సుహాసిని అతని ఇంట్లోనే తిష్ట వేసి మౌన పోరాటం చేసి అతనికి శిక్ష వేస్తుంది. వాట్ ఇస్ దిస్ అమ్మా వాట్ ఇస్ దిస్ న్యూసెన్స్ అనుకున్నా. మౌన పోరాటం అంటే గుర్తుకొచ్చింది అదే పేరుతో మరో చిత్రం వచ్చింది. అందులో కూడా ఇలాంటి ప్రతిఘటనే, కాకపోతే రోడ్డు మీద. అప్పట్లో ఇలాంటి సంఘటనలు నిజంగానే జరిగేయి. ప్రేమ పేరుతో మోసం చేసి కడుపు చేసినవాణ్ణి కట్టుకోవడంలో ఏం గౌరవం వుంది? ప్రియుడు పనికిమాలినోడని తెలిశాక మొగుడుగా మాత్రం ఎలా పనికొస్తాడు? నేను మరీ చిన్నవాడిగా వున్నప్పుడు బాగా హిట్ చిత్రం "నీడ లేని ఆడది" వచ్చింది. ప్రభ. నేను చూడలేదు. కథ ఊహించగలను. ఇలా ఎన్ని సినిమాల పేర్లు గుర్తు తెచ్చుకోవాలి? ఇది చదువుతున్న వారికి తాము చూసిన ఇలాంటి చిత్రాలే గుర్తుకొస్తాయి. ఇది తెలుగు సినిమాకే పరిమితం కాదండోయ్, హిందీ సినెమాల్లో కూడా ఇదే గోల.

దీనికి మూలం మన సమాజ నీతి. పాతివ్రత్యం అన్నది స్త్రీకే వర్తింపజేసి పురుషిడికి చెయ్యక పోవడం. లేకుంటే మగాళ్ళు కూడా కమల లాగా ఆత్మహత్యలు

చేసుకోరూ?! రెండోది పాతివ్రత్యాన్ని పెళ్ళికి ముడిపెట్టడం. అంటే వివాహంలో పరస్పర faithfulness ఉండకూడదని అనడం లేదు. మోనోగమిని నమ్మే వాళ్ళే కదా పెళ్ళి చేసుకునేది. పెళ్ళికి పూర్వం ప్రేమ కారణంగానో ఆ వయసులో ఒంట్లోని హార్మోన్ల ప్రభావం వల్ల అలాంటి పరిస్థితులు వచ్చి గర్భం వస్తే, లేదా ఆ విషయం బయట పడితే ఆడపిల్లకి పెళ్ళి కష్టం అన్న సమాజ నీతి యెన్నో ప్రాణాలను బలి తీసుకుంది కదా.

మనుషుల్లో ఆరోగ్యకర ఆలోచనలను కలిగించే పని సాహిత్యంతో పాటు సినిమా కూడా చేస్తుంది. నా వరకు, కనీసం, ఇది నిజం.

"కేరాఫ్ కంచరపాలెం" అభినందనీయం

1948లో ఇటాలియన్ దర్శకుడు డెసికా వొక గొప్ప ప్రయోగం చేశాడు. స్టూడియో బయట, నిజమైన ప్రదేశాల్లో, నిజమైన అక్కడి మనుషులను (అంటే trained నటులు కాని) తీసుకుని అప్పటి సామాజిక రాజకీయ పరిస్థితులకు అద్దం పడుతూ "ది బైసికెల్ తీవ్స్" తీశాడు. అది ఇప్పటికీ ప్రపంచంలో 100 గొప్ప చిత్రాలలో వొకటిగా నిలిచి వుంది. "కేరాఫ్ కంచరపాలెం"లో వెంకటేశ్ మహా కూడా విశాఖలోని కంచరపాలెంలో నటులు కానివారితో ఈ సినిమా తీశాడు. వ్యాపారాత్మకత లేకుండా, సంగీతం కూడా జానపదాన్ని, తత్వాలనీ వాడుతూ మంచి ప్రయత్నం చేశాడు. కొత్తవాళ్ళైనా దాదాపు అందరూ బాగానే చేశారు. ఇది ఇతని మొదటి ప్రయత్నమైతే ఇతన్నుంచి ముందు ముందు మెరుగైన చిత్రాలు ఆశించవచ్చు.

చిన్న సినిమాలను ఆదరించాల్సిందే. యేకాస్త ముందడుగు వేసినా ప్రోత్సహించాల్సిందే. కాని ముందూ వెనుకా చూసుకోకుండా ఆకాశానికెత్తేస్తే మేలు కంటే కీడే యెక్కువ జరుగుతుంది.

ఇప్పుడొచ్చిన కేరాఫ్ కంచరపాలెం ను కొన్ని విషయాల్లో మెచ్చుకున్నా కొన్ని విషయాల్లో నిరుత్సాహమే.

వొక స్కూల్ లో సుందరం, సునీతలు పరస్పరం స్నేహం పెంచుకుంటారు. ఆమెకు "భలే భలే మగాడివోయ్" అన్న మరో చరిత్ర లోని పాటను పాడటం కోసం పాటల పుస్తకం సంపాదించి పెడతాడు. కూతురు పట్ల అతి కట్టడి

చేసే మనస్తత్వం వున్న ఆ అమ్మాయి తండ్రి ఆమెను ఢిల్లిలోని బళ్ళో జేర్పించేస్తాడు. తమ యెడబాటుకు కారణమైన వినాయకున్ని (తండ్రి చేసినదే) పాడు చేస్తాడు ఉక్రోషంతో సుందరం.

మరో పక్క firebrand భార్గవివో పేట రౌడి జోసెఫ్ ను ప్రేమిస్తుంది. ఆ అబ్బాయి నిలకడగా వుందామని వుద్యోగంలో కూడా చేరతాడు. ఈ లోగా తమ మతాలు వేరని ఆమె తండ్రి ఆత్మహత్య బెదిరింపుతో, (emotional blackmail) తమ మతపు/కులపు అబ్బాయితో ఆమె వివాహం వొప్పించి చేయించేస్తాడు.

యవ్వనప్రాంగణం దాటేసిన గడ్డం (అతన్ని అందరూ అలానే పిలుస్తారు. మోహన్ భగత్) పనిచేస్తున్న లిక్కర్ షాపులో రోజూ వో ముసుగేసుకున్న అమ్మాయి సలీమా (పరుచూరి ప్రవీణ) వస్తుంటుంది మందు కొనడానికి. దూరంగా రోడ్డుకవతల నిలబడుతుంది. గడ్డం ఆమెకు రోజూ మందు అందిస్తూ క్రమంగా ఆమె ప్రేమలో పడిపోతాడు. ఆమె వో వేశ్య అని తెలిసినా అతని ప్రేమలో మార్పుండదు. కానీ ఆమె మతం వారు ఆమెకు వార్నింగ్ ఇచ్చిన అనంతరం ఆమె శవంగా తేలుతుంది.

రాజు (సుబ్బారావు) కిప్పుడు 49యేళ్ళు. వో ప్రభుత్వ కార్యాలయంలో అటెండరు. అతని పై అధికారిణి రాధ (రాధ) అతన్ని తమతో సమానంగా చూస్తూ, భోజన బల్ల దగ్గర తమతో పాటే కూర్చోమంటుంది. అలా క్రమంగా వారిద్దరూ దగ్గరవుతారు.

ఇప్పుడు మీకు ఈ కథలన్నీ చాలా ఆదర్శవంతంగా అనిపించడంలేదు. యెంతగా అంటే నమ్మడానికి వీలులేనంతగా. ఆదర్శాలూ, నీతి వాక్యాలూ బాగుంటాయి, కాని కథ ముందు కథను చెప్పాలి. అందులో పాత్రలు తమ సహజ స్వభావానికి తగ్గట్టుగా నడుచుకోవాలి తప్ప రచయితకు అనుకూలంగా కాదు. అది యేకకాలంలో ప్రేక్షకుడి మెదడునూ, హృదయాన్నీ తాకాలి. ముఖ్యంగా రెండోది. అప్పుడది చెరగని ముద్ర వేయడమే కాకుండా ఆలోచింపజేస్తుంది కూడా. ఆ చిన్న పాప నటన పెద్దవాళ్ళలా వుంది. టీవీలలోనే ఈ అతికి విసిగి పోయి వున్నాం. ఆమె అలాంటి పాటలు పాడటం ఆ వయసుకు మించిందే

అయినా తండ్రి అంత చిన్నదానికే బడి, వూరు మారిపించడం అతి అని పించుకుంటుంది. భార్గవి - జోసెఫ్ ల ప్రేమ సహజంగా వుంది. కానీ అంత firebrand అమ్మాయి తండ్రి emotional blackmail కి లొంగిపోవడం నమ్మబుద్ధి కాదు. అంతే చక్కగా కుదిరింది గడ్డం-సలీమాల ప్రేమ కథ. ముఖ్యంగా ఈ కథలో చెప్పకుండానే కొన్ని విషయాలు చక్కగా చెబుతాడు దర్శకుడు. కథకుడు అలాగే వుండాలి కదా. కానీ ఇక్కడ కూడా సలీమా అనుమానాస్పద మృతి ఇరికించినట్లుంది. ఇక నడివయసు ప్రేమ కథ "పరిపక్వంగా" వుంది. అంటే ప్రేమలో పడ్డట్టు కాకుండా, వొక లావాదేవీ (transaction) లా అనిపిస్తుంది, మిగతా ప్రేమ కథలతో పోలిస్తే.

ఈ చిత్రం ఇంకా చూడనివారు ఈ పేరా దాటెయ్యవచ్చు. వొక ప్రేమ కథను చెప్పాలన్నా దానికి time and space వుండాలి. ఆ ప్రయత్నమైతే వుంది. "మనమంతా" లాంటి చిత్రాలలో లాగా చివర్న అన్ని కథలకూ వో ముడి పెడతాడు. అదేమిటంటే ఆ పాత్రలన్నీ రాజు పూర్వాశ్రమంలోవి. కానీ కులమతాలు, వర్గం వగైరాలు ప్రేమకు, మానవత్వానికీ యెలా ఆటంకాలు అన్నది చెప్పడానికి ఇది సరైన పద్ధతేనా? అతను అవివాహితుడుగా మిగలాలంటే ఆ అమ్మాయిలందరూ ఆ విధంగా అంతర్ధానమవ్వాల్సిందేనా? మరొక విషయం: అందరికీ బాల్యకాలపు స్మృతులుంటాయి. కానీ వాటిని నెమరువేసుకునేటప్పుడు బాల్యపు చర్యగా గుర్తిస్తాం తప్ప తెలిసీ చేసిన ప్రేమ అంటామా? ఆ పాపను ఈడ్చుకెళ్తుంటే కనీసం ఆపలేని నిస్సహాయ వయసు. ఇంటిదగ్గర తల్లిదండ్రుల కష్టాలు యెరుగడు. తండ్రి చేసిన విగ్రహాన్ని పాడుచేసి అప్పులపాలైన అతని ఆత్మహత్యకు కారణమవుతాడు. దాని తాలూకు అపరాధ భావన వుండదు, రౌడీగా మారడం తప్ప. (చిత్రం లో చూపబడలేదు. చివర్న కూడా రాజు తన బాల్యకాలపు "ప్రేమ" ను గుర్తు చేసుకుంటాడే తప్ప తండ్రి ఆత్మహత్యను కాదు. ఇది చిన్న విషయం కాదు. హిచ్కాక్ ది "సైకో" లో మరియన్ క్రేన్ నలభై వేల డాలర్లు బ్యాంక్‌లో కట్టకుండా తీసుకుని ఉడాయిస్తుంది. కానీ వొక హోటల్లో ఆమె హత్యకాబడుతుంది. ఇప్పుడు ఆ డబ్బు విషయం చిత్రంలో చివరిదాకా ప్రేక్షకుడి మనసులో తిరుగుతూనే వుంటుంది, అదేమైందని? యెందుకంటే చనిపోకముందే ఆమె మనసు మార్చుకుని, వెనుతిరిగి ఆ డబ్బు వాపసిద్దామని నిర్ణయించుకుని వుంటుంది. ఇంత వివరంగా యెందుకు

వ్రాస్తున్నానంటే ఆ ఆత్మహత్య చిన్న విషయం కాదు, దాని ప్రభావం చర్చించకుండా, ఆ ప్రేమ కథ గుర్తుపెట్టుకున్నట్టుగా చూపించడం అన్యాయమే.)

రాధ కూడా తన స్వశక్తి మీద నిలబడ్డ ధైర్యవంతురాలు. కాని పెళ్ళి దగ్గర కాస్త బేలగా చూపించారు, ఆమె కూతురు చేత ఆ భారీ డైలాగులు చెప్పించడానికి. ఇదంతా కథ చెబుతున్నట్టుగా కాకుండా మన తలలో యేదో యెక్కించడానికి వండిన వంటలా వుంటుంది. స్త్రీ పాత్రలు ధైర్యవంతు రాళ్ళు అని సంతోషించాలా, లేక వూరికే అలా give upe అయిపోతారని విచారించాలా? అసలు నాలుగు కథలు చెప్పి చివర్న వాటన్నిటినీ కలిపి కుట్టే ప్రయత్నం ఇది కొత్తది కాదు గానీ, సమర్థవంతంగా జరగలేదు. ~~ఈ~~ మధ్యే వచ్చిన "మనమంతా" ఇంకా చాలా రెట్లు నయం. హిందీలో "లిప్ స్టిక్ అండర్ బుర్ఖా" (కొన్ని చోట్ల విభేదాలున్నా) నయం.

నెట్ఫ్లిక్స్ లో "లస్ట్ స్టోరీస్" వచ్చింది. నాలుగు వేర్వేరు కథలు నలుగురు దర్శకులు. రెండు గంటల నిడివి. అదొక పద్ధతి. రెండు గంటలలో వొక కథ చెప్పడమే కష్టం, ఇన్ని యెందుకు పెట్టుకోవాలి? కులాల కారణంగా ప్రేమకు యెదురయ్యే కష్టాలు, హిందీలో "బాబి" తెలుగులో "మరో చరిత్ర" లాంటివి క్లాసిక్స్ గా వున్నాయి. ఇక దళిత కోణం కూడా కలుపుకుంటే మరాఠీ లో "సైరాట్" అనే వో అద్భుతముంది. ఆ ప్రేమికుల జీవితంలో సమాజంతో జరిగే ఘర్షణలు, కుటుంబ పరిస్థితులు, ఆర్థిక పరిస్థితులు, మానసిక వికాసాలూ-వెతలూ, సమాజంలో పోకడ యెన్ని వున్నాయి. ఇందులో అన్నీ అలా అలా ముట్టీముట్టకుండా వున్నాయి.

ఇక మెచ్చుకోవాల్సినవి కూడా వున్నాయి. సుందరం తండ్రిగా చేసిన కిషోర్, మోహన్ భగత్, ప్రవీణా, కార్తిక్, సుబ్బారావు ల నటన బాగుంది. స్వీకార్ సంగీతం బాగుంది. ప్రాంతీయ టాలెంట్ ని వాడుకోవడమూ బాగుంది. ఇంకో గొప్ప విషయం యేమిటంటే, రాజు దేవుడిని నమ్మడు. కానీ సింహాచలం వెళ్ళడానికి రాధకు సహాయపడతాడు, తను మాత్రం గుడిలోకెళ్ళడు. మానవతావాదులు, నాస్తికులు యెంతమంది ఇలా చేయగలుగుతారు? Live and let live యెంతమందికి రుచిస్తుంది? అభినందనీయం. మొదటి ప్రయత్నం ఇలా వుంటే మహా వెంకటేష్ ముందు ముందు మెరుగైన చిత్రాలు అందిస్తాడని ఆశిద్దాం.

అదో రకం దురద : ఖుజలీ

ఈ సారి మరో మంచి లఘు చిత్రం “ఖుజలీ”. పావు గంట చిత్రం. మనం మామూలుగా బాహాటంగా మాట్లాడుకోని విషయాలు తెర మీద ఈ మధ్య ఎక్కిస్తున్నారు. కనీసం హిందీ చిత్రాల్లో.

చిత్రం మొదలవడమే ఒక పడకటింట్లో పందిరి మంచం పందిరిని చూపిస్తుంది. మంచం పెద్ద శబ్దం చేస్తూ ఊగుతూ ఉంటుంది. ఆమె ఆయాస పడుతున్నట్టు, అతను ఇంకా ఇంకా అని అంటున్నట్టు శబ్దాలు వినిపిస్తాయి. మంచం శబ్దం మాత్రం ఆగదు. కెమెరా కిందకు దిగినపుడు మనకు కనపడేది కూర్చున్న జాకీ ష్రాఫ్. అతని వెనక కూర్చుని నీనా గుప్తా చెక్క కవ్వం తో అతని వీపు గోకుతూ ఉంటుంది. నడి వయసు జంట. అంతలో తలుపు తెరుచుకుని లోపలికి కొడుకు వస్తాడు. నేను బైటికి వెళ్తున్నాను, రాత్రి ఆలస్యంగా వస్తానని చెప్పి వెళ్తాడు. ఇదే ముక్క మెసేజ్ చేస్తే పోయేదిగా అని సరదాగా అంటాడు జాకీ.

భోజనం వేళ అయ్యింది. నీనా గుప్తా వండింది వేడి చేస్తూ వుంటుంది. ఆ ఇంట్లో వుండే ఓ వృద్ధ స్త్రీ (బహుశా జాకీ తల్లి) ఒక వైపున్న తన గదిలోంచి నీనా గుప్తా వెనుక నుంచి మరో వైపున్న బాత్ రూం కెళ్తుంది. ఆమె ఇనప వాకర్ సాయంతో నడుస్తూ ఉంటుంది. హాల్లో సోఫా మీద కూర్చుని జాకీ టీవీ చూస్తూ ఉంటాడు. వీపులో దురద పెడితే సోఫాలో వెనక్కు వాలి, వీపును రుద్దుతూ ఉంటాడు. ఇలా కాదని నీనాని క్రీం ఎక్కడుంది అని అడుగుతాడు.

చూడండి అబ్బాయి గదిలో వుందేమో, వాడు అప్పుడప్పుడు తీసుకెళ్తుంటాడు అంటుంది నీనా. వాడికి నా క్రీంతో ఏం పనో అని గొణుక్కుంటూ కొడుకు గదిలోకెళ్తాడు వెతకడానికి. కేకేస్తూ బయటికి వస్తాడు జత ఫాన్సీ బేడీలతో. చూడు నీ కొడుకు నిర్వాకం, ఇలాంటివి ఇంట్లోకి తెస్తున్నాడు, నీ పెంపకం సరిగ్గా లేదు, అయినా అసలు ఇదెందుకు ఉపయోగిస్తారు నీకు తెలిస్తేగా అంటాడు. ఆమె చాలా కూల్ గా తెలుసు, BDSM కోసం, kinki సెక్స్ గురించి అంటుంది. వాళ్ళ చర్చలో తెలిసేదేమిటంటే ఆ కాలనీలో ఒక స్త్రీ 50 Shades of Grey కొంటే ఒకరి తర్వాత ఒకరుగా అక్కడి ఆడవాళ్ళందరూ చదివారు. కాబట్టి ఈ కొత్త కొత్త పద్ధతులన్నీ తెలుసంటుంది. జాకీ కి మొదట ఆశ్చర్యం, తర్వాత కుతూహలం కలుగుతుంది. ఇద్దరూ ఆసక్తి పెంచుకుని కొత్త పద్ధతులు ప్రయత్నించి కళ తగ్గిన తమ సెక్స్ జీవితాన్ని ఆసక్తికరంగా చేసుకోవాలనుకుంటారు. మిగతా కథంతా అదే.

ఈ మధ్య చాలా చిత్రాల్లో స్త్రీలు తమ సెక్సు జీవితాన్ని నచ్చేటట్టుగా మలచుకోవడంలో తామే బాధ్యత తీసుకుని, ప్రయోగాలకు కూడా వెనుకాడక పోవడం లాంటివి చూస్తాము. లఘు చిత్రాల్లో, వెబ్ సెరీస్‌లలో. ఇందులో ఈ విషయాన్ని హాస్యపు టోన్‌లో నమ్మించే విధంగా చూపారు. జాకీ ష్రాఫ్, నీనా గుప్తా ఇద్దరూ చాలా బాగా నటించారు. "మసాబా మసాబా" తీసిన సోనం నాయర్ దీనికి దర్శకురాలు. ఇదివరకు వచ్చిన రణబీర్ కపూర్, కొంకొణా సేన్ శర్మ ల చిత్రం "వేక్ అప్ సిడ్" చిత్రానికి అసిస్టెంట్ డైరెక్టర్ గా చేసింది. ఈ లఘు చిత్రం కూడా చాలా బాగా తీసింది.

ఈ చిత్రం యూట్యూబ్ లో వుంది. చూడమని నా రెకమండేషన్.

కుంబళంగి నైట్స్ : అతను రేమండ్ మేన్

చాన్నాళ్ళకి సంతృప్తినిచ్చే సినిమా చూశాను. అది కుంబళంగి నైట్స్ అనే మళయాళ చిత్రం. మధు సి నారాయణన్‌కి ఇది ప్రథమ ప్రయత్నం అంటే నమ్మలేనంత చక్కగా వుంది అతని దర్శకత్వం. ఇదివరకు అతను అసిస్టెంట్ డైరెక్టర్ గా పని చేసినప్పటికీ ఈ స్థాయిలో చిత్రం తీయగలగడం గొప్పే. ఇక కథా స్క్రీన్ప్లే శ్యాం పుష్కరన్ వ్రాశాడు. ఒక సారి కంటే యెక్కువ సార్లు చూస్తే మరిన్ని లేయర్లు చూడగలుగుతాము, అంత చక్కగా వుంది.

ఇక కథ విషయానికి వస్తే కేరళలోని వో చిన్న పల్లె కుంబళంగి. అక్కడి మనుషుల జీవిత గాథలు చెబుతూ సమాజంలో పురుషాధిక్యత అనండి మరొకటి అనండి అది ఎట్లా వుంది అన్నది చెబుతాడు దర్శకుడు. రెండు మూడు పాత్రల కథ చెప్పి మిగతా వారిని డమ్మీలగా చెయ్యకుండా ప్రతి పాత్రను వారి వారి స్వభావ వైచిత్రితో వివరంగా మన ముందు పెడతాడు. అంతే కాదు ఆ స్థలంలోని ప్రత్యేకతలు, అందాలు, విశేషాలు అన్నీ కథలో పూసలో దారంలా అల్లాడు. ఫ్రాంకీ అనే అబ్బాయి స్కాలర్షిప్ డబ్బులతో (అతను ఫుట్బాల్ ఆటగాడు) హాస్టల్లో వుంటూ చదువుకుంటూ వుంటాడు. శలవలు వస్తే ఇంటికి ప్రయాణం కడతాడు. అతని మిత్రుడు నేను కూడా వస్తానంటే లేదు మా ఇంట్లో అందరికీ మశూచి సోకిందని అబద్ధమాడతాడు. కారణం ఇంట్లోని పరిస్థితులే. తండ్రి చనిపోయాడు. మొదటి భార్య కొడుకు సజి (సౌబిన్ షాహిర్), రెండో భార్యతో ఇద్దరు కొడుకులు బాబి (శనే నిగం), ఫ్రాంకి (మేథ్యూ తోమస్), ఆ రెండో భార్యకు ఇదివరకే వున్న కొడుకు బోణి (శ్రీనాథ్ భాసి). తండ్రి చనిపోయాడు.

తల్లి సంసారాన్ని వదిలేసి ఆధ్యాత్మికతలో పడిపోయి చర్చిలోనే వుండిపోతుంది. ముగ్గురు అన్నదమ్ములు వొక ఇంట వుంటే, బోణి వేరుగా వుంటాడు. అయితే యెప్పుడూ సజీ కి బాబీ ల మధ్య గొడవలవుతూ వుంటాయి. ఇలాంటి ఇంటి వాతావరణం నచ్చకే ఫ్రాంకీ స్నేహితుడితో అబద్ధం ఆడాల్సి వస్తుంది. వీళ్ళు వుండే ప్రాంతం వూరి బయట, చనిపోయిన కుక్కలవీ వదిలేసే చోటు.

మరో పక్క కాస్త మెరుగైన ప్రాంతంలో షమ్మి (ఫహాద్ ఫాసిల్) కొత్తగా ఆ ఇంటికి అల్లుడుగా వస్తాడు. అత్తగారు, భార్య, భార్య చెల్లెలు ఇతర సభ్యులు. మొదటి సారి అతను తెర మీద కనబడినప్పుడు అద్దం ముందు నిల్చుని తన మీసం మీద చేయి వేస్తూ అంటాడు : The complete man Raymond man అని. యెప్పుడూ డాబుసరిగా తయారై వుండడం, మాటిమాటికి మీసాలను నిమురుకోవడం, మాటలతో కాక తన నవ్వుతో అవమాన పరచడం, అవహేళనగా చూడడం చేస్తాడు. అలాంటి కొవ్వెక్కిన పురుష ప్రకృతి అతనిది. అతని క్రౌర్యం సగం ఇతర పాత్రల నడవడిక వల్ల కూడా తెలుస్తూ వుంటుంది. భార్య నంగి నంగిగా వుండడం, భయపడటం, అత్తగారు కూడా. వొక్క భార్య సిమ్మి (గ్రేస్ ఆంటూని) చెల్లెలు, బేబి (అణ్ణా బెన్) మాత్రం భయపడదు. షమ్మి ముఖం సీరియస్గానే వుంటుంది యెప్పుడూ, చాలా సార్లు పెదాల మీద ఎగతాళి చిరునవ్వు వుంటుంది. పెత్తనం యెలా చేస్తాడంటే వొకసారి అక్కా చెల్లెళ్ళు వంట గదిలో మాట్లాడుకొంటూ వుంటే కలగచేసుకొని యేం మాట్లాడుకుంటున్నారు అని అడుగుతాడు. పర్సనల్ విషయాలు అని బేబి చెప్పినా వదలక పదే పదే అడుగుతాడు. అలాంటి వ్యక్తిత్వం.

బాబి పనేం చెయ్యకుండా రికామిగా తిరుగుతుంటాడు ప్రశాంత్ (సూరజ్ పాప్స్) అనే స్నేహితుడితో. అందంగా యేమాత్రం లేని ప్రశాంత్కి వొక అందమైన అమ్మాయి సుమిష (రియా సైరా) ప్రియురాలు. బాబీకి ఇది నమ్మబుద్ధి కాదు. సుమిష యెదుటే అతని అందం గురించి ఎగతాళిగా మాట్లాడితే, సుమిష ప్రశాంత్ని నల్ల కళ్ళద్దాలు పెట్టుకోమని చెప్పి, ఇప్పుడు చెప్పు హీరోలా లేడూ అంటుంది. ఇలాంటి చిన్న చిన్న ఎపిఫెని లాంటి సన్నివేశాలు ఈ చిత్రంలో యెన్నో. బాబి, బేబి ప్రేమలో పడతారు. వారికి స్కూల్ రోజులనుంచీ పరిచయం వుంది. బాబి కుటుంబం క్రైస్తవ కుటుంబం. మరి పెళ్ళికి బావ (తండ్రి లేడు,

ఇప్పుడు మగదిక్కు అతనే మరి) ఒప్పుకుంటాడా అని సందేహం. పద్ధతి ప్రకారం తన అన్నను తీసుకుని వచ్చి బావతో పెళ్ళి గురించి మాట్లాడమంటుంది. ఆ క్రూరుడు ఒప్పుకోడు, పైగా అతనూ, అతని అనుచరుడూ అవమానకరంగా మాట్లాడుతారు. తమాషా యేమిటంటే బాబి వాళ్ళు చేపలు పట్టే వాళ్ళైతే, షమ్మి మంగలి పని చేస్తుంటాడు. కొంచెమే స్థాయి భేదం, కానీ అహంకారానికి తక్కువ లేదు. వీళ్ళ పోరాటం ఇలా సాగుతుంటుంది.

సజి తన మిత్రుడు విజయ్ (రమేశ్ తిలక్) తో కలిసి ఇస్త్రీ పని చేస్తుంటారు. బాబీ అంటాడు నువ్వు అతని శ్రమ మీద బతుకుతున్నావు, కష్టపడకుండా. దానికి బాధపడి విజయ్‌తో చెబుతాడు ఇలా అంటున్నాడని. విజయ్ అది నిజమే కదా అనేసరికి దెబ్బతిన్న సజి గదిలో దూరి ఉరేసుకోబోతాడు. కంగారుపడ్డ విజయ్ ఇంటి పెంకులడాబా (సరైన పదం తెలీదు) ఎక్కి సజిని అంత పని చెయ్యొద్దంటాడు. ఈ లోగా కప్పు కప్పు విరిగి పడి ఆ ప్రమాదంలో సజి బతికిపోతాడు కానీ విజయ్ చనిపోతాడు. అక్కడి నుంచి సజి అంతర్ముఖుడై పోతాడు. మనసు కోసేసినట్టైపోతుంది. వెళ్ళి కడుపుతో వున్న విజయ్ భార్య సతి (షీలా రాజకుమార్) కాళ్ళ మీద పడిపోతాడు. ఆమె సంరక్షణా భారం మీద వేసుకుంటాడు. కానీ మనశ్శాంతి వుండదు. (చిదంబరంలో శంకరన్ (భరత్ గోపి)కి ఎదురైన పరిస్థితి లాంటిది). యేడిస్తే గుండె దిగులు తగ్గుతుందంటారు. కాని చుక్క కన్నీరు రాదు. చివరికి సైకియాట్రిస్ట్‌ని కలవాల్సి వస్తుంది.

మరో జంట బోణి, నైలా (జాస్మిన్) అనే అమెరికా నుంచి వచ్చిన ప్రయాణీకురాలు. వాళ్ళకూ ఎదురవుతాయి కష్టాలు. ఇన్ని కథలు యెందుకు అవసరమొచ్చిందంటే సమాజాన్ని వొక microcosm లా చూపించి వేర్వేరు పద్ధతుల అన్యాయాలను చర్చకు పెట్టడానికి.

యెప్పుడూ లేనిది ఈ సారి కథ చాలా వివరంగా చెప్పాల్సి వచ్చింది, తప్పలేదు మరి. పురుషాధిక్యత చూపించడానికి వెకిలి చిరునవ్వుతో షమ్మి సరిపోతాడు. కాని అది వొక మానసిక జాఢ్యం గా ప్రకటించడానికి ఆ పాత్రను సైకోలా చూపించాడు. చివరికి అతను తన పంతం నెగ్గించుకోవడానికి ఇంట్లో వున్న స్త్రీలను కట్టిపడేసి, వచ్చిన బాబీ అతని సోదరులతో కలబడతాడు. వాళ్ళందరూ

కలిసి షమ్మిని బంధించి, ఆడవాళ్ళను విడిపిస్తారు. ఇప్పుడు ఆ మానసిక జాడ్యం ఆ పాత్రదా, లేక సమాజంలో కొనసాగుతున్న పురుషస్వామ్యమా? పరిపూర్ణ పురుషుడు అని షమ్మి అనుకుంటాడు. అతనికి కాంట్రాస్టుగా సజి ఇంట్లో బాధ్యతలన్ని నెత్తినేసుకుని, తమ్ముళ్ళకి తల్లి లోటు లేకుండా చూస్తాడు. యెలాంటి అహంకారమూ లేని, తప్పు జరిగినప్పుడు కుమిలి పోయి, వో ఆడదాని ముందు సాష్టాంగ పడి, తన వల్ల జరిగిన తప్పును సరిదిద్దడానికి బాధ్యతగా చేయగలిగింది చేస్తాడు. కాని తనని పరిపూర్ణపురుషుడు అని చెప్పుకోడు. నలుగురు అన్నదమ్ములు అవివాహితులుగా వున్నప్పుడు తాగుతూ, తిడుతూ, దెబ్బలాడుకుంటూ వున్న. వాళ్ళ జీవితాల్లో స్త్రీలు వచ్చిన తర్వాత క్రమంగా మార్పు రావడం, వాళ్ళు మెత్తబడటం చూస్తాం. బేబి తన జీవితం లో వచ్చాక బాబి మారి వొక చేపల ఫేక్టరీలో పనికి కుదురుతాడు. ఇక ఆ ప్రేమలు యెలాంటివి? చాలా సహజంగా, సిగ్గు పడుతూ, దొంగ ముద్దుల గురించి వెంపర్లాడుతూ, దెబ్బలాడుకుంటూ, తప్పులను గ్రహిస్తూ, మారుతూ ఇలా నిజమైన మనుషుల లాగా. వొక జంట గురించి పైనే వ్రాశాను. దేన్ని అంతమొందించాలో దానితో పోరాటం, యేది గెలవాలో, నెగ్గాలో, మిగలాలో దాని కొరకు ప్రయత్నం.

ఇక కథ తెర మీద చెప్పిన తీరు ఎలాంటిది? నూరుపాళ్ళు దృశ్యమాన సినిమా. దాన్ని క్లుప్తంగా చెప్పలేను గాని అది చూసి ఆనందించాల్సిందే. శైజు ఖాలిద్ ఫొటోగ్రఫి చాలా బాగుంది. కేరళలో అందాన్ని చూపించడమే ధ్యేయంగా కాకుండా కథకు అవసరమైనట్టుగా, దర్శకుని దార్శనికతను అనుసరించి వుంది. వొక క్లోజప్, వొక పేన్, తర్వాత అదే సన్నివేశాన్ని దూరం నుంచో పైనుంచో చూపించడం. పాటల మధ్య అవకాశం దొరికిన ప్రతి చోటా కుంబళంగి స్థానానికి వున్న ప్రత్యేకతలు కెమెరాకెక్కించడం. దానికి పరిపూర్ణ సహకారం అందించిన సుషీన్ శ్యాం సంగీతం. మెత్తగా, వినసొంపుగా. ఆ గాయకులు కూడా చాలా మంచి గాత్రంతో మెత్తగా పాడారు. ఇక నటన గురించి చెప్పాలంటే అందరంటే అందరూ బాగా చేశారు. వైవిధ్యమున్న పాత్ర కాబట్టి ఫాజిల్ ప్రత్యేకంగా కనబడతాడు. అతని నటన చాలా గొప్పగా వుంది, యెంత గొప్పగా అంటే అతని నీడలో సౌబిన్ షాహిర్ నటనను తక్కువ అంచనా వేసే పొరపాటు చేయగలడు ప్రేక్షకుడు. సజి పాత్ర సినిమా మొత్తం వొకేలా వుండదు. రకరకాల పరిణామాలు చెందుతూ చివరికి సైకియాట్రిస్ట్ దగ్గర స్వాంతన పొందుతాడు.

పొరలు పొరలుగా వున్న కథనం, ఇతర ఇరవై మూడు నైపుణ్యాలూ వొక్క వీక్షణంలో గ్రహించడం కష్టమే.

నేను బలంగా రెకమెండ్ చేస్తాను ఈ చిత్రాన్ని.

Lost and Hound

ఈ సారి మరో మంచి లఘు చిత్రం.

సినిమాకి ఒక సూత్రం ఏ ఒక్క ఫ్రేం అనవసరంగా వుండకూడదు. వ్యర్థ పదం లేని కవితలా వుండాలి. ఈ రోజు నా డ్యూటీలో భాగంగా కొన్ని మంచి చిత్రాలు చూసాను. కానీ అవి కథ మొత్తం చెప్పాల్సివచ్చే లఘు చిత్రాలు. బాగున్నా వాటి జోలికి పోలేదు. ఇప్పుడు ఈ Lost and hound చూస్తుంటే కథ లాంటిదేమీ కనబడదు. మొదటి నాలుగు నిముషాలూ ఒక్కతే పాత్ర. చాలా చాలా నెమ్మది కథనం. ఆ తర్వాతి రెండు నిముషాల్లో మరో పాత్ర వచ్చినా కథనం ఇంకా నెమ్మదిగానే వుంది. ఏవో పాత "ఆర్ట్ ఫిలింస్" చూసి స్లో కథనం ఒక భూషణం అనుకుని ఎవరో కుర్ర దర్శకుడు ప్రయత్నిస్తున్నాడేమో అనిపించింది. కానీ కాదు. సినిమా మొత్తం అయ్యాక మరలా మొదటి ఆరు నిముషాలు చూసాను.

వూరు చివర ఓ పెద్ద బంగళా. ఇంటికి దూరంగా వో పంప్ హౌస్. దాని ముందు కట్టేసిన ఓ కుక్క. ఆమె దూరంగా ఇంటికి తాళం వేయడం చూసి ఆ మగ కుక్క (దాని పేరు మహేష్) ఒక పక్క తోకాడిస్తూనే అరుస్తూ వుంటుంది. ఆ నడివయస్సామె వచ్చి కుక్క ముందు గిన్నె పెడుతుంది. అది సంతోషంగా తింటుంది. ఆ తర్వాత ఆమె తిరిగి ఇంటికి వెళ్ళి వంటగదిలో కెళ్ళి ఓ ప్లేట్ లో రెండు చపాతీలూ, ఇంత కూరా పెట్టుకుని హాల్లోకి వచ్చి గుండ్రటి (అవును గుండ్రటి) బల్ల మీద పెడుతుంది. వంట గది తలుపు గడియ వేసి. పక్కనే

వున్న మరో గది తలుపు కూడా వేస్తుంది. కిటికీ కర్టెన్లు లాగుతుంది, ఆ కాస్త వెలుతురు కూడా రాదు. ఆ గదిలో వో అందమైన పెంటింగ్ వుంటుంది. దీపం సమ్మె ముందు నిలబడ్డ ఓ స్త్రీ. ఆమె ఆ ఫ్రేం పక్కన మీట నొక్కగానే ఆ సమ్మె వెలుగుతుంది. అదే బంగళా ఆవరణలో మరుసటి ఉదయం దృశ్యం. పరదాలు తీస్తుంది. హాల్లో వో పక్క వున్న bonsai మొక్కకి తీగలు కట్టి వుంటాయి, ఎదుగుతున్న చెట్టుకు అవసరమైనంత మేరా ఆ తీగలు మరింత బిగించుతుంది. గేట్ దగ్గర స్కూటర్ చప్పుడుకి కుక్క మొరగడం మొదలుపెడుతుంది. కిటికీ తెరిచి బయట చూస్తుంది.ఓ అబ్బాయి స్కూటర్ మీద వచ్చి ఆర్డరిచ్చిన సామాన్లు తెచ్చి ఇస్తాడు. ఒక్క ఆలివ్ ఆయిల్ లేదు, రేపు తెస్తానంటాడు. "సైరాట్" (అవును సైరాటే) చిత్రాన్ని మూడోసారి చూడటానికి వెళ్ళే తొందరలో వున్న అతన్ని కూర్చోమని చెప్పి లోపలినుంచి కేకు ముక్క తెచ్చిపెడుతుంది. తన కొడుకు పుట్టినరోజు అంటుంది. అమెరికా కొడుకా అని అడిగితే కాదు చిన్న కొడుకు అంటుంది. ఆ కుర్రాడికి ఏం మాట్లాడాలో తోచక వూరుకుండి పోతాడు. అతన్ని బయట వో నవారు మంచం మీదే కూర్చోబెట్టి వుంది.

ఆ కుర్రాడు వెళ్ళాక ఇద్దరు వస్తారు. అతను ఓ సబ్ ఇన్స్పెక్టర్. ఆమె ఒక కాని స్టేబుల్ ఇంత దూరం ఈ "బద్లాపుర్"కు (అవును బద్లాపుర్ పేరే) ఎందుకొచ్చారు, ఫోన్ చేస్తే సరిపోయేదిగా అంటుంది. చేసాము, మీరు ఫోన్ తీయలేదు అంటాడు. నిజమే. మొదట్లో ఆమె ఒక కొత్త (అవును ఒక కొత్తే) మొక్కను నాటుతూ వుండగా ఇంట్లో లేండ్ లైన్ ఫోన్ రెండు సార్లు మోగడం దర్శకుడు చూపించి వున్నాడు. సరే మీ ఇద్దరిలో ఒక్కరు లోపలికి రావచ్చు అంటుంది. బయట ఆ నవారు మంచం మీద ఆమె కూర్చుంటే, సబ్ ఇన్స్పెక్టర్ లోపలికెళ్తాడు.

ఆ నడివయస్సామె చిన్న కొడుకు, పేరు మనన్, (పేర్లన్నీ ఆలోచించి పెట్టారు) నాలుగేళ్ళుగా కనబడట్లేదు. పోలీసు కంప్లైంట్ ఇచ్చింది. కానీ ఇప్పటి దాకా దొరకలేదు. ఇప్పుడు కూడా ఏవో వస్తువులూ, కొన్ని ఫొటోలు తీసుకు వచ్చాడీ కొత్త సబ్ ఇన్స్పెక్టర్. ఒక శవం ఫొటోలు, identification కోసం. ఆమెకు కోపం వచ్చి తిడుతుంది, మీరు మా అబ్బాయిని వెతకమంటే వెతకరు గాని ఏ శవం దొరికినా ఫొటోలు తీసుకుని వచ్చేస్తారు అంటుంది.

ఇప్పుడు కథ కాస్త ఆసక్తికరంగా అనిపిస్తుంది. వాళ్ళిద్దరి మధ్య సంభాషణా చాలా విలువైనవి. పంప్ హౌస్ లోపలి నుంచి గ్లాస్ పడిన చప్పుడు వినిపించి ఆ కానిస్టేబుల్ సబ్ ఇన్స్పెక్టర్ తో చెబుతుంది. లోపల ఎవరన్నా వున్నారా? అసలు ఏం జరుగుతోంది?

ఇది మాత్రం మీరే చూడండి. యూట్యూబ్ లో వుంది.

కథ చెప్పడం లేదు కాబట్టి కొన్ని కొన్ని నేను చర్చించలేను. అయితే ధ్వని, మానసిక ఆవరణ, అలవాటు, నియంత్రణ, ఒంటరితనం తాలూకు భయం, బొన్సాయ్ చెట్టు, కుక్కకు కట్టిన చైను, వసారాలో వాల్చి పెట్టిన నవారు మంచం, పరదాలు, గుండ్రటి బల్ల లాంటివి ఈ కథకు సంబంధించినంతవరకూ వ్యాకరణాంశాలు. అవును, అనవసరమైన ఫ్రేమ్ ఏదీ లేదు ఇందులో. సాధ్యా సాధ్యాలు కాసేపు పక్కన పెట్టండి. తీరిగ్గా తర్వాత హిచ్కాక్ చిత్రం ఒకటి తలచుకుని, ఇష్టమనిపిస్తే దాన్ని మరలా చూడండి.

మనం ఎవరన్నా తప్పిపోతే, లేదా కనిపించకపోతే పోలీసుకు ఫిర్యాదు చేస్తాము. లాస్ట్ కేస్. దొరికితే అది లాస్ట్ అండ్ ఫౌండ్ కేస్ అవుతుంది. లేదంటే లాస్ట్ అండ్ నాట్ ఫౌండ్ కేస్ అవుతుంది. కానీ ఈ చిత్రం లాస్ట్ అంద్ హౌండ్. అదేదో షెర్లాక్ హెూమ్స్ హౌండ్ ఆఫ్ బాస్కర్విల్ లాగా. ఏమిటో?

సునందా లత్కర్ నటన బాగుంది. దర్శకుడు జగదీశ్ మిశ్రా, అతని టీంలో అందరూ కలిసి ఒక మంచి చిత్రాన్ని తయారు చేసారు. ఒకరు ఎక్కువా కాదు, ఒకరు తక్కువా కాదు. కొత్తగా షార్ట్ ఫిలింస్ తీయాలనుకుంటున్న వారికి ఇది ఒక మంచి ఎక్సర్సైజ్ లాంటి చిత్రం.

ఆలోచింపజేసే : MAD

ఈ సారి మరో లఘు చిత్రం MAD. Stylized narrative కారణంగా నచ్చుతుంది. కొన్ని ప్రశ్నలు లేస్తాయి. కొన్ని లోపాలూ స్పష్టంగా కనిపిస్తాయి. ఒకే కథను ఎన్నెన్నో విధాలా చెప్పొచ్చు కదా అనిపిస్తుంది. మరీ ముఖ్యంగా కనీసం కథనంలో నైనా కొత్తదనం, ఒరిజినాలిటీ వుంటే ఆహ్వానించవచ్చు.

ఒక తల్లీ (సోనల్ ఝా) కూతుళ్ళ (రీటా హీర్) కథ. తల్లి తన భర్త సంవత్సరీకానికి ముంబై లోని కూతురు అపార్ట్మెంట్ లో అన్ని ఏర్పాట్లు చేసింది. వేళకు కూతురు రాదు. ఉద్యోగం చేస్తున్న కూతురు రాత్రి చాలా ఆలస్యంగా వచ్చి తను వేళకు రాలేకపోయినందుకు బాధ పడుతుంది. తల్లి భోజనం చేయమంటే, పీజ్జా తిని వచ్చానంటుంది. టీ పెట్టనా పోనీ అంటే సరేనంటుంది. ఇద్దరిమధ్యా ఒక రకమైన కృతక మౌనం, అసంపూర్ణ సంభాషణా వింతగా అనిపిస్తుంది. తల్లి టీ తీసుకుని వస్తే తాగబోయి, మళ్ళీ పెట్టేసి తన బేగ్ లోంచి డ్రింక్ బాటిల్ తీసి, ఏమనుకోకు మెట్రోలో కొంత సేవించాను, నువ్వూ తాగు అంటూ రెండు గ్లాసుల్లో పోస్తుంది. తల్లి బాటిల్ లాక్కో బోతుంటే కోప్పడుతుంది ఇదే అన్నయ్యైతే ఇలా చేస్తావా అంటూ. తల్లి తీసుకోకపోతే నా మీద నిజంగా ప్రేమ వుంటే తాగు అంటుంది. ఇద్దరూ సేవిస్తారు. ఇక సంభాషణ మొదలవుతుంది. బహుశా ఇద్దరికీ ఆ డ్రింక్ మనసు విప్పి మాట్లాడుకునే ధైర్యం ఇచ్చిందేమో. అలాగే కూతురు తల్లితో అంటుంది పాట్నా లో నువ్వు అమ్మ వేషం వేద్దువు గానీ ఇక్కడొద్దు అని. ఆ వేషం విప్పేసిన తర్వాత ఇద్దరూ మరింత దగ్గరై మనసులు విప్పుకోగలుగుతారు.

ఇదే కథను ఒక సారి తల్లి తరపున, మరోసారి కూతురు తరపునా చెప్పబడుతుంది. మ్యాడ్ అంటే మదర్ అండ్ డాటర్. ఎందుకో నాకు రుదాలీ గుర్తుకొచ్చింది. చాలా కష్టాలమయం డింపుల్ కపాడియా జీవితం. కొన్నాళ్ళ కోసం ఆ వూరికి వచ్చిన రాఖీ ఈమె ఇంట్లో వుంటుంది. ఆ కొన్ని రోజుల్లో డింపల్ తన కథనంతా చెబుతుంది. రుదాలీ అయిన రాఖీ కి ఏడుపు రాదు, నేను వూరెళ్ళాలి పిలుపొచ్చింది, నేను తిరిగి వచ్చాక నా కథ చెబుతాను ఏడవటానికి కన్నీళ్ళు చాలవు అంటుంది. ఆమె తిరిగి రాదు గానీ, ఆమె డింపుల్ తల్లి అన్న కబురు మాత్రం వస్తుంది. ఆ తల్లీ కూతుళ్ళ విషాద గాథ రుదాలీగా మారిన డింపుల్ ఏడుపులతో ముగుస్తుంది. బండబారిన ఆమె గుండె ఆ రోజు మొదటిసారిగా మనసు కరిగేలా కన్నీరు పెట్టుకుంటుంది.

ఇందులో, ఇది 22 నిముషాల ఒక లఘు చిత్రం కదా, లైంగిక క్షేత్రం లో స్త్రీ పరిస్థితి ఎంత vulnerable గా వుంటుందో చెబుతూనే మిగతా విషయాలను చూచాయిగా చెబుతుంది.

వినోద్ రావత్ నటుడు, దర్శకుడు, స్క్రిప్ట్ రచయితా, నిర్మాత. దీనికి స్క్రిప్ట్ వ్రాసి, దర్శకత్వం చేయడమే కాదు నిర్మాత కూడా. ఇదివరకు నీరజా, సిటీ లైట్స్ చిత్రాలకు అసోసియేట్ దర్శకుడుగా చేసాడు. షహీద్, ఖామోషియాఉ లలో నటించాడు. ఈ చిత్రాన్ని చాలా బాగా తీసాడు. తల్లీ కూతుళ్ళుగా నటించిన సోనల్, రీటాలు కూడా చాలా బాగా చేసారు. చూడాల్సిన చిత్రమే ఇది.

SPOILER ALERT

ఎప్పటిలా ఈ భాగం చిత్రం చూసాక చదవమని విన్నపం.

లైంగిక కోరికలు స్త్రీ పురుషులిద్దరికీ సమానమే అయినా అది వివాహ బంధం లో కాకపోయినట్లైతే మగవాడికి భయపడాల్సిన విషయం కాదు. పై పెచ్చు ఆ యొక్క స్త్రీని బ్లాక్మేల్ చేసే అవకాశం ఇస్తుంది. అందులో ఈ అధునాతన నాగరికత సెల్ ఫోన్ అనే పరికరంలోనే ఎన్నో అమర్చి చేతికిచ్చింది. ఫోటోలు, వీడియోలు తీసుకోవడం వాటిలో ఒకటి. విభిన్న కారణాల వల్ల జంటలు ఆ సమయాన్ని షూట్ చేసుకోవడం, ఆనక ఇబ్బందులు పడటం, అవి నెట్

లోకి ఎక్కేస్తే అవమానం పాలయ్యి నలిగిపోవడం ఇదంతా మనం వార్తల్లో చూస్తున్నాం. అయితే ప్రతిసారీ మగవాడు తప్పించుకుని, ఆ అవమాన భారాన్ని ఆడదే మోయాల్సి వస్తోంది. కూతురి బాయ్ ఫ్రెండ్ అలా షూట్ చేసిన దాన్ని చూపించి ఆమెను నిరంతరం బ్లాక్మేల్ చేస్తున్న సంగతి తల్లితో చెప్పగలుగుతుంది ఆ రోజు. వెంటనే స్పందించి తల్లి ఆ యువకుడికి ఫోన్ చేసి బాగా తిడుతుంది, వార్నింగ్ ఇస్తుంది పోలీసులకు చెబుతాను నువ్విలా వేధిస్తే అని. ఇక్కడి దాకా కథ తెలిసిన కథే కదా అనిపిస్తుంది.

తల్లీ కూతుళ్ళ సంభాషణలో కూతురంటుంది : అమ్మా, నాన్న నీకు సరిగ్గా న్యాయం చేయలేదు, నిన్ను సరిగ్గా చూసుకోలేదు కదా అని. పిల్లలకు అన్నీ అర్థమవుతాయి, చెప్పుకోరంతే. ఇందులో ఈ ప్రత్యేక క్షణంలో ఇద్దరూ చెప్పుకోగలిగారు.

తల్లి వైపు నించి కథనం లో తెలిసేదేమిటంటే ఆమె ప్రస్తుతం కడుపుతో వుంది. కూతురి దగ్గర ఏడ్చి, చెప్పుకుని తనకు అబార్షన్ చేయించమని వేడుకుంటుంది. పాట్నా లో కుదరదు, ముంబై లో ఎవరికీ తెలియదు. ఇక్కడ సంభాషణ చూడండి, ముందు తల్లిని అనునయించి, తర్వాత అతనెవరు అని అడగడానికి "ఇప్పుడు పేలు, అతను ఎవరు?" అంటుంది. ఈ మాట, లింగ భేదం లేకుండా, మనలో జీర్ణించుకుపోయిన ఒక విషయాన్ని చెబుతుంది. అతను ఎవరో నందు అంట. అతనికి ఇక్కడ ఏ సమస్యా లేదు, దాన్ని బయట పెట్టలేక, అబార్షన్ చేయించుకోవాలనుకున్న తల్లికే కష్టాలు. కూతురు ఆ పని వొద్దు, కని నాకివ్వు నేను పెంచుకుంటానంటుంది. తల్లి కూడా ఆ యువకుడిని ఫోన్లో తిట్టేటప్పుడు అమ్మలక్కల తిట్లే తిడుతుంది. అన్నీ మగవాళ్ళ తిట్లే. ఇద్దరి మనసులూ తేలికయ్యాక కూతురు నవ్వుతూ అంటుంది, నిన్ను సుఖపెట్టింది నాన్నా, లేక నందూ నా అని. నందు అంటుంది తల్లి. అనుకున్నాను అంటుంది కూతురు. ఇద్దరి నవ్వుల మధ్య టైటిల్స్ వస్తాయి.

సమస్య ఏమిటి, దానికి పరిష్కారం ఏమిటి, నీతి స్త్రీ పురుషులకు వేరేలా ఎందుకుండాలి?, దీనికి ఇదే పరిష్కారమా? ఇలంటి తీర్పులు లేవుగానీ ఒక కోణంలో అర్థం చేయిస్తుందీ చిత్రం.

Madam Bovary

2001 నుంచి మూడేళ్ళు నేను ఢిల్లీలో పని చేశాను. అప్పట్లో కనాట్ సిర్కస్, పాలికా బజార్ ప్రాంతంలో రీగల్ సినెమా (పేరు అదేనా? లేక రాయల్ సినిమానా?) అని వొక హాలుండేది. అందులో నాకు గుర్తున్నంతవరకు యెక్కువగా సాఫ్ట్ పోర్న్ చిత్రాలు వచ్చేవి. అలా వొక శనివారం అటునుంచి వెళ్తూ వుంటే అందులో ఆడుతున్న చిత్రం "మేడం బోవరి". దర్శకుడు క్లాడ్ షాబ్రోల్. గుస్తావ్ ఫ్లాబేర్ నవల ఆధారంగా చాలా చిత్రాలు వచ్చాయి. హిందీలో కేతన్ మెహతా కూడా తీశాడు "మాయా మేంసాబ్" అని. అందులో ఎమ్మా పాత్ర దీపా సాహి చేసింది. సరే ఈ చిత్రానికి వస్తే క్లాడ్ షేబ్రోల్ చిత్రం కాబట్టి చూడటానికి వెళ్ళాను. జనం బాగానే వున్నారు. ఇంత మందికీ ఆ నవల మీద, ఆ దర్శకుడి మీద ఆసక్తేనా? కాదు. కథ కల్పించిన వీలును బట్టి అందులో వున్న "సీన్ల" కోసం వచ్చారు జనం. నవల చదివిన వారికి కథ తెలిసే వుంటుంది. ఎమ్మాను చార్ల్స్ బవరి మోహించి పెళ్ళి చేసుకోవటం, తర్వాత ఆమెను నిర్లక్ష్యం చేయటం. ఆ కారణంగా ఆమె వొంటరిగా గిలగిలలాడుతున్నప్పుడు ఆమె జీవితంలో వేర్వేరు వ్యక్తులు ఒకరి తర్వాత ఒకరుగా రావడం, ఆమె శరీరాన్ని తాకగలిగినా, ఆమె ఆత్మకు చేరువ కాలేకపోవటం, మోసాలు వగైరా. ఇక ఆ చిత్రం నాకు అసంతృప్తి కలిగించింది. బాలేదని కాదు, ప్రింటు బాలేదని. ఇప్పుడు ఇది వ్రాస్తూ వుంటే ఆలోచన వచ్చింది నెట్ లో వెతికి ఇప్పుడు మరలా చూడొచ్చు కదా అని.

ఇది చూసి బయటికి వచ్చాక మిగతా ఆలోచనలతో పాటు వచ్చిన మరో ఆలోచన యేమిటంటే సినెమాలలో నగ్నత్వం లేదా అర్ధ నగ్నత్వం పట్ల మనం

ఎలా స్పందిస్తున్నాము? వొకటి కుతూహల వశాత్తు, ఆ ఆకర్షణ కారణంగా చూసినా కూడా బాహాటంగా మెచ్చుకునే పరిస్థితి లేదు. మన దగ్గర ఈ ద్వంద్వ వైఖరి యెందుకున్నది? ఇది మనకు మొదటి నుంచీ లేదు. ఆంగ్లేయులు రాకపూర్వం నా ఉద్దేశంలో లేదు. మన పాత సాహిత్యాలు చూస్తే శృంగారం వున్నది. తర్వాత్తర్వాత వచ్చిన Victorian Morality మనం జీర్ణించుకోబట్టి వాటిని విమర్శిస్తున్నాము.

ఇది ఒక ఎత్తైతే, ఇంకొకటి ఇలైట్ అని మనం చెప్పుకునే వర్గం కూడా భారతీయేతర చిత్రాలలో నగ్నత్వం వుంటే విమర్శించరు. కానీ మన చిత్రాలలో వుంటే మాత్రం గగ్గోలు పెడతారు. ఇది రెండో రకం ద్వంద్వ వైఖరి. మన దగ్గర రాజ్ కపూర్ మొదటి నుంచీ మంచి చిత్రాలు తీస్తూ వస్తున్నాడు, మెచ్చుకోబడుతూ వున్నాడు. కానైతే అతని చిత్రాలలో క్షణం పాటు స్త్రీ పాత్ర వక్షాన్ని చిత్రీకరించినా గోల పెట్టేస్తారు. ఎందుకు? కేవలం నగ్నత్వం అంటే తప్పు, పాపం, కళ్ళు మూసుకోవాల్సిన విషయం అని మెదడు పనితీరులో సూపర్ ఇగో చాలా ఉత్సాహంగా ఉరకలేయబట్టి. అదే సమయంలో ఇడ్ మాత్రం ఓరకంట చూడాలని ఉవ్విళ్ళూరుతుంది. అతను చిత్రీకరించిన శృంగారం అందంగా చిత్రీకరించాడా లేక వెకిలిగా వుందా అని, సందర్భానికి నప్పిందా లేదా అనీ చర్చ వుండదు. రాజ్ కపూర్ మాత్రమేనా? మనోజ్ కుమార్ దాదాపు తన ప్రతి చిత్రంలోనూ భరత్ కుమార్ అనే పేరు పెట్టుకుని దేశభక్తుడుగా మన ముందుకొస్తాడు. నాయికను ముట్టుకోనన్నా ముట్టుకోడు. కానీ ప్రతి చిత్రం లోనూ నాయికను ఎక్స్పోజ్ చేస్తాడు. దేశభక్తి కథనంలో ఇది మరుగున పడిపోతుంది.

1980లలో నేను విజయవాడ నుంచి వచ్చే ఇండియన్ ఎక్స్ప్రెస్ చదివేవాడిని. ఆదివారం సంచికలో వొక పేజీ సినీమాల గురించి వుండేది. పి ఎస్ రావు అనే వొక పెద్దమనిషి సమీక్షలు వ్రాస్తూవుండేవారు. నాకు ఈ సినీమాల విషయంలో తొలి గురువు ఆయన. "రాం తేరీ గంగా మైలీ" చిత్రానికి సమీక్ష వ్రాస్తూ ఆయన మొదటి వాక్యమే ఇంచుమించుగా ఇలా వ్రాశారు: రాజకపూర్ చిత్రాలలో స్త్రీ వక్షాన్ని చూపించడం అనేది నారికేళ పై పొరలాంటిది, లోపలంతా తియ్యని కొబ్బరీ, నీళ్ళూనూ. పైది చూసి లోపలున్నదాన్ని బేరీజువేయడంలో పొరపాటు జరగకూడదు. అప్పటి నా వయసుకి అది ఆశ్చర్యం కలిగించే విషయం. స్త్రీని

అర్ధనగ్నంగా చూపడం తప్పే కదా లాంటి నమ్మకాలతో వున్నాను. సరే మూడు గంటల ఆయన చిత్రంలో ఇలాంటివి కొన్ని క్షణాల పాటే కదా, పట్టించుకోకుంటే సరి అనుకున్నాను.

మళ్ళీ మేడం బోవరి దగ్గరికొస్తే అది గుర్తొచ్చింది. నిజమే కదా. మనదగ్గర క్లాడ్ షేబ్రోల్ కి వొక నీతి, రాజ్ కపూర్ లాంటివాళ్ళకొక నీతి వున్నాయి.

సినిమాలో నగ్నత్వం అనేది పెద్ద విషయమే. ఇది యెలాగూ మొదలు పెట్టాను కాబట్టి మరొక ఆసక్తికరమైన నా insight ని మీతో పంచుకుంటాను. వొక సారి నా మిత్రుడు మురళీకృష్ణ (నాతో కలిసి పనిచేశాడు) కలవడానికి వచ్చాడు. యేమిటి సంగతులు అని అడిగితే అప్పుడే చూసిన "బేండిట్ క్వీన్" గురించి చెప్పా. సీమా బిస్వాస్ నటన, శేఖర్ కపూర్ దర్శకత్వం చాలా బాగా వున్నాయి అని చెప్పా. ఆ సినిమాని మామూలుగా, యే ఉద్రేకానికీ లోను కాకుండా చూడటం కష్టమని నా అభిప్రాయం. ఫూలన్ దేవి జీవితంలో వొక కీలక ఘట్టం బందిపోట్లు ఆమెను అవమాన పరచడానికి పూర్తిగా వివస్త్ర చేసి వూరంతా తిప్పుతారు. చిత్రీకరణ లాంగ్ షాట్ లో వుంటుంది. కానీ ఆమెకు ఎంత అవమానం కలిగి వుంటుందో అంతే అవమానం చూసేవాడికి కూడా కలుగుతుంది. ఆ పాత్రతో మమేకం చెందడం వల్ల. ఉద్రేకం, ఉద్వేగం కట్టలు తెంచుకుంటాయి. దీని గురించి చెబితే మురళి నవ్వాడు. యెందుకు ఆ నవ్వు అని అడిగా. నువ్వు చాలా అమాయకుడివి, ఆ సీన్ చూసిన వారిలో చాలా మంది ఎంజాయ్ చేసివుంటారు. నీలాగా చూసేవాళ్ళు తక్కువమందే వుంటారు అన్నాడు. కాసేపు నేను యేమీ మాట్లాడలేకపోయాను. నిజమే కదా అని తర్వాత అనిపించింది. అయితే ఇప్పుడు యేమిటి చెయ్యడం? సమాధానం నా దగ్గర కూడా లేదు. తెరమీద బలమైన కథ చెప్పాలనుకున్నప్పుడు ఇవన్నీ అవసరమవుతాయి. కాని ప్రేక్షకుడి పాత్ర కూడా వుంటుంది. ఆ పాత్రపై ఎవరికీ కంట్రోల్ వుండదు.

ఇది పెద్ద సబ్జెక్ట్ అని చెప్పాను కదా, మిగతా ఆలోచనలు మరోసారి పంచుకుంటాను.

ప్రస్తుతం ప్రాంతీయ చిత్రాలలో మళయాళ చిత్రాల పతాక

చలన చిత్ర ఆవిర్భావానికి నూటపాతికేళ్ళు. 1895లో లూమియే బ్రదర్స్ కనుగొన్నప్పట్నించీ ఇప్పటిదాకా చలన చిత్రం ఎన్నెన్నో ప్రయాణాలు చేసింది. మన దేశానికి వస్తే 1913 లో వచ్చిన "హరిశ్చంద్ర" మొదటి సినిమా. మన దేశంలో విశేషం ఏమిటంటే బహుళ భాషా సంస్కృతులు వుండడం వలన ఆ వైవిద్యం సినిమాలోనూ వుంది. బాలీవుడ్ అనబడే హిందీ చిత్రాలను పక్కన పెడితే ప్రాంతీయ చిత్రాలది దేని అందం దానిదే, దేని ప్రత్యేకత దానిదే. 1955లో "పథేర్ పాంచాలి" తో మన దేశాన్ని ప్రపంచ సినీ పటంలో పెట్టినది సత్యజిత్ రాయ్. రాయ్, ఋత్విక్ ఘటక్, మృణాల్ సేన్ వగైరాలు అంతర్జాతీయ స్థాయిలో సినిమాలు బెంగాలీ లో తీశారు. పశ్చిమ బెంగాల్ లోని ప్రజలు, సాహిత్యమూ కళలూ రెండూ చాలా ప్రేమగా చూసుకుంటారు. ఇప్పటికీ అక్కడ పుస్తక పఠనం, పుస్తక విక్రయాలూ ఎక్కువే. అలాగే సినిమా కూడా. పైన చెప్పిన వాళ్ళ చిత్రాలు ఏవీ నష్టపోలేదు. ఎక్కువ శాతం బాగా ప్రాచుర్యంలోకి వచ్చి, జనామోదం పొందినవే. ఆ తర్వాత మణి కౌల్, కుమార్ సాహ్నీ, శ్యాం బెనెగల్ తదితరులు సమాంతర సినిమాని మరింత ముందుకు తీసుకు వెళ్ళారు. అయితే వీళ్ళు తీసిన చిత్రాలు (ఒకటీ అరా తప్పించి) హిందీలో. ఇదే ఉత్సాహం ప్రతి రాష్ట్రం లోనూ పాకింది. బెంగాల్ తర్వాతి స్థానం కేరళది. అరవిందన్, ఆదూర్ గోపాలకృష్ణన్, జాన్ అబ్రహాం, షాజి ఎన్ కరుణ్ వగైరాలు

మంచి మంచి చిత్రాలు అందించారు. సత్యజిత్ రాయ్ తర్వాత ఆ స్థాయి దర్శకుడుగా ఆదూర్ పేరు చెబుతారు. ఆదూర్ చిత్రాలు కూడా బాగా ఆడాయి. ఎందుకంటే కేరళలో జనం సినిమాలో కూడా literate.

సరే ఇది అప్పటి సంగతి కదా. మరి ఇప్పటి విషయానికి వస్తే హిందీ సినిమాలో మరో సమాంతర చిత్రాల వెల్లువ మొదలైంది. ఒక పక్క వ్యాపార చిత్రాలు, మరో పక్క అర్థవంతమైన చిత్రాలూ వస్తున్నాయి. కొత్త కొత్త కథలు, కొత్త దర్శకులు, నటులు, సాంకేతిక నిపుణులూ. ఇక రాష్ట్రాల విషయానికి వస్తే ఇప్పుడు కూడా కేరళది పై స్థానమే. తమిళ, కన్నడ, బెంగాలీ సినిమాలు కూడా బాగా వస్తున్నాయి. ఇన్ని రాష్ట్రాల గురించి చెప్పుకున్నాక మన తెలుగు రాష్ట్రాల గురించి చెప్పాల్సి వస్తే మనం అప్పుడూ, ఇప్పుడూ సంఖ్యా పరంగా ఒకటో నెంబర్ లో వున్నాం. కానీ నాణ్యత గురించి మాట్లాడాలంటే పెదవి విరుపే. ఈ మధ్య కొందరు ఇదివరకుతో పోలిస్తే మెరుగైన చిత్రాలు తీస్తున్నారు. ఆశావహ భవిష్యత్తును చూపిస్తున్నారు. కానీ ప్రయాణం ఇంకా చాలా దూరమే వుంది. ఇతర రాష్ట్రాల సినిమాలతో పోటీ పడే విధంగా సినిమా ఎదగాల్సి వుంది.

ఇదివరకు సినిమాలంటే కేవలం థియేటర్లలో చూడాల్సిందే. వాణిజ్య చిత్రాలకు హాళ్ళు అందుబాటులో వున్నా, చిన్న చిత్రాలకు ఎప్పుడూ సవాళ్ళే. అదీగాక టీవీ లాంటి మాధ్యమాలు వచ్చి ప్రజలు థియేటర్లకు వెళ్ళడం ఇదివరకుతో పోలిస్తే కొంచెం తగ్గింది. మరో కారణం దాదాపు ప్రతి ఇంటా ఇంటెర్నెట్టు అందుబాటులోకి రావడం, అందులో కొత్తగా అమేజాన్ ప్రైం, నెట్ఫ్లిక్స్, డిస్నీ-హాట్స్టార్, ఆహా, మూబి, సోని లైవ్ లాంటి ఓ టీ టీ (ఓవర్ ద టాప్)లు వచ్చాయి. చాలా వరకు అవి స్వల్ప రుసుముకే లెక్కలేనన్ని చిత్రాలు ఖాతాదారునికి అందుబాటులోకి ఇస్తాయి. సినిమా థియేటర్లలో ఆడిన కొన్నాళ్ళకి ఆ హక్కులు కొనుక్కుని ఏదో ఒక ఓటీటీ ప్రసారం చేస్తుంది. ఆ విధంగా రెండు లాభాలు జరిగాయి. ఒకటి సినిమా ఆసక్తి వున్నవాళ్ళు తమకు అనుకూలమైన సమయంలో చూడగలుగుతున్నారు. రెండో ముఖ్యమైన లాభం ప్రేక్షకుడు కేవలం తన ప్రాంతం చిత్రాలే కాకుండా పొరుగు రాష్ట్రాల, పొరుగు దేశాల చిత్రాలు కూడా చూస్తున్నారు. సబ్ టైటిల్స్ రావడంతో భాషా సమస్య తొలగిపోయింది. ఇప్పుడు సినిమాకి

భాషప్రాంతపు ఎల్లలు చెరిగిపోయాయి. చాలా శుభ పరిణామం. అంతిమంగా ఇది ప్రేక్షకుకి సినిమా పట్ల సంవేదనలని ఇంకా మెరుగు పరిచింది.

అన్ని దేశాల కాదు కదా మన దేశంలో అన్ని రాష్ట్రాల సినిమాలు తడిమే అవకాశం స్పేస్ కారణంగా ప్రస్తుతం లేదు. ఒక్క మళయాళం చిత్రాలే తీసుకున్నా ఈ 2019-2020 లోనే చాలా మంచి చిత్రాలు వచ్చాయి. (ఏ మా యౌ అన్న చిత్రం మే నెల 2018 వచ్చింది. మిగతా ఏడు చిత్రాలూ ఫిబ్రవరి 2019 నుంచి ఫిబ్రవరి 2020 మధ్య కాలంలో అంటే ఏడాది కాలంలో వచ్చాయి. ఇవి కొన్ని ఎంపికచేసిన చిత్రాలు. ఇదే కాలంలో మంచి చిత్రాలు ఇంకా చాలా వున్నాయి. దానిబట్టి ఊహించుకోండి.) నేను వాటిలో గుడ్డి వేటుగా (Randomly) కొన్ని సినెమాలను తడుముతున్నాను. ఇప్పుడు ఎటూ కరోనా పరిస్థితుల్లో సినెమాకెళ్ళే వీలు లేదు, ఇతరత్రా కూడా ఎంతో అవసరమైతే తప్ప మనుషులు బయటికి వెళ్ళడం లేదు. మరి ఈ ఓటిటి లు ఉన్నదెందుకు? ఇదే అవకాశం విభిన్న భాషల మంచి మంచి చిత్రాలు చూడడానికి. నేను ఎంచుకున్నవన్నీ అమేజాన్ ప్రైం లో వున్నాయి.

మొదటి చిత్రం "అయ్యప్పనుం కోషియం". దర్శకుడు సచి. అయ్యప్ప గా బిజు మెనన్, కోషి గా పృథ్విరాజ్ సుకుమారన్ నటించారు. Ex-havaldaar అయిన కోషి కుమరన్ అనే డ్రైవర్తో కారులో రాత్రిపూట అరణ్యా మార్గాన ఊటీకి వెళ్తుంటాడు. అట్టప్పడిలో పోలీసులు ఆపి కారు సోదా చేస్తే ఆల్కహోల్ దొరుకుతుంది. అది నిషేదిత ప్రాంతం కాబట్టి కోషి ని అరెస్టు చేస్తాడు ఎస్సై అయ్యపన్. అయ్యప్పన్ చాలా నిబద్ధత గల ఆఫీసర్. కోషి ధనవంతుల బిడ్డ, చాలా రాజకీయ నాయకులతో, ఇంకా పెద్ద పెద్ద పర్సనాలిటీలతో పరిచయం వున్నవాడు. కాస్త తల బిరుసుగా వ్యవహరిస్తాడు. దానికి ఎస్సై కూడా ఇగో ఫీలై మొండికేస్తాడు. అతనికి పన్నెండు రోజుల సబ్ జైల్ శిక్ష. ఇద్దరి అహాలు సంఘర్షిస్తే కథ మామూలుగా వుంటుందా? ఆ ఎత్తులు, పై ఎత్తులు, పగలు, కక్ష సాధింపులు, వొకటేమిటి చాలా జరిగిపోతాయి. అయితే ఇది కేవలం రెండు అహంకారాల మధ్య సంఘర్షణ మాత్రమా? కాదు. ఇద్దరు సంఘర్షిస్తే కోషి తండ్రి అయ్యప్పన్ భార్యను పాత నేరం కింద అరెస్టు చేయిస్తాడు. ఇందులో ఆడవాళ్ళని లాగడం కోషికి నచ్చదు. కాని అతని తండ్రి అహంకారం అలాంటిది, ఎవరి మాటా

వినడు. అయ్యప్పన్ భార్య ఇదివరకు నక్సలైట్లతో సంబంధాలు కలిగి వున్నది. అయ్యప్పన్ కూడా పాతికేళ్ళప్పుడు అటు వైపు మొగ్గు చూపుతాడు, కానీ అతనిని కాస్తా పోలీసు ఉద్యోగంలో పెట్టేసరికి చాలా మెత్తబడతాడు, కేవలం చట్టప్రకారంగానే నడుచుకుంటాడు. పెళ్ళిచేసుకొని ఆ అమ్మాయిని, పసి బిడ్డనీ ఇంటికి తెచ్చుకుంటాడు. ఇదంతా తెలుసుకున్నాక కోషి అతన్ని మోసపూరితంగా ఇరికించి ఉద్యోగం లేకుండా చేసినందుకు పశ్చాత్తాపంతో తన తప్పు దిద్దుకోవడానికి లిఖిత పూర్వకంగా అంతా ఇచ్చి అతనికి సస్పెన్షన్ రద్దై తిరిగి ఉద్యోగం వచ్చే ప్రయత్నాలు చేస్తాడు. అయ్యప్పన్ భార్య మీద కేసు రద్దవుతుంది. ఇదంతా కోషి వల్ల అని తెలుసుకుని అయ్యప్పన్ కూడా మరలా ఇదివరకులా బాధ్యతాయుత ఆఫీసర్‌గా మారతాడు, తన కోపతాపాలూ, హింసా ప్రవృత్తి వదులుకుని. దగ్గర దగ్గర మూడు గంటల నిడివి వున్నా బోరు కొట్టని ఈ చిత్రంలో వ్యాపార ఎలిమెంట్స్ వున్నా చాలా విషయాల మీద ఫోకస్ పెడుతుంది. పోలీసు వ్యవస్థలో లోపాలు, పోలీసు వ్యవస్థ పై రాజకీయ నాయకుల కబ్జా, అవకాశం దొరికితే మగవాళ్ళు తమ శత్రువు మీద విజయం కోసం, శత్రువును బలహీన పరచడం కోసం ఆ ఇంటి స్త్రీల మీద చర్య తీసుకోవడం. ఇక ఆదివాసీలు, నక్సలైట్లనే పేరు చెప్పి, ఎప్పుడూ దాడులకు గురి కావడం ఇవన్నీ సూక్ష్మంగా వున్నాయి. తనకున్న డబ్బు, కనెక్షన్ల పొగరు కోషి కి వుంటే, నిజాయితీగా పనిచేసే తనని వాటితో అణచాలనుకునేసరికి అయ్యప్పన్‌లో వచ్చిన పౌరుషం. అదీగాక తన పై అధికారులు చెప్పడం వల్ల తన చేతులతోనే నేరస్థుడికి మందు పోయడం, అలా చేస్తుండగా ఆ నేరస్థుడే ఫోన్లో ఎక్కించి పగ తీర్చుకోవడం ఇదంతా ఏకకాలంలో వ్యవస్థ మీదా, మనుషుల ఇగోల మీదా వ్యాఖ్యానం.

ఇందులో బిజు, పృథ్విరాజ్ ల నటన చాలా బాగుంది. జేంస్ బిజయ్ సంగీతం, సుదీప్ ఎలమన్ ఛాయాగ్రహణం కూడా. ఈ మాటలు వారి పేర్లను ప్రకటించడానికి వ్రాస్తున్నా కానీ, ఇప్పుడు పరిచయం చేస్తున్న ప్రతి చిత్రం లోనూ సాంకేతిక విలువలు అత్యున్నతంగా వున్నాయి.

ఖాలిద్ రెహ్మాన్ దర్శకత్వం వహించిన "ఉండా" (అర్థం బుల్లెట్ అని) అనే చిత్రం కూడా ప్రస్తుత సమాజం లో, మన "ప్రజాతంత్ర" దేశంలో ఎలక్షన్ల సమయంలో మావోయిస్టులు వుండే ప్రాంతాలలో ఎలక్షన్ల నిర్వహణ గురించి.

ఇలాంటి అంశంతో ఇటీవల హిందీలో "న్యూటన్" వచ్చింది. తెలుగులో అయితే వూహించలేను కూడా.

ఇది కూడా నిజంగా జరిగిన సంఘటనల ఆధారంగా కథగా రూపకల్పన చేసిన చిత్రం. 2014లో చత్తీస్గఢ్‌లోని మావోయిస్టుల ప్రాంతంలో ఎలక్షన్ డ్యూటీకి కేరళ పోలీసులను సరిపడా రక్షణ సామగ్రి (బుల్లెట్లు, షీల్డు వగైరా) ఇవ్వకుండా పంపడం జరిగింది. ఇందులో కూడా కేరళ తమ పోలీసు బృందాన్నొకదాన్ని బస్తర్ కి పంపిస్తుంది. అక్కడికెళ్ళాక వీరికి రకరకాలుగా అవమానాలు జరుగుతాయి. ఎలాంటి ఏర్పాట్లూ జరిగి వుండవు. ప్రతి దానికీ సర్దుకోమనడం, తాగే నీరు కూడా కావలసినంత వుండదు. ఇక మావోయిస్టు ప్రాంతం కాబట్టి రక్షణా సామగ్రి అవసరం ఎక్కువ. కేరళ ప్రభుత్వం చత్తీస్గఢ్ ప్రభుత్వం చూసుకుంటుంది అని చెప్పి పంపిస్తుంది. చత్తీస్గఢ్ ప్రభుత్వం మీరు మాకు సహాయానికి వచ్చారా, మేము మీకు సహాయాలు చెయ్యాలా? మీ ప్రభుత్వానికి చెప్పి తెప్పించుకోండి అంటుంది. ఆ పోలీసులెవ్వరికీ ఇలాంటి శిక్షణ లేదు. సరిపడా బుల్లెట్లు లేవు. పైగా రకరకాలుగా morale దెబ్బతినేవిధంగా వారి ప్రవర్తన. అందరూ భయాందోళనల్లో వుంటారు. వున్న వాళ్ళలో వొక్కొక్కరిది వొక్కో కథ. ఒకతని పెళ్ళి నిశ్చయమై వుంటే, మరొకతని భార్య విడాకుల కోసం అప్లై చేసి వుంటుంది. వీళ్ళ బాస్ మమ్ముట్టి కావడానికి సీనియర్ కానీ అతనికి కూడా ఇలాంటి శిక్షణ లేదు. తను ఉన్న విషయాన్ని దాస్తూ అందరికీ ధైర్యం చెబుతాడు. కేరళ నుంచి రావాల్సిన బుల్లెట్ల పెట్టె మాయమవుతుంది, ఆ మనుషులూ జాడ వుండదు. మర్నాడే వోటింగు. కొద్దిమంది వచ్చి వోట్లేసి వెళ్తారు. ఆ తర్వాత రాజకీయ నాయకుల గూండాలు వచ్చి పోల్ రిగ్గింగ్ చేస్తారు. అక్కడ వాళ్ళతో నిరాయుధులైన (కేవలం లాఠీలు మిగిలి వుంటాయి) పోలీసుల ఘర్షణ. స్థూలంగా కథ ఇది. కథ అవకాశం ఇచ్చిందని ఆదివాసీల గురించి కొంత కథా. పదిహేనేళ్ళ క్రితం అక్కడ రెండు లక్షల ఆదీవాసులుంటే ఇప్పుడు పదివేలు మాత్రం మిగిలారు. పోలీసులు వాళ్ళని మావోయిస్టులని తరిమేస్తే, మావోయిస్టులు వారిని ఇంఫార్మర్లని చెప్పి దాడి చేస్తారు. పోలీసుల్లో ఒకడు ఆదివాసి. చదువుకుని ఉద్యోగం చేస్తే గౌరవంగా బతకొచ్చు అనుకుంటే అక్కడా వివక్షే, వొకతనితో ఇదే విషయమై కొట్టుకోవడం దాకా వెళ్తుంది. ప్రాణాలతో వూరికి వెళ్తే గనక వెంటనే రాజీనామా చేస్తానంటాడు. చాలా చోట్ల సెంటిమెంటలైజ్

చెయ్యడానికి వీలున్నా ఎక్కడా కథను పలచబడనివ్వలేదు. ఎలక్షన్లనాడు టీవీ వాళ్ళు ఇంటర్వ్యూ చెయ్యడం, అన్ని ఏర్పాట్లూ పకడ్బందీగా వున్నాయని రాజకీయ నాయకుడు అనడం ఎక్కడా మనదగ్గర ఎలాంటి ఏర్పాట్లూ లేవే అని పోలీసడిగితే నవ్వి వెళ్ళిపోతాడు. ఇలాంటి సర్కాస్టిక్ కామెడి చాలా వుంది.

"ఏ మా యౌ" (అంటే R I P) అనే ఈ చిత్రం ఎర్నాకులంలో వొక పల్లెలో నడుస్తుంది. ఇంటి యజమాని వావచన్ వొక తాగుబోతు మేస్త్రి, చెప్పా పెట్టాకుండా ఎక్కడికో వెళ్ళిపోతుంటాడు, మళ్ళి అలానే దర్శనమిస్తాడు. అలాంటి వొక సందర్భంలో అతను ఇంటికి రాగానే భార్య గొడవ పెట్టుకుంటుంది. ముందు ఈ బాతును వండు, తర్వాత గొడవ పడుదుగాని అంటాడు. కూతురుకి పెళ్ళి కావలసి వుంది, ఆమె వొకబ్బాయితో రహస్యంగా ప్రేమ సాగిస్తుంటుంది. కొడుకు, కోడలు. ఇంటికివచ్చే దారిలో వావచంకి వొకడు ఎదురై గొడవపడతాడు, నీ కూతురుకి కడుపు వూరంతా తెలుసంటాడు. అవమానభారంతో అతని మీద దాడి చేసి గాయ పరుస్తాడు. ఇంట్లో తండ్రీ కొడుకులు మందు తాగుతూ మాట్లాడుకుంటూ వుంటారు. తను తన తండ్రికి అంతిమ సంస్కారాలు చాలా ఘనంగా చేసానని, తనకూ అంతే ఘనంగా జరగాలని అంటాడు. కొడుకు తప్పకుండా చేస్తాను అంటాడు. భార్యా, కోడలూ కలిసి రహస్యంగా అతను తాగే అరాక్ లో, కూరలో విషం కలిపి వుంటారు. అరాక్ తాగి వావచన్ మరణిస్తాడు. అక్కడి నుంచి కొడుకు ప్రయత్నాలు, తను వాగ్దానం చేసినట్టుగా ఘనంగా అంత్యక్రియలు చెయ్యాలి. కాని అన్నీ అడ్డంకులే. తల పగిలి పోయాడు కాబట్టి ముందు డాక్టర్ చూసి సర్టిఫికేట్ ఇవ్వాలి, డాక్టరేమో తాగి నిద్రపోయాడు, ఫాదర్ కి కాస్త డెటెక్టివ్ వేషాలు వెయ్యడమనే పిచ్చి. కంప్లైంట్ ఇచ్చినా పట్టించుకోని ఎస్సై. చివరి నిముషంలో వొక స్త్రీ, ఓ కుర్రాడు వచ్చి ఏడవడం, తను భార్యనీ, ఆ కుర్రాడు వావచన్ కొడుకనీ అంటుంది. అక్కడ గొడవ. ఇంత డ్రామా తర్వాత అనుకున్నట్టు అసలు ఖననమైనా అవుతుందా లేదా? ఇది వరకు శ్యాం బెనెగల్ "త్రికాల్" తీశాడు. పోర్చుగీస్ గోవాను రీక్రియేట్ చెయ్యడం తో పాటు ఇలాంటి సటైర్‌తో కూడిన హాస్యమే అందులో వుంది. ఆ చిత్రం గుర్తొచ్చింది నాకు. ఇందులో పీరియడ్ క్రియేట్ చేసే అవసరం లేదు గాని, కేరళ పల్లెలో ఆ వాతావరణం, పాత్రలు, వాళ్ళ స్వభావాలు, రాజకీయాలు, చనిపోయిన తర్వాత క్రిస్టియన్లు పాటించే పద్ధతులు, సముద్రం, వర్షంలో గొడవలు, భార్య ఏడుపు

నాటకాలు వొకటేమిటి సర్వం చాలా చక్కగా అల్లాడు కథలో. వొక పక్క నవ్వు వస్తూ వుంటుంది, మరో పక్క దర్శకుడు/కథకుడు పనితనం మెచ్చుకుంటూ వుంటాము. స్క్రీన్ప్లే, దర్శకత్వం, నటన, ఫొటోగ్రఫీ, సంగీతం అన్నీ వర్ల్డ్ క్లాస్. మరపురాని అనుభవం ఈ చిత్రం చూడటం.

"డ్రైవింగ్ లైసెన్స్" అనే ఈ చిత్రం వొక వ్యాపార చిత్రం మూసలో వున్నా ఆలోచింపజేసే విషయాలు ఉన్నాయి. మోటర్ వెహికల్ ఇన్స్పెక్టర్ కురువిల జోసెఫ్, హరీంద్రన్ (పృథ్విరాజ్ సుకుమారన్) అనే సూపర్స్టార్ కి వీరాభిమాని. భార్యా, కొడుకు అతని సంసారం. హరీంద్రన్ భార్యకు అమెరికాలో వైద్యంకోసం నెలరోజులకోసం వెళ్ళాల్సి వుండి అన్నీ ఏర్పాట్లూ అయిపోయి వుంటాయి. "ద గ్రేట్ డిక్టేటర్" అనే చిత్రం క్లైమాక్స్ షూటింగ్ మాత్రం మిగిలి వుంది. అది కార్ చేజ్ వగైరా సీన్లు. ఏర్పాట్లలో భాగంగా హరి డ్రైవింగ్ లైసెన్సే అవసరం అవుతుంది. అది అతను పారేసుకుని వుంటాడు. అతని వీరాభిమాని కురువిల్లా వుండగా అది చిటికెలో పని. అందుకు సిద్ధపడ్డ కురువిల్లా తనకు హరి తన ఆఫీసుకు వచ్చి అందరి ముందు తనతో ఫొటో దిగాలని వుంది అంటాడు. తప్పుతుందా మరి. కానీ హరి వాళ్ళు వెళ్ళే సరికి అక్కడ మీడియా వాళ్ళు వుండడమే కాదు, తన హోదాను దురుపయోగం చేసి డ్రైవింగ్ లైసెన్స్ సంపాదిస్తున్న హరి అని వార్తలు టీవీకెక్కుతాయి. గిల్ట్ తో నిలబడ్డ కురువిల్ల మీద కోపంతో హరి చెయ్యి చేసుకుంటాడు. అక్కడినుంచి ఇద్దరి అహంకారాల మధ్య ఫైట్ మొదలవుతుంది. కురువిల్లా స్ట్రిక్ట్ అయిపోయి అందరిలానే హరి కూడా అన్ని టెస్టులూ పాసైతేనే అంటాడు. ఇటు షూటింగూ జరగక, అటు భార్తో అమెరికాకు వెళ్ళలేక హరి చాలా కోపంగా వుంటాడు. వాళ్ళిద్దరి మధ్య ఘర్షణ ఎలాంటి మలుపులు తీసుకుని ఏ పరిణామానికి చేరుకుంటుందన్నది మిగతా కథ.

ఇద్దరి దగ్గరా వేర్వేరు అధికారాలు వుండబట్టి అహంకారం కూడా వుంది. కాని జీవితం జీవితమే. ఇద్దరికి ఎలాంటి అవస్థలు వచ్చి బుద్ధి సమంగా వస్తుందన్నది చాలా బాగా చూపించాడు దర్శకుడు. పనిలో పనిగా సినిమా రంగం, ఆర్టీవో పనితనం, అభిమానుల వీరంగం, చిన్న పిల్లల మీద తోటి పిల్లల bullying, ఆత్మాభిమానం దెబ్బ తినడం, కొడుకు అభిమాన వ్యక్తి తండ్రి కావడం, దాన్ని కాపాడుకోవడానికి అతను అహంకారం త్యజించడం లాంటివి చక్కగా అల్లారు

కథలో. వ్యాపార చిత్రాలైన కనీసం ఈ స్థాయిలోనన్నా వుండాలనిపిస్తుంది.

ఇక చివరిగా "ట్రాన్స్". బీభత్సమైన చిత్రం. బీభత్సం అంటే నిఘంటువు అర్థం కాదు, వ్యవహారంలో "కేక" అంటారే అది. మన దేశంలో వున్న గొప్ప నటుల్లో వొకడు ఫహాద్ ఫాసిల్. ఆ జంట కళ్ళతోనే చాలా లోతైన భావాలు పలికిస్తాడు. ఏ పాత్ర ఇస్తే అందులో ఒదిగిపోతాడు. ఇతను కుంబళంగి నైట్స్ లో కూడా వున్నాడు. దీనికి అన్వర్ రషీద్ దర్శకత్వం.

ఆ ఇంట అన్నదమ్ములు విజు (ఫహాద్ ఫాసిల్), తమ్ముదు కుంజన్ (శ్రీనాథ్ భాసి) ఉంటారు. తమ్ముడికి మానసిక వ్యాధి. ఇంట్లోనే వుంటాడు. అన్న మోటివేషనల్ స్పీకర్ అవడానికి గానూ శిక్షణ తీసుకుని ఆ పనిలో కృషి చేస్తుంటాడు. తల్లిదండ్రులు లేరు. డిప్రెషన్ తో బాధపడుతుంటున్న తల్లి వీళ్ళ బాల్యంలోనే ఫేన్‌కు ఉరిపోసుకుని చనిపోతుంది. దాని ప్రభావం పిల్లలిద్దరిమీదా గాఢంగా వుంటుంది. తమ్ముడిని ఎంత జాగ్రత్తగా చూసుకుంటూ వున్నప్పటికీ వో నాడు తమ్ముడు కూడా ఉరిపోసుకుని చనిపోతాడు. ఇక విజుకి డిప్రెషన్ పెరిగిపోతుంది. వూరు వదిలి ముంబై చేరుకుంటాడు. మందులు తీసుకుంటూ వుంటాడు. మధ్య మధ్యలో భయానికి, నూన్యకీ లోనవుతాడు. తను నేర్చుకున్న పాఠాలు తనమీదే ప్రయోగించి నెట్టుకొస్తాడు. సరిగ్గా ఇలాంటి వారి కోసమే వెతుకుతున్నవో జంట ఇతన్ని పిలిచి పని ఇస్తారు. చాలా డబ్బు వచ్చే పని. జోషువా కార్లటన్ పేరుతో వో పాస్టర్‌గా రూపాంతరం చెంది తన మోటివేషనల్ విద్యను వాడుతూ జనాలను ఆకట్టుకుని బుట్టలో వేసుకోవడం. తద్వారా అతనిపేర పెట్టిన సంస్థకి చాలా విరాళాలొస్తాయి. విజు ని ఆర్నెల్లపాటు బైబిల్, క్రిస్టియానిటి కి సంబంధించిన విషయాల్లో శిక్షణ ఇప్పించి వొక రోజు అతన్ని పాస్టర్ జోషువా కార్లటన్ గా ప్రపంచానికి పరిచయం చేస్తారు. మొదట ఎక్కువమంది ఆకర్షితులవకపోయినా రాన్రాను చాలా మందికి అతని మీద గురి పెరుగుతుంది, విరాళాలు అంచనాలు దాటుతాయి, అతని స్వస్థతా కూటములు బాగా సక్సెస్ అవుతాయి. అన్ని రకాల ఏర్పాటుల్లో వొకటి కొంతమందిని అస్వస్థులుగా నటించడం, తర్వాత పాస్టర్ చేసే చమత్కారం వల్ల స్వస్థులైనట్టు నటించడం ఇదంతా కూడా ఎన్నుకున్న కొంతమందికి శిక్షణ ఇస్తారు. క్రమంగా విజు ఆ పాత్రలో జీవించడం మొదలు పెడతాడు. ఆ నిషా ఎక్కి తనే నిర్ణయాలు తీసుకోవడం, తనను నియమించిన

వారి మాటలు వినకపోవడం వగైరా చేసేసరికి అతన్ని అణిచి దారిలోకి తేవడానికి నాటకాలు తయారు చేస్తారు. అక్కడినుంచి కథ రకరకాల మలుపులు తీసుకుని ఏ విధంగా అంతమవుతుందో సినిమాలో చూడాలి.

ఇందులో మొట్ట మొదట ఫహద్ నటన, తర్వాత కథ, దర్శకత్వం, సంగీతం, ఛాయాగ్రహణం తదితర విషయాలు. విజు కుటుంబం నిజంగానే మానసిక సమస్యతో బాధపడే కుటుంబం. పాస్టర్ గా మారాక అతనికి సైకోట్రోపిక్ మందులు ఇచ్చి ఇంకా ఉన్మాదిలా తయారు చేస్తారు వారు. మరో పక్క సమాజంలో ఎలాంటి బలహీనత వున్నా దాన్ని సొమ్ము చేసుకోవాలన్న మానసిక రుగ్మత, అహంకారం, దారుణం కొంతమందిలో వుంటుంది. ఇక మామూలు ప్రజానీకం మతం మత్తులో ఎలా కొట్టుకుపోతున్నారో చూపించబడింది. పరిశీలనగా చూడాలే గాని చాలా సూక్ష్మ విషయాలు వున్నాయి ఇందులో. ఈ చిత్రాన్ని తీయడం వొక సాహసమే.

ఇప్పుడు చెప్పుకున్న ఎనిమిది చిత్రాల్లో ఆరింట్లో హీరోయిన్ అనతగ్గ పాత్ర లేదు. "హెలెన్" చిత్రం లో అన్నాబెన్ తనే హీరో, తనే హీరోయిన్. ఆమెను హీరో అనడమే సబబు. ఇక వైరస్ లో స్త్రీ పాత్రలు చాలా వున్నాయి గానీ సాధారణ చిత్ర పరిభాషలో వాళ్ళను హీరోయిన్స్ అనలేము. కుంబళంగి నైట్స్ లో కూడా అంతే. అయితే ఈ మూడు చిత్రాల్లో కొంత భాగం స్త్రీ పురుషుల మధ్య ప్రేమ గాథ ఎంతో కొంత వుంది. మిగతా వాటిలో అదీ లేదు. ఎంత పెద్ద సాహసం ఇది! వున్న హీరోలూ వ్యాపార చిత్రాలలో లాగా బాహుబలులు కారు. హీరోయిన్లు arm candie లు కారు. అన్నిట్లో విలక్షణమైన కథలు, ఇదివరకు స్పృశించని కథలు, సమకాలీన కథలు వున్నాయి. అన్ని చిత్రాల్లో సాంకేతిక విలువలు చాలా ఉన్నతంగా వున్నాయి. మరి తెలుగు చిత్రాలు కూడా ఈ విధంగా సాగిపోతే మనం కూడా ఎవరికీ తక్కువకాము అనిపించుకోవచ్చు. అప్పటి దాకా నిష్ఠూరమైన నిజాన్ని ఒప్పుకోవాల్సి వస్తుంది కష్టమైనా. చూద్దాం. ఈ మధ్య కొంతమంది యువ దర్శకులు వచ్చి ఆశావహ వాతావరణాన్ని కల్పించారు. అది ఎలా పరిణామం చెందుతుందో కాలమే చెబుతుంది.

ఇక ఆ పరిణామం గురించి ఎదురు చూస్తూ కూర్చోక అందరూ ఓటీటీల్లో ప్రదర్శిస్తున్న గొప్ప గొప్ప చిత్రాలను చూసి ఆనందించండి.

“మల్లేశం” పోగుబంధం కట్టిపడేస్తుంది

తెలుగు సినిమాలు మంచివి రావట్లేదు అని వాపోతున్న రోజులలో ఈ చిత్రం రాక వో చల్లని వార్త. నిజంగా తెలుగు సినిమాకు మంచి రోజులు వచ్చాయి అని నమ్మకం కలిగిస్తుంది ఇది. ఈ బయోపిక్కుల కాలంలో మరో బయోపిక్కు. అయితే ఇందులో నాయకుడు జీవితం కంటే పెద్ద పరిమాణంలో వుండడు, హీరోగిరి వుండదు, వ్యాపార సినిమాలకుండే మసాలాలూ వుండవు. నిజంగా ఆ పల్లెలో ఆ జీవితాలను వీక్షిస్తున్నట్టు వుంటుంది.

నల్లగొండ జిల్లాలోని వో వూరు. ఆరో తరగతి చదువుతున్న మల్లేశం. వాళ్ళది నేతపని. తండ్రి మగ్గం దగ్గర కూర్చుంటే, తల్లి దారాన్ని ఆసు పోసి దారాలు, రకరకాల డిజైన్లు చేసి చీరకు సిద్ధం చేస్తుంది. అయితే తల్లి చేసే పని చాలా కష్టమైనది, భుజాలు నెప్పి పెడతాయి, క్రమంగా అక్కడి యెముకలు కూడా అరిగిపోతాయి. ఇంత కష్టం చేసినా వచ్చే డబ్బు అంతంత మాత్రం. దళారీల దయా దాక్షిణ్యాల మీద ఆధారం వాళ్ళ బతుకు. చేసిన అప్పులు తీర్చలేక, ఇల్లు గడవడం కష్టం అయ్యి మల్లేశాన్ని ఆరుతోనే చదువు మానిపిం చేస్తారు. ఇంట్లోనే తల్లి దండ్రులకు సాయపడుతుంటాడు. తల్లి కష్టం చూడలేడు. ఆమె పనిని తేలిక చేయడానికి వొక యంత్రం తయారు చేయగలిగితే కష్టాలు తీరుతాయి కదా అని వొక ఆలోచన. అది పురుగులా మెదడును తొలుస్తూనే వుంటుంది. అప్పులు చేసి రకరకాలుగా ప్రయత్నం అయితే చేస్తాడు కానీ ఫలితం వుండదు. ఇతని ఈ పిచ్చి మానిపించడానికి పెళ్ళి చేస్తే సరి అంటారు వూళ్ళో వాళ్ళు. అదీ అవుతుంది. కాని వచ్చిన భార్య అతన్ని అర్థం చేసుకుని

అతనికి దన్నుగా నిలబడుతుంది. వూళ్ళో యెవరూ అర్థం చేసుకోకపోగా ఆటలు పట్టిస్తూ వుంటారు. అప్పు పుట్టదు. చేసిన అప్పులు తీర్చలేని పరిస్థితి. ఇక లాభం లేదని హైదరాబాదుకు మారతారు మల్లేశం (ప్రియదర్శి) అతని భార్య పద్మ (అనన్య). అక్కడ చెక్క నమూనా సరయినది కాదని తెలుసుకుని స్టీలుతో మొదలు పెడతాడు. భార్య కడుపుతో వుంటే ఆ ఆరునెల్లు ఆమెనే చూసుకోవాల్సి వచ్చి యంత్రం మీద పని కొనసాగించలేడు. ఆ తర్వాత మళ్ళీ మొదలు పెడతాడు కానీ అడుగడుగునా ఆటంకాలే. వోటమి వొప్పుకోని వ్యక్తిత్వం వున్న మల్లేశం యేడు సంవత్సరాలపాటు ఏకదీక్షతో ఆ యంత్రం మీదే పని చేసి చివరికి ఫలితం సాధించి, తన వూరిలో అందరి ముందూ దాన్ని ప్రదర్శించి అందరి మెప్పూ పొందుతాడు.

ఇది టూకీగా కథ. వొక వ్యక్తి తీవ్రోత్సాహమూ, శ్రద్ధ, అకుంఠిత దీక్ష మాత్రమే కాదు ఈ చిత్రం చూపేది. మన పల్లెలలో చేనేత నెమ్మదిగా కనుమరుగు అయ్యే పరిస్థితికి కారణాలు, చేనేత కార్మికుల కష్టాలు ఇవన్నీ కూడా కనిపిస్తాయి. చిత్రం మొదలు అవడమే అప్పుల్లో కూరుకు పోయిన వో చేనేత కార్మికుని కుటుంబం కుటుంబం కలిసి ఆత్మహత్యలు చేసుకోవడం తో మొదలవుతుంది. అలాంటి నేపథ్యంలో వొక యువకుడు దీక్షగా తమవారి కష్టాలను తగ్గించి, చేనేత పరిశ్రమకు ప్రోత్సాహంగా వుండేలా యంత్రాన్ని కనిపెట్టి దారి దీపం అవడం చాలా పెద్ద విషయం.

ఇక ముందుగా ఈ మంచి చిత్రానికి క్రెడిట్ దర్శకుడు రాచకొండ రాజ్ కు ఇవ్వాలి. అవకాశం వున్నా చిత్రాన్ని కేవలం కథ చుట్టూ అల్లి, అనవసరపు హంగులూ, ఆర్భాటాలను దూరం పెట్టాడు. హీరో కూడా వొక సామాన్యుడిలా కనిపిస్తాడు, యెక్కడా హీరోగిరి వుండదు. పాటలు వున్నా అవి నేపథ్యానికి తగ్గట్టుగా చాలా అందంగా వున్నాయి (గోరటి వెంకన్న, అశోక్, దాశరథి). ఇంకొక విషయం యేమిటంటే దర్శకుడు యెలాంటి ప్రత్యేకమైన శైలిని సృష్టించి సినిమా తీసే ప్రయత్నం చేయలేదు. కథ తనే పాఠకుడిని చేరుతుంది అని యెంత నమ్మకముంటే ఇంత సాదా సీదాగా కథను చెప్పగలుగుతాడు. హిందీలో ఈ మధ్య "ప్యాడ్మేన్" వచ్చింది. మంచి చిత్రమే. కాని వొక వ్యాపార సినిమా మూసలో వుంది. అందుకే ఆ చిత్రం కంటే కూడా ఆ టెడ్ స్పీచ్ యెక్కువ

ఆకట్టుకుంటుంది. తెలంగాణ పల్లెలు ఆ కాలంలో యెలా వుండేవో అలాగే మన ముందు పెట్టగలగడానికి యేలే లక్ష్మణ్ గారి వల్లే సాధ్యమయ్యింది. ఇక తెలంగాణలోని సాంప్రదాయాలు, పద్ధతులు అన్నీ చాలా చక్కగా వున్నాయి. నాకైతే వొక్క సారి చూడటంతో సరిపోలేదు, మరో సారి చూస్తే గాని పూర్తిగా బోధపడదు. అదే నా వయసు తెలంగాణ వాసులు, అదీ పల్లెలు చూసిన వారికి ఇది చిటిక వేసినంత తేలికగా అర్థమవుతుంది. ఈ మధ్య వస్తున్న తెలంగాణ చిత్రాల కంటే ఇందులో సంభాషణలు చాలా సహజంగా, మెరుగ్గా వున్నాయి. ఆ గొప్పతనం పెద్దింటి అశోక్ కుమార్ గారిది. మార్క్ రాబిన్ సంగీతం, బాలు శాండిల్య ఛాయాగ్రహణమూ చాలా చక్కగా వున్నాయి. "దాసి" చిత్రం తర్వాత ఇందులో అచ్చమైన తెలంగాణం వింటున్నట్టు అనిపించింది. నిజం చెప్పాలంటే వో ఆరేడు సంభాషణలు నాకు అందలేదు కూడా. పల్లెల చిత్రీకరణలో వంకలు లేవు. 1990ల కాలపు హైదరాబాదు చూపడం కష్టం కాబట్టి, కొన్ని సందుల్లో చిత్రీకరించి, కొన్ని క్లోజప్లతో మేనేజ్ చేశారు.

నటన విషయానికి వస్తే ప్రియదర్శి చాలా బాగా నటించాడు. కొన్ని చోట్ల అతని passion, perseverance ఇంకా బలంగా చూపగలిగివుంటే బాగుండేది అనిపించింది. వొక నాయకుడిగా కాక ఆ పాత్రలో ఇమిడిపోయి చేసినందుకు అభినందించాల్సిందే. ఝాన్సీ గారు యెప్పటిలా చాలా బాగా చేశారు. అలాగే అనన్య. ఈమెనుంచి మరిన్ని గొప్ప చిత్రాల ఆశలు పెట్టుకోవచ్చు. ఆనంద్ చక్రపాణిగారు కూడా సహజంగా నటించారు. ఇక నటనలో రెండు ప్రత్యేక వ్యాఖ్యానాలు అవసరం. వొకటి స్నేహితులుగా జగదీశ్, అన్వేశ్ లు అసలు నటులుగా కాకుండా ఆయా పాత్రలుగానే సహజంగా కనబడ్డారు. తర్వాత చెప్పుకోవాల్సింది మరో ఇద్దరి గురించి. వొకరు తిరువీర్. చాలా చిన్న పాత్ర అయినా మరచిపోలేని విధంగా చేశాడు. థియేటర్ అతనికి బాగా ఉపయోగపడినట్టుంది. మరో పాత్ర వొక ముసలమ్మ పాత్ర. పేరు తెలీదు. "నే చెప్పలా మిషినీ పని చేసుద్దని" అనే ఆవిడ. ఆమెను యేదన్నా నాటక రంగం నుంచి తెచ్చారో, మరొకటో తెలీదు గాని ఆమె కూడా మరపు రాదు. ఆమెను చూస్తే నాకు ఇద్దరు గుర్తుకొచ్చారు. పథేర్ పాంచాలిలో చున్ని బాలా దేవి. ఆమె నాటక రంగంలో పేరున్న మనిషి. రెండో ముసలామె "ఖోస్లా కా ఘోస్లా" లో వొక ముసలామె. యెక్కడా మోసం లేదు కదా అని నిర్ధారించు కోవడానికి

సైట్ కు వెళ్తాడు బమన్ ఇరాని, అక్కడ వాచ్మన్ గది బయట వో ముసలామె వెళ్ళేటప్పుడూ, వచ్చేటప్పుడూ రెండు చేతులూ జోడించి నమస్కారం చేస్తుంది. వొక్క మాటా మాట్లాడదు. వాస్తవానికి ఆమె నాటకాల్లో చేసే మనిషి. ఇలా చిన్న చిన్న సంగతులు ఈ చిత్రంలో చాలా వున్నాయి. ఇక నా అభిప్రాయంలో పుస్తకాలకు glossary, footnotes వున్నట్టు ఈ చిత్రంలో వున్న తెలంగాణ ప్రత్యేకతలు యెవరన్నా వివరిస్తే ఇతరులకు ఇంకా బాగా అర్థం అవుతుంది. రికార్డ్ చేసినట్టు కూడా వుంటుంది.

ఈ చిత్రంలో మల్లేశం సాధించింది కొంతవరకే చూపారు. అతను యేడో తరగతి ప్రైవేటుగా కట్టి పాసయ్యి, తర్వాత పదో తరగతి మూడు ప్రయత్నాలలో పాసయ్యి మొదటగా తయారు చేసిన నమూన ఈ చిత్రం లో వుంది. దీన్నే మరో రెండుసార్లు మెరుగు పరిచాడు. దానికోసం ఇంజినీరింగ్, కంప్యూటర్ పుస్తకాలు కొనుక్కుని కష్టపడి చదివి, అర్థం చేసుకుని మెరుగైన అధునాతన యంత్రాలు చేశాడు. ఇప్పుడతను అసెంబ్లీ లేంగ్వేజ్‌లో కోడ్ వ్రాయగలుగుతున్నాడంటే వూహించుకోండి. ఈ చిత్రం చూశాక అతని టెడ్ స్పీచ్ తప్పకుండా చూడండి.

ఇక ఈ చిత్రంలో లోపాలు లేవా అంటే వున్నాయి. కాని పట్టించుకో తగ్గవి కావు. ఈ చిత్రాన్ని అందరూ చూడాలని నేను రెకమెండ్ చేస్తాను.

సమాజానికి అద్దం పట్టిన రచయిత కథ : మంటో

కాలానికి నిలబడ్డ రచనలు అతనివి. దేశ విభజన చూడని వాళ్ళు కూడా అతని కథలు చదివి చలించిపోతారు. అతని కథల్లో అన్ని రకాలుగా అణిచివేయ బడ్డ ఆడ మనుషుల కథలు సైతం కదిలించి వేస్తాయి. వొక కథ చదివేక మరో కథ చదవడానికి కొంత విరామం అవసరం, తేరుకోవడానికి. మానసిక దౌర్బల్యం వుంటే అక్కడితోనే ఆఖరు. స్వాతంత్ర్యం వచ్చిన కాలానికి దగ్గర్లో వున్న గొప్ప రచయితల్లో మంటో, ఇస్మత్ చుగ్తై, కిషన్ చందర్, ఫైజ్ లాంటి వాళ్ళు చిరస్మరణీయులు. అప్పుడు ప్రోగ్రెసివ్ రచయితల సమాఖ్య కూడా బలంగా వుండింది. మంటో చదువరులు నందితా దాస్ చిత్రం "మంటో" గురించి ఇష్టంగా యెదురుచూశారు.

అతని కథల ద్వారా అతని అంతరంగం మన మనసులో రూపు కట్టుకుంటుంది. కానీ అతని జీవితం యెలా వుండేది, వగైరా కుతూహలాలు పూర్తిగా తృప్తి చెందలేదు ఈ చిత్రంలో. బహుశా అతని జీవితం గురించిన వివరాలు తగినంతగా అందుబాటులో లేవేమో. అయితే రెండు గంటల నిడివి గల ఈ చిత్రంలో నందితా దాస్ అతని అయిదు కథలను స్పృశించింది. కొన్ని దారంలో పూసల్లా, కొన్ని ప్రత్యేకంగా పొదగబడ్డట్టు కలిసిపోయాయి. వొక రకంగా ఆ కథలు కూడా అతని అంతరంగాన్ని ప్రేక్షకుడి ముందు పరుస్తాయి.

అవిభక్త భారత దేశంలో పుట్టిన మంటో అనువాదాలతో మొదలు పెట్టి తర్వాత కథలు వ్రాయడంతో బాగా పేరు తెచ్చుకున్నాడు. వో నవల, కొన్ని నాటకాలూ వ్రాసిన ఇతను బాంబే చిత్ర పరిశ్రమలో స్క్రిప్ట్ లు వ్రాస్తూ, చిత్ర పరిశ్రమలో హేమా హేమీలు (అశోక్ కుమార్, కె ఆసిఫ్, నౌషాద్ వగైరాలు అలా కనిపించి అలా మాయమవుతారు తెర మీద), అలాగే ప్రోగ్రెసివ్ రచయితలతో కలివిడిగా వుంటూ తన వ్యాసంగం సాగిస్తాడు. వొక పక్క బాగా అభిమానించే వాళ్ళు, మరో పక్క బాగా ద్వేషించేవాళ్ళు. ఆరు సార్లు అతనిపై కోర్టు కేసులు అతని కథల్లో అసభ్యతను తీసుకుని. మూడు ఇక్కడ, మూడు పాకిస్తాన్ లో. చివరిది అతని కథ "ఠండా గోష్త్" మీద. అతన్ని బాగా కదిలించినది వేశ్యలు పడుతున్న అమానుష దోపిడీ అత్యాచారాలూ, అలాగే దేశ విభజన సమయంలో సాగిన మారణకాండ, రేపులూ ఇతర అమానుషత్వాలూ. చూసింది చూసినట్టు కథలు వ్రాశాడు. అయితే అతని కలానికి వున్న పదును యెలాంటిదంటే కథలు చిన్నవైనా వొక్కో వాక్యం వొక్కో శూలం లా గుచ్చుకుంటుంది. అతని మిత్రులందరినీ వొక సన్నివేశంలో చూపిస్తుంది నందితా దాస్. అది కోర్టు కేసుల్లో నిరపరాధులుగా ప్రకటించబడ్డ ఇస్మత్ చుగ్తై (బహుశా ఆమె లిహాఫ్ కథ కారణంగా) మంటోలను సెలబ్రేట్ చేసే సన్నివేశం. అయితే అతను చాలా సన్నిహితంగా మెలిగింది అప్పటి కొత్త హీరో శ్యాంతో(తాహిర్ రాజ్ భాసిన్). ఇద్దరి మధ్యా స్నేహం అవిచ్ఛిన్నంగా సాగింది. చివర్లో శ్యాం ఆర్థిక సాయం అందిస్తానంటే సున్నితంగా తోసిపుచ్చుతాడు మంటో. అంత ఆత్మాభిమానం కలవాడు. వొక ముస్లింల సమూహం శ్యాం కుటుంబ సభ్యులపై అత్యాచారం చేసి కట్టుబట్టలతో వూరు వదిలేలా చేస్తుంది. అది శ్యామ్ని యెంతగా కదిలిస్తుందంటే మాటల్లో ముస్లింల పట్ల కసిని వెలిబుచ్చుతాడు. మరి నేను కూడా ముస్లింనే కదా అని మంటో అంటే మాట్లాడడు. దేశ పరిస్థితులు, వినవస్తున్న రకరకాల సలహాలు, చూస్తున్న మారణహోమం, యెల్లప్పుడు వొక హిందూ టోపీ, వొక ముస్లిం టోపీతో ప్రయాణం చేయాల్సి రావడం ఇవన్నీ చివరికి అయిష్టంగానైనా అతన్ని పాకిస్తానుకు వెళ్ళేలా చేస్తాయి. కానీ తన తల్లిదండ్రులను పూడ్చిపెట్టిన నేల, తను పుట్టిపెరిగిన నేల ఐన భారతం, ముఖ్యంగా బాంబే అంటే అతనికి ప్రాణం. వొక సారి పాకిస్తాను పోలీసు అధికారి చిరునామా వ్రాసి ఇవ్వమంటే బాంబేది వ్రాసి ఇస్తాడు. అంత ప్రేమ. అతని కథలు ప్రచురిస్తేవో బాధ,

ప్రచురించకపోతే వో లోటు. కాస్త ఉద్రేకాలను తగ్గించుకుని వ్రాయమంటే వ్రాయలేనంటాడు. నేను వ్రాసే కథలు భరింపరానివిగా మీకు తోస్తే మన సమాజమే అలా వుందని అర్థం చేసుకోండి అంటాడు. ఆర్థిక సమస్యలు, కోర్టు గొడవలు, దేశ పరిస్థితులు, ఇష్టమైన చోటును వదలాల్సి రావడం ఇవన్నీ అతన్ని చాలా కలచి వేస్తాయి. తాగుబోతవుతాడు. పిచ్చి కూడా పడుతుంది. అతనే కాదు, అతనికి పెద్ద అండగా నిలిచిన అతని భార్య సఫియా (రసికా దుగల్) కూడా వోడిపోతుంది. ఆర్థిక సమస్యలు, పిల్లల పోషణ, భర్త చూస్తే ఇలాబీ ఆమె కూడా తక్కువ నరకాన్ని చూడదు. మంటో కథ తోబా టేక్ సింఘ్‌లో లా పిచ్చివానిలా తన **42** వ యేటనే మంటో ప్రాణాలు పోగొట్టుకుంటాడు.

అతని జీవితంలోని ఘటనలు, అతని కథలూ కలిపి కుట్టిన ఈ చిత్రం గుర్తుండిపోతుంది. ముఖ్యంగా మంటోగా చేసిన నవాజుద్దీన్ సిద్దిఖి నటన కారణంగా. పాత్రలో అంతగా లీనమవడం సాధ్యమా అనిపించేలా చేశాడు. యెన్ని అవార్డులు వచ్చినా తక్కువనిపించేలా. అంతే చక్కగా చేసినది రసికా దుగల్. ఠండా గోష్త్ కథలో నటించిన దివ్యా దత్తా, రణవీర్ షోరేలుబీ మరో కథలో పరేశ్ రావల్ బ్రోకరుగా, తిలోత్తమా శోం వేశ్యగా బాగా నటించారు. అప్పటి కాలానికి తగ్గ ప్రాపర్టీలు, అలంకరణ, ఇవన్నీ రీటా ఘోష్ బాగా డిజైను చేస్తే, అంతే చక్కగా చిత్రీకరించాడు కార్తీక్ విజయ్. "ఫిరాక్" చూసినవారికి నందితా దాస్ నుంచి యెలాంటి దర్శకత్వం ఆశిస్తారో అంతే గొప్పగా వుంది. పసి పిల్లలను మన ముందుకు నెట్టిన నందితా దాస్ ప్రజ్ఞను చూడండి. ఆవేశంగా గట్టిగా మాట్లాడుతున్నప్పుడల్లా రసికా పిల్లలు నిద్ర పోతున్నారు, నెమ్మదిగా మాట్లాడమంటుంది. యెలాంటి ఆవేశాల్లో వున్నా మంటో దగ్గరికి పిల్లలు రాగానే మేజిక్ చేసినట్టు అతని ముఖకవళికలు మారిపోయి పిల్లలను ముద్దు చేయడం, కథలు చెప్పడం చేస్తాడు. ఆవేశ కావేషాల ప్రపంచానికీ, పసివాళ్ళ ప్రపంచానికీ మధ్య రసికా వో గోడలా నిలబడి బేలెన్స్ చేస్తుంది. చివరికి మంటో కూడా నిద్రపోతున్న పిల్లల మీద చేయి వేసి నిమురుతూ క్షమాపణలు కోరుకుంటాడు.

వొక సన్నివేశం నుంచి మరో సన్నివేశంలోకి ప్రయాణం కూడా చూడండి యెలా చేస్తుందో. గత కొద్ది రోజులుగా నిద్రకు కూడా దూరమైన వేశ్య తిలోత్తమ

ఆకలిని కూడా లెక్కచేయక నిద్రపోతుంటుంది. వో విటుడిని తీసుకొచ్చిన బ్రోకర్ పరేశ్ రావల్ ఆమెను బలవంతంగా నిద్ర లేపుతాడు. ఇద్దరి మధ్యా జరిగే కొట్లాటలో పరేశ్ పడిపోయి మంచం కోడు తలకు తగిలి రక్తమోడుతుండగా నేలమీద సాగిలపడిపోతాడు. కెమెరా అతనిమీదనుంచి పక్కనే వున్న మంచం మీద మూడంకె వేసుకుని పడుకున్న తిలోత్తమ తలనుంచి పాదాలవరకూ ప్రయాణించి మరో సన్నివేశంలోకి కట్. అక్కడ సమాధుల మధ్య నడుస్తున్న పాదాల జంట. మంటో అతని భార్య, మంటో తల్లిదండ్రుల సమాధుల ముందు మోకరించి అగరొత్తులు వెలిగించి ప్రార్థన చేయాలి. నేను అమ్మ కోసం చేస్తాను, నాన్న కోసం చేయనంటాడు. ఈ చిత్రంలో మంటో తల్లిదండ్రులతో వున్న సంబంధ బాంధవ్యాలు చూపలేదు కానీ ఇలా కొంత వ్యక్తమవుతుంది. రెండు గంటల నిడివిలో మంటో లాంటి వొక వ్యక్తి జీవితం ఇమడదు గాని, నందితా దాస్ చిత్రం తప్పకుండా చూడాల్సిన చిత్రం. ఇది ప్రేక్షకులను కదిలించి, ఇదివరకు చదివి వుండకపోతే మంటో రచనలవైపుకు తీసుకెళ్తుంది. ఈ చిత్రం చూశాక అతని రచనలకోసమే కాదు అతని జీవితం గురించిన వివరాలకోసం కూడా ప్రేక్షకుడు మనసు సారిస్తాడు. కోర్టులో ఫైజ్ "ఠండా గోష్త్" అసభ్యంగా లేదు కాని ఉన్నత సాహిత్యపు ప్రమాణాలు కల కథ కూడా కాదు అంటాడు. అప్పట్లో అతని విమర్శకుల వైఖరి, ముఖ్యంగా eliteలో యెలా వుండేది, శ్యాం లాంటి మిత్రుల ఆహ్వానం, సమర్థన, అండ వున్నా మంటో తిరిగి భారత దేశానికి రాక పోవడం, అతని తల్లిదండ్రులతో సంబంధాలు యెలా వుండేవి ఇలాంటివన్నీ కుతూహలాన్ని పెంచుతాయి. యెలాగూ వొక చిత్రంతో అయ్యేది కాదు గాని ప్రేక్షకుడు యెన్నో పుస్తకాలలో తనకు కలిగే ప్రశ్నలకు సమాధానాలు వెతుక్కోవాల్సుంటుంది.

రెండు సినిమాలు : రెండు ఆత్మగౌరవ పతాకలు

వొకానొక రాత్రి పార్టీలో కలిసిన ముగ్గురు కుర్రాళ్ళతో ఆ ముగ్గురు అమ్మాయిలు, డ్రింక్స్ తీసుకుంటూ, నవ్వుతూ తుళ్ళుతూ వున్నప్పుడు జరుగుతుంది అది. చొరవ తీసుకుని, వాళ్ళ ఇష్టానికి వ్యతిరేకంగా వాళ్ళతో అసభ్యంగా ప్రవర్తించి, లొంగదీసుకోవాలనుకుంటారు ఆ కుర్రాళ్ళు. అమ్మాయిల్లో ధైర్యవంతురాలైన వొక అమ్మాయి, మినాల్, వేరే గత్యంతరంలేక, ప్రతిఘటిస్తున్నా వినిపించుకోని ఆ కుర్రాడిని, చేతికందిన బాటిల్తో ముఖాన కొడుతుంది. కంటి దగ్గర గాయమై రక్తమోడుతున్న అతన్ని వదిలి, మిగతా స్నేహితురాళ్ళని (ఫలక్, ఆండ్రియా) తీసుకుని బయట పడుతుంది.

జరిగింది పీడకలగా మరచిపోయి ముందుకు సాగిపోవాలనుకుంటారు. కానీ ఆ కుర్రాళ్ళు, వాళ్ళ మరొక స్నేహితుడు వదిలిపెడితేగా. ఆ అమ్మాయిలకు వాళ్ళ హద్దు (ఔకాత్ అంటే స్టేటస్) ను గుర్తు చేయాలనుకుంటారు. వాళ్ళ ఇల్లుగలాయనకు ఫోన్ చేసి వాళ్ళ చేత ఇల్లు ఖాళీ చేయించమని బెదిరిస్తారు. వాళ్ళను కూడా ఫోన్ చేసి బెదిరిస్తారు, వెంబడిస్తారు. మినాల్ నైతే కార్లోకి గబుక్కున లాక్కొని, నడుస్తున్న కారులోనే రేప్ చేసినంత పని చేస్తారు. ఇంత జరుగుతుంటే ఇక ఆ అమ్మాయిలకు ఆ కుర్రాళ్ళ మీద పోలీసు కేసు పెట్టక తప్పని పరిస్థితి. అక్కడినుంచీ పోలీసు స్టేషన్లలో పని తీరు, వ్యవస్థ ఇవన్నీ ముందుకొస్తాయి. అభియోగి రాజవీర్ వొక రాజకీయ నాయకుడి కొడుకు.

ఈ నమోదైన కేసు గురించి ముందు వారికే చెప్తారు, వారు చెప్పినట్టే పాత తేదీతో వొక కేసును ఈ అమ్మాయిల మీద (హత్యా ప్రయత్నం) నమోదు చేస్తారు.

ఇప్పుడు ఈ విషయాన్ని చర్చకు పెట్టాలంటే కోర్ట్ రూం డ్రామా కంటే సులువు పద్ధతి యేముంది?

అప్పుడు వస్తాడు దీపక్ సెహగల్ (అమితాభ్) అన్న లాయర్. పక్క బిల్డింగులో వుంటాడు. వీళ్ళను గమనిస్తుంటాడు. మినల్ ని వాళ్ళు కారులో యెత్తుకెళ్ళిపోవడం చూస్తాడు. పోలీసుకు ఫోన్ చేసి ఫిర్యాదు చేస్తాడు. ఇప్పుడు కోర్ట్ లో వీళ్ల తరపు లాయర్.

మనకు సమాజంలో కొన్ని నమ్మకాలు, అభిప్రాయాలు బలపడ్డాయి. డ్రింక్స్ తీసుకునే అమ్మాయిలు మంచి కుటుంబంలోంచి వచ్చిన వారు కాదు, సంస్కారవంతులు కాదు. అలాగే రాత్రి పూటలు పార్టీలకు వెళ్ళేవారు, మగవాళ్ళతో నవ్వుతూ మాట్లాడే వాళ్ళు, జీన్స్, స్కర్ట్ లు వేసుకునేవాళ్ళు. కోర్ట్‌లో గనక ఆ అమ్మాయిలు అలాంటి వారు అని నిరూపించ గలిగితే, వాళ్ళు వ్యభిచారం చేస్తున్నారని, డబ్బుల దగ్గర తేడాలొచ్చి వాళ్ళల్లో వొక అమ్మాయి హత్యా ప్రయత్నం చేసిందని నిరూపించడం తేలికవుతుంది.

వొక స్త్రీ ఆమె భార్య కావచ్చు, వ్యభిచారి కావచ్చు, ప్రియురాలు కావచ్చు, యెవరైనా కావచ్చు, ఆమె వద్దన్న తర్వాత ఆమె ఇష్టానికి వ్యతిరేకంగా జరిగేదాన్ని అత్యాచారంగానే గుర్తించాలి. ఆమె "వద్దు" (నో) అంటే ఆ మాటకు వొక్కటే అర్థం. అది మగవాళ్ళంతా అర్థం చేసుకోవాలి.

ఇవీ దీపక్ కేసులో తన వాదన ముగించాక చెప్పే చివరి మాటలు.

ఈ సినిమా యే విషయం చెప్పదలచుకుంటున్నది అన్నదాన్ని దృష్టిలో పెట్టుకుంటే ఇది చాలా మంచి చిత్రం. అందరి నటనా (ముఖ్యంగా అమ్మాయిలది) చాలా చక్కగా వుంది. అనిరుద్ధ రాయ్ చౌదరి దర్శకత్వం కూడా చెప్పదలచిన విషయం వైపుకు కథను నడిపిస్తుంది. చూసే వారిని కట్టి పడేస్తుంది కథనం. మగవారి ఆలోచనల్లో మార్పు తేగలిగితే సినిమా విజయం సాధించినట్టే.

కానీ కొన్ని విషయాలు వున్నాయి. దీపక్ వొక bipolar disorderతో బాధపడుతున్న వ్యక్తి. అలాంటి వాళ్ళు శరీరంలో హార్మోన్లు యెక్కువైనా, తక్కువైనా అకారణంగానే చాలా దుఃఖంలో కూరుకుపోవడమో, కారణంలేకుండానే చాలా ఉత్సాహంగా వుండడమో చేస్తారు. అలాంటి వ్యక్తికే స్పష్టంగా అర్థం అవుతున్న విషయం, ఆరోగ్యంగా వున్న సమాజానికి యెందుకు అర్థం కాదు? వాతావరణ కాలుష్యానికి అలవాటు పడిపోయిన మనుషుల మధ్య దీపక్ మాత్రం మాస్క్ తొడుక్కునే బయటకు వెళ్తాడు. యేదో అనారోగ్యంతో బాధ పడుతున్న భార్యను ఆసుపత్రిలో చికిత్స చేయిస్తూ, వొక బాధ్యతగల భర్తగా సేవలు చేస్తుంటాడు. ఈ సందర్భం వచ్చినప్పుడు ఈ అమ్మాయిలకు న్యాయం జరగాలని వాళ్ళ తరఫున కేసు వాదిస్తాడు. పితృస్వామ్యంలో ఆ అమ్మాయిలకు జరిగిన అన్యాయానికి ఇతను పితృ స్థానంలో నిలబడి సరి చేయాలనుకుంటాడు.

సినిమాలో ముగ్గురు అమ్మాయిలూ వొక రకంగా వొంటరే. వాళ్ళ ఇళ్ళ నుంచి ఈ కష్టకాలంలో తోడుగా నిలబడటానికి యెవరూ వుండరు. ఫలక్ ప్రేమిస్తున్న మనిషి కూడా ఆమెకు సపోర్టివ్వడు. తమ పనులేవో చూసుకుంటూ, తమ కాళ్ళ మీద నిలబడ్డ ఈ ముగ్గురు అమ్మాయిలూ చాలా ధైర్యం కనబరుస్తారు. కోర్ట్‌లో మాత్రం బేల అయి పోతారు. యెలాంటి ధైర్యవంతులైన స్త్రీలనైనా మెడలు వంచి నిస్సహాయ పరిస్థితుల్లోకి నెట్టేసే బలమూ, తెలివి తేటలూ వున్న వ్యవస్థ అది.

శత్రువు దుర్మార్గుడే కాదు, తెలివైనవాడు కూడా. కోర్ట్ సీన్‌లో రాజవీర్ తన సహజ స్వభావం బయటపడేలా మాట్లాడటంతో కేసు తేలిపోతుంది. ఎమోషనల్‌గా కాకుండా తెలివిగా ప్రవర్తించి వుంటే కేసు ఇంత తేలికగా గెలిచేవనేనా? వాస్తవానికి అత్యాచారాల కేసులలో చాలా మటుకు తగినన్ని సాక్ష్యాధారాలు లేవనో, లేదా వేరే కారణాల వల్లనో కొట్టివేయబడుతున్నాయి.

✤ ✤ ✤

యెందుకో 2015లో వచ్చిన సినిమా "మసాన్" గుర్తుకొస్తున్నది.

వారణాసి గంగా నదీ తీరం. సంస్కృత పండితుడు సంజయ్ మిశ్రా నదీ తీరంలో (శ్రాద్ధ కర్మలు అవీ చేసుకునేవాళ్ళకి అవసరమయ్యే సరంజామా అమ్మే

వొక దుకాణం నడుపుతుంటాడు. అతని కూతురు రిచా చడ్డా చదువుకుంటూ పార్ట్‌టైం పని చేస్తుంటుంది. అదే నదీ తీరంలో శవాలను తగలబెట్టే కుటుంబంలో విక్కీ కౌశల్ అనే కుర్రాడు ఇంజినీరింగు చదువుతుంటాడు. ఇంటిదగ్గర వున్నప్పుడు తండ్రికి శవాలు తగలబెట్టే పనిలో సాయ పడుతుంటాడు.

సినిమా ఈ రెండు కుటుంబాల కథ. రిచా చడ్డా వొక అబ్బాయిని ఇష్టపడుతుంది. వొక రోజు వాళ్ళిద్దరూ చాటుగా వొక లాడ్జిలో గది తీసుకుని మోహాల మైకంలో తేలిపోతున్న వేళ పోలీసులు రైడ్ చేస్తారు. పోలీసులు అమ్మాయి ఫోటోని మొబైల్ లో తీస్తారు. అబ్బాయి మాత్రం గిలగిల లాడి పోతాడు. పరువు పోతుందని భయం, తండ్రి భయం. వదిలి పెట్టమని ప్రాధేయపడతాడు. యెంతో కొంత తీసుకుని వదిలి వేయ మంటాడు. ఇలా చిక్కిన గొర్రెలను అంత తేలికగా వదిలిపెడతారా పోలీసులు? పిరికివాడైన అబ్బాయి సందు దొరకగానే విడిపించుకొని బాత్రూంలో దూరి తలుపు వేసుకుంటాడు. తర్వాత నిస్సహాయంగా తన చేతిని మణికట్టు దగ్గర కోసుకుంటాడు. అతన్ని ఆసుపత్రికి తీసుకెళ్తారు గానీ బతకడు. అలా ఇద్దరు చేసిన పనికి ఇప్పుడు ఆ అమ్మాయి వొక్కతే బలిపశువు అయ్యింది.

నువ్వు లాడ్జికి యెందుకు వెళ్ళావు అని పోలీసు అడిగితే ఆమె "కుతూహలం" కారణంగా చెబుతుందే తప్ప యెలాంటి సిగ్గు, అపరాధ భావన వ్యక్త పరచదు. వాళ్ళ నాన్న అడిగినా అదే జవాబు. abettment to suicide నుంచి ఆమెను తప్పించాలంటే మూడు లక్షలు రెండు నెలల్లో చెల్లించే వొప్పందం ఆ పోలీసు, ఆమె తండ్రి మధ్య. ఫిక్స్‌డ్ డిపాజిట్ లో దాచుకున్న లక్ష మొదటి వాయిదాగా వెళ్ళిపోతుంది. ఇప్పుడు మిగతా డబ్బు యెలా సమకూరాలా అన్నది వాళ్ళ సమస్య. ఆమెకు కొన్ని అదనపు సమస్యలు. "నువ్వు వాడితో పడుకున్నావుగా, నాతో పడుకోవడానికేం", అని వేధించే వాళ్ళు. 12000 వచ్చే వుద్యోగం వూడటం, వేరే వుద్యోగంలో కుదురుకుంటే 5500 మాత్రమే రావడం, ఇలాంటి చిన్న చిన్న విషయాలు చాలా సూక్ష్మంగా చూపిస్తాడు దర్శకుడు నీరజ్ ఘైవాన్ (ఇది ఇతని మొదటి చిత్రం).

మరోపక్క తక్కువ కులానికి చెందిన విక్కీ, అగ్ర కులానికి చెందిన అమ్మాయి శ్వేతా త్రిపాఠి ప్రేమించుకుంటారు. అతని కులం తెలిసిన తర్వాత కూడా అతన్నే చేసుకుంటానని, అవసరమైతే లేచి వస్తానని, పెళ్ళి అయ్యాక పెద్దవాళ్ళు నెమ్మదిగా చల్లబడతారనీ అంటుంది. కాని దానికి ముందే ఆమె వొక బస్సు ప్రమాదంలో మరణిస్తుంది. ఆమె శవాన్ని అతనే దహనం చేయాల్సి వస్తుంది.

ఈ రెండు జంటలూ చాలా నిజాయితీ గా, స్వచ్ఛంగా, అమాయకంగా, నిర్మలంగా వుంటాయి. అమ్మాయిల విషయానికి వస్తే ఇద్దరూ చాలా ధైర్యాన్ని కనబరుస్తారు. రిచా చడ్డా తన బాడీ లాంగ్వేజ్ తో (నిటారు గా నిలబడే/ కూర్చునే/నడిచే తీరులో సిగ్గు/అపరాధభావనా లేశమాత్రమైనా కనబడని తీక్షణమైన కళ్ళు, తడబాటు లేని సూటిగా వచ్చే మాటలో తన మీద తనకున్న నమ్మకం). పోతే శ్వేతా త్రిపాఠి కవిత్వాన్ని ప్రేమించే సున్నిత మనస్కురాలు. కానీ తమ మధ్య వున్న కులపు అడ్డుగోడల గురించి తెలిసిన తర్వాత ఆమె తీసుకునే నిర్ణయం అవసరమైతే పారిపోయి అయినా వివాహం చేసుకోవాలి, పెద్దవాళ్ళని నెమ్మదిగా వొప్పించవచ్చు.

రోజూ యెన్నో శవాలు తగలబడుతుండే ఆ భూమికలోనే ఈ రెండు ప్రణయ గాథలు. (మసాన్ అంటే స్మశానం).

ఈ రెండు సినిమాలు పోల్చింది కూడా ఈ స్త్రీల ధైర్య-సాహసాలకి, ఆత్మ విశ్వాసానికి, ఆత్మ గౌరవానికీ.

నెమలీకంత అందమైన "మయూరాక్షి"

2017 లో వచ్చిన ఈ బంగ్లా చిత్రం "మయూరాక్షి" నేను కేవలం సౌమిత్ర ఛటర్జీ వున్నాడని చూశాను. కానీ ఆశ్చర్యంగా సినిమా కూడా అంతే నచ్చింది. అక్కడ తెలిసిన పేరే అయినా నాకు దర్శకుడు "అతను ఘోష్" కొత్తే. కాని గుర్తుపెట్టుకోతగ్గ పేరు. రెండోది "ప్రొసెంజిత్ ఛటర్జి" పేరు. అతని నటన కూడా బాగుంది.

క్లుప్తంగా కథ చూద్దాం. 83 యేళ్ళ సుశోవన్ (సౌమిత్ర ఛటర్జీ) వయసు కారణంగా మతిమరుపు, ఆకలి లేమి, గతాన్ని తవ్వుకుంటూ బతకడం, లాంటి లక్షణాలతో బాధపడుతూ వుంటాడు. గతంలో అతను పేరున్న ప్రొఫెసరు. చరిత్ర, సాహిత్యం, సంగీతం, క్రికెట్ లాంటి చాలా విషయాలలో మంచి రుచి కలిగిన వాడు. కొడుక్కి వయసులో క్రికెట్లో ప్రోత్సహించినవాడు. ఇప్పుడు భార్య తోడు లేదు, 1997 లేక 1999 లో పోయింది, అతనికి ఖచ్చితంగా గుర్తు లేదు. చూసుకోవడానికి వొక మగ, వొక ఆడ అసిస్టెంట్లు వున్నారు. కొడుకు ఆర్యనిల్ (ప్రొసెంజిత్ ఛటర్జి) షికాగోలో వుంటాడు. రెండు విఫలమైన పెళ్ళిళు ళ. మొదటి భార్యకు మనోవర్తి, కోల్కాతాలో తండ్రికి డబ్బు, హాస్టల్లో వుండి చదువుకుంటున్న కొడుకుకి డబ్బు, తన ఖర్చులకు డబ్బు. ఇన్ని నెత్తి మీద వుంటే తన కూడా తండ్రినీ, ఆ ఇద్దరు సహాయకులతో తీసుకెళ్ళి పెట్టుకోవడం కుదిరే పని కాదు. తండ్రికి బాగా లేదని తెలిసి చూడడానికి వెళ్తాడు. వెళ్ళాక తెలుస్తుంది అప్పుడప్పుడు "మయూరాక్షి" ని చూడాలని వుందని తండ్రి చెబుతూ వుంటాడని. అది తన చివరి కోరిక అనీనూ. ఇక ఆ మయూరాక్షి ని వెతుక్కుంటూ

చివరికి వొక ఇంట్లోకెళ్తాడు. అక్కడ చక్రాల బండి మీద వున్న వో యువతి కనిపిస్తుంది. తను తాగుడుకి బానిసై వో సారి రెండో అంతస్తునుంచి పడిపోయి వికలాంగురాలైనప్పుడు ఈ నిర్దయప్రపంచంలో వొక్క మయూరాక్షి మాత్రం తన బాధ్యత నెత్తిన వేసుకొని, ప్రేమను పంచి మామూలు మనిషిని చేసింది. తను స్వతంత్రురాలయ్యాక తనను చూసుకోవడానికి మయూరాక్షి తన వ్యక్తిగత జీవితాన్ని పట్టించుకోక పోవడం, చెప్పినా వినకపోవడం వల్ల కఠినంగా వ్యవహరిస్తుంది ఆ అమ్మాయి. మయూరాక్షి వస్తువులన్నీ బయటకు గిరాటేసి, ఆమెను కూడా వెళ్ళి పొమ్మంటుంది. అలా ఆనాడు చేయబట్టి ఇప్పుడు మయూరాక్షి వో పెళ్ళి చేసుకుని ప్రేమించే భర్త, ముద్దుల కూతురుతో సంతోషంగా వుందని చెబుతుంది. సుశోవన్ శిష్యురాలైన మయూరాక్షి కి ఆర్యానిల్ మీద ప్రేమ, వాళ్ళ పెళ్ళి జరగాలని సుశోవన్ కోరిక కూడా. కానీ అలా జరగ లేదు. గతంలో జ్ఞాపకాలలో బ్రతుకుతున్న సుశోవన్ ఇప్పటికీ కొడుకును ఆ అమ్మాయిని చేసుకోమంటాడు, అంత మంచి మనసున్న మనుషులు అరుదు అని చెబుతూ. కానీ తండ్రికి యెలా చెప్పేది నిజం? అందుకే ఆమె చనిపోయిందని చెప్పి, మర్నాడు తను కూడా చెప్పకుండా షికాగోకి ప్రయాణం కడతాడు.

ఇంకొన్ని ఉపకథలు వున్నాయి ఇందులో. శహానా (ఇంద్రాణి హాల్దార్) ఆర్యానిల్‌కి చిన్ననాటి స్నేహితురాలు. పరిస్థితులు అనుకూలించి వుంటే వాళ్ళ పెళ్ళి జరిగి వుండేది. ప్రస్తుతం ఆమె వివాహమై ప్రేమించే భర్త, కూతురులతో వుంటుంది. సుశోవన్ గురించి తెలిశాక తన భయాన్ని ప్రకటిస్తుంది : రేపు పొద్దున నాకు కూడా ఇలాంటి పరిస్థితే వస్తే నా కూతురు నా ముఖం కూడా చూడదు, దానికంటే ముందే భర్త ముఖం చాటేస్తాడు, వ్యాపారి కదా unviable proposal అని చెబుతాడు. శహానా సమక్షంలో ఆర్యానిల్ కి కొంత మనశ్శాంతి.

తను ఇష్టపడ్డ శహానానీ చేసుకోక, తనను ఇష్టపడ్డ మయూరాక్షినీ చేసుకోక, చేసుకున్న రెండు పెళ్ళిళ్ళూ విఫలమై వొక విషాదంలో వుంటాడు ఆర్యానిల్. ఇది యెవరూ చెప్పకుండానే సుశోవన్‌కి తెలుసు, ఆ మాట చెబుతాడు కూడా. తండ్రి-కొడుకుల అనుబంధం మాత్రం చాలా సన్నిహితంగా వుంటుంది. అది అతని చేతల్లోనే కాదు, వాళ్ళ సంభాషణల్లో కూడా తెలుస్తుంది. తండ్రి చెప్పే ప్రతి విషయమూ కొడుక్కి తెలుసు, కొడుకు జీవితంలో ప్రతి చిన్న విషయమూ

తండ్రికి స్పష్టంగా గుర్తు. ఆర్యానిల్ ఆత్మీయంగా మాట్లాడటం తండ్రితో, శహానాతో మాత్రమే. మిగతా వాళ్ళతో వ్యావహారిక సంభాషణ.

అపరాధ భావన, నిస్సహాయతలతో కంట తడిపెట్టుకుని కొడుకు షికాగో వెళ్ళిపోయిన విషయం తండ్రిని విముక్తుణ్ణి చేస్తుంది. మళ్ళీ వదిలేసిన రంగులూ, బ్రష్షులూ చేతబట్టి బొమ్మ గీస్తాడు. ఇదిగో నా కొడుకు కోసం ఇక్కడ కిటికీ గీస్తున్నాను, ఇక్కడి నుంచి వాడు నన్ను చూడగలుగుతాడు అంటాడు.

చాలా సున్నితమైన అంశాలను స్పృశిస్తూ కథను అల్లడమే కాదు, దాన్ని నమ్మించేలా నటనలు రాబట్టాడు దర్శకుడు. నటనలో ముఖ్యంగా శౌమిత్ర చాలా బాగా చేశాడు. మొత్తం శరీరంతో. ఆ కేఫ్లో తను ఊహల్లో బాణీ కట్టిన నేపథ్య సంగీతాన్ని నోటితో చప్పుళ్ళు చేసి వినిపించి, చివరికి ఆ లేని వాయులీనాన్ని చాలా జాగ్రత్తగా కింద పెడతాడు, కుర్చీకి ఆనించి. ఇక మాట్లాడే అతని కళ్ళగురించి ప్రత్యేకంగా చెప్పాలా? ప్రొసెంజిత్, ఇంద్రాణీలు కూడా బాగా నటించారు. సౌమిక్ హాల్దార్ ఛాయాగ్రహణమూ, దేబొజ్యోతి మిశ్రా సంగీతమూ చాలా బాగున్నాయి. ముఖ్యంగా రొబింద్ర సంగీత్. అలాగే నజ్రుల్ తదితరుల పాటలు కూడా. అర్థవంతంగా, సందర్భానికి అతికినట్టుగా, సమాంతరంగా కథను చెబుతూ.

యెక్కువ సీన్లు ఆర్యానిల్ నడుస్తూ వుండడం చూస్తాం. దేన్నో వెతుక్కుంటూనో, మరోలానో. అలాగే చివరికి తన పరిస్థితికి యెలాంటి పరిష్కారం దొరక్క షికాగోకి వెళ్ళి పోవడమూ చూస్తాము. వొక్క తండ్రి మాత్రం వున్న చోటే వుండి, బొమ్మలతో తన ప్రపంచాన్ని విశాలం చేసుకుంటాడు.

ఈ చిత్రం చూడమని నేను గట్టిగా సిఫార్సు చేస్తాను.

కలవరపరిచే "మీల్"

ఈ రోజు పదకొండు నిముషాల లఘు చిత్రం "మీల్". విశేషం ఏమిటంటే ఇందులో సంభాషణలు లేవు. దేశంలోని ప్రస్తుత రాజకీయ పరిస్థితులను ప్రతిబింబించే చిత్రం. షూట్ చేసింది మాత్రం కేవలం ఇంటి లోపలే. దేశంలో జరుగుతున్నవి బయట సాగుతున్న ఊరేగింపుల కేకల ద్వారా, టీవీ వార్తల ద్వారా తెలుస్తుంది. ఒక కుటుంబం అంటే ఒక మైక్రోకాజం కదా. ఆ కుటుంబానికి ఏ ఏ ఆప్షన్లు మిగిలాయి?

భార్య రత్నాబలి భట్టాచార్జీ (పాత్రలకు పేర్లు లేవు) వంటగదిలో గ్యాస్ పొయ్యి ముందు నిలబడి వుంది.ఆమె ముఖం పై దెబ్బలు తగిలిన వాపు, కమిలిపోయిన చర్మము దేనికో సాక్ష్యం చెబుతున్నట్టు. ఒక పొయ్యి మీద కుక్కరు, మరోదాని మీద మూత పెట్టిన కడాయిలో ఏదో. కుక్కర్‌లో ప్రెషర్ పెరుగుతున్నట్టే ఆమె లోనూ ఆవేశం, కోపం, నిస్సహాయత్వం, ఉక్రోషం పెరుగుతున్నాయి, ఆమె వేగంగా తీసుకుంటున్న ఊపిరులు, తీక్షణంగా ఒకే చోట చూస్తున్న చూపుల సాక్ష్యంగా. కుక్కర్ కైతే ప్రెషర్ ఒక స్టేజికొచ్చాక కూత పెట్టి బరువు దించుకుంటుంది. ఇదే పూర్తిగా రెండు నిముషాల సీను.

ఇప్పుడు రెండు గదుల మధ్య గోడకు ఇవతల నుంచీ ఒక షాట్. ఒక గదిలో కొంత సర్దిన సామాను. కోపంగా వున్న భర్త ఆదిల్ హుస్సేన్ కాలు గాలిన పిల్లిలా తిరుగుతుంటాడు. కోపంగా పడుతున్న అడుగులు, అడ్డం వచ్చిన దాన్నల్లా తన్నడం అతని కోపాన్ని ప్రకటిస్తాయి. పక్క గదిలోకెళ్ళి బీరువా మీద నుంచి ఒక సూట్ కేస్ తెచ్చుకుని సామాను అందులో కుక్కుతాడు.

బీరువా ఇవతలే అతని తండ్రి అరుణ్ ముఖోపాధ్యాయ కుర్చీలో పూర్తిగా వొంగిపోయి కూర్చుని వున్నాడు. వయోవృద్ధుడు. దారికడ్డంగా వున్నాడు. రెండో సూట్కేస్ తెస్తున్నప్పుడు అక్కడున్న మంచినీటి గ్లాసును తన్నేస్తాడు ఆదిల్. ఇంతకీ ఇదంతా దేనికి? ప్రయాణమా? ఎక్కడికి? సరదా ప్రయాణాలకైతే ఇల్లంతా ఇంత బీభత్సంగా వుండదు కదా. ఆదిల్ అరచేతికి కట్టు కట్టి వుంది. రక్తం మరకలున్నాయి. పెద్దాయన నిస్సహాయత్వం. గడ్డం మీద ఎంగిలి, తుడుచుకోలేడు. నోరు కొంచెం వంకర పెడతాడు. బహుశా మాట్లాడనూ లేడేమో. బయట ఏదో ఊరేగింపు వెళ్తోంది. భారత్ మాతా కీ జై, నరేంద్ర మోదీ కీ జై; మాతో పెట్టుకోవాలని చూస్తున్నవారు తస్మాత్ జాగ్రత్త, వార్నింగు ఇది; మా పార్టీకి జై. ఈ నినాదాలు వినిపిస్తున్నాయి. సూట్కేస్తో పాటే తండ్రి ఎదుట వున్న మంచం మీద కూలబడి తల దించేసుకుంటాడు ఆదిల్. కొడుకు వైపు చూస్తూ ఏదో మాట్లాడ బోయి మాట్లాడ లేక తన స్పందనని కూర్చున్న చోటే ఉచ్చ పోయడం ద్వారా వ్యక్త పరుస్తాడు ఆ పెద్దాయన. బయట కొడుకు అవిషేక్ జైన్ చెల్లా చెదురుగా పడి వున్న గాజు ముక్కలను తీస్తూ వుంటాడు. వంటగదిలో చూస్తే తల్లి రొట్టెలు కాలుస్తోంది. మరో గదిలో తండ్రి, తాత ముందు కూర్చుని వున్నాడు. ఆదిల్ లేచి ఆ తలుపు సగం మూస్తాడు. ఆ అబ్బాయి ఎత్తుతున్న గాజు ముక్కలన్నీ కింద పడి విరిగిన గోడ గడియారానివి. గడియారం ఇంకా పని చేస్తూనే వుంది. ఒక ప్రభావవంతమైన సింబల్.

టీవీలో వార్తలు పిల్లల పరీక్షలు మొదలైనట్టు. మరో వార్త ఎక్కడో జరిగిన దొమ్మీలో కొంతమంది మరణించారని తెలుపుతుంది. కొడుకు యూనిఫారంతో తయారుగా వున్నాడు. తన బేగ్ లోంచి పరీక్షల అట్ట తీసి దాని మీద అంటించి వున్న శివుని స్టిక్కర్ను చించేస్తాడు. బడిలోనే కాదు, జీవితంలో కూడా ఇది పరీక్షా కాలం. అంత చిన్న పిల్లవాడికీ విషయాలు అర్థమవుతున్నాయి.

టీవీలో విలేఖరి మనుషులను ఇంటర్వ్యూ చేస్తున్నాడు. కథా స్థలం కలకత్తా కావచ్చు, ఈశాన్య భారతం కావచ్చు, ఆ భాష స్పష్టంగా తెలీలేదు. ఒకామె బాధగా చెబుతోంది : 70 ఏళ్ళ క్రితం ఇక్కడ ఉన్నట్టు పత్రాలు చూపించమంటున్నారు. మేము కార్మికులం. ఎక్కడి నుంచి తెస్తాము అలాంటి పత్రాలు? నేపథ్యంలో గుంపు కేకలు వినపడుతున్నాయి : చావనైనా చస్తాం

గానీ పత్రాలు ఇచ్చేది లేదు అని.

వంట అయిపోయింది. ఆమె గిన్నెలన్నీ భోజనం బల్ల మీద సర్దుతుంది. భోజనానికి కూర్చుంటారు ఆమె, భర్తా, కొడుకూనూ. టీవీలో బెంగాలీలో, అస్సామీలోనో ఏదో వినిపిస్తోంది. ఇప్పుడు కెమెరా ఆ గదికీ, టాయ్లెట్‌కీ మధ్య వున్న గోడ ఇవతలినుంచి రెంటినీ ఒకే ఫ్రేంలో చూపిస్తుంది. టాయ్లెట్ చాలా అశుభ్రంగా వుంది.

దీని తర్వాత వచ్చేదే పతాక సన్నివేశం. అది మీరు సినిమాలో చూడాల్సిందే. దర్శకుడు ఓ పాతికేళ్ళ కుర్రాడు. అభిరూప్ బాసు. తను చెప్పదలచినది స్పష్టంగానూ, చిత్రీకరణ చాలా వైవిధ్యంగా, క్రియేటివ్ గానూ వున్నాయి ఈ చిత్రంలో. ఎంత పరిణితి. లఘు చిత్రాలు కొన్ని తీసాడు. ప్రాహా లో దర్శకత్వం లో పట్టా పొందాడు. ఈ చిత్రానికి కథా, స్క్రీన్ప్లే వ్రాసి, దర్శకత్వమూ ఎడిటింగూ తనే చేసాడు. దేశంలో రగులుతున్న ఓ సమస్యను సంభాషణలు లేకుండానే ఒక కుటుంబ సభ్యులందరి ముఖాల్లో ఆందోళనలద్వారా మనకు చూపిస్తాడు. అతని మిజాన్ సెన్ చూడండి. గది గోడల్లో అతి పురాతనమైన తెలుపు నలుపు లో వ్యక్తుల ఫోటోలు. కానీ పత్రాలెక్కడినించి తెస్తారు? ఆ క్షణాన ఆ ఇంట్లో తాత, తండ్రి, కొడుకు, పుట్టబోతున్న తమ్ముడో/చెల్లెలో వున్నారు. ఎవరికీ పేర్లు లేవు. వారు ఒక సంఖ్య మాత్రమే. చిందరవందరగా వున్న ఇల్లు, కానీ దేవుని గూడులో వెలుగుతున్న అగరొత్తులు. లేండ్ లైన్ ఫోను (identity). ఒక మూలన ఓ పరుపును చుట్టి కట్టేసారు. హిందీలో బోరియా బిస్తర్ అంటారు. అంటే గోనె సంచీ, పడక వస్తువు (పరుపు లాంటిది, లేదా కేవలం దుప్పటి). ఈ phrase అంతకంటే ఎక్కువ లేని వారనీ తెలుపుతుంది. తరిమేస్తే ఆ రెండూ తీసుకుని వెళ్ళిపోవాల్సిన అగత్యమూ కనిపిస్తుంది. తట్టా బుట్టా లాంటి పదబంధమిది. కాలం కింద పడి ముక్కలు ముక్కలు అయ్యి, చెల్లా చెదురుగా పడి వుండడం, ఇతర వస్తువులు కూడా చెల్లా చెదురుగా వుంటాయి మన దేశంలో ప్రస్తుత వాతావరణాన్ని బొమ్మ కడుతూ. దీనికి కెమెరామేన్ దీప్ మెట్కర్ ని మెచ్చుకోవాల్సిందే. ఇక సంభాషణలు లేనప్పుడు వినిపించే నేపథ్య సంగీతమూ, శబ్దాలూ మరింత సన్నిహితంగా మాట్లాడతాయి. ఆ నిశ్శబ్దాలు, ఆ దిన్ లాంటి చప్పుళ్ళూ చాలా చక్కగా కమ్యూనికేట్ చేస్తాయి. అందరి నటనా, మరీ ముఖ్యంగా ఆదిల్-రత్నాబలి లు, చాలా బాగుంది.

నిజంగా అది చిన్న మాటేనా?

వ్యాపార చిత్రాలు అని మనం పిలుచుకునే చిత్రాలలో చాలా వరకూ వొకే మూసలో వుంటాయి. కొంచెం తేడాలతో. నాయికా నాయకులు ప్రేమించుకుంటారు. కులమో, మతమో, అంతస్తో, మరొకటో కారణంగా అది వివాహానికి దారి తీయదు. చాలా ఘర్షణలనంతరం పరిస్థితులు సర్దుకుని, వారి వివాహం అవుతుంది. ఆ తర్వాత వొక గ్రూప్ ఫోటో, శుభం అనే అక్షరాలమీద తెర దిగడం. ఇంగ్లీషులో అంటారుగా ఆ తర్వాత వాళ్ళిద్దరూ జీవితాంతం సుఖంగా బతికారు అని, అలాంటి మూడ్‌లో సినిమా ముగుస్తుంది. నిజంగా అంతేనా. వైవాహిక జీవితంలోని చిక్కుముళ్ళు, క్లిష్టతలు ఇంకా సవాలక్ష అనుభవాలను సినిమా పట్టించుకోదు, తెరకెక్కించదు.

నా శరీరం అని చెప్పుకుంటున్న ఈ శరీరంలో నిజం చెప్పాలంటే సగం కంటే తక్కువ భాగం నా అనతగ్గ కణాలున్నాయి. మిగతాదంతా నివాసమున్న పలురకాల సూక్ష్మ జీవరాశులు. కాబట్టి నేను అన్నప్పుడు నేను నాతో పాటు వాటిని కూడా కలుపుకుని మాట్లాడుతున్నాను. మరి అలాంటి జీవులలో శరీరానికి మేలు చేసేవీ, కీడు చేసేవీ రెండూ వున్నాయి. శరీరంలో వొక సమతుల్యతను సదా నెలకొల్పడానికి ముందుగానే అవసరమైన ప్రణాళికలు సిద్ధంగా వున్నాయి. మరి శరీరంలో భాగమైన మెదడు పరిస్థితి కూడా అంతేగా.

ఇక పోతే మన చిత్రాలు ప్రేమ అన్న పదాన్ని చాలా పవిత్రంగా, దైవికంగా, మహా అనుభవంగా, బలంగా చూపిస్తారు. కాని వొక కుటుంబం అనుకూలంగా,

జయప్రదంగా పరిణమించాలంటే ప్రేమ వున్నా లేకపోయిన పరస్పర గౌరవ మర్యాదలూ,పరస్పర స్థిర నమ్మకమూ వుండాలి. అలాంటి సున్నితమైన విషయాలన్నీ చూస్తామిందులో.

రజత్ కపూర్ మనకున్న మంచి నటులలో, దర్శకులలో వొకడు. ఈ పేరుతో ఇద్దరున్నారు. అప్పట్లో టీవీ సీరియల్ వచ్చేది వ్యోమకేశ్ బక్షీ అని. అందులో నటించిన అతను కాదు. మరో రజత్ కపూర్. మిథ్య, రఘు రోమియో, భేజా ఫ్రై లాంటి చిత్రాలు తీసినతను. ప్రధాన స్రవంతి సినిమా పట్టించుకోని, తాకని అంశాలను తీసుకుని సశక్త చిత్రాలు తీశాడు. వాటిలో మిక్సడ్ డబల్స్ వొకటి.

రణవీర్ షౌరి, కొంకొణా సేన్ శర్మల వివాహమై పదేళ్ళయ్యింది. యేడెనిమిదేళ్ళ కొడుకు. భార్యా భర్తలిద్దరూ ఉద్యోగం చేస్తుంటారు. రణవీర్ వయసు 37. మొదట్లోనే రాత్రి భోజనం ముగించి అతను సోఫాలో పుస్తకం చదువుతూ కూర్చుంటాడు. కొంకొణా రొమాంటిక్ మూడ్‌లో దగ్గరికొచ్చి అతన్ని తన వైపుకు లాగుదామని చూస్తుంది. విసుక్కుంటాడు. ఈ వొక్క అధ్యాయం పూర్తయ్యాక వస్తాను, నువ్వెళ్ళి పడుకో అంటాడు. ఆమె మొహం వేలాడదీసి వెళ్ళి పడుకుంటుంది. ఆమె పడుకున్న తర్వాత అతను నెమ్మదిగా వెళ్ళి పక్కన మేను వాలుస్తాడు. మర్నాడు ఆఫీసులో స్నేహితులతో చర్చ. అంగస్తంభనకు సంబంధించి. వొక మిత్రుడు వయాగ్రాను సూచిస్తాడు. అంత తీవ్రమైన సమస్య కాదు. కలుగుతుంది, అయితే కావలసినప్పుడు కాదు, అన్నీ తప్పుడు సందర్భాలలో అంటాడు. భార్యా భర్తలు ముఖా ముఖీ ఈ విషయం చర్చించుకోలేక రకరకాల అనుమానాలతో అలమటిస్తారు. నేనిప్పుడు అతనికి అందంగా కనబడట్లేదా అని ఆమె, ఆమె నన్ను వో శక్తిలేనివాడిగా భావిస్తుందేమో అని అతను. అలాంటప్పుడు వాళ్ళ స్నేహితులైన వొక జంట అమెరికా నుంచి వస్తారు. బాల్కనీలో కూర్చుని కబుర్లు చెప్పుకుంటున్నప్పుడు రణవీర్ తన మనసులో మాట చెబుతాడు. దానికి ఆయన చెప్పింది విని షాక్ తింటాడు రణారవీర్. అతను చెప్పేది యేమిటంటే పడక గదిలో ఉత్సాహాన్ని నిలుపుకోవడానికి వొక్కో సారి కొత్త పోకడలు పోవాలి. అమెరికాలో స్వింగింగ్, స్వాపింగ్ మామూలే. తాము కూడా ఆ పని చేస్తారు. అందుకే ఇప్పటికీ కుర్రవాడిలా ఫీలవుతానంటాడు. ఆ క్షణంలో

ఒక పురుగు రణవీర్ మెదడులో దూరి తొలుస్తూ వుంటుంది చివరిదాకా. ముందు అలాంటి మేగజైన్ సంపాదిస్తాడు, ఎందులోనైతే అలాంటి జంటలు ప్రకటనలు ఇస్తారో. వొక పక్క అలాంటి వాళ్ళతో సంభాషణ నెరపడానికి ప్రయత్నిస్తూ, మరో పక్క భార్యను మానసికంగా సంసిద్ధం చేయడానికి ప్రయత్నాలు చేస్తాడు. ఆమె ససేమిరా అంటుంది. బలవంతం పెరిగే సరికి పెట్టే బేడా సర్దుకుని, కొడుకుతో తల్లి ఇంటికి వెళ్ళిపోతుంది. ఆమె వెళ్ళిన బాధ కంటే మెదడులో తొలుస్తున్న పురుగు ఎక్కువ కలవరపెడుతుంది అతన్ని. నాటకమాడి, బీపీ పెరిగిందని చెప్పి ఆసుపత్రిలో జేరి, స్నేహితుని చేత కబురు పంపిస్తాడు.

త లీ

కూతుళ్ళు పరిగెత్తుకుంటూ వస్తారు. డాక్టర్ సలహాలలో భాగంగా అతనికి మానసిక వొత్తిడి రాకుండా చూసుకోండంటాడు. ఈ సారి అతని ప్రతిపాదనను అతని ఆరోగ్య దృష్ట్యా ఆమె అయిష్టంగానే వొప్పుకుంటుంది. రెండో జంట రజత్ కపూర్, కొయల్ పూరీలది. నాలుగేళ్ళ ప్రేమ జీవితం, ఆనక పెళ్ళి, మరో నాలుగేళ్ళ సాహచర్యం. అలా వాళ్ళు ఎనిమిదేళ్ళుగా వొకరికొకరు తెలుసు. పిల్లలు లేరు. ముందే అనుకున్నట్టుగా రణవీర్ జంట, రజత్ ఇంటికి వెళ్తుంది. భోజనాలనంతరం ఎవరి గదుల్లోకి వాళ్ళు వెళ్తారు. కోయల్ రణవీర్ తో చాలా ఆటలాడించి, తను అలసి పోయి నిద్రపోతుంది. నా ఖర్మ అనుకుంటూ నిరుత్సాహంతో అతను కూడా నిద్ర పోతాడు. ఇవతల రజత్ కొంకొణాలు రాత్రంతా కూర్చుని మాట్లాడుకుంటారు. ఆమెకు ఇష్టం లేదని తెలుసుకుని అతను మెదలకుండా వూరుకుంటాడు. అలా తెల్లారిపోతుంది. రణవీర్ కొంకొణాలు కారేసుకుని ఇంటికి బయలుదేరుతారు. దారిలో ఇద్దరి మధ్యా గొడవా. అతను గుచ్చి గుచ్చి అడుగుతాడు, రాత్రి అసలు నిద్రపోయావా అని. ఆమె ఏమీ చెప్పదు. ఏం చేశారు రాత్రంతా అంటాడు. నువ్వు దేనికి తెచ్చావో మరిచిపోయావా అంటుంది. అంతే అతనిలో పురుషాహంకారం బుసలు కొడుతుంది. నీ మీద నమ్మకం పెట్టుకుంటే నువ్వు చేసింది ఇదా అంటాడు. నువ్వు మాత్రం? అంటుంది. నేనేం చెయ్యలేదు, కాసేపు ఆటలాడుకున్నాక ఆమె నిద్ర పోయింది అంటాడు. ఆమె నిద్ర పోయింది కనుకనే ఏమీ చెయ్యలేదు అని దెప్పి పొడుస్తుంది. అతను కోపంగా కారును తంతాడు. నా మీద కోపం నా కారుమీద యెందుకు చూపుతావు అంటుంది. దీని నెలవారి కిస్తీలు

మూడేళ్ళనించీ నేనే కడుతున్నాను, ఇది నాది అంటాడు. మరి మొదట్లో కట్టాల్సిన down payment చేసింది నేనే అంటుంది. కాసేపు గొడవలు పడి కారు స్టార్ట్ చేసి బయలు దేరుతారు. కొంకొణా అమ్మ ఇంట్లోంచి నిద్రపోతున్న కొడుకును ఎత్తుకుని బయటికొస్తాడు రణవీర్. తర్వాత ఇల్లు జేరతారు. అక్కడ వొక స్టాటిక్ షాట్. కెమెరా ముందు ముఖ్య ద్వారం, లోన passage, ముందుకెళ్తే ఎడంవైపు దారి వంటగదికి, కుడివైపు దారి బెడ్రూంకి. తిన్నగా వెళ్తే వాష్రూం. రణవీర్ నిద్రపోతున్న బాబును ఎత్తుకునే వున్నాడు. అతని పేంటు జేబులోంచి తాళం చెవి తీసి తలుపు తీస్తుంది. ఇద్దరూ లోపలికెళ్తారు. అతను బాబును పడుకోబెట్టి మరలా బయటికి వచ్చి బూట్లు విప్పుతాడు, అక్కడ పడున్న దినపత్రిక తీసుకుని లోపలికెళ్తాడు. ఆమె తన పర్సును లోన పెట్టి బయటికి వచ్చి పాల పేకెట్లను తీసుకుని వంటగదిలోకెళ్తుంది. అవక్కడ పెట్టి dustbin తీసుకుని వచ్చి బయట పెడుతుంది. రణవీర్ ఆమె దగ్గరికొచ్చి అంటాడు, టీ పెడుతున్నాను, నువ్వూ తాగుతావా అని. తాగుతానంటుంది. ఆ తర్వాత టైటిల్స్.

మెదడులో పురుగు దూరి తొలిస్తే యెలాంటి పరిణామాలు సంభవమో చూశాం కదా. ఆ పురుగు దూరిన క్షణం నుంచీ అతను కాలు కాలిన పిల్లిలా అయిపోతాడు. జత కాగల మరో జంట అన్వేషణలో ప్రతిసారీ అత్యుత్సాహంగా, తొందరపాటుగా వ్యవహరిస్తాడు. భార్యను వొప్పించడానికి మాయ మాటలు చెబుతాడు, పన్నాగాలూ పన్నుతాడు. ఈ వొక్కసారికి వొప్పుకో, నేను తప్పుగా ఎంచను, నువ్వు కూడా ఆత్మ న్యూనత పెట్టుకోవద్దు అన్న మనిషి చివరికి టిపికల్ MCP గా బయటపడతాడు. ఇక ఆ చివరి దృశ్యం అంత వివరంగా ఎందుకు చెప్పానంటే నిలకడ అయిన నిజాన్ని వొకే షాట్లో బయటినుంచి వారిని చూపించి మరలా తమ పూర్వపు స్థితికి చేరుకున్నట్టు చూపించాడు. ఇదివరకటికీ, ఇప్పటికీ తేడా వుండొచ్చు గాక, కాని ఆ ఇద్దరినీ కలిపి వుంచిన విషయం ఇంకా సజీవంగానే వుంది కాబట్టి అలా.

వివాహానంతరం సంవత్సరాలు గడిచేకొద్దీ సంసార జీవితం వొక రొటీన్ గా మారడం, దాని పరిణామం పురుషుల మీద వొకలా పడటం, మనసు విప్పి మాట్లాడుకోకపోవడం వల్ల సమస్య జటిలమవడం ఇవన్నీ చూస్తాము. మనిషి కోతి నుంచి వచ్చాడంటారు. కాబట్టి ఇలాంటి పురుగులు మనిషి మెదడులో

దూరి కోతి ని ఆడించినట్టు ఆడిస్తాయి. దాని పరిణామాలూ చూస్తాం. నిజ జీవితంలో ఇలాంటి విషయాలను చూసీ చూడనట్టు నటిస్తుంది ప్రధాన స్రవంతి సినిమా. కాని రజత్ కపూర్ దాన్ని తీసుకుని హాస్యం మేళవించి మంచి చిత్రం అందించాడు.

ఖచ్చితంగా శారీరిక ఆకర్షణా, కోరికా కాకపోయినా మనసుకు సంబంధించిన రొమాంటిక్ వూహలు వో పడుచు పిల్ల మనసును ఎలా ఆడిస్తాయో రజనీ గంధాలో చూస్తాము. అమోల్ పాలేకర్, విద్యా సిన్హాలు ప్రేమికులు. వొక ఇంటర్వ్యూ నిమిత్తం విద్యా బొంబాయి (ఇప్పటి ముంబై) కి వెళ్ళాల్సి వస్తుంది. అక్కడ అనుకోకుండా కాలేజి రోజుల నాటి మిత్రుడు కలిసి ఆమె వున్నన్నాళ్ళూ ఆమెతోనే వుండి అవసరమైన సహాయం చేస్తాడు. ఆ రోజుల్లో ఆమె అతని మీద మనసు పడింది. కానీ బయట పెట్టుకోలేకపోయింది. ఇప్పుడు మళ్ళీ కలిసి ఆ పాత తీయటి వూహల్లో డోలాయమానమవుతుంది ఆమె మనసు. అతని మనసులో ఏమీ వుండదు. కేవలం ఆమెకు తెలియని వూళ్ళో సహాయం చేయడమే. పని ముగిసాక ఆమె తిరిగి తన వూరుకు చేరుకుంటుంది. రజనీగంధా (నేల సంపెంగలు) తీసుకుని వచ్చిన అమోల్ పాలేకర్‌ను అల్లుకు పోయి, ఇదే నిజము, ఇదే నిజము అని మనసులో అనుకుంటుంది. మనసులో కాసేపటికోసం అల్లుకున్న చాంచల్యం చాలా సున్నితంగా చూపించాడు దర్శకుడు. ఆమె కూడా తొందరగానే తన పొరపాటు తెలుసుకుని నేల మీద నిలదొక్కుకుంటుంది.

ఈ అంశం మీద, ఈ చిత్రం మీద చర్చించాల్సింది చాలానే వుంది. కాని మీరు కూడా చూసి మీ వంతు స్పందనలు పంచుకోండేం.

వెంటాడే "ముక్తి భవన్"

కొన్ని చిత్రాలు హైదరాబాదులో కూడా ఒకటీ అరా హాళ్ళల్లో అలా వచ్చి అలా వెళ్ళి పోతుంటాయి. అలా కొన్ని సినిమాలు మిస్సయిన వాళ్ళకి ఈ నెట్ఫ్లిక్స్, అమేజాన్ లు చాలా సేవ చేస్తున్నాయి. అప్పట్లో నేను చూడలేక పోయిన వొక చిత్రం "ముక్తి భవన్". ఇది 2016 లో వచ్చింది.

శుభాషిణి భుతియాని దర్శకత్వంలో వచ్చిన ఈ చిత్రం నాలుగు జాతీయ అవార్డులకు నామినేట్ అయ్యింది, బాగా పేరు తెచ్చుకుంది. హాస్యమూ, నాటకీయత కలగలసిన ఈ చిత్రంలో లలిత్ బెహెల్, ఆదిల్ హుస్సేన్లు ముఖ్య పాత్రధారులు. ఇంట వో రెండు అవార్డులు సాధించిన ఈ చిత్రం అంతర్జాతీయంగా యెక్కువే అవార్డులు పొందింది.

77 యేళ్ళ దయా (లలిత్ బెహెల్) భార్యను కోల్పోయి, కొడుకు, కోడలితో వుంటాడు. వొక సంభాషణ మొదట్లో దొర్లుతుంది. దయా భార్య చనిపోయేటప్పుడు ఇంట్లో కొడుకు యెవరితోనో ఫోన్లో మాట్లాడుతూ లేదు ఇంకా కాలేదు అంటాడు. ఆ వాక్యం చాలా కథనే చెప్పేస్తుంది. అది బహుశా తల్లి మృత్యువు గురించిన సంభాషణ కావచ్చు. ఇదే కారణమో, లేదా మరేదైనా కారణమో గానీ దయా వో తీర్మానం చేసుకుంటాడు. తనకు మృత్యువు దగ్గర పడింది, తను చస్తే వారణాసిలోనే చావాలి అని. కొడుకు తీసుకెళ్తే సరేసరి, లేదంటే తను వొక్కడే వెళ్ళగలనంటాడు. ఇది కొడుకు రాజీవ్ (ఆదిల్ హుస్సేన్) ని కలవరపెడుతుంది. ఆఫీసులో పని వత్తిడి, శలవలు దొరకడం కకాకష్టం, తండ్రిని వొక్కడినే పంపలేడు,

ఇంటి బాధ్యత భార్య నెత్తిన పడుతుంది. ఇవన్నీ అతని సమస్యలు. చివరకు తండ్రితో పాటు వారణాసికి వెళ్ళి అక్కడి ముక్తిభవన్‌లో గది తీసుకుంటాడు. అక్కడ ఇలాంటివాళ్ళే వస్తుంటారు. నిబంధన ప్రకారం కేవలం పదిహేను రోజులకు మాత్రమే గది అద్దెకిస్తారు. కానీ వ్యవహారంలో పేరు మార్చి కొనసాగనిస్తారు. అక్కడికెళ్ళాక దయా అక్కడున్న వో వృద్ధురాలు విమల (నవనింద్ర బెహెల్) తో సన్నిహితమవుతాడు. ఆమె తన భర్తతో ఆ భవనంలోకొచ్చి పద్దెనిమిదేళ్ళు. భర్త పోయినా, తను ప్రతి పక్షమూ పేరు మార్చుకుంటూ అక్కడే కొనసాగుతుంది. కోడలు లత (గీతాంజలి కులకర్ణి) అసహనంగా అడుగుతుంది ఇంకెన్నాళ్ళు అని. తెల్లమొహం వేస్తాడు కొడుకు, జవాబు లేక. మనవరాలు సునీత (పాలోమి ఘోష్) పెద్దలు కుదిర్చిన సంబంధం చేసుకోనంటుంది. అది రాజీవ్‌కు కొరుకుడు పడదు, చాలా విషయాల్లో ఆధునికుడైనా కూడా. తాత మాత్రం సమర్థిస్తాడు. వో సినిమా మొత్తం మృత్యువు గురించి తీయాలంటే ఊహించడం కష్టం. కానీ ఈ చిత్రం నిడివి 99 నిముషాలు. అయినా యెక్కడా విసుగు అనిపించదు. ఆలోచింపజేస్తుంది, నవ్విస్తుంది, అన్నీ. చావడానికి యెదురు చూస్తున్న జనం అయినా టీవీ సీరియల్ "ఉడన్ ఖటోలా" (ఆకాశంలో యెగిరే తూగుటుయ్యాల) చూడాల్సిందే. జీవితం దారి జీవితానిది, మృత్యువు దారి మృత్యువుది. ఇంట్లో వున్నప్పుడు సన్నిహితంగా లేని తండ్రీ కొడుకులు ఇక్కడ కాస్త సన్నిహితులవుతారు, కాసేపు. గతాన్ని తవ్విపోస్తారు. వ్రాయడం మానేసిన కవిత్వం గురించి తలచుకుంటారు. పదిహేను రోజులు గడిచిపోతాయి. వేరే పేరుతో కొనసాగుతారు. కొడుకు మనసులో ద్వైదీ భావన. తండ్రితో వుండడమా, వూరెళ్ళి తన ఉద్యోగ, కుటుంబ బాధ్యతలు చూసుకోవడమా. ఇలా చర్చించుకోవడానికి ఈ 99 నిముషాల చిత్రంలో చాలానే వుంది. అన్నీ వొక్కసారిగా చెప్పుకోలేము కూడానూ.

తన ప్రథమ ప్రయత్నంలోనే పాతికేళ్ళ ఈ దర్శకుడు చాలా బాగా తీశాడు. ఇతని నుంచి మరిన్ని మంచి చిత్రాలు ఆశించవచ్చు. ఇక నటన అందరిదీ చాలా బాగుంది. ముఖ్యంగా ఆదిల్ హుస్సేన్ ది. ఈ మధ్యే అతని గురించి The violin player సమీక్షలో తలచుకున్నాం. తాజ్దార్ జునైద్ నేపథ్య సంగీతం బాగుంది. మైకెల్ మెక్స్వీని, డేవిడ్ హువిలర్ ల ఛాయాగ్రహణం చెప్పుకోతగ్గదిగా వుంది. కొన్ని సీన్లు కదులుతున్న కెమెరాతో తీస్తే, కొన్ని మాత్రం వొక చోట

అమర్చిన static కెమెరాతో తీశాడు : ఆ ఫ్రేం లోపల పాత్రధారులు మాత్రం కదులుతారు. ఇది కాస్త జాగ్రత్తగా చదవాల్సిన స్కీము. మరాఠీ చిత్రం "కోర్టు"లో మొత్తం దాదాపు ఇదే పద్ధతి. జపనీస్ దర్శకుడు ఒజు కూడా, అయితే అతని షాట్లు దాదాపు నేల లెవెల్ నించీ వుంటాయి. అక్కడ వాళ్ళకు పొట్టికాళ్ళబల్ల చుట్టూ నేల మీద (బహుశా వజ్రాసనంలో) కూర్చుని భోజనం చేయడం అలవాటు. కాబట్టి ఆ ప్రక్రియ సరిపోయింది. అక్కడ కూడా మిజాన్సెన్ లో పాత్రలు మాత్రం కదులుతుంటారు. మొత్తంగా అన్ని విధాలా ఆకట్టుకునే చిత్రం, సంతృప్తినిచ్చే చిత్రం.

ఆలోచింపజేసే "ముల్క్"

దేశభక్తి పరమత సహనం లేదా అసహనం, పొరుగు దేశాల మధ్య సంబంధాలు ఈ విషయాల మీద చాలా మంది మనసుల్లో స్టీరియోటైప్ భావనలు గూడు కట్టుకుని వున్నాయి. వాటిని వెలికి తీసి భూతద్దంలో పరీక్షించి, నిగ్గు తేల్చి, సవరించుకోవడానికి అప్పుడప్పుడు ఇలాంటి చిత్రాలు వస్తుంటాయి. ముఖ్యంగా మనసు లోపలికి తొంగి చూడడానికి. ముల్క్ భారత దేశంలో వుంటున్న వొక ముస్లిం కుటుంబం గురించిన కథ. అది వారణాసి. మురాద్ అలీ మొహమ్మద్ (రిషి కపూర్) అక్కడ వో లాయరు. ఆ పరిసరాలలో హిందూ ముస్లింలు సఖ్యతతోనే వుంటారు. చిత్రం మొదటిలోని సన్నివేశాలు ఆ క్షణాలను బాగా పట్టుకున్నాయి. ఇది రోజువారి జీవితం. అయితే రాజకీయ కారణాల వల్లగానీ, ఇతర బాహ్య ప్రేరేపణల వల్లగానీ వొక రాయి పడిందో ఆ సరస్సు ప్రశాంతత చెదిరిపోవడం జరిగిపోతుంది. మురాద్ సమిష్టి కుటుంబంలో ఇంత మంది మధ్య వున్న అతని తమ్ముడు బిలాల్ (మనోజ్ పహ్వా) కొడుకు షాహిద్ టెర్రరిస్టుల వల్ల ఇంఫ్లుయెన్స్ అయ్యి రహస్య కార్యకలాపాలు చేస్తుంటాడు. అతని కారణంగానే వొక బస్సు బాంబు దాడికి గురై అతనితో సహా 19 మంది చనిపోతారు. ఇక అక్కడినుంచీ కథ మారిపోతుంది. కలిసి టీలు తాగి, కబుర్లు చెప్పుకున్న మురాద్ అతని హిందూ మిత్రుల మధ్య నెమ్మదిగా యెడం పెరుగుతుంది. కొంతమంది సానుభూతిపరులు ఉన్నప్పటికీ కొంత మంది దాదాపు బద్ధ శత్రువులుగా మారుతారు. పోలీసు, క్రైం బ్రాంచ్ అధికారులూ తమ ప్రతాపం వీర లెవెల్లో చూపిస్తారు. బిలాల్ మీద కూడా నింద మోపి, కేసు చేసి అరెస్టు చేస్తారు.

తర్వాత నింద మురాద్ మీద కూడా పడుతుంది. ఇవన్నీ యే విధంగా పరిణామాన్ని పొందుతాయి వగైరా చాలా యెక్కువ నిడివి గల కోర్ట్ రూం డ్రామాలో తెలుస్తుంది. అదంతా తెర మీద చూడాల్సిందే.

మూల కథ కు చిన్న ఉపకథలు కూడా పనిలో పనిగా మనల్ని ఆలోచించమని చెబుతాయి. బిలాల్ కోడలు ఆరతి(తాప్సీ పన్ను) హిందువు. ఆమె కూడా లాయరే. ప్రేమ వివాహం. ప్రేమించేటప్పుడు కేవలం మనుషులుగా ఆకర్షితులైనా, పెళ్ళి అయిన తర్వాత పుట్టబోయే బిడ్డయే మతానికి చెందుతుందో తేల్చుకున్నాకే కనాలి అన్న వివాదం వారిద్దరి మధ్య. కొన్నాళ్ళు తామిద్దరూ యెడంగా వుండాలని చెప్పి ఆమె భారతదేశానికి అత్తవారింటికి వచ్చేస్తుంది. అంటే ఈ మతాల మధ్య రేఖా మాత్రం యెడం వచ్చినా యెలా వుంటుందో చూపించడం. నేతల (ఇక్కడ వో లాయరు) మాటల, తటస్థంగా వున్న సామాన్య జనాల మనసులను కూడా యెలా ప్రేరేపిస్తాయి అన్నది వొక అంశం. అయితే ఆ సామాన్య జనం కూడా తమ మనసుల్లో రూపం కట్టుకుంటున్న భావాలకి బాధ్యత తామే తీసుకోవాలి. ఇలాంటి చిత్రాలు కొంత ఇంట్రాస్పెక్షన్‌కు అవకాశమిస్తాయి. ముస్లింలు అనగానే బహు భార్యత్వం, యెక్కువ సంతానం, నిరక్షరాస్యత లేదా తక్కువ చదువుకోవడం ఇలాంటి స్టీరియోటైప్ భావనలు యెంత ప్రబలంగా వున్నాయో, దాని ఆధారంగా యెలాంటి అమానవీయ పరిణామాలకు దారులు వేస్తున్నామో కదా అనిపిస్తుంది. వొకసారి వొక భావం బలంగా ముద్ర పడినతర్వాత నిజానిజాలు పరీక్షించుకునే వోపిక యెంతమందికి వుంటుంది. మేము-వాళ్ళ అన్న భేదం వచ్చేశాక తటస్థంగా వుండిపోతే గోడమీద పడ్డ ఆ బీటలు యెంతవరకూ పోతాయో ఊహించడం కష్టం కాదు. నేను ఈ అంశాలు వివరంగా చర్చించాలంటే కథను తడమాలి. కథ మొత్తం స్పృశించడం ఫిలిం రైటింగ్ కి పర్లేదుగాని, ఫిల్మ్ రెవ్యూ కి కూడదు. కాబట్టి యెక్కువ చర్చించను.

అనుభవ్ సిన్హా దర్శకత్వం బాగుంది. ముఖ్యంగా చిత్రీకరణ. ఇక్కడ దర్శకుని విజన్, దానికి ఛాయాచిత్రణలో సపోర్ట్ ఇచ్చిన సినిమా ఫోటోగ్రాఫర్ ఇద్దరూ సమానంగా భాగస్తులు. ఆ ట్రాక్ షాట్స్ చాలా ఆలోచించి, వొక వ్యాకరణాన్ని సిద్ధం చేసుకుని చేసినట్టుంది. వొక ఉదాహరణ. వొక సీన్ చాయ్‌వాలా కుర్రాడు అందరికీ టీలందిస్తూ బయటినుంచి వొక గదికి అక్కడి నుంచి మరో గదికి

వెళ్తాడు. అంటే న్యూట్రల్ పర్స్పెక్టివ్ తో ఆ సీన్ లో వున్న పాత్రలను స్పర్శించడం. ఇలాంటి గుర్తుండిపోయే చిత్రీకరణలెన్నో వున్నాయి. నటన దగ్గరికొస్తే ముందు చెప్పుకోవాల్సింది రిషి కపూర్. యెక్కడా అతి ఆవేశాలకు లోను కాకుండా, తన కేరెక్టర్లోనే వుంటూ చాలా ప్రతిభావంతంగా చేశాడు. అతని చిత్రాలలో యెంత వైవిధ్యం! మనోజ్ పహ్వా, తాప్సీ పన్నూ, నీనా గుప్తా వీళ్ళు కూడా బాగా చేశారు. ఆసుతోష్ రాణా చాలా మంచి నటుడు. ఇందులో నటన బాగుంది. కానీ కాస్త లౌడ్ గా అనిపించింది. మనసులోని బూజును దులుపుకోవడానికి చూడాలి ఈ చిత్రం.

“ఇటు అటు కాని హృదయం తోటి ఎందుకురా ఈ నరకం నీకు!”

సాహిత్యం లాగే సినిమా కూడా మనిషిలో సంవేదనలను సంస్కరిస్తూ వుంటాయి. బహిర్ ప్రపంచంలోని అతని ఎదుగుదల చాలా కారణాలుగా జరిగినా, మనిషి అంతర్గతంగా ఎదుగుదలకు ఉపయోగపడేది ఇలాంటి కళలే. ఎందుకంటే అవి మనిషిని తనలోపలికి దృష్టి సారించడానికి వివశుడిని చేస్తాయి. ఆలోచించలేకుండా వుండనివ్వవు. తనకు తెలియకుండానే నెమ్మదిగా లోపలినుంచి వొక మార్పుకు కారణాలు అవుతాయి. అది అతని ప్రవర్తనలో, మనుషులతో సంపర్కంలో, సమాజంలోని అతని నడవడికలో ఇంకా చాలా విషయాలలో ప్రభావం చూపిస్తుంది.

2005 లో మై బ్రదర్ నిఖిల్ సినిమాకెళ్ళాం. నాకు బాగా తెలిసిన నటులు అప్పటికి ఇద్దరే. జుహీ చావ్లా, విక్టర్ బనర్జీ. జుహీ చావ్లా హిందీ వ్యాపార సినిమాలో బాగా పేరున్న నటి. విక్టర్ బెనర్జీని సత్యజిత్ రాయ్ “శత్రంజ్ కే ఖిలాడి”, డేవిడ్ లీన్ తీసిన A passage to India ఇంకా కొన్ని సినిమాలు చూసి వున్నాను. అయితే హాల్లో చూస్తేనేమో మమ్మల్ని కలుపుకుని మహా అయితే పది జంటలున్నాయి. ఇది కూడా వొక వివక్ష ఎలా పోషింపబడుతుందో, అర్థం చేయిస్తుంది. ఇది ఓనిర్ దర్శకత్వంలో వచ్చిన తొలి చిత్రం. గోవాలో ఈతలపోటీలలో రాష్ట్ర విజేత అయిన డొమినిక్ డిసూజా జీవితం ఆధారంగా తీసిన చిత్రం. అతను గోవాలోనే హెచ్ ఐ వి సోకిన తొలి వ్యక్తి. తొలి నాళ్ళలో,

నాళ్ళు కాదు యేళ్ళు అనాలేమో, హెచ్ ఐ వి బాధితుల పట్ల కుటుంబం, సమాజం, ప్రభుత్వం ఎంత నిర్దయగా, క్రూరంగా ప్రవర్తించిందో చెబుతుంది. ఈ చిత్రం అదనంగా స్వలింగ సంపర్కాన్ని ఎంచుకున్న వ్యక్తుల పట్ల కుటుంబం, సమాజం, ప్రభుత్వ వైఖరిని కూడా చెబుతుంది.

మనది పురుష స్వామ్యం. ఇందులో స్త్రీలకు సమాన స్థాయి గౌరవమర్యాదలు, గుర్తింపు లేకపోగా వారి ఎదుగుదలలో చాలా ఆటంకాలు వున్నాయి. ఈ పరిస్థితి క్రమంగా మారుతున్నప్పటికీ ఇంకా మారాల్సింది చాలానే వుంది. ఇట్లాంటి పరిస్థితుల్లో మూడవ జెండర్ వ్యక్తులు, స్వలింగ సంపర్కాన్ని ఎంచుకునే స్త్రీలు, పురుషులు, ఇంకా రకరకాల భిన్న వ్యక్తిత్వాలున్న మనుషులను గౌరవించే ప్రసక్తి ఎక్కడ! ఆర్టికల్ **377** కింద ఇది నేర పరిగణనుంచి బయటపడింది కూడా మొన్నమొన్ననే. మనిషి స్వభావాల్లో ఎన్ని వర్ణాలున్నాయో అన్ని విభిన్న కోణాలున్నాయి. అందరినీ వొకే గాటన కట్టడానికి లేదు. వొకరు అభిలషణీయులు, మరొకరు కాదు అనడం కూడా అమానవీయమే. మరి అలాంటి వ్యక్తులకి దూరం జరగడం, అవమానకరంగా వ్యవహరించడం, నేరారోపణ చేసి పోలీసు జులుం కి గురి చెయ్యడం లాంటివి పోయి మనిషి వాళ్ళను కూడా సమాజంలో హక్కుదారులుగా, గుర్తించేలా ఎదగడానికి మనం చేసిన ప్రయత్నాలేంటి? మన కళలు చేసింది ఎంతవరకు? తెలుగు సాహిత్యంలో చూస్తే లెస్బియన్ల మీద కొంత సాహిత్యం వచ్చింది, అదీ ఎక్కువగా స్త్రీల నుంచే. నేను ఐతే స్వలింగసంపర్కుల మీద ఏమీ చదవలేదు. మొన్న వసుధేంద్ర కథలు "మోహనస్వామి" వచ్చింది. కానీ దాని మూలం కన్నడ. కన్నడలో ఆ పుస్తకం బాగా అమ్ముడుబోయిందట. బహుశా అక్కడి సాహిత్య వాతావరణం మన దగ్గరికంటే మెరుగ్గా వుందనుకోవాలి. ఇక సినిమా విషయానికి వస్తే గుండు సున్నా. అడపా దడపా వచ్చినా అవి కేవలం వెకిలి హాస్యం, లేదా అపహాస్యం అనాలేమో, తదితర రూపాల్లో వచ్చాయి తప్పితే గంభీర స్వరంతో రాలేదు. ఇప్పుడు హాళ్ళలో ఆడుతున్న నానీస్ గేంగ్ లీడర్ తో సహా.

మై బ్రదర్ నిఖిల్ కథ జుహీ చావ్లా చెబుతుంది. ఆమె అనుసంధానకర్త కూడా. కథను ఇతర పాత్రలు కూడా చెబుతారు. అంటే ఒక వ్యక్తి జీవితాన్ని పలు కోణాలనుంచి మన ముందు పెట్టడం అన్నమాట. కొంతమంది ఈతలు

కొడుతున్న ఆ పూల్ వద్దకి వెళ్ళబోతున్న నిఖిల్ ని అడ్డుకుంటాడు చౌకీదారు. అయినా బలవంతంగా వెళ్ళి పూల్ లోకి దూకుతాడు. చౌకీదారు హెచ్చరిక విని, నిఖిల్ దూకడం చూసి మిగతా వారంతా గబగబా బయటకు వచ్చేస్తారు. అతనికి ఏమీ అర్థం కాదు. గోవాలో అతను వో స్విమ్మింగ్ చాంపియన్. రాష్ట్ర స్థాయి పోటీలలో మెడల్స్ గెలుచుకున్న మనిషి. అయితే వో టూర్నమెంట్ కి ముందు జరిగే రెగ్యులర్ పరీక్షలలో అతనికి ఎచ్ ఐ వి వుందని బయటపడుతుంది. అక్కడినుంచి అతని జీవితమే మారిపోతుంది. అతడు వో అంటరానివాడైపోతాడు. అతన్ని టూర్నమెంట్ లోంచి తొలగిస్తారు. వూళ్ళో వాళ్ళే కాదు తల్లిదండ్రులు కూడా అతన్ని దూరం పెడతారు. వొక్క అక్క అనామిక మాత్రం అతనికి బాసటగా నిలుస్తుంది. ఎయిడ్స్ వ్యాధి కొత్తగా వున్న ఆ కాలంలో మరెవరికీ సోకకూడదని అతన్ని వో పాడుబడిన బంగళాలో వొంటరి నిర్బంధంలో వుంచుతారు. చట్టం ప్రతి పౌరునికీ స్వేచ్ఛగా బతికే హక్కునిచ్చినప్పుడు అతన్ని, అతనిలాంటివారిని ఇలా వెలివేసినట్లు నిర్బంధంలో వుంచడం అమానవీయమే కాదు చట్టవిరుద్ధం కూడా. ప్రభుత్వానికి ఎన్ని లేఖలు వ్రాసినా దేనికీ స్పందన వుండదు. అనామిక వో లాయర్ని మాట్లాడి నిఖిల్ తరఫున కోర్టులో కేస్ పెట్టిస్తుంది. మూడేళ్ళకు అతను విడుదల అవుతాడు, కాని అప్పటికే అతని ఆరోగ్యం పాడైపోయి వుంటుంది. తల్లి దండ్రులు ముఖం చాటేశారు. నిఖిల్ తన సహచరుడైన నిజెల్ తో వుంటాడు. నిఖిల్కి చివరిదాకా సేవలందించినది నిజెల్ అయితే, అతనికి మానసిక ధైర్యాన్నివడంలో, అతని తరఫున చట్టంతో పోరాడడంలో, గోవాలోని సామాన్య జనులలో సరైన అవగాహన పెంపొందించడంలో అనామిక బలమైన పాత్ర పోషిస్తుంది. 1986 నుంచి 1994లో అతను చనిపోయేదాకా అతను పడ్డ నరకయాతనంతా మనముందుంచుతాడు ఓనిర్. చిత్రం మొత్తం గ్లూమీగా వున్నా చివర్న ఆశావహ ముగింపు. ఎచ్ ఐ వి వచ్చిన కొత్తలో ఇది స్వలింగ సంపర్కుల కారణంగా వచ్చిందనుకునేవారు, అది తప్పని నిరూపణ అయ్యే దాకా. ఏది ఏమైనా అటు ఎచ్ ఐ వి బాధితులనూ, ఇటు స్వలింగ సంపర్కులనూ సమాజం, కుటుంబంతో సహా, అస్పృశ్యులుగా చూసింది. చట్టం మొహం చాటేసింది. ఎన్నో పోరాటాల అనంతరం ఈ మధ్యే ఆర్టికల్ 377 లో తగిన మార్పులు చేసింది. కాని ఇంకా జరగాల్సింది చాలానే వుంది.

నాతో పాటు చాలా మంది ప్రేక్షకులకు ఈ చిత్రం వో కొత్త విషయాన్ని కొత్త వెలుతురులో చూపింది. అనవసర భయాలను చెరిపేసి, మరింత మానవీయంగా మార్చింది. అయితే వొక్క ఓనిర్ మాత్రమే ఒక్క చేత్తో ఈ విషయంలో చాలా చేశాడు. హిందీ చిత్రాలవరకు. తెలుగు చిత్రాలసలే లేవు, చూస్తే ఇతరులు చేసింది అంటూ వుంటే అది స్వల్పమే. ఈ చిత్రంలో నిఖిల్ నిజెల్ ల జంట వో ప్రేమపూర్వక జంటగా, వొకరి గురించి మరొకరు వెన్నుదన్నుగా వుండే జంటగా చూపడం జరిగింది. మనమీద సమాజం రుద్దిన భావజాలానికి ఇది పూర్తిగా వ్యతిరేకం. మరి అది సమసిపోవాలంటే ఇలాంటి కథలు ఇంకా ఎన్ని రావాలో. దీని తర్వాత I AM లో పోలీసులు వీళ్ళ సంబంధాలను అడ్డం పెట్టుకుని, చట్టం చూపించి భయపెట్టి, బ్లాక్మేల్ చేసి డబ్బు గుంజి ఇంకా చెప్పలేని అమానుషత్వపు ప్రవర్తనతో వాళ్ళని లొంగదీసుకోవడం వగైరా చూపాడు. ఇంకా కొన్ని మంచి చిత్రాలు చెప్పాలంటే "మార్గరిటా విత్ అ స్ట్రా", "ఫేషన్", "అలీగఢ్", "హనీమూన్ ట్రావెల్స్", "ఏక్ లడకీ కో దేఖా తో ఐసా లగా", "బాంబే టాకీస్" మొదలైనవి. ఐతే స్థాయీ భేదాలున్నాయి కథనాల్లో. "అలీగఢ్" కూడా వొక నిజ జీవితం నుంచి ప్రేరణ పొంది తీసిన చిత్రం. హనీమూన్ ట్రావెల్స్‌లో మరో కోణం. వో స్వలింగసంపర్కుడు తన అస్తిత్వాన్ని దాచి అమ్మాయితో పెళ్ళి చేసుకుంటే వచ్చే పరిణామాలు. కొన్ని చాలా బాగా తీసినవి, కొన్ని పర్లేదు అనిపించేవి.

నేను రైళ్ళలో ముఖ్యంగా మూడవ జెండర్ వ్యక్తులను చూసి చిన్నప్పుడు భయపడేవాడిని. అప్పుడు అర్థం కాక, పెద్దయ్యాక వాళ్ళ గురించి ప్రచారంలో వున్న కథల కారణంగా భయం, అసహ్యం వుండేవి. వాళ్ళని కూడా మనుషులుగా అర్థం చేసుకోవడంలో, నన్ను నేను సంస్కరించుకోవడంలో, సాయపడ్డాయి చిత్రాలు. కల్పనా లాజ్మి తీసిన "దర్మియా ", ఇంకా కొన్ని చిత్రాలు మనకు, కనీసం నాకు, తెలియని చీకటి కోణాలతో పరిచయం చేయించింది. ఇవి చూడకపోతే నేను ఇంకా ఇదివరకులానే వాళ్ళ పట్ల భయం, అసహ్యం లాంటి భావనలతోనే వుండేవాణ్ణి. తెలుగు చిత్రాలలో గుండు సున్నా. సాహిత్యం లో ఈ మధ్య కొన్ని పుస్తకాలు వచ్చాయి మూడవ జెండర్ వ్యక్తుల మీద.

మనం ఎంతో ఎదిగాము అనుకున్నా ఏవో కొన్ని మార్చుకోవాల్సినవి,

సంస్కరించుకోవలసినవి లోన వుంటూనే వుంటాయి. మరి వాటిని మనకు కొత్త వెలుతురులో చూపి సరిగ్గా అర్థం చేయించడంలో, మనల్ని మరింత మానవీయ వ్యక్తులుగా మలచడంలో సాహిత్యం, సినిమాలు ప్రధాన పాత్రలు వహించాలి.

గరళమూ అమృతమూ పొడుపు కథ "నీలకంట బార్"

ఈ మధ్య తెలుగులో మంచి లఘు చిత్రాలు వస్తున్నాయి. లఘు చిత్రాలకు నిర్వచనం నాకు తెలీదు. ఇప్పటి దాకా 15-25 నిముషాల నిడివితో వున్న చిత్రాలు చూశాను. ఈ "నీలకంటం బార్" నిడివి 38 నిముషాలు. అయితే వొకటి మెచ్చుకోవాలి. ఇంకా విస్తరింపచెయ్యడానికి వీలు వున్న కథా వస్తువును సాగదీసి పూర్తి నిడివి చిత్రం చేసి వుండ వచ్చు. కానీగ అప్పుడు బిగువు తగ్గే ప్రమాదమూ వుంది, లాఘవమైన చేతుల్లో ఆ ప్రమాదం తప్పే వీలూ వున్నది. ప్రస్తుతం చిత్రంలో మాత్రం ఎలాంటి అనవసర వాక్యం, ఫ్రేం లేకుండా ఎక్కువగా సంభాషణలతోనైనా, తగినన్ని దృశ్య కథనాలతో చాలా చక్కగా చెప్పిన సినిమా ఇది.

కథలన్నీ కలిసేది బార్ లో. అది నీలకంట బార్. అర్ధ రాత్రి దాటింది. మూడే బల్లల దగ్గర మనుషులు ఉన్నారు. వాళ్ళకు సేవలందించడానికి వొక సర్వర్ సంతోష్ (బాగా చేశాడు కిరణ్ యర్నం). మొదట్లోనే టైటిల్స్ అప్పుడు పాత్రలు కనబడవు కానీ ఇద్దరి మధ్య సంభాషణ. ఒకాయన తన మేనల్లుడు ఏక్సిడెంటు చేశాడనీ, ఆ మనిషి పోయాడని, తన మేనల్లుడికి ఏమీ కాకుండా చూసుకోమని డబ్బు ఇస్తాడు. నేను చూసుకుంటాలే పో అంటాడు భాస్కరరావు (ఆకేష్). మనకు తొలిగా కనబడేది అతనే. మరో బల్ల దగ్గర ఇద్దరు కుర్రాళ్ళు మందు తాగుతూ మరో మిత్రుడి గురించి ఎదురుచూస్తూ వుంటారు.

ఎనిమిదింటికి రావలసిన ఆ మిత్రుడు అర్థరాత్రి దాటాక వస్తాడు. వాళ్ళు అంటే వరుణ్, కార్తీక్, ధరం (శరత్ చంద్రశేఖర కస్తూరి,కొట్ల శ్యాం,అర్జున్ ఆనంద్ మెనన్) ల మధ్య ముఖ్యంగా మాలస (స్నిగ్ధ బావా) ఆమె భర్త సుచిత్ (వికాస్ దర్శన్) ల గురించి మాట్లాడుకుంటూ వుంటారు. మూడో బల్ల మీద రవీందర్, గణేశ్ (ప్రవీణ్ క్రిషన్, చిదురుల రాజేశ్) లు ఒక ఫ్లాట్ అమ్మకంలో తనకు ఎగగొట్టిన కమీషన్ గురించిన చర్చ జరుగుతుంటుంది. మనుషులు సంఘజీవి కదా. తమ మనసుల్లో వున్న కథలను స్నేహితులతో, ఇంకొకళ్ళతో చెప్పుకోనిదే కుదరదు. ఇప్పుడు ఒంటరిగా వున్న భాస్కరరావు ఎవరికి చెప్పుకోవాలి? సర్వర్ సంతోష్ ని పిలిచి కూర్చోబెట్టి కథ చెబుతాడు. నీలకంటం అంటే తెలుసా అని మొదలు పెట్టి క్షీర సాగర కథనం కథంతా చెబుతాడు. ఆ కథతో పాటే ప్రస్తుత కాలంలో జరుగుతున్న అలాంటి సాగర మథనం కథే parallal గా నడుస్తూ వుంటుంది. మనిషంత పాతదే ఆ కథ. అమృతాన్ని, అమృతానికి దారిచ్చే తాళాన్ని నొక్కి పెట్టిన తాబేలు, అమృతం, ఈ కాలపు అమృతం అయిన డబ్బు, మోహిని, ఈ కాలంలో మోహిని అవతారం ధరించే స్త్రీ, ప్రాణాలు తీసే హాలాహలం అన్నీ వున్నాయి. వేరు వేరు కథలు వొక పూసల దండలా గుచ్చి చెప్పే కథల సినిమాలు ఈ మధ్య బాగా వస్తున్నాయి. వొక్క కేరాఫ్ కంచరపాలెం తప్పించి అన్నీ నమ్మించేలా, నిజాయితీగా కలపగలుగుతున్నాయి వేరువేరు పూసలని. అన్ని పాత్రలూ మన ముందే వున్న ఈ బారులో కూడా కథలన్నీ చక్కగా గుచ్చిన పూసల గొలుసులా వుండడమే కాకుండా layered కథనం తో మనల్ని ఆకట్టుకుంటుంది. ఇక కథ గురించి వివరాలు మీరు యూట్యూబ్ లోనే చూడాలి. కథంతా చెప్పించుకున్న సంతోష్ ఏం నేర్చుకున్నాడో గానీ, అందరూ వెళ్ళిపోయాక బల్లలన్నీ తుడుస్తూ కనబడతాడు.

మొదటి క్రెడిట్ స్క్రీన్ ప్లే, దర్శకత్వానికే. దర్శకుడు కొట్ల ధీరజ్. ఇతని గురించి ఎక్కువ తెలీదు. కానీ ఇది చూసిన తర్వాత వొక మంచి దర్శకుడు మనముందుకు వచ్చాడని మాత్రం చెప్పగలను. ఇతని నుంచి మరిన్ని మంచి చిత్రాలు వచ్చే అవకాశం వుంది. కథను చెప్పడానికి ప్రత్యక్షంగా మనకు కనబడేది ఛాయాగ్రాహకుడు. అతను చేసే పని దర్శకుని విజన్ కు అనుకూలంగానే వుంటూ దాన్ని ప్రేక్షకుడి దగ్గరకు సునాయాసంగా చేర్చేపని సాంకేతికతతో

పాటు కళాత్మకత (creativity) కలిగి వుండాలి. ఆ పని శాంతన్ రెడ్డి, కృష్ణ తేజా సహాయంతో బాగా చేశాడు. ఇందులో వొక పాత్ర చేసిన శ్యాం కొట్ల (అది కొట్లనా కోట్లనా ఇంగ్లీషులో చదివిన నాకు అర్థం కాలేదు) దీనికి మంచి సంగీతం కూడా సమకూర్చాడు. తర్వాత చెబుతున్నాను గాని మొదటే చెప్పాల్సిన మాట ఇది : నటులు అందరూ చాలా బాగా చేశారు.

Unforgettable "October"

ఆర్సన్ వెల్స్ 1941 లో తీసిన క్లాసిక్ చిత్రం "సిటిజన్ కేన్" గుర్తుందా? పెద్ద భవంతిలో కోటీశ్వరుడు ఛార్లెస్ ఫోస్టర్ కేన్ "రోజ్బడ్" అన్న పదం పలికి శాశ్వతంగా కనుమూస్తాడు చిత్రం ప్రారంభంలో. మిగతా కథంతా ఆ రోజ్బడ్ యేమై వుంటుంది అని పలు రకాలుగా పలు వ్యక్తులు సాగించే బాహ్య (external) అన్వేషణ. కాగా "అక్టోబర్"లో "డాన్ యెక్కడ?" అని ఆరా తీస్తూ ప్రమాదవశాత్తు శివులి మూడో అంతస్తునుంచి జారిపడి కోమాలోకెళ్ళిపోతుంది, దాదాపు మొదట్లోనే. ఆ తర్వాత కథానాయకుడిలో జరిగే ఆంతరిక (internal) ప్రయాణమే/ అన్వేషణే ఇందులో కథ. అప్పటిదాకా ఆమె గురించి యెక్కువ ఆలోచించని, ఆమె అంతరంగాన్నెప్పుడూ సూక్ష్మంగా గ్రహించని డాన్‌లో మాత్రం పెద్ద మార్పే వస్తుంది, జీవితాన్నే మార్చేసే విధంగా. అది క్రమంగా అతన్ని ప్రేమను, జీవితాన్నీ అర్థం చేసుకునే పరిణితి అతనిలో తెస్తుంది. చాలా కాలం పాటు నిలిచిపోయే చిత్రమే ఈ "అక్టోబర్".

అప్పటి దాకా వాణిజ్య చిత్రాలు మాత్రమే తీస్తుండిన షూజిత్ సర్కార్ 2005లో "యహాఁ" తో చిత్ర రంగంలో ప్రవేశించాడు. ఈ మధ్యకాలంలో వచ్చిన మంచి చిత్రాలు "విక్కీ డోనర్", "పీకూ", "పింక్" లు. మూడవది రచన మాత్రమే, దర్శకుడు అనిరుద్ధ రాయ్ చౌదరి. అయితే "అక్టోబర్" తో అతను ఇంకాస్త ముందుకెళ్ళాడు. చాలా జాగ్రత్తగా గమనిస్తే కాని, చాలా విశేషాలు కంటపడక పోయే ప్రమాదం వున్న layered narrative దీనిది. కాసేపు నాకే అనుమానం వచ్చింది ఇదేమన్నా సంతోష్ శివన్ చిత్రమా అని. నిజంగా

సినెమాని సినెమాగా చూసి ప్రేమించేవాడికి ఇది ఫుల్ మీల్సే.

డాన్ (వరుణ్ ధవన్) వొక అయిదు నక్షత్రాల హొటెల్లో అప్రెంటీస్ మీద వుంటాడు. అతనితో పాటే సహ విద్యార్థులు కూడా. ఆ శిక్షణా కాలంలో యెలాంటి మచ్చా రాకుండా చూసుకుంటే చేతికి పట్టానే కాక మంచి ఉద్యోగావకాశాలు కూడా వుంటాయి. కాని పక్షంలో డిగ్రీ రాకపోవడమే కాదు, మూడు లక్షలు చెల్లించాల్సి వస్తుంది, ఆ మచ్చ వున్నందువల్ల ఉద్యోగావకాశాలకీ గండి పడుతుంది. మిగతా వాళ్ళందరూ వొళ్ళు దగ్గర పెట్టుకుని పని చేస్తున్నా, డాన్ మాత్రం నిర్లక్ష్యంగా, తిక్కతిక్కగా వుంటాడు. కోపమెక్కువ. మాట పడడు. వయసుకు తగ్గ పరిణితి రానివాడు. అందరూ స్నేహితులే కాబట్టి ఇతని మీద కోపం వున్నా, అతను ఇబ్బందుల్లో చిక్కుకున్నప్పుడు అందరూ అతన్ని వెనకేసుకొచ్చి ప్రమాదం నుంచి కాపాడుతుంటారు. వాళ్ళల్లో శివలి వొకతె. నెమ్మది, వోర్పు, సహనం, స్నేహం, తెలివితేటలు అన్నీ వుండి బాస్ కి ఫేవరెట్. తనకు పారిజాతాలంటే (శివలి పూలు) చాలా ఇష్టమని ఆమెకా పేరు పెట్టింది వాళ్ళమ్మ. అక్టోబర్ మాసంలో కొంత కాలం మాత్రమే పూచే ఆ పూలు సేకరించి దగ్గర పెట్టుకుంటుంది. అవి గదిలో నేలపాలై కనబడగా సోఫాలో అడ్డంగా పడుకున్న డాన్ ని అడుగుతుంది. నేను పడేయలేదంటాడు నిర్లక్ష్యంగా. పోనీ యెత్తి పెట్టొచ్చుగా అంటుందామె. ఇది యెందుకు వివరిస్తున్నానంటే డాన్ body langauage అతని మానసిక పరిస్థితికి తగ్గట్టుగా చూపడమే కాకుండా అతని మీద ఆమెకు వున్న ప్రత్యేక శ్రద్ధ వాచ్యంగా కాకపోయినా చూఛాయిగా వ్యక్తపరచడానికి. అతను అర్థం చేసుకుంటేనే కదా ప్రతిస్పందించేది. ఇలా వుండగా వొక రాత్రి పార్టీలో ఆమె పిట్టగోడెక్కి కూర్చోబోతూ ప్రమాదవశాత్తు ఆ మూడో అంతస్తునుంచి కిందపడి స్పృహ కోల్పోతుంది. ఆసుపత్రికి తీసుకెళ్తారు. ఆమె కోమాలోకెళ్ళిపోయింది, చాలా తీవ్రమైన గాయాలయ్యాయి, ICUలో వుంచాలి, యే విషయమూ నిర్ధారణగా చెప్పలేమంటారు డాక్టర్లు. అందరూ చూడటానికి వెళ్ళినట్టే డాన్ కూడా వెళ్ళి ఆమెను చూసి వస్తాడు. ఆ తర్వాత రూంలో స్నేహితులు మాటల మధ్యలో అంటారు చనిపోవడానికి క్షణం ముందే ఆమె డాన్ యెక్కడున్నాడని ఆరా తీసిందీ అని. అది విన్న డాన్‌కి మనసు యేదోలా అయిపోతుంది. నన్ను తలచుకుందా? యెందుకు? చెప్పడానికి ఆమె స్పృహలో లేదు. ఆ స్లోగా సాగే కథనం మనసు పెట్టి చూడకపోతే

అతనిలో పరిణామం యెంత సూక్ష్మంగా చూపించాడో తెలియకుండా పోతుంది. ఆ రోజు నుంచి అతడు రోజూ ఆసుపత్రి డ్యూటీ యెవరూ చెప్పకుండానే అన్నీ నెత్తినేసుకుని కావలసిన వ్యక్తిలా మసలుతాడు. శివలి బాబాయి ప్రాణాలకు భరోసా లేనప్పుడు ఇంత ఖరీదైన వైద్యం అవసరమా అని నిరుత్సాహపరుస్తున్న వేళల్లో డాన్, శివలి తప్పకుండా బతుకుతుంది, అంత తొందరగా వోటమి వొప్పేసుకుంటామా అంటాడు. తల్లి (తను IIT Professor, single mother) కూడా నా దగ్గర దాచుకున్న సొమ్ము వుంది, ఇన్స్యూరెన్సు కూడా వుంది, వైద్యం చేయిద్దామంటుంది. నెమ్మదిగా ఆ బాబాయి కూడా మళ్ళీ కనపడడు చివరివరకూ. రోజూ ఆసుపత్రికి వెళ్ళడం, కోమాలో వున్న ఆమెతో మాట్లాడడం, ఆమెకు స్పృహ లేదని తెలిసినా, హొటెల్ కి సెలవలు బాగా పెట్టడం, పనిమీద శ్రద్ధ పోవడం వీటన్నిటి మధ్యా ఆమెమీద అతని ప్రేమ క్రమంగా పెరగడం చూస్తాము. అక్కడి డాక్టర్లతో వివరంగా మాట్లాడుతూ వుండడం, రోజూ శివలి మంచం కింద వేలాడుతూ వున్న మూత్రపు సంచిని గమనిస్తూ వుండడం, యెవరూ లేనప్పుడు అర్జంటుగా మందులవసరమైతే మిత్రుల దగ్గర ఇరవైవేలు అప్పు చేసి తీసుకురావడం, ఇలా యెన్నని చెప్పాలో, యెక్కడితో ఆపాలో తెలీదు. మొదట్లో ఆ అయిదు నక్షత్రాల హొటెల్లో పనితీరు కొంత వివరంగా, తర్వాత ఆసుపత్రి ICUలో వివరాలు మరికొంత వివరంగా చెప్పినా దర్శకుడు యెక్కడా మూల వస్తువుని విస్మరించలేదు. ఈ సినిమాలో ఆర్థర్ హేలీ "హొటెల్" లాగా, రాబిన్ కూక్ "కోమా" లాగా వివరణలకు పోతే సినెమా డాక్యుమెంటరీ అవుతుందేమోగాని సూదిలా గుచ్చుకునే వో అపురూపమైన కథగా వుండబోదు. అతని షిఫ్టులు కూడా స్నేహితులు చేసి పెడతారు, కాని ఇతన్ని కోప్పడతారు నీ కెరీరు చూసుకోవా అని. బాస్ కూడా వార్నింగు ఇస్తాడు, అతని ఇంటికి కూడా ఫిర్యాదు వెళ్తుంది. డాన్ తల్లి కొడుకుకు నచ్చచెబుదామని వస్తుంది, కానీ ఇక్కడి పరిస్థితులు చూసి అతన్ని యేమీ అనలేక తన కడుపులో బాధ శివులి తల్లికి చెప్పి వెళ్ళి పోతుంది. శివులి తల్లి కూడా అపరాధభావనతో ఇక మా వ్యవహారాలు మేము చూసుకుంటాము నువ్వు నీ పని మీద శ్రద్ధ పెట్టు అంటుంది డాన్తో. ప్రపంచం తల్లకిందులైన డాన్ మాత్రం దీక్షగా తనపని చేసుకుంటూ పోతాడు. వైద్యానికి స్పందించో, డాన్ సేవలకు స్పందించో మరొకటో శివులిలో కొంత మార్పు వస్తుంది. ఇంకాస్త ఆరోగ్యం బాగా అయ్యింది

అనిపించుకుని ఆమెను డిస్చార్జ్ చేస్తారు. ఇప్పుడు డాన్ డ్యూటీ ఆ ఇంట్లో. మళ్ళీ పారిజాతాలు పూసే వేళ కూడా వచ్చింది. కాని ఈ సారి శివులి దక్కకుండా పోతుంది. ఆమె కుటుంబం ట్రిచి కి మారిపోతారు. శివులి యెంతో ఇష్టపడ్డ ఆ ఇంట వున్న పారిజాతం చెట్టును జ్ఞాపకంగా డాన్ తన వెంట తీసుకెళ్తాడు.

జులాయి, పోకిరి, బాధ్యతారహితుడైన డాన్ జీవితాన్నీ, ప్రేమనూ అర్థం చేసుకున్న క్రమం చాలా సూక్ష్మంగా వుంది. అలాగే కాకుండా ఇష్టసఖి దగ్గరే వున్నా, వదలని ఆ యెడబాటు, ఆమె అనారోగ్యము, చివర్న ఆమె మృత్యువు కలిగించే వ్యథ సన్నని సూదిలా గుచ్చుకుంటూనే వుంటుంది అతనికీ, ప్రేక్షకుడికీనూ.

గాఢమైన ప్రేమకథా చిత్రాలు నేను యెన్ని చూశాను? అందులో మరువలేనివి యెన్ని? 80లలో చూసిన అరవిందన్ "చిదంబరం" ఇప్పటికీ వెంటాడుతూనే వుంది. ఇది యెన్నేళ్ళో వెంటాడబోతూ వుంది. చిదంబరంలో కనీసం శంకరన్ చివర్న శివగామిని చిదంబరం గుడి మెట్ల దగ్గర చూస్తాడు. ఇందులో వీళ్ళ యెడబాటు శాశ్వతం. ప్రేమకు అదనంగా చిదంబరంలో guilt వుంటే అక్టోబర్‌లో grief వుంది. రెండూ వెంటాడేవే, వేధించేవే.

కొత్తగా వచ్చిన బనితా సంధు బాగా చేసింది. తల్లి పాత్రలో గీతాంజలి రావు, డాన్ గా వరుణ్ ధావన్ కూడా బాగా చేశారు. వరుణ్ ని చూస్తే ఆశ్చర్యం వేస్తుంది, ఇది చేయగలిగినందుకు. కాని యెందుకో నా మనసు ఇది చెప్పకుండా వుండలేకపోతున్నది. లోతైన ఈ పాత్రను విక్కి కౌషల్ గానీ, రాహుల్ భట్ గానీ మరొకరు గానీ చేసుంటే ఇంకా బాగుండేది అని. మూడుసార్లు జాతీయ పురస్కారాలు అందుకున్న అవిక్ ముఖోపాధ్యాయ సినిమా మేటోగ్రఫీ అందంగా, మారుతున్న రుతువుని బట్టి ఢిల్లీ ని, ప్రకృతిని బాగా పట్టుకుంది. పాటలు, శంతను మొయిత్రా సంగీతమూ బాగున్నాయి. జుహి చతుర్వేది రచన, షూజిత్ సర్కార్ దర్శకత్వం యెప్పటిలానే అద్భుతంగా వుంది.

"ONCE AGAIN" : Thankfully old world romance is not dead!

గొప్ప గొప్ప సినిమాలు తీసినవారు కూడా ఈ మధ్య నిరాశపరుస్తు న్నారెందుకో. లఘు చిత్రానికి సరిపోయే సరంజామా తీసుకుని పూర్తి నిడివి చిత్రం అయిన "మేరే ప్యారే ప్రైం మినిస్టర్" తో రాకేశ్ మెహ్రా ఓంప్రకాశ్ నిరాశపరిచాడు. ఇక దాని గురించి యేమీ వ్రాయబుద్ధికాలేదు. ఇక నెట్ ఫ్లిక్స్ శరణు తీసుకున్నా. ఈ మధ్య నెట్ ఒరిజినల్స్ వస్తున్నాయి. అలా చూడటం జరిగింది "once again" చిత్రాన్ని.

ఈ చిత్రానికి దర్శకుడు కవల్ సేతి. ఇదివరకు విన్న పేరు కాదు. కానీ మొత్తం మీద సమర్థ దర్శకుడుగానే అనిపించాడు. కథ అని చెప్పుకోవడానికి యెక్కువ లేదు గానీ వొంటరితనంలో వున్న ఇద్దరి మధ్య కొత్తగా ప్రేమ చిగురిస్తే యెలా వుంటుందో చాలా సున్నితంగా చూపించాడు. అసలు ఇలాంటి నెమ్మదైన, సున్నితమైన అనుభవాన్ని అదీ నడివయసు జంటలో చూపించడం అపురూపమే. అద్భుతంగా నటించిన నీరజ్ కబి (షిప్ ఆఫ్ థీసియస్ గుర్తుందా?), శేఫాలీ ఛాయా షాహ్ ల గురించైతే తప్పకుండా చూడాలి.

అమర్ (నీరజ్ కబి) వో నటుడు. (నడివయసులో వున్నా హీరోగా చూడటానికి మనమూ అలవాటు పడ్డాము కదా). విడాకుల అనంతరం వొక్కతే కూతురు సపనా (రసికా దుగల్) తన తల్లితో వుంటే, అమర్ వొక్కడే వుంటాడు. మరో పక్క తారా శెట్టి (శేఫాలీ ఛాయా షాహ్) భర్తను పోగొట్టుకుని, కొడుకు, కూతురినీ

పెంచి పెద్ద చేస్తుంది. వో రెస్ట్రా నడుపుతుంది. అలాగే అమర్ కు టిఫిన్ కూడా పంపుతుంటుంది. ఆ విధంగా వాళ్ళ మధ్య సంభాషణలు సాగుతూ వుంటాయి. కొడుకు దేవ్ (ప్రియాంశు) పెళ్ళి జరిపించాలి. దానికి డబ్బు అవసరం. ఆమె లోన్ కోసం ప్రయత్నిస్తుంది, కాని ఇంటి దస్తావేజులు పెడితేనే ఇస్తామంటారు బేంక్ వాళ్ళు. ఆమెకిష్టం వుండదు. అర్థం చేసుకోలేని కొడుకు చిరాకు పడతాడు, "నాన్న వుంటే ఈ పరిస్థితి వచ్చేదే కాదు" అంటాడు. వొక్క కూతురు మాత్రం అర్థం చేసుకోగల పరిణితి కనబరుస్తుంది. వో సందర్భంలో అడుగుతుంది కూడా, "నాన్న పోయాక మళ్ళీ యెప్పుడూ తోడు గురించిన ఆలోచనే రాలేదా అమ్మా?" ప్రతిరోజూ రాత్రి ఫోన్ మీద ఇద్దరి సంభాషణలూ సాగుతుంటాయి. ఇద్దరి మధ్యా ఆర్థికంగా, సామాజికంగా చాలా వ్యత్యాసం వున్న కారణంగా, పిల్లల కారణంగా కూడా ఇద్దరూ కలిసే వీలు తక్కువ. అలా కలిసి బయటకు వెళ్ళిన వొక రోజు వాళ్ళు విలేఖరుల కంటపడటం, మర్నాడు వాళ్ళ ఫొటో పేపర్లకెక్కడం, జరగాల్సిన గొడవా జరగడం అయిపోతుంది. వియ్యపురాలు యెగతాళి చేస్తుంది, ఇకనేం తల్లీ కొడుకులు ఇద్దరూ వొకే మంటపం మీద పెళ్ళిళ్ళు కూడా చేసుకోవచ్చు అని. వొకసారి వివాహం అయినవారు వేర్వేరు కారణాలవల్ల వొంటరిగా మిగిలిపోతే మళ్ళీ వాళ్ళ జీవితంలో కుదురైన వసంతమొస్తుందా? ఇది నెట్ ఫ్లిక్స్‌లో చూడండి.

ఇలాంటి ఇతివృత్తంతో చాలా చిత్రాలు వచ్చాయి. తెలుగులో అప్పట్లో వచ్చిన క్రాంతి కుమార్ చిత్రం "స్వాతి" వొకటి. హిందీలో పాతకాలం హాస్యచిత్రం "హమారే తుమ్హారే", ఇప్పటి కాలపు హాస్యం (?) "గోల్మాల్" సిరీస్. ఇంకా చాలా వున్నాయి. ఇప్పటి సమయానికి ఇది యెంతవరకు సంగతమైనది? వివాహాలు కూలిపోయినా, భంగమైనా మరో సారి, ముఖ్యంగా పిల్లలు కలిగాక, జీవితం ఆ అవకాశమిస్తుందా? ఇలాంటివి అంత సీరియస్‌గా చర్చకు రాదు. ఇద్దరు నడివయస్కుల మధ్య రొమాన్సు మీద కెమెరా కేంద్రీకృతమై వుంది. అలాగే ఆ ఇద్దరూ అంతే నమ్మకం కలిగించేలా నటించారు కూడా. ఇద్దరి స్వభావాల ప్రసక్తి మొదట్లోనే పరిచయం చేస్తాడు. చిన్నప్పుడు ఆమెకు సముద్రం అంటే భయం. (ఇష్క్ కా దరియా హై, డూబ్ కే జానా హై.) అతనికి కొండలంటే చిన్నప్పుడు భయం. (వొక సారి వివాహంలో వైఫల్యాన్ని చూసిన అతనికి మరలా వివాహం అంటే చిన్నప్పటి కొండలలాంటి భయమే అతనికి.) అతను నటిస్తున్న

చిత్రంలో వో డాన్స్ సన్నివేశం. మగదయ్యం వేషంలో అతను నర్తించాలి, అమ్మాయిలతో. అంటీ ముట్టకుండా. తనకు నాట్యం రాకపోయినా నేర్చుకుని చేయగల సాహసం అతనిది, కాని తన పని తనకే తృప్తికరంగా అనిపించదు. దర్శకుడు బాగుంది అని చెప్పినా కూడా.

శేఫాలి మంచి అభినేత్రి. వొక్క కళ్ళతోనే వేయి కథలు చెప్పగల సమర్థురాలు. (పా లో విద్యా బాలన్ చీరల తర్వాత) ఇందులో ఆమె ధరించే ప్లేన్ కాటన్ చీరలు కూడా ఆమె వ్యక్తిత్వాన్ని ప్రకటించేవిగా కనబడ్డాయి. comforting and gracefully stiff. యెక్కువసార్లు కలుసుకోకుండా, యెక్కువగా ఫోన్ల మీద మాట్లాడుకోవడం ద్వారానే ఇద్దరి మధ్య రొమాన్సును చూపించడం, ఈ మీడియా యుగంలో ఆశ్చర్యమే! గొప్ప చిత్రం కాకపోవచ్చు కానీ మంచి అనుభూతిని మిగిల్చే చిత్రం!

గుండెల్ని మెలిపెట్టే : పరియేరుం పెరుమాళ్

ఒంటికన్నుతో చిత్రాన్ని, మరో కన్నుతో సబ్‌టైటిల్స్ని చూశాను ఈ చిత్రాన్ని. అలా చూసినా ప్రభావవంతమైన చిత్రామే. అయితే నిజంగా పూర్తిగా ఆస్వాదించాలంటే (మరో పదం తట్టట్లేదు, యెందుకంటే ఇది గుండెల్ను మెలిపెడుతుంది అలాంటప్పుడు ఆస్వాదించడం అనవచ్చునా?) తమిళం భాషా సంస్కృతులు తెలిసిన వాళ్ళకు యెక్కువ వీలు. నా వ్రాత ఆ వార లోతు తక్కువే వుంటుంది. గోడలకు పోస్టర్లు వేస్తున్నప్పుడు, ఆ పాటలప్పుడు, rap అప్పుడు, సాంస్కృతిక భోగం (లాంటి) నృత్యం అప్పుడు నా స్పందనలను పూర్తిగా అక్షరీకరించలేను. అయినా సాహసం.

కులాల వారీగా విభజించబడ్డ ఈ దేశంలో వో వెనుకబడ్డ కులస్థుడు లా కాలేజీలోనైతే సీటు సంపాదిస్తాడు గాని, పరిస్థితుల్లో పెద్ద మార్పు వుండదు. బాహాటంగా చేయలేనివి దొంగచాటుగా, డబ్బిచ్చి చేయించడం; ఇక చెప్పుకోవడానికి కూడా అసహ్యంగా వుండేలాంటి అమానవీకరణ దళితుల పట్ల కొనసాగుతూనే వుంది. యెన్నో ప్రేమ కథలు విరామం లేకుండా వస్తూనే వున్నాయి, కాని ఇలాంటి కథలు తక్కువే. మరాఠీలో "court","సైరాట్లూ"గా తమిళంలో పా రంజిత్ సినిమాలు. పక్క రాష్ట్రాలలో లా మన తెలుగు రాష్ట్రాలలో మనం ఇలాంటి చిత్రాలు వూహించనూ లేము.

చిత్రం మొదట్లోనే నలుగురు దళితులు తమ వేటకుక్కలకు స్నానం చేయిస్తూ, తాము కబుర్లాడుకుంటూ వుంటారు వో నీటి మడుగు దగ్గర. అంతలో

పెద్ద కులం వారొస్తారు. మిగతా వాళ్ళు భయంతో ముందే లేచి వెళ్ళిపోయినా, కాస్త పౌరుషం ప్రదర్శించిన పరియేరుం పెరుమాళ్ (కతిర్) నల్ల కుక్క కురుప్పిని వాళ్ళు రైలుపట్టాల దగ్గర కట్టేసి అది రైలు చక్రాల కింద చనిపోయేలా చేస్తారు. అంతకు ముందే ఆ నీటి గుంత దగ్గర ఉచ్చ కూడా పోస్తారు. ఇది ప్రముఖంగా ఆ వైఖరి ని తెలుపుతుంది దళితులపట్ల. మిగతా చిత్రమంతా ఇదే పరచుకుని వుంది!

పరిపరియేరుం పెరుమాళ్ కు క్లుప్త రూపం, తిరునల్వేల్ ప్రభుత్వ లా కళాశాలలో జేరతాడు. అన్ని విషయాల్లోనూ చురుకుగా వున్న అతను ఇంగ్లీషులో మాత్రం మెతక. ఆ కారణంగా అపహాస్యాలకూ అవమానాలకూ గురవుతాడు. సహ విద్యార్థినిజో (ఆనంది. జ్యోతి కి క్లుప్తనామం) అతనికి ఇంగ్లీషు నేర్చుకోవడంలో సహాయం అందిస్తుంది. ఇద్దరూ మంచి మిత్రులవుతారు. అతని పట్ల తనకు వున్న ఇష్టాన్ని తన ఇంట తెలుపుతుంది కూడా జో. అక్క పెళ్ళికి పరిని మాత్రం ఆహ్వానిస్తుంది, తప్పకుండా రమ్మంటుంది. పిల్లలకు అడ్డురాని కులాలు, పెద్దవాళ్ళకుమాత్రం తప్పకుండా వస్తాయి. ఆ సమయంలో జోని అక్కడి నుంచి తప్పించి వచ్చిన పరిని వో గదిలోకి తీసుకెళ్ళి కుమ్మేసి, మొహం మీద ఉచ్చ పోస్తారు. మొదట్లో ఆ నల్ల కుక్క కురుప్పి కథ ఈ విధంగా పునరావృతమవుతుంది. ఆ అవమానం అతన్ని క్రూరుడిగా మారుస్తుంది. అతన్ని మరింతగా అణిచివేయడానికి అతన్ని వో సారి లేడీస్ టాయ్లెట్లలోకి తోసి గొళ్ళెం వేస్తారు. ప్రిన్సిపాలుకు ఫిర్యాదు వెళ్తుంది. మరోసారి తాగి కాలేజీకి రావడం, ఇంకోసారి దెబ్బలాట కారణంగా ఇలా అతనికి కాలేజీ నుంచి వరుసగా వార్నింగులు అందుతుంటాయి. తండ్రిని రప్పించి ఫిర్యాదులూ చేస్తారు. అతను మాత్రం తనకు జరుగుతున్నవేవీ జోకి చెప్పడు. తన యుద్ధం తనే చేస్తుంటాడు. అతని మీద హత్యా ప్రయత్నం కూడా జరుగుతుంది. కథను కేంటీనులో జో తండ్రి, పరిల సంభాషణతో ముగిస్తాడు దర్శకుడు.

పా రంజిత్ నిర్మించిన, మారి సెల్వరాజ్ దర్శకత్వం వహించిన ఈ సినిమా దళితుల పరిస్థితులను అద్దం పడుతుంది. యెక్కడా పెద్ద పెద్ద తీర్మానాలు అవీ వుండవు. కథ సహజ గతిలో సాగుతుంది. అన్నీ మన ముందే వుంటాయి, గ్రహించాలంతే. సెల్వరాజ్ దర్శకత్వం, కతిర్ నటనా

బాగున్నాయి. కాలేజీ అబ్బాయి, అమ్మాయి వున్నప్పటికీ వాళ్ళ మధ్య ప్రేమ వున్నప్పటికీ ఆ అంశం చుట్టూ కథ అల్లటం బదులు వారి వెనుక వున్న సామాజిక పరిస్థితులమీద ఫోకస్ యెక్కువ. వో సుపారీ హంతకుడు పాత్రను తయారుచేసి ఇలా యెన్నెన్ని రకాలుగా దళితుల పట్ల వివక్ష వుంటుందో, యెలా అణిచివేస్తారో అన్నీ చూపించాడు దర్శకుడు. మరెవరూ ఆమెను చూడకుండా వో దళిత స్త్రీని గుండు గొరగడం, వొకతన్ని బస్సునుంచి తోసి చంపెయ్యడం : పై కులం అమ్మాయిలను కోరే సాహసం కూడా చేయకూడదని మిగతా దళితులకు హెచ్చరికగా, పరి తండ్రిని రోడ్డు మీదే లుంగీ లాగి పారేసి నగ్నంగా చేసి అవహేళన చేస్తూ వెంబడించడం. అలాగే సమాజంలో జరుగుతున్నట్టే యెక్కడా ఇవి చర్చనీయాంశాలు కావు, ఎవరికీ శిక్షలు పడవు. వాళ్ళ చావు వాళ్ళు చావాల్సిందే. కాలేజీలో జేరిన మొదటి రోజే యేం కాదలిచావు అన్న దానికి "డాక్టర్" అంటాడు పరి. లా చదివి డాక్టర్ వి అవుతావా అని అడిగితే, డాక్టర్ బి ఆర్ అంబేద్కర్ అవుతా అని చెబుతాడు. అలాంటి ఆశయంతో వచ్చిన వాడికి వొక విలువైన ఆయుధం అయిన విద్యను అభ్యసించడానికి కూడా యెన్నెన్నో అవరోధాలు. చివర్లో ఆ ప్రిన్సిపాల్ అంటాడు కూడా, నేనూ చర్మకారుడి సంతానమే, కానీ నా తండ్రి ఉనికిని గర్వంగానే ప్రకటిస్తాను. నేను నా ఫోకస్‌ని చెదరనివ్వలేదు కాబట్టే ఈ రోజు ఈ సీటుమీద కూర్చున్నాను. నువ్వు కూడా చేయాల్సింది అదే, అంటాడు. ఈ విధంగా కథకు స్పష్టమైన దిశానిర్దేశం వుంది. ముగింపు కూడా అసంపూర్తి సంభాషణతో, కాస్త ఆశావహంగానే ముగించాడు. వొక పాట సురియల్ పోకడలు పోతుంది. దాని నిండా నీల వర్ణం అలుముకుంటుంది. కురుప్పి చనిపోయినా కథంతా నడుస్తూ వుంటుంది, వొకోసారి గాయాలతో, వొకోసారి నీలి రంగు పులుముకుని. చక్కటి మెటఫర్ లా వాడుకున్నాడు దాన్ని. అలాగే పరి తండ్రి ఆడవేషం వేసి చేసే వీధి నృత్యం అద్భుతంగా వుంది. మంచి సంగీత నేపథ్యంలో ఆ నృత్యాన్ని ఆస్వాదించేవాళ్ళ మధ్య అవమానం, సిగ్గు, అపరాధ భావనలతో పరి నిలబడి వుంటాడు.

సంగీతం, ఛాయాగ్రహణం కూడా చక్కగా వున్నాయి. నేనైతే ఇంతే వ్రాయగలను. గుర్రమెక్కిన పెరుమాళ్ కథ యేమిటి? ఈ కథలో అది ప్రత్యేకంగా యేమి సూచిస్తుంది? ఇలాంటి కొన్ని కల్చరల్ స్పెసిఫిక్ విషయాలు ఆ ప్రాంతాన్ని,

భాషనూ యెరిగినవాళ్ళు మెరుగ్గా చెప్పగలరు. కాని అవేమీ తెలీకపోయినా సినిమా చూస్తే దాని ప్రభావానికి లోను కాకుండా మాత్రం వుండరు!

పథేర్ పాంచాలి

నేను ఇదివరకు వ్రాసిన "పథేర్ పాంచాలి(దారి పాట)" మీతో పంచుకుంటున్నాను. ఇది 10మే 1992 ఆదివారం ఆంధ్రజ్యోతిలో అచ్చయ్యింది.

సత్యజిత్ రాయ్ గురించి, ఆయన తీసిన సినిమాల గురించి యేదన్నా వ్రాయాలన్నా నాకు భయం. ఆయన సినిమాల విశేషాల గురించి కొత్తగా వ్రాయడానికి యేమీ మిగల్చకుండా చాలా మంది చాలా కోణాలనుంచీ చాలా చాలా వ్రాశారు. పునరుక్తి భయం వున్నా, వ్రాయడానికి సాహసిస్తున్నాను.

ఇంగ్లీషుతో పోల్చుకుంటే తెలుగులో అన్ని కోణాలనుంచి సమగ్రంగా విశ్లేషించటం అరుదనే చెప్పాలి. ప్రధానంగా మన వాళ్ళు సినిమాలోని కథాంశాన్నే చర్చిస్తారు తప్ప సినెమా క్రాఫ్ట్ గురించి పట్టించుకోరు.

ప్రస్తుతానికి రాయ్ euvre మీద కాకుండా కేవలం అతని మొదటి చిత్రమైన "పథేర్ పాంచాలి" గురించి చర్చించుకుందాం. ఈ చిన్న వ్యాసంలో సినిమాపై సమగ్రమైన విశ్లేషణ చేయబోవట్లేదు. ఇది కేవలం క్రాఫ్ట్ మీద ఓ దృష్టి సారింపు మాత్రమే.

పథేర్ పాంచాలి కథ స్థూలంగా ఇది: హరిహరరాయ్, భార్య శర్బోజాయ, కూతురు దుర్గ, దూరపు బంధువైన ముసలావిడ ఇందిర్ ఠకురాన్ వొక కుటుంబం. పల్లెలో వుంటారు. అతని సంపాదన అంతంత మాత్రం. భార్యను వొదిలిపెట్టి సంపాదనా మార్గాల అన్వేషణలో వూళ్ళు తిరుగుతుంటాడు. దుర్గ చిన్న పిల్ల.

పక్క తోటలోంచి యేవో పళ్ళు అవీ దొంగలించి తెచ్చి అవ్వతో పంచుకుంటూ వుంటుంది. దాంతో వూళ్ళో ఆడవాళ్ళు శర్బోజాయను నానా మాటలు అంటూ వుంటారు. ఆర్థిక ఇబ్బందులతో సతమతమవుతున్న ఆమెకు ఇదీ, పాపను అవ్వ ప్రోత్సహించడం చాలా చిరాకు తెప్పిస్తాయి. ఠకురాన్ మీద చిరాకును అణుచుకోకుండా ప్రదర్శిస్తూ వుంటుంది. ఇదిట్లా వుండగా ఆమెకు రెండో కానుపులో అబ్బాయి "అపు" పుడతాడు. అపు, దుర్గ స్నేహంగా వుంటారు. ఠకురాన్ కోడలి మాటలు పడలేక తరచూ అలిగి వెళ్ళిపోతుంటుంది. మళ్ళీ కొన్నాళ్ళకి తిరిగి వచ్చేస్తూ వుంటుంది. చివరిసారి మాత్రం తిరిగి వస్తే శర్బోజాయ అయిష్టతను ప్రకటిస్తుంది. దాంతో ఠకురాన్ మనసు విరిగి వెళ్ళి పోతుంది. అదే రోజు అడవిలో ఆమె చనిపోతుంది. దుర్గ స్నేహితురాలి పెళ్ళయ్యాక తిరిగి వస్తుంటే వర్షంలో తడిసిన దుర్గకు జ్వరం వస్తుంది. జ్వరం తిరగబెట్టి ఆమె పోతుంది. అపుని తీసుకుని హరిహర్, శర్బోజాయలు బెనారస్‌కు వెళ్ళిపోతారు.

పాథేర్ పాంచాలి కథ జీవితం అనుకుంటే దాని బాహ్య నిర్మాణం (macro-structure) ఇట్లా వుంటుంది : జీవన ప్రవాహం, జననం (అపు), వివాహం (దుర్గ స్నేహితురాలిది), మరణం (ఠకురాన్ సహజ మరణం, దుర్గ అకాల మరణం) జీవన ప్రవాహం. దాని అంతర్నిర్మాణం (micro-structure)లో చాలా విషయాలుంటాయి. దసరా ఉత్సవాలు, fertility rituals, మారుతున్న ఋతువులు, వైజ్ఞానిక ప్రగతి నీడ ఒక పల్లెలో నెమ్మదిగా పడడం, పిల్లలు రైలును చూడడం వగైరా.

స్వాతంత్ర్యం వచ్చిన కొత్తలో మనదేశపు పల్లెలలో నెమ్మదిగా వస్తున్న మార్పులను ఈ సినిమా చాలా చక్కగా చూపిస్తుంది. ఉన్న వాళ్ళందరూ పనులకోసం పట్టణాలకు వలస పోతుండడం వలన ఆ వూళ్ళో యెక్కువ మగవాళ్ళు కనబడరు. ఆ వూళ్ళో ఆర్థిక లావాదేవీలు క్షీణంగా వుంటాయి. వొక కోమటిశెట్టి తన దుకాణంలోనే పిల్లలను కూర్చోబెట్టి ఒక పక్క వ్యాపారం చేస్తూ మరో పక్క వాళ్ళకు పాఠాలు చెబుతూ వుంటాడు. అలాంటి పల్లె రూపం నెమ్మదిగా మారుతూ వుంటుంది. మొదట్లో బయోస్కోపు వస్తుంది పిల్లలను ఆకర్షించడానికి. తర్వాత పోస్టు (అపు తండ్రి నుంచి వచ్చిన ఉత్తరం), తర్వాత రైలుబండి రాక. వేరే షాట్స్‌లో కనిపించే విద్యుత్ స్తంభాలు, టెలిగ్రాఫ్ తీగలు. ఇదంతా చాలా సటల్గా, క్రమంగా చూపిస్తాడు రాయ్.

సినిమాలో మానవ సంబంధాలన్నీ ముఖ్యంగా ఆడవాళ్ళ మధ్యనే చూపించాడు రాయ్. మొదటి షాట్ లోనే శర్బోజాయ బావిలోంచి నీళ్ళి తోడుతూ వుంటే, చెట్టు నుంచి కాయ కోస్తున్న దుర్గను చూసి పక్కింటామె శర్బోజాయ పెంపకాన్ని నిందిస్తూ కేకలేస్తుంటుంది. అదే వూళ్ళోని మరో స్త్రీ వచ్చి కడుపుతో వున్న శర్బోజాయతో మంచి నీటి బిందెను తను మోస్తానంటుంది. ఇట్లాంటి త్రికోణాకారపు సీన్లు చాలా వున్నాయి. చిన్న దుర్గ పిల్లి పిల్లలను పెంచుతూ వుంటుంది. ఠకురాన్ మొక్కను పెంచుతూ వుంటుంది. ఆ వొక్క ఇంట్లోనే మనుషులు, చెట్లు, జంతువులు, వీటన్నిటిమధ్యా సంబంధాలను రకరకాల కోణాల నుంచి చూపిస్తాడు రాయ్.

ఈ సినిమాలో visual semantics గురించి యెంత వ్రాసినా తక్కువే. ఒక చోట కాలవ పక్క బాట మీద మిఠాయివాలా వెళ్తూ వుంటాడు. వెనుకే అపు, దుర్గలు పరిగెడతారు. దాన్ని సుబ్రొతో మిత్ర సింగిల్ షాట్లో వాళ్ళనూ, నీటిలో వాళ్ళ నీడలనూ పట్టుకుంటాడు. అలాగే చివర్లో అపు దుర్గ గొలుసును ప్రశాంతంగా వున్న అదే కొలనులో విసిరేస్తాడు. తరంగాలు వలయాలువలయాలుగా, తర్వాత నెమ్మదిగా పూర్వపు నిశ్చల స్థితి. అదే కొలనులో యేదో నీటి పురుగు నీటిని తాకుతూ, పైకి లేస్తూ గాలిలో తిరుగుతూ వుంటుంది. కెమెరా చాలా సేపు దానినే వెంబడిస్తుంది. అద్భుతమైన నేపథ్య సంగీతం అదనం. ఇలాంటి images ఎన్నో!

సినెమాలో సింబాలిక్ షాట్స్ కూడా చాలా సటల్‌గా వుంటాయి. చిన్న దుర్గ మొదటిసారి పరిచయం క్లోజప్లో. వొక చిన్న మొలక పక్కనే దుర్గ ముఖం. ఒకే ఫ్రేంలో. అట్లాగే కాస్త పెద్దయ్యాక దుర్గను పరిచయం చేయడానికి దూడతో పాటు దుర్గ క్లోజప్ షాట్. ఠకురాన్ రోజూ భోంచేశాక వొక మొక్కకు నీళ్ళు పోస్తూ వుంటుంది. అది క్రమంగా పెరుగుతూ వుంటుంది. తరాల continuity ని సూచిస్తూ. దుర్గ వొక మొక్కను నాటుతుంది, fertility ritual ను సూచిస్తూ.

శర్బోజాయ, ఠకురాన్, దుర్గ : వొక్కొక్కరికీ వొక్కో ఆస్తి. శర్బోజాయ ట్రంకు పెట్టెలో వెండి, రాగి గిన్నెలుంటాయి. ఇంట్లో కరువు వచ్చినప్పుడు ఒక్కొక్కటే అమ్మేస్తూ వుంటుంది. ఠకురాన్ ఆస్తి ఒక చింకి చాప, దుప్పటి. అలిగినప్పుడల్లా

అవి తీసుకుని వెళ్ళిపోతూ వుంటుంది. దుర్గకి చిన్న చెక్క పెట్టె ఆస్తి. అందులో చింత పిక్కలు, పూసలూ అవీ వుంటాయి.

ముసలామెది సహజ మరణం. అయితే జీవితపు చరమాంకంలో ఆమె పొందిన నిర్లక్ష్యం, అశ్రద్ధ చాలా భయంకరం, భయానకం! దుర్గది మాత్రం అకాల మరణం. అటక మీద నుంచి చింతపండును చాటుగా తీసి అపుతో పంచుకుని తింటుంది. అలా వో కోరిక తీరుతుంది. ఆ వూళ్ళో మిఠాయివాలా వస్తాడు. కానీ కొనడానికి డబ్బులేవీ? అతని వెనుకే అపు, దుర్గలు పరిగెత్తుకుంటూ దుర్గ స్నేహితురాలింటికి వెళ్తారు. ఆ అమ్మాయి కొన్న మిఠాయిలోంచి వో ముక్క తీసి దుర్గ నోటిలో పెడుతుంది. అపు మాత్రం "అమ్మతో చెప్తా"నంటూ వెళ్ళిపోతాడు. అదే సమయంలో మరో అమ్మాయి పూసలు గుచ్చుతూ వుంటుంది. నేను గుచ్చుతాను ఇమ్మంటుంది దుర్గ. కానీ ఆ అమ్మాయి వొప్పుకోదు. తర్వాత ఆ హారం పోతే దాన్ని దుర్గ దొంగలించిందని వాళ్ళు ఆరోపించడం, అప్పటికి యేమీ తేలక పోవడం, చివరికి దుర్గ మరణానంతరం అపు దాన్ని దుర్గ పెట్టెలో చూసి, మాట్లాడకుండా దాన్ని తీసుకెళ్ళి కొలనులో పారేస్తాడు.

పాడుబడ్డ ఇంటి తలుపులు, కిటికీలు, వసారా, స్తంభాలు, గోడకున్న కన్నం వీటన్నిటినీ రాయ్ ప్రత్యేకార్థాలతో వాడుకుంటాడు. శర్బోజాయకూ, ముసలామెకూ పడదు కాబట్టి వాళ్ళు వొకే ఫ్రేములో వుంటే ఇద్దరి మధ్యనా స్తంభమో మరొకటో వుండేలా చూస్తాడు. అలాగే హరిహరరాయ్, శర్బోజాయ భోజనం చేస్తూ మాట్లాడుకుంటూ వుంటే, వాళ్ళ మాటల్లో unity వున్నప్పుడల్లా ఇద్దరినీ వొకే ఫ్రేంలో, మిగతా చోట్ల విడివిడిగా షూట్ చెయ్యడం చేశాడు రాయ్. Economy of shots కు ఉదాహరణగా శర్బోజాయ రాగి గిన్నెలు అమ్మడానికి వెళ్తుంది. కెమెరా ఆమెను సింహద్వారం వరకూ అనుసరించి ఆగిపోతుంది. ఆమె తలుపులు బయటినుంచి చేరవేసి వెళ్ళిపోతుంది. గాలికి తలుపు తెరుచుకుంటుంది. కెమెరా కదలదు. శర్బోజాయ తిరిగి వస్తుంది. కట్.

ఎడిటింగ్ విషయానికొస్తే మనకున్న మంచి ఎడిటర్లలో దులాల్ దత్తా వొకడు. ఒక చోట రెండు వేరు వేరు సీన్లను intersperse చెయ్యడం దృశ్యాన్ని బహుముఖీనం చేస్తుంది. ఒక పక్క అలిగిన దుర్గను అపు వెంబడిస్తాడు. తర్వాత

ఇద్దరూ సఖ్యతగా చెరుకు గడ్డలు తింటారు. తింటూ వున్న దుర్గ యేదో శబ్దం వింటుంది. రైలుబండి కూత అది. ఇద్దరూ అప్పటిదాకా రైలును చూడలేదు. అపు ముందు పరుగెత్తుతాడు. దుర్గ వెంట పరుగెడుతుంది, కాని కాలికి యేదో తగిలి పడిపోతుంది. రైలును అపు మాత్రమే చూడగలుగుతాడు.

ఇంట్లో అలిగిన అవ్వ, బంధువు ఇంటినుంచి తిరిగి వస్తుంది. కోడలితో మాట్లాడి సఖ్యత కుదుర్చుకోవాలని చూస్తుంది. ఆమెకిప్పుడు ఆశ్రయం కావాలి. కాని శర్బోజాయ ముఖం చిట్లించుకుంటుంది. ముసలామె పట్ల చాలా క్రూరంగా ప్రవర్తిస్తుంది. దాంతో మనసు విరిగి ముసలామె అడవిలోకెళ్ళిపోతుంది.

ఆడుతూ, గెంతుతూ తిరిగి వస్తున్న అపు, దుర్గలు అడవిలో కూర్చున్న అవ్వను చూస్తారు. కదిలిస్తే ఆమె చనిపోయిన విషయం తెలుస్తుంది. ముసలామె లోటా దొర్లుకుంటూ వెళ్ళి నీటిలో మునిగిపోతుంది.

అయితే ముసలామె మనసు విరగడం వరకూ, బయట అపు, దుర్గలు రైలు కోసం పరుగెత్తడం ఇవన్నీ inter-cut చేస్తాడు రాయ్. అలా కాకుండా దాన్నే ఇంకాస్త పొడిగించి వుంటే మనం ఏడుపునాపుకోవడం కష్టమయ్యేది. యెక్కడ కట్ అనాలో తెలిసినవాడు రాయ్. ఈ రెండు సంఘటనలను/ దృశ్యాలను ఇంటర్కట్ చేయడం దాన్ని సెంటిమెంటాలిటి స్థాయి నుంచి స్టేట్మెంట్ స్థాయికి తీసుకెళ్తుంది. ఇంటర్కట్లు అయ్యాకే పిల్లలు అవ్వను చూస్తారు.

పథేర్ పాంచాలిలో అందరి నటనా అద్భుతంగా వుంటుంది. మరీ ముఖ్యంగా ముసలామె పాత్రలో చుని బాలా దేవి. నేనైతే ఆమెను జన్మలో మరచిపోలేను. ఈ తొలిచిత్రమే అన్ని అవార్డులందుకుందీ అంటే ఆశ్చర్యం వెయ్యదు.

అనుకోని అతిథి : పేయింగ్ గెస్ట్

సిన్మాల్లో చాలా జన్రర్‌లున్నాయి. వాటిలో ఒకటి హారర్/సస్పెన్స్ జాన్రర్. ఈ సారి అలాంటిదే ఒక పాకిస్తానీ లఘు చిత్రం "పేయింగ్ గెస్ట్" చూసాను.

సంధ్యా సమయం. చీకటి ఇంకా పడలేదు. అది కాస్త నిర్మానుష్యంగా వున్న ప్రాంతం లానే అనిపిస్తోంది చూడటానికి. ఒక పెద్ద బంగళా. లోపల లేత పసుపుపచ్చ లైట్లు వెలుగుతున్నాయి. వాకిటి తలుపు దగ్గర ఓ యువకుడు నిలబడి వున్నాడు. రెండు మూడు సార్లు బెల్లు కొడితే తలుపు తెరుచుకుంటుంది. ఓ అందమైన పడుచు అమ్మాయి తలుపు తీసి పేరూ, వివరాలు అడుగుతుంది. తను ఇక్బాల్ (సైఫీ హాసన్) గురించి వచ్చానని చెబుతాడు. అతని పేరు వకార్ (మునీబ్ బుట్) అనీ, అతన్ని సిరాజ్ పంపించాడనీ తెలుస్తుంది. అతను ఆ ఇల్లు చూడటానికి వచ్చాడు, నచ్చితే తీసుకుంటాడు. ఆ అమ్మాయి (నారీన్ గుల్వాని) లోపలికి వచ్చి ఇల్లు చూడమంటుంది. అయితే అదంతా ఒక రొమాంటిక్ చిత్రంలో లాగా, నేపథ్యం లో "ఆ భీ జాయియే, ఆ జాయియే" అన్న పాట hush tone లో వినిపిస్తుండగా జరుగుతుంది. వయ్యారంగా నడుస్తున్న ఆమె వెంటే మంత్ర ముగ్ధుడిలా నడుస్తాడు. ఇద్దరి మధ్య సంభాషణా చతురంగా వుంటుంది. అక్కడొక అందమైన స్త్రీ పేంటింగ్ వుంటుంది. దాన్ని తడుముతూ చాలా బాగుంటుంది అంటాడు. ఆ చిత్రం ఈ ఇంట్లోనే వున్నది, మేమొచ్చేనాటికి. బాగుందని అలా వుంచేశాము అంటుంది. కాసేపు తర్వాత టీ తీసుకుంటారా అని అడుగుతుంది. అతను సరేననటంతోలోనికి వెళ్తుంది టీ తేవడానికి. అతనక్కడ కూర్చుని బల్ల మీద వున్న ఓ హారర్ నవల తీసి తిరగేస్తాడు. ఈ

లోగా లోపలినుంచి ఏవో శబ్దాలు వినిపిస్తే లేచి నిలబడతాడు. ఆ తర్వాతి కథ మీరు యూట్యూబ్‌లోనే చూడండి.

ఒక హారర్ చిత్రంలో లొకేషన్, పాత్రల నటన, సంభాషణ, నేపథ్య సంగీతం అన్నీ తమ వంతు పని చేస్తేనే అది రక్తి కడుతుంది. ఇందులో అన్నీ చక్కగా కుద్రాయి. ముగ్గురు నటులూ బాగా చేసారు. ఇక ఛాయాగ్రహణంలో కలర్ స్కీం బాగుంది. సగం చిత్రం ఆరెంజి లాంటి రంగులో వుంటే, తర్వాతి సగం గ్రే కలర్ లో వుంది. అవైస్ సులామాన్ దర్శకత్వం బాగుంది. సస్పెన్స్ చిత్రాలు మెచ్చేవారికి ఇది నచ్చుతుంది.

రాజి

గుల్జార్, రాఖీల కూతురు మేఘనా గుల్జార్. ఇప్పుడామె దర్శకురాలు. మొదట్లో చూసిన చిత్రాలు నాకు అంతగా ఆకర్షించకపోయినా 2016లో వచ్చిన "తల్వార్" మాత్రం బాగా నచ్చింది (విశాల్ భరద్వాజ్ స్క్రీంప్లే వొక కారణం). ఇప్పుడొచ్చిన ఈ "రాజి" కూడా. ఇప్పుడిక ఆమె కూడా విస్మరించడానికి వీలులేని దర్శకురాలయ్యింది.

హరీందర్ సిక్కా వ్రాసిన "కాలింగ్ సెహ్మత్" ఆధారంగా తీసిన చిత్రమిది. దీని కథ నిజంగా జరిగిన ఘటనల ఆధారంగా అల్లినది అంటారు. కాలం 1971. హిదాయత్ ఖాన్ (రజత్ కపూర్) వొక భారతీయ ఇంటెల్లిజెన్స్ ఏజంటు. అతని స్నేహితుడు పాకిస్తాన్ ఆర్మీ బ్రిగేడియర్ సయ్యద్ (శిశిర్ శర్మ). తనకు కేన్సర్ సోకిందనీ, యెక్కువ బతకడనీ, తమ స్నేహాన్ని పురస్కరించుకుని తన కూతురు సెహ్మత్ (ఆలియా భట్) ను సయ్యద్ కొడుకు ఇక్బాల్‌కు ఇచ్చి చేద్దామని వుంది, అభ్యంతరం లేకపోతే అంటాడు . అలా ఆ పిల్లలకు వివాహం నిశ్చయమవుతుంది. హిదాయత్ మనసులో వున్నది వేరు. తను, తన తండ్రి భారత దేశం కోసం అన్నీ త్యజించినవాళ్ళే. ఇక ఈ పని ముందుకు సాగాలంటే తనకున్న వొకే వొక్క కూతురు 20యేళ్ళ విద్యార్థిని మీద వేయక తప్పదనుకుంటాడు. ఆమెను దగ్గర కూర్చోబెట్టి వివరంగా చెబుతాడు. ఆమెలో కూడా ప్రవహించేది అదే రక్తం కాబట్టి ఇష్టంగానే వొప్పుకుంటుంది. ఆ తర్వాత ఇంటెల్లిజెన్స్ అధికారి దగ్గర శిక్షణ పొందుతుంది సెహ్మత్. వివాహమయ్యాక పాకిస్తాన్లో

అత్తవారింట అడుగు పెట్టిన క్షణం నుంచే ఆమె పని, తన దేశానికి హాని తలపెట్టే ఆ దేశపు వ్యూహాలు యెలా వున్నాయి లాంటివి తెలుసుకోవడం మొదలు పెడుతుంది. వొక పక్క ఆ ఇంట్లో అందరి మన్ననలు పొందుతూనే మరో పక్క ఆ దేశం ఘాజీని ఉపయోగించి ఐ ఎన్ ఎస్ విక్రాంత్ మీద జరపబోయే దాడి వివరాలు తెలుసుకుని ఇండియాకు చేరవేస్తుంది. (తెలుగులో ఘాజి చిత్రం వచ్చింది ఇదే అంశం మీద.) ఆ ఇంట్లో పనిచేస్తున్న అబ్దుల్ (ఆరిఫ్ జకారియా) మాత్రం మొదటినుంచే ఆమెను అనుమానంగా చూస్తుంటాడు. ఇవన్నీ దాగే విషయాలు కాదు కదా. మిగతా కథంతా ఆమె తను పట్టుబడకుండా తన పని యెలా నెరవేరుస్తుందో వివరిస్తుంది.

ఇది సస్పెన్స్ ధోరణిలో వుండటం వొక కారణం, మనం కళ్ళు తిప్పకుండా చూస్తాం. అయితే మొదలైన కాసేపట్లోనే మెదడునిండా సవా లక్ష ప్రశ్నలూ, ఆలోచనలూనూ. ఇదేమిటి పాకిస్తాన్‌ను శత్రు దేశంలా చూపించలేదు. మన దేశం పట్ల వున్న భక్తిని భూతద్దాలతో చూపించలేదు. ఆమెకు అన్నిటి కన్నా దేశమే ప్రధానం అనుకున్నప్పుడు తన చేత హత్యలు జరిగినప్పుడు ఆమె ఆకులా వణికిపోవడమేమిటి, గర్వంతో ఛాతీ పొంగాలి గాని. రహస్యం బయట పడ్డాక ఆమె భర్త తండ్రితో అంటాడు : ఆమె తన దేశం కోసం పోరాడుతుంది, మనం మన దేశం కోసం పోరాడినట్లే. అదేమిటి పరస్పర శత్రువులైనా అవ్వాలి, పరస్పర ప్రేమ వున్న భార్యా భర్తల్లా అయినా వుండాలి, రెండూ వుంటే యెలా. మన మనసులో దేశభక్తికి సంబంధించి యెప్పుడూ సవాలు చేయని భావజాలాలన్నీ ప్రక్షాళన పొందుతాయి. మనుషులను కేవలం పౌరులుగా కాకుండా మానవీయ విలువలున్న మనుషులుగా, లోలోన మానసిక సంఘర్షణ పడుతున్న వ్యక్తులుగా చూస్తాం. దేశభక్తి అంటే ఇతర దేశాలను ద్వేషించడమా? దేశాలమధ్యనున్న సరిహద్దులకు అతీతంగా యేదీ వుండదా? ఇలాంటివన్నీ వెంటాడుతాయి ప్రేక్షకుడిని. మనం చూసిన ఇలాంటి సినిమాలన్నిటికీ భిన్నంగా వుంది.

ఇంతకు ముందు చిత్రానికి స్క్రీన్ ప్లే మరో గొప్ప దర్శకుడు వ్రాశాడనుకున్నాము కదా. దీనికి స్క్రీన్ ప్లే మేఘనా గుల్జార్ భవాని అయ్యర్ తో కలిసి వ్రాసింది. కాబట్టి తన సామర్థ్యాలను అన్ని విధాలా నిరూపించుకున్నట్టయ్యింది. చాలా సూక్ష్మంగా పరిశీలనలు చేసి, ఆ పీరియడ్నీ,

ఆ సన్నివేశాలనీ చిత్రీకరించింది. మొదటి మార్కు ఆవిడకే. ఆమె తర్వాత క్రెడిట్ ఆలియా భట్ దే. హైవే, ఉడతా పంజాబ్ లాంటి చిత్రాలలో అద్భుతంగా నటించిన ఆమె ఇందులో కూడా చాలా బాగా చేసింది. వొక అతి సున్నిత మనస్కురాలైన అమ్మాయి క్రమంగా యెలా మారుతుంది, యెలాంటి సంఘర్షణలకు లోనవుతుంది, అన్నీ చాలా ప్రతిభావంతంగా ప్రదర్శించింది. యెక్కువ సంభాషణలు లేకుండానే, తన తీక్షణమైన చూపులతో ఆ ఇంటి నౌకరుగా ఆరిఫ్ జకారియా కూడా. ఇక రజత్ కపూర్, శిశిర్ శర్మ, జైదీప్ అహ్లావత్ లు కూడా చాలా బాగా చేశారు. ప్రత్యేకంగా చెప్పుకోవాల్సింది ఆలియా భట్ భర్తగా చేసిన విక్కీ కౌషల్ గురించి. మసాన్ లో వో అమాయక టీనేజర్ ప్రేమికుడుగా, రమణ్ రాఘవ్‌లో కరడుగట్టిన ఏ సి పి గా చేసి మెప్పించాడు. ఇందులో కూడా మొదట్లో ఆ భార్యాభర్తల మధ్య మౌనాలు, దూరాలు వుంటాయి. ప్రేమ అంకురించడం సమయం తీసుకుంటుంది. ఇద్దరు వొకరికొకరు పూర్తిగా కొత్త, వేర్వేరు దేశస్థులు కూడానూ. అతనేమో చాలా నెమ్మది, సున్నితం. భార్య గురించి తెలిసిన తర్వాత విలవిలలాడిపోతాడు, యేడ్చేస్తాడు. అంత ప్రేమ. కానీ తనూ తన దేశానికి కట్టుబడి వుంటాడు. ఈ complexities అన్నీ చాలా బాగా వ్యక్తపరుస్తాడు. చూసినవాళ్ళకి "పింజర్" చిత్రంలో మనోజ్ బాజ్పాయి గుర్తుకు రావచ్చు. ఇతని నుంచి కూడా గొప్ప చిత్రాలు ఆశించవచ్చు. పాటలు బాగున్నాయి. శంకర్ ఎహసాన్ లాయ్ ల సంగీతమూ. గుల్జార్ పాటల గురించి చెప్పేదేముంది! దిల్బరో పాట గానీ, అయ్ వతన్ పాట గానీ చాన్నాళ్ళపాటు గుర్తుండి పోతాయి. ముఖ్యంగా ఆ అయ్ వతన్ పాట చూడండి, అది యే దేశపు జాతీయ గీతంగా అవలీలగా ఇమిడిపోగల రచన. వొక రకంగా అది ఈ సినిమా ఆత్మను కూడా ఆవిష్కరిస్తుంది. వీలైతే తప్పక చూడండి.

రోమా : ఇద్దరు స్త్రీల గాథ

2018 లో వచ్చిన చిత్రం రోమా. దర్శకుడు ఆల్ఫోన్సో కురోన్. ఇతని చిత్రం గ్రావిటి కి 2014 లో ఆస్కార్ వచ్చింది. ఈ యేడు కూడా దర్శకత్వం తో కలుపుకుని పది కేటగిరీలలో ఆస్కార్‌కు నామినేట్ అయి వుంది. ఈ చిత్రానికి ఇప్పటికే వెనిస్ ఫిల్మ్ ఫెస్టివల్‌లో అవార్డు వచ్చి వుంది.

మెక్సికో నగరానికి దగ్గరలో వున్న రోమా అన్న వూళ్ళో వో యెగువ మధ్య తరగతి కుటుంబం గాథ. భర్త ఆంటోనియో వో డాక్టరు. బయోకెమిస్ట్రి చదువుకున్న భార్య సోఫియా ప్రస్తుతం గృహిణి. నలుగురు పిల్లలు. వాళ్ళ అమ్మమ్మ. ఇంట్లో పని చేసే ఇద్దరు ఆడపిల్లలు యోడెలా, కిఎ. ఇద్దరూ రోజంతా పని చేసి ఆ ఇంట్లోనే వుండే యేర్పాటు. కథనం క్లియో దృష్టికోణం నుంచి. కాన్ఫరెన్స్ కోసం కెబెక్ కు వెళ్ళిన భర్త తిరిగి వస్తాడు. అతని రాకకోసం యెదురు చూస్తున్న భార్యా పిల్లలూ చాలా సంతోషిస్తారు. అయితే ఆ ప్రాజెక్టు పని పూర్తి కాలేదని అతను మరలా కెబెక్‌కు వెళ్తాడు. భార్య కన్నీళ్ళతో, ముద్దులతో అతనికి వీడ్కోలు చెబుతుంది. కొన్ని వారాలేగా వచ్చేస్తాగా అంటాడు. ఎడెలా, క్లియో ఆ ఇంటిలో బండెడు చాకిరీ ఇష్టంగానే చేస్తారు. క్లియోకు ఆ పిల్లలతో చనువు యెక్కువ. ఆ చిన్న దాన్నైతే రాత్రిళ్ళు కథలు చెప్పి, ముద్దు పెట్టి మరీ నిద్ర పుచ్చుతుంది. ఎడెల్ కు రామన్ అన్న ప్రేమికుడు వుంటాడు. వొకసారి శలవరోజున ఎడెలా, క్లియోలు బయటికి వెళ్తారు. అక్కడ రామన్ తన మిత్రుడు ఫర్మిన్‌తో వస్తాడు. ఫర్మిన్ క్లియోల మధ్య ఆకర్షణ. ఎడెలా, రామన్ లు

సినెమా కెళ్తే ఫర్మిన్, క్లియోలు హెూటెల్లో రూం తీసుకుంటారు యేకాంతం కోసం. అక్కడ ఫర్మిన్ తన మార్షల్ విద్యలు ప్రదర్శిస్తాడు. తనను చిన్నప్పటి నుంచీ స్నేహితులూ ఇతరులూ ఆట పట్టించి అవమాన పరుస్తూ వుంటే ఈ విద్యే తనకు అండగా చేతికొచ్చిందంటాడు. అప్పటి ఆ హెూటెల్లో ఆ దగ్గరితనమే క్లియో ను గర్భవతిని చేస్తుంది. తర్వాత వాళ్ళు సినిమాలో కలిసినప్పుడు తను కడుపుతో వున్నానని చెబుతుంది. నేను బాత్రూంకెళ్ళాలి అర్జంటుగా ఇప్పుడే వస్తానంటూ బయటికెళ్తాడు ఫర్మిన్. మళ్ళీ తిరిగి రాడు. అతని కోసం వేచి వేచి ఇంటికెళ్తుంది క్లియో.

మనసులో ఆమెకు భయం ఈ విషయం తెలిస్తే తనను పనిలోంచి తీసేస్తారేమోనని . భయం భయంగానే సోఫియాతో విషయం చెబుతుంది. తనను పనిలోంచి తీసెయ్యరుగా అని అడుగుతుంది. లేదు లేదు, నువ్వు లేకపోతే ఈ ఇల్లు నడవదు, అలాంటి భయాలు పెట్టుకోవద్దంటుంది. దగ్గరుండి డాక్టర్ దగ్గరికి తీసుకెళ్తుంది. ఆ డాక్టర్ పరీక్షలు చేసి గర్భం అని ఖాయం చేస్తుంది.

సోఫియా తన పిల్లలతో పాటు క్లియోను తన స్నేహితురాల వూరుకు తీసుకెళ్తుంది, కొత్త సంవత్సరానికి. క్లియోకి కాస్త మనసు డైవర్ట్ అవుతుందని. అక్కడ అంతా భూములను గురించి జరుగుతున్న గొడవల కారణంగా నెలకొన్న ఉద్రిక్తత గురించి మాట్లాడుకుంటూ వుంటారు. ఆ కొత్త సంవత్సర వేడుకల్లోనే అక్కడి అడవిలో మంటలు వ్యాపించడం, అందరూ పిల్లా పెద్దా కలిసి నీళ్ళు పోసి చల్లార్చడమూ జరుగుతుంది.

తర్వాత అందరూ తమ వూరుకు తిరిగి వస్తారు. వో రోజు పిల్లల కోరికపై అమ్మమ్మ అందరినీ మరూన్డ్ అనే సినెమాకు తీసుకెళ్తుంది. అక్కడ ఆంటోనియో మరో స్త్రీతో వెళ్ళడం చూస్తారు. ఇంట్లో పరిస్థితి మారిపోయింది. పెద్ద కొడుకు తల్లి మాటలు చాటుగా విని విషయం అర్థం చేసుకుంటాడు. అతన్ని ఈ విషయం తమ్ముళ్ళు, చెల్లెలితో చెప్పవద్దని చెబుతుంది. ఇక తనే పిల్లలకు తల్లీ, తండ్రి అన్నీ. యేదన్నా పని చూసుకుని ఇంటి భారం తలకెత్తుకోవాలని నిర్ణయిస్తుంది. పెద్ద కారును అమ్మేసి చిన్న కారు కొంటుంది.

రామన్ సహాయంతో ఫర్మిన్ వుండే ప్రదేశం తెలుసుకుని వెళ్ళి అతన్ని నిలదీస్తుంది క్లియో. బిడ్డ నాది కాదు, నువ్వు మళ్ళీ నా జోలికి వచ్చావంటే బాగుండదు అని పరుష వాక్యాలు చెప్పి వెళ్ళిపోతాడు. నెలలు నిండుతున్నాయి. పుట్టబోయే బిడ్డకోసం ఉయ్యాల కొనడానికి అమ్మమ్మ, క్లియో వెళ్తారు. ఆరోజు విద్యార్థుల ఆందోళన వుండడం వల్ల ట్రాఫిక్ జాం యెక్కువగా వుంటుంది. ఇది ఈ మధ్య తరచుగా జరుగుతున్నదే అనుకుంటారు వాళ్ళు. షాప్ లో వుండగా బయటినుంచి అల్లర్లు, పరుగులు, అరుపులు, కొట్టడాలు ఈ శబ్దాలు విని అందరూ కిటికీల నుంచి చూస్తారు. పారిపోతున్న విద్యార్థులను వెంటపడి కొడుతున్నారు. ఇంతలో ఇద్దరు గన్నులు పట్టుకుని లోనికొస్తారు. మొదటివాడు వో మనిషిని షూట్ చేస్తాడు. రెండవ వాడు అమ్మమ్మా, క్లియోల దగ్గరికి వస్తాడు. అతను మరెవరో కాదు ఫర్మిన్. యేమీ చేయకుండానే వెనుతిరిగి వెళ్ళిపోతాడు. ఆ షాక్లో క్లియో ఉమ్మనీటి సంచి పగిలి, ఉమ్మనీరు కారిపోతుంది. ఇక కానుపుకి యెక్కువ సమయం ప్రమాదకరం. ట్రాఫిక్ జాం కారణంగా ఆసుపత్రికి వెళ్ళడం రెండు గంటలు పడుతుంది. కానుపులో ఆమె వో మృత ఆడ శిశువుని కంటుంది.

ఆ కుటుంబం మరోసారి ఇల్లొదిలి వో బీచ్ కు వెళ్తారు. తాము లేనప్పుడు ఆంటోనియో ఇంటికెళ్ళి తన సామానేదో తను తీసుకుని వెళ్ళేందుకు ఈ యేర్పాటు. అక్కడ బీచ్లో పిల్లలిద్దరు వద్దంటున్నా సముద్రం లోపలికి వెళ్ళి అలల తాకిడికి మునిగిపోబోతారు. ఈత కూడా రాని క్లియో చప్పున వెళ్ళి యెలాగోలా వాళ్ళను కాపాడి వొడ్డుకు చేరుస్తుంది (పాత్రకే కాదు నటికి కూడా ఈత రాదు). నెమ్మదిగా సోఫియా తన పిల్లలకు తనూ, భర్తా విడిపోయిన విషయం చెబుతుంది. క్లియో కూడా యేడుస్తూ తను ఈ పాపను కనాలని అనుకోలేదంటుంది. "స్త్రీలు యెప్పుడూ వొంటరివారే" అంటుంది సోఫియా. అందరూ తిరిగి ఇల్లు చేరేసరికి పుస్తకాల బీరువా వగైరా సామాను మినహా అంతా కొత్తగా వుంటుంది. వరండాలో కుక్క మలాన్ని యెత్తేసే పనిలో పడుతుంది క్లియో.

ఈ సినిమా చూస్తున్నప్పుడు ఛాయాగ్రహణం యెంత అందంగా వుంటుందంటే మొత్తం నలుపు తెలుపులలో వున్నది అన్న విషయం చప్పున

స్ఫురించదు. సినిమా మొట్ట మొదటి సన్నివేశమే ఆ వరండా, నెమ్మదిగా దాని మీద నీళ్ళు పోయడం, శుభ్రపరచడం. ఇదంతా టైటిల్స్ పడుతుండగా. అదే వరండాలో కుక్క బొర్రాస్ వుండేది. ఎవరొచ్చినా తోకూపుకుంటూ గేట్ దగ్గరికి వెళ్ళడమే కాదు, యెగురుతుంది, గెంతుతుంది. తలుపు తీసిన ప్రతిసారీ యెవరో వొకరు దాన్ని పట్టుకోవాలి, మరొకరు గుర్తు చేస్తుండాలి బొర్రాస్ బయటికి వెళ్తుందేమో జాగ్రత్త అని. వొక సారి అంత పనీ చేస్తుందా కుక్క, వెంటనే పరుగెత్తుకెళ్ళి పట్టుకొస్తారు. దాన్ని బయటికే పోనివ్వరు, ఇక మల మూత్రాదులు యెక్కడ చేయాలి? ఆ వరండాలోనే చేస్తుంది అది. మొదటి సారి ఆంటోనియో వచ్చినప్పుడు ఆ కారు మలం మీదుగా లోపలికి వెళ్తుంది. వెళ్ళేటప్పుడు చిరాకు పడతాడు కూడా, ఈ విషయమై. సోఫియా ఆ చిరాకును క్లియో పైకి బదిలీ చేస్తుంది. చివరిలో వాళ్ళు ఇంటికొచ్చేసరికి మళ్ళీ ఆ వరండాలో కుక్క మలాలు. మళ్ళీ శుభ్ర పరచడం.

ఈ చిత్రంలో ఛాయాగ్రహణం చాలా బాగుంది. చాలా సన్నివేశాలు కుడి నుంచి యెడమకో, యెడమ నుంచి కుడికో ట్రాక్ షాట్స్. మొదటి సారి ధ్యాసంతా కథ మీద వుంటుంది కాబట్టి దాని వెనుక స్కీం ను పట్టుకోలేకపోయాను. ఆ ఇంటి వ్యవస్థలో భాగంగా క్లియో ను యెడంగా చూపించి, తర్వాత్తర్వాత దగ్గర నుంచి చూపిస్తాడు. రెండు సన్నివేశాలు ముఖ్యంగా చెప్పుకోవాలి. వొకటి ఆమె బిడ్డను కనేటప్పుడు, రెండు సముద్రంలో పిల్లలని కాపాడేటప్పుడు. ఈ రెండూ మెదడులో అలా ముద్ర పడిపోతాయి. అంత అందంగా చిత్రీకరించాడు. ఇక **1970** నాటి మెక్సికో యెలా వుండేది, అప్పటి జీవితం యెలా వుండేదీ నాకు తెలీదు కాబట్టి వ్రాయలేను. అక్కడి పెద్ద వయసు వారు చెప్పగలగాలి. దర్శకుడు కూడా తన బాల్యాన్ని గుర్తు తెచ్చుకుంటూ ఈ కథ వ్రాసుకున్నట్టు వొక చోట చెబుతాడు. ఈ క్లియో పాత్ర కూడా అతను నిజ జీవితంలో చూసిన వో మనిషే.

దీనికి కథ, దర్శకత్వం, ఛాయాగ్రహణం అన్నీ ఆల్ఫొన్సో కురోనే. చాలా బాగా చేశాడు. క్లియోగా చేసిన అపారిసియో కి ఇది తొలి చిత్రం. అయినా చాలా బాగా చేసింది. సోఫియా గా చేసిన మరీన దేతవీరా కూడా బాగా చేసింది. పిల్లలు పిల్లలలాగా ఉత్సాహంగా ఉరుకులు పెడుతూ కనపడుతారు.

ఇది సాంకేతికంగా అన్ని విధాలా బాగున్న చిత్రం.

ఇద్దరు స్త్రీలు. ఇద్దరూ భంగపడ్డవారే. ముఖ్యంగా కథ క్లియోదైనా, నేపథ్యంలో ఇది సోఫియా కథ కూడా. ఇద్దరూ కుప్పకూలిపోయి దిక్కుతోచని స్త్రీలలా జీవితాన్ని యెదుర్కోరు. చాలా ధైర్యంగా నిర్ణయాలు తీసుకుంటారు. జెండర్ పరంగా ఇది బాగానే చెప్పినట్టు. మెలోడ్రామా అస్సలు లేదు. అయితే ఆ ఇద్దరు స్త్రీల సామాజిక స్థాయీ భేదాలున్నాయి. యజమాని, కార్మికురాలు. ఈ చిత్రంలో సోఫియా, ఆమె తల్లి ఎడెలా, క్లియోలను బాగా చూసుకుంటారు. నిజమైన ప్రేమతోనే. అయితే దాని వెనుక మరో కారణం కూడా వుంది, అది వాళ్ళ తప్పనిసరి అవసరం. సినిమాను చూపించినవిధంగా నమ్మితే నచ్చుతుంది. కాని మనసులో క్లియో యెందుకు అంత మౌనంగా వున్నది లాంటి ప్రశ్నలు వస్తే గనుక తత్తరపాటు తప్పదు. వొక సన్నివేశంలో ఎడెలా అంటుంది కూడా : క్లియో, వాళ్ళు మీ అమ్మ భూమిని కబ్జా చేసేశారు, అని. దానికి నేను యేం చేయగలను అంటుంది నిస్సహాయంగా క్లియో. అంతే. 1970 ప్రాంతాల మెక్సికోలో రాజకీయ వాతావరణం, విద్యార్థుల తిరుగుబాటును అణచడం వగైరా అంతా లీలగా నేపథ్యంలో వుంటుంది, చర్చకు పెద్దగా రాదు. ఆ పెద్ద చిత్రాన్ని నేపథ్యంలో వుంచి వో కుటుంబ గాథను, వో స్త్రీ గాథను మన ముందు పెడతాడు దర్శకుడు.

ఆహ్లాదంగా సాగిపోయే 'సమ్మోహనం'

విజయ్ (సుధీర్ బాబు) వో చిత్రకారుడు. పిల్లల పుస్తకానికి బొమ్మలు వేయడంలో ఆసక్తి కలవాడు. సినిమాలో నటించాలని వున్న తండ్రి (నరేష్), తల్లి (పవిత్రా లోకేష్), చదువుకుంటున్న వో చెల్లెలు. విజయ్‌కి మాత్రం సినిమాల మీదా, అందులో పనిచేసే వాళ్ళ మీదా సదభిప్రాయం వుండదు. అలాంటిది వో సినిమా షూటింగ్‌కి వాళ్ళ ఇంట్లో దిగుతుందో టీము. తనకు వో పాత్ర ఇస్తే షూటింగ్ కోసం ఇల్లునిస్తానన్న నరేష్ షరతు మీద. నాయిక వో పేరుపొందిన నటి సమీర (అదితిరావ్ హైదరి). కాబట్టి ఇంట్లో, స్నేహితుల్లో, చుట్టుపక్కలా హడావిడి యెక్కువవుతుంది. సమీర తెలుగమ్మాయి కాకపోవడం వల్ల సంభాషణలు చెప్పడానికి ఇబ్బంది పడుతుంది. చూసి తండ్రీ కొడుకులిద్దరూ గట్టిగానే నవ్వేస్తారు. అయితే ఆశ్చర్యంగా అవమాన పడకుండా సమీర అతన్నే తనకు తెలుగు సంభాషణల్లో తర్ఫీదు ఇమ్మని కోరుకుంటుంది. అలా వాళ్ళ దగ్గరగా మసులుతున్న క్షణాల్లో ఇద్దరి మధ్యా ప్రేమ పుడుతుంది. మిగతా కథంతా ఆ ప్రేమ యెలాంటి మలుపులు తిరిగి, అపార్థాలకు తావిచ్చి చివరికి పతాకస్థాయికి చేరుకుంటున్నదన్నది మిగతా కథ.

కథా పరంగా చూస్తే ఇందులో కొత్తగా యేమీ లేదు. ఇలాంటి చిత్రాలు ఇదివరకు వచ్చినవే. అయితే చాలా సార్లు కథనం మనిషిని కట్టిపడేస్తుంది. సినిమా కాబట్టి సంభాషణలకంటే కూడా దృశ్యపరంగా కథను యెలా చెప్పబడిందో ప్రాముఖ్యత వహిస్తుంది. ఆ క్రెడిట్టు పూర్తిగా ఇంద్రగంటి మోహనకృష్ణకు

దక్కుతుంది. యెక్కడా విసుగు అనిపించకుండా, ఆ నాయికా నాయకుల కథలో లీనమైపోయేలా చిత్రాన్ని తీశాడు. యెలాంటి సినిమా నేపథ్యం లేకపోయినా తన స్వశక్తి మీద ఆ స్థాయికి చేరుకున్న నాయిక, అయినా చాలా సరళంగా, అమాయకంగా, నిజాయితీగా నేలపైనే అడుగులు వేసే అమ్మాయి. అబ్బాయి మాత్రం అకారణంగా సినిమా వాళ్ళ పట్ల చిన్న చూపు కలిగిన పొగరుబోతులా అనిపిస్తాడు. కథలో, పాత్ర చిత్రీకరణలో పెట్టిన శ్రద్ధ కనిపిస్తుంది. పిల్లలను అర్థం చేసుకుని, సపోర్ట్ చేసే తల్లి, నేను చిన్నపిల్లనేం కాదు, నాకు మంచీ చెడూ తెలుసు, నా విషయాల్లో పెత్తనాలు సహించను అని తెగేసి చెప్పే చెల్లెలు. అదితిరావ్ హైదరి బాగా చేసింది. సుధీర్ బాబు కూడా, ముందు ముందు ఇతని నుంచి మంచి సినిమాలు ఆశించవచ్చు. అదనంగా నరేష్ అందించిన హాస్యం. స్నేహితులుగా రాహుల్ రామకృష్ణ (రెండు నిముషాల పాత్ర చేసినా గుర్తుండిపోయే అబ్బాయి సంభాషణలు చాలా బాగా చెప్పే నేర్పు), అభయ్ లు కూడా బాగా చేశారు. పవిత్ర లోకేష్ది కూడా చక్కని అభినయం. పి జి విందా సినిమాటోగ్రఫీ అందంగా, ఆహ్లాదంగా వుంది. వివేక్ సాగర్ సంగీతమూ, పాటలూ బాగున్నాయి.

నరేష్ అప్పట్లో మంచి మంచి చిత్రాలు చేసి మనం మరచిపోలేకుండా చేసుకున్నాడు. అయితే ఈ రెండవ రాకడ కూడా చాలా ప్రతిభావంతంగా వుంది. హిందీలో రిషి కపూర్కి యెలా అయితే మంచి పాత్రలు వస్తున్నాయో, మన దగ్గర నరేష్కి కూడా నటనావకాశం వున్న పాత్రలొస్తున్నాయి. సుధీర్ బాబు చిత్రం నేనిదే చూడటం. కాని మంచి నటుడు కనిపించాడు అతనిలో. వొక్క షాట్లోనే అతను ముఖమ్మీద క్రమంగా మారుతున్న భావాలు ప్రకటించడం గానీ, సంభాషణల ఉచ్చారణగానీ, ఆ vulnarability గానీ అన్నీ సరిగ్గా పాత్రకు సరిపోయేలాగా చేశాడు. సమయానికి తగ్గ మాట (సిరివెన్నెల సీతారామశాస్త్రి), మనసైనదేదో (ఇంద్రగంటి శ్రీకాంతశర్మ), కనులలో తడిగా, చెలితార నా మనసారా (రామజోగయ్యశాస్త్రి) పాటలు బాగున్నాయి. మళ్ళీ మంచి సాహిత్యపు పాటలు వస్తున్నాయని celebrate చేసుకునే రోజులు. (ఇటీవలే వచ్చిన ఫిదా, కృష్ణార్జున యుద్ధం, రంగస్థలం లాంటి చిత్రాలు నా దృష్టిలో వున్నాయి.) వివేక్ సాగర్, చైత్ర అంబడిపూడి, హరిచరణ్, కీర్తనలు కూడా బాగా పాడారు. వొక

రొమాంటిక్ చిత్రానికి సంగీత సాహిత్యాలు తప్పకుండా బాగుండాలి. ఇందులో ఆ బలం వుంది.

మసాలాలు కూర్చిన, రొడ్డకొట్టుడు చిత్రాల నడుమ 'సమ్మోహనం' వో చల్లని గాలిలా కమ్మేస్తుంది. 'గోల్కొండ హైస్కూల్' లాంటి చిత్రాలు తీసిన మోహనకృష్ణ మనకున్న మంచి దర్శకులలో వొకడుగా స్థిరపడ్డట్టే. ముఖ్యంగా మొదటి నుంచి చివరిదాకా కథంతా సినిమాటిక్ గా conceive చేసి అమలు పరచగలడు. ఈ దర్శకుని నుంచి మరిన్ని మంచి చిత్రాలు ఆశించవచ్చు.

కూతురు కోసం తండ్రి
"SEARCHING"

2018 లో వచ్చిన ఈ ఆంగ్ల చిత్రం తీసినది అనీష్ చాగంటి. ఆంధ్ర ప్రదేశ్ నుంచి వాషింగ్టన్ కెళ్ళిన తెలుగు దంపతులకు పుట్టాడు అనీష్. కంప్యూటర్ ఇంజినిరింగ్ లో ఎమ్మెస్ చేసాక సినిమా కళలో కూడా పట్టా పొందాడు. కొన్ని లఘు చిత్రాల అనంతరం ఇది తను తీసిన మొదటి పూర్తి నిడివి చిత్రం. మొదటి ప్రయత్నానికే సండేన్స్ ఫిల్మ్ ఫెస్టివల్ లో అవార్డును పొందాడు. ఈ ముక్కలు కాస్త గర్వంతో పంచుకుంటున్నాను మీతో. మనవాడు వొక మంచి చిత్రం తీస్తే నాతోపాటు మీరూ సంతోషిస్తారని.

కంప్యూటర్లు, ఇంటర్నెట్టూ వచ్చిన ఈ ఆధునిక జీవితం చాలా మారిపోయింది. నా తరం వాళ్ళు ఫొటోలు తీసుకుని ఆల్బంలలో భద్రపరుచుకునేవారు. వొకోసారి పాత జ్ఞాపకాలు కమ్మేసినప్పుడు అవి తీసి చూస్తూ కూర్చునేవారం. ఇప్పుడు ఫొటోలన్నీ కంప్యూటర్లలో, మొబైళ్ళలో, మేఘాల్లోనూ భద్రపరచుకుంటున్నారు. ఈ చిత్రం ప్రారంభంలో డేవిడ్ కిం (జాన్ చో) తన వివాహపు తొలి దినాలనుంచీ, కూతురు పుట్టడం, పెరగడం, ఆ తర్వాత భార్య పామెలా (సారా) కేన్సర్ బారిన పడి మరణించడం, కూతురు మార్గో (మిషెల్ ల) ఎదిగి హయ్యర్ స్కూల్కెళ్తుండడం ఇవన్నీ తండ్రి కంప్యూటర్లో ఫొటోలు చూస్తూ జ్ఞాపకాలను నెమరేస్తూ వుంటాడు. ఒక నాడు మార్గో కంబైండ్ స్టడీ కోసం స్నేహితురాలింటికి వెళ్తుంది. రాత్రి చాలా ఆలస్యమయ్యేసరికి తండ్రి

ఫోన్ చేస్తాడు. ఇంకా ఆలస్యమయ్యేలా వుందని, అవసరమైతే రాత్రికి వుండిపోవాల్సి వస్తుందనీ, చింతించవద్దని చెబుతుంది. డేవిడ్ నిద్రపోతాడు. అర్ధరాత్రి ఎప్పుడో అతనికి మూడు సార్లు కూతురు దగ్గరినుంచి కాల్స్ వస్తాయి. కాని అతను గాఢ నిద్రలో వుండి వినడు. మర్నాడు లేచేసరికి మిస్స్‌డ్ కాల్స్ చూసి కూతురికి ఫోన్ చేస్తాడు. సమాధానం రాదు. చాట్ చేస్తాడు, ఎలా వున్నావు యేమిటీ అని సమాధానం వుండదు. స్కూల్ వదిలేసే సమయం తర్వాత కాల్ చేసినా సమాధానం వుండదు. బడికి ఫోన్ చేస్తే ఆమె రాలేదంటారు. ఆమె పియానో నేర్చుకోవడానికి వెళ్ళే టీచర్ కి ఫోన్ చేస్తే తను ఆర్నెల్ల నుంచీ రావట్లేదని చెబుతుంది. ఇప్పుడు తండ్రి ముఖంలో కొంత టెన్షన్ కనబడుతుంది. కూతురు స్నేహితులు ఎవరూ తనకి తెలీదు. ఎలా? ఆమె తన ల్యాప్టాప్ వదిలేసి వెళ్ళింది. దాన్ని తెరిచి ఆమె ఈమేల్, ఫేస్ బుక్, ఇన్స్టాగ్రాంలు తెరిచి చూస్తాడు. పాస్వర్డ్ తెలియదు కాబట్టి ఎలాగో దొరకబుచ్చుకుంటాడు. ఇక ఆ ఖాతాలలో ఆమెకున్న స్నేహితులను వొక్కొక్కరినీ ఫోన్ చేసి మార్గో వున్నదా అని అడుగుతాడు. ఆమె గత రెండు సంవత్సరాలుగా (అంటే తల్లి చనిపోయినప్పటినుంచీ) ఎవరితోనూ మాట్లాడదూ, కలవదూ అని చెబుతారు. తన దగ్గర నెలకు వంద డాలర్లు పియానో ఫీజుకని తీసుకుని తన బ్యాంకు ఖాతాలో జమ చేయడం, నాలుగు రోజుల క్రితమే పోగు చేసిన **2400** డాలర్లు ఎవరికో బదిలీ చేసినట్లు తెలుసుకుంటాడు. వొక్కొక్కటీ తెలుస్తుంటే అతని భయం ఇంకా పెరిగి పోతుంది. అదంతా అతని ముఖంలో చూస్తాం. వొక ఫేస్ బుక్ సంభాషణలో తన తమ్ముడు పీటర్ (జోసెఫ్ లీ) తో నెరపిన సంభాషణ సందేహాత్మకంగా వుంటుంది. రాత్రి కలవమని, క్రితం రాత్రి బాగా మజా వచ్చిందని, తండ్రికి చెప్పవద్దనీ ఇలాంటివి వుంటాయి. ఇక పోలీసులకు ఫిర్యాదు చేయక తప్పదు అని పోలీసులకు ఫోన్ చేసి కేసు నమోదు చేస్తాడు. కాసేపటికి డిటెక్టివ్ రోస్మేరి విక్ (డెబ్రా మెసింగ్) నుంచి ఫోన్ వస్తుంది, తనకు ఈ కేసు అప్పచెప్పబడిందనీ, తాము చేయాల్సిన తనిఖీలు, గ్రౌండ్ వర్క్ ఎలాగూ చేస్తాము అయితే తండ్రిగా ఆమె గురించిన ప్రతి చిన్న విషయం తనతో చెబితే పని సరళతరం అవుతుందనీ, తొందరగా తేలుతుందనీ చెబుతుంది. ఆ క్షణం నుంచి ఇద్దరూ కలిసి దర్యాప్తు చేస్తారు. బ్యాంకు నుంచి డబ్బు తీసుకుని మార్గో పారిపోయిందేమో అని సూచిస్తుంది విక్. డేవిడ్ అది నమ్మడానికి తయారుగా లేడు. తన కూతురు అట్లాంటిది కాదంటాడు. తన

కొడుకు మీద కూడా దొంగతనం నేరారోపణ వచ్చినప్పుడు తను కూడా అలాగే అన్నానని, అయితే నిజంగానే అతను దోషి అని తెలిసింది. మన పిల్లలగురించి మనకు తెలుసు అనుకుంటాం కానీ చాలా తెలీదు అంటుంది రోస్మేరి విక్. మార్గో వివరాలేమైనా తెలిసాయా అని అడగడానికి పీటర్ వస్తాడు. డేవిడ్ కోపంగా అతన్ని కొట్టి వాళ్ళిద్దరిమధ్య యేం జరిగిందని గద్దిస్తాడు. నువ్వనుకుంటున్నట్టు ఏమీ లేదు, ఇద్దరం కలిసి చాటుగా మేరువానా సేవించేవాళ్ళం అంతే అంటాడు. ఇది చిత్రంలోని మొదటి మూడో వంతు మాత్రమే. ఇలాంటి ఉత్కంఠ భరిత చిత్రాల కథ సాంతం చెప్పకూడదు. మార్గో పారిపోయిందా? చనిపోయిందా? బతికేవుందా? నేరస్తుడు ఎవరు? ఇలాంటివన్నీ సినిమా లో చూడాల్సిందే. అమేజాన్ ప్రైం లో వుంది.

రెండుగంటలలోపు ఈ చిత్రంలో ఆద్యంతమూ ఉత్కంఠ. అదీకాక సినిమా తీసిన విధం కొత్తగా వుంది. సినెమా మొత్తం లేప్టాప్ తెరమీద, వీడియో కాల్స్ మీద, టీవీ తెర మీదనే చిత్రించబడింది. 2014లో unfriended అనే చిత్రం ఇలాంటి పద్ధతిలోనే తీశారట, నేను చూడలేదు. కానీ ఈ టెక్నిక్కు ఆసక్తికరంగా వుంది. నటులందరి నటనా బాగుంది. ముఖ్యంగా డేవిడ్, విక్ లది. డేవిడ్ ముఖం లో క్రమంగా పెరుగుతున్న టెన్షన్ మనలో కూడా అలాంటి టెన్షనే నింపుతుంది. అంత బాగా చేశాడు. స్క్రిప్టు సెవ్ ఒహానియన్‌తో కలిసి అనీష్ వ్రాశాడు. వాన్ సెబాస్టియన్ బేరన్ ఛాయాగ్రహణం, టొరిన్ బొరొడేల్ సంగీతమూ చెప్పుకోతగ్గ స్థాయిలో వున్నాయి. చాయాగ్రాహకుడికి చాలా విషయాలు స్వేచ్ఛలేకుండా కట్టిపడేసినా, అతని పని తీరు మనల్ని తెరకు కట్టిపడేసేలా వుంది.

నాకు ఈ చిత్రం నచ్చింది. మిమ్మల్ని కూడా చూడమని సిఫారసు చేస్తున్నా.

సెక్షన్ 375 : మరో కోర్ట్ రూం డ్రామా

నిర్భయ కేస్ వొక ముఖ్యమైన మలుపు అనుకుంటే ఆ తర్వాత వచ్చిన రేప్‌కు సంబంధించిన చట్టాలలో వచ్చిన మార్పులలో ముఖ్యమైనది : వొక స్త్రీ గనుక రేప్ జరిగింది అని ఫిర్యాదు చేస్తే కోర్టులో అది రేప్ కాదని నిరూపించుకునే బాధ్యత నిందితుడి మీదే వుంటుంది. అదీ కాక చాలా సూక్ష్మమైన మార్పులు చోటు చేసుకున్నాయి. రేప్‌కు గురైన స్త్రీ ఇదివరకు ఎలాంటి జీవితం గడిపింది, అతనితోనే ఎలాంటి సంబంధబాంధవ్యాలు కలిగి వున్నాయి వగైరా అన్నీ పరిగణలోకి రావు. ఆమె వద్దు అన్న తర్వాత జరిగినది రేప్ కిందే లెక్క. దీనిమీద ఈ మధ్య సశక్తమైన సినిమా పింక్ వచ్చింది. ఇప్పుడు ఇదే అంశం మీద మరో చిత్రం.

క్లుప్తంగా కథలోకి వెళ్దాం. రోహన్ కపూర్ (రాహుల్ భట్) వొక దర్శకుడు. అతని దగ్గర అసిస్టెంట్ కాస్ట్యూం డిజైనర్ గా పనిచేస్తుంటుంది అంజలి (మీరా చోప్రా). వొక రోజు సీనియర్ డిజైనర్ చెప్పిన అనుసారం కాస్ట్యూంస్ చూపించడానికి అంజలి రోహన్ ఇంటికి వెళ్తుంది. అక్కడ ఏకాంతం కల్పించుకుని అతను ఆమెను రేప్ చేస్తాడు. ఆ తర్వాత అంజలి ముందు ఇంటికెళ్తుంది, తర్వాత కుటుంబ సభ్యులతో పోలీసు స్టషనుకెళ్ళి ఫిర్యాదు నమోదు చేయిస్తుంది. అక్కడ సమయానికి ఆడ పోలీసులు లేకపోతే మగ పోలీసు దగ్గరే ఫిర్యాదు నమోదు చేయించడం, అడిగిన వాటికి సమాధానాలు చెప్పడం, అన్ని పరీక్షలకూ వొప్పుకోవడం చేస్తుంది. ఆ తర్వాత పోలీసులు రోహన్‌ని అరెస్టు చేస్తారు. అతని దగ్గర రక్తం,

మూత్రం సేంపిల్స్ సేకరించి అన్ని పరీక్షలూ చేస్తారు. పరీక్షలో ఆ రెంటి డి ఎన్ ఏ ఒకటే అని నిరూపణ అవడడంతో సెషన్స్ కోర్టు అతనికి పదేళ్ళ కారాగారశిక్ష విధిస్తుంది. ముంబై నగరంలో బాగా పేరున్న లాయర్ తరుణ్ సలూజా (అక్షయ్ ఖన్నా) ను కలిసి కేసును హైకోర్టుకు అప్పీల్ చేయమని కోరుతుంది రోహన్ భార్య. హీరల్ గాంధీ (రిచా ఛడ్డా) అంజలి/స్టేట్ తరపున వాదిస్తుంది. మిగతా కోర్ట్ రూం డ్రామా చివరికి ఎక్కడకు తీసుకెళ్తుంది అన్నది తెరపైన చూడాల్సిందే. నిస్సందేహంగా ఆసక్తికరంగా వుంది.

యోగ్యతను కాసేపు పక్కన పెడితే మనీష్ గుప్తా వ్రాసిన స్క్రిప్టు బాగుంది. అలాగే అజయ్ బహల్ దర్శకత్వమూ. ఇతను ఇదివరకు BA Pass అనే చిత్రం తీశాడు. క్లింటన్ కేరెజో సంగీతం మూడ్‌ని బాగా అనుసరిస్తుంది, నైపుణ్యంగా. సాంకేతికంగా లోపాలు ఎంచడానికి ఏమీ లేదు. అందరి నటనా బాగుంది. ముఖ్యంగా అక్షయ్ ఖన్నా, రాహుల్ భట్ (ఇతను ఇదివరకు Ugly లో కనిపించాడు) లది. జడ్జీలుగా కృత్తికా దేశాయి, కిశోర్ కదంలు బాగా చేశారు. ఇక చట్టానికీ, న్యాయానికీ సంబంధించి కొంత ఆసక్తికర చర్చ జరుగుతుంది. అక్షయ్ ఖన్నా అంటాడు తాము చట్టపరమైన వృత్తిలో వున్నారు, న్యాయం అందించే వృత్తిలో కాదు అని. అలాగే దర్శకుడు కూడా కథంతా ప్రేక్షకుడి ముందు పెట్టి తనకు తోచిన విధంగా తీర్పు మనసులో చెప్పుకోమని వదిలేస్తాడు. ఇంతకంటే ఎక్కువ వ్రాసి చదువరి సినిమా అనుభూతిని నీరు గార్చను.

ఈ చిత్రం ఇంకా చూడని వాళ్ళు ఇక్కడినుంచి చదవడం దాటెయ్యవచ్చు. చూసిన వాళ్ళకు ఇబ్బంది లేదు. ఈ మధ్య మనం చూసిన వొక పెద్ద సాంఘిక విప్లవం MeToo. ముఖ్యంగా చిత్ర పరిశ్రమలో చాన్నాళ్ళుగా స్త్రీ అవసరాన్ని, నిస్సహాయతనీ, ఆర్థిక బలహీనతనీ అడ్డుపెట్టుకుని, మగవాళ్ళకున్న వృత్తిపరమైన బలాన్ని వాడి లైంగికంగా హింసకు గురిచేయడం జరుగుతూ వుంది. ఇది ఇతర రంగాలలో కూడా జరుగుతున్నదే. ఇన్నాళ్ళకి స్త్రీలు ధైర్యం చేసి బైటకు వచ్చి తమకు జరిగిన అన్యాయాన్ని నమోదు చేయడం, ఆయా పురుషులను చిత్రపరిశ్రమ దూరంగా పెట్టడం అన్నీ చూస్తున్నాము. అలాంటి సమయంలో వచ్చిన వొక చిత్రం పింక్ అయితే, ఇది దాదాపు దానికి విరుద్ధమైన చిత్రమే. ఇలా జరగడానికి వీలు లేదా అంటే, తప్పకుండా వుంది, కానీ ఎంత శాతం?

ఎంత తేలికగా? ఇప్పటికీ లైంగిక హింస తగ్గలేదు. నిర్భయ కేసు తర్వాత చట్టాలు బలమైనవిగా తయారైనా, హింసలు పెరుగుతూనే వున్నాయి. వొక కారణం సరైన న్యాయం అందక పోవడమే. రకరకాల మలుపులు తిరిగే ఈ కథలో మనకు తెలిసేది ఏమిటంటే అంజలి రోహన్‌ను చూసి మోహంలో పడుతుంది. కాని అతనికి వివాహం అయ్యిందని తెలిసి వెనక్కు తగ్గుతుంది. అతను కట్టు కథలు చెప్పి ఆమెను దగ్గరకు తీసుకుంటాడు. ఆమెకు భార్య స్థానం, లేదా మరే గౌరవకర మర్యాదకర స్థానం ఇచ్చే ఉద్దేశ్యం అతనికి లేదు. ఇది తెలిసేటప్పటికి ఆమె రేప్ కంటే అధ్వాన్నమైన శోషణకు గురైనట్టు భావిస్తుంది. కాబట్టి పద్ధతి ప్రకారంగా చట్టాన్ని పూర్తిగా అర్థం చేసుకుని అతన్ని ఇరికిస్తుంది. అది రేప్ కాదు కాబట్టి అతను నిర్దోషిగా ఎంచాలా? లేక మోసపూరితంగా ఆమెను దగ్గరకు తీసుకున్నాడు కాబట్టి న్యాయం జరిగింది అనుకోవాలా? నాకు అసంతృప్తి కలగడానికి కారణం కథంతా అతని వైపే మొగ్గుతుంది. అతని లాయర్ గా అక్షయ్ ఖన్నా పాత్ర చాలా బలంగా తయారైంది. అతని నటన కూడా, ముఖ్యంగా అతని శరీర భాష, సంభాషణలు బలంగా వున్నాయి. మనకున్న మంచి నటులలో రిచా ఛడ్డా వొకతె. ఆమె నటించిన చిత్రాలన్నిటిలోనూ ఆమెది బలమైన పాత్రే. కానీ ఇందులో ఆమె పాత్రను చాలా బలహీనంగా చూపించారు. అందుకే ఆమె నటన గురించి నేను ప్రస్తావించలేదు. అక్షయ్ ఎత్తులు పై ఎత్తులూ వేస్తుంటే చూస్తూ వుండిపోతుంది, బలంగా ఎదుర్కోదు ఆమె పాత్ర. అధికారంలో వున్న పురుషుడిని వొక సాధారణ స్త్రీ ఎలాంటి సపోర్టు లేకుండా ఇలా ప్రతీకారం తీర్చుకునే అవకాశం ఎంత మందికి, ఏమాత్రం వీలుంది? దోపిడీ, పీడనలకు సమాజ పరిస్థితులు అనుకూలంగానే వున్నాయి, కాబట్టి అది అలా కొనసాగుతూనే వుంది. సరైన న్యాయం జరగకపోవడం వల్ల మరింత ధైర్యంగా అది రోజురోజుకీ పెరుగుతూనే వుంది. కానీ ఇందులో చూపిన విధంగా ఆమె వున్నటువంటి ఆర్థిక సామాజిక పరిస్థితుల్లో ఇది జరిగే పనేనా? న్యాయం విషయం పక్కన పెట్టినా చాలా కోణాలు బయట పడతాయి ఇందులో. కేసు నమోదయ్యాక కూడా వెంటనే అతన్ని అరెస్టు చెయ్యకుండా ఇన్స్పెక్టర్ అతనితో ఫోను మీద బేరసారాలు సాగిస్తాడు, ఇరవై లక్షలిమ్మంటాడు. కానీ అతను ఆశించిన స్పందన లేకపోవడం, కేసు నమోదు చేయక తప్పని పరిస్థితుల్లో చేసి ఇంకా ఆశతో కేసును తప్పుదారి పట్టించడానికి ప్రయత్నిస్తాడు.

సేకరించిన శాంపిళ్ళని రసాయనశాలకు పంపడానికి అయిదు రోజులు తీసుకుంటాడు. స్త్రీ పోలీసులు, స్త్రీ డాక్టర్లు లేకపోవడం, పురుష పోలీసు, పురుష డాక్టర్ ఆమెను పరీక్షించడం చూపిస్తారు. దాని మీద ఎలాంటి చర్చా వుండదు. చూసేవారు చట్టం పనితీరు, అది ఎటు వైపు మొగ్గుతుంది వగైరా తమకు తాము ఆలోచించుకోవాలి. చాలా చర్చలకు తెర ఎత్తింది ఈ చిత్రం.

ఆత్మావలోకనం :
Self Discovery

ఈ సారి ఓ జర్మన్ లఘు చిత్రం. వున్న రెండు డైలాగులూ జెర్మన్ భాషలో వున్నాయి కాబట్టి జర్మన్ చిత్రం అన్నాను. ఇక చిత్రం నిడివి ఏడు నిముషాల కంటే తక్కువ.

ప్రాథమికంగా సినిమా వ్యాకరణాన్ని ఉపయోగిస్తూ మెదడులోని అనేక ఆలోచనలని దృశ్య బద్ధం చేయడానికి లఘు చిత్రాలు బాగా పనికొస్తాయి. Mar Weimann అనే కుర్రాడు, తన గాళ్ ఫ్రెండుతో ఈ చిత్రాన్ని తీసాడు. సంగీతం తనే. నటి కూడా అతని గాళ్ ఫ్రెండే. ఛాయాగ్రాహకుడూ తనే. iPhone తో తీసాడు. ఇది అతని మూడవ లఘు చిత్రం.

కథను చెప్పకుండా ముందుకు వెళ్ళడం కష్టమే. వాస్తవానికి ఇది సీన్ బై సీన్ చెప్పాల్సిన చిత్రం. ముందే తెలియడం ఇష్టం లేని వారు ముందు ఈ చిత్రం చూసి తర్వాత చదవవచ్చు.

ఒక యువతి (Ulice Raiser) backpackను తీసుకుని బయలు దేరింది. కొండలు, పొగ మంచు, మబ్బులు, అడవి. తర్వాత చూస్తే అడవి మధ్యలో ఒక వదిలేసిన వేన్ లాంటిదేదో అక్కడ నివాసం చేయతగ్గ గదిలా మార్చి పెట్టబడివుంది. అక్కడికి చేరుకుంటుందామె. బహుశా గతంలోకెళ్ళిందేమో ఆలోచిస్తూ. ఒక ట్రేన్ అలా వెళ్ళిపోతుంది. పట్టాల మధ్య నిలబడి ఆమె ఫోన్ లో భర్త తో

మాట్లాడుతుంది. చిన్న దానిని సోమవారం రెండింటికి డాక్టర్‌కు చూపించాలనీ, బుధవారం నుంచీ తన తల్లి ఇంట్లో వదిలిపెట్టాలనీ చెబుతుంది. అన్నీ వివరంగా, ఎప్పటిలానే, వ్రాసి వచ్చాననీ అంటుంది. మూడు వారాల్లో వచ్చేస్తావుగా అన్న అతని ప్రశ్నకి జవాబివ్వదు, చిరాకుగా ఫోన్ పెట్టేస్తుంది. ఆమె నిలబడ్డ చోట కాస్త జనావాస సూచనలు కనిపిస్తాయి. అక్కడినుంచి అడవికి బయలుదేరుతుంది.

ఆ గదిలో కాఫీ కలుపుకున్నది గానీ ఎందుకో అది కొంత ఒలికిపోయింది.తెలియని ఆందోళన. ఇంతలో తలుపు కొట్టిన చప్పుడు . మూడు సార్లు. తలుపు తెరిచి చూస్తే ఎవరూ లేరు. కాస్త ముందు వరకూ వెళ్ళి చూస్తుంది. ఎవరూ లేరు. వెనక్కి నడుస్తూవుంటే ఏదో తగిలి ఆగి వెనక్కి తిరిగి చూస్తుంది. గుండ్రటి (circular movement ఒక పునరావృతాన్ని సూచిస్తుంది. ఆమె ఇదివరకు ఎప్పటిలానే అనే మాట వాడింది గుర్తుందా?) బల్ల. దాని మీద ఒక రాయి. ఆ రాయి కింద ఒక కాగితం. తీసి చూస్తుంది. బొగ్గుతో గీసిన బొమ్మ. మంట కోసం పేర్చిన చితుకులు లాంటి బొమ్మ. కాగితం తిప్పి చూస్తుంది. నల్లగా గుండ్రంగా ఒక ఆకారం, దాని చుట్టూ వలయాల్లో పిచ్చి గీతలు. తల పట్టుకుంటుంది.

ఇప్పుడు ఆమె తయారై ఆ backpack తో తిరుగు ప్రయాణం మొదలు పెట్టింది. ఒక చోట వచ్చి ఆగి భర్తకు ఫోన్ చేస్తుంది. ముందు సిగ్నల్ కలవదు. కలిసిన తర్వాత తను మనసు మార్చుకుని ఏమీ మాట్లాడకుండానే ఫోన్ కట్ చేసి వెను తిరుగుతుంది. బహుశా అంత తొందరగా ఓటమి ఎందుకు ఒప్పుకోవాలనుకుందేమో.

ఇప్పుడు ఆమె తన గదికి ముందర వున్న నేల మీద చితుకులు పేర్చి రాజేస్తుంది. అందులో ఆ చిత్రం వున్న కాగితాన్ని వేస్తుంది. వెనుక ఆ గది తలుపు దగ్గర జీన్స్ పేంట్ వేసుకున్న రెండు కాళ్ళు మాత్రం కనిపిస్తాయి. తర్వాత ఆ మనిషి మాయం.

ఇప్పుడు ఆమె గదిలో కాఫీ కప్పు పట్టుకుని నిలబడి వుంది. తలుపు చప్పుడు. సమయం చూస్తే సరిగ్గా పది గంటలు. తలుపు తీసి బయట చూస్తుంది. మళ్ళా ఎవరూ లేరు. అక్కడి బల్ల మీద రాయి, దాని కింద చిత్రం వుంటాయి.

ఆచిత్రం ఒక summit cross ది. దాని గురించి నాకు సమాచారం లేదు గానీ క్రిష్టియన్లకు తెలియవచ్చు. ఓ కొండ మీద పాతిన ఒక క్రాస్ లాంటి ఆకారం అది. ఆ కాగితం వెనక వున్న బొమ్మ ఇదివరకటిదే, వలయాల్లో పిచ్చిగీతల మధ్య ఓ ముద్ద నలుపు.

అలాంటి క్రాస్ ను వెతుక్కుంటూ కొండ ఎక్కి దాన్ని సమీపిస్తుంది. అక్కడ కూర్చుంటూ ఆ కాగితాన్ని పడేస్తుంది.

ఇప్పుడామె గదిలో వుంది. గడియారం పది కావడానికి కొన్ని సెకన్లు మిగిలినట్టు చూపిస్తోంది. ఆమె తలుపు దగ్గరే నిలబడి వుంది. సరిగ్గా పది అయ్యేసరికి తలుపు తీసి బయట చూస్తుంది. ఎవరూ లేరు. వెనుతిరిగి గదిలోకొస్తుంది. లోన బల్ల మీద రాయి కింద చిత్రం వేసిన కాగితం. అందులో అడవి దృశ్యం ఒకటి వుంటుంది. అటూ ఇటూ చెట్లు, మధ్యలో ఒక చీకటి మార్గం. అక్కడ బాణం గుర్తు. మనకు ఈ స్థలం ఇదివరకు కుడా చూపించాడు దర్శకుడు. ఇక కాగితం వెనకాల అదే బొమ్మ.

ఛాయాగ్రహణమూ, సంగీతమూ చాలా బాగున్నాయి. ఏదో హిచ్కాక్ చిత్రం చూస్తూ వున్నట్టు అనిపిస్తుంది. కానీ అతను తీసేది మిస్టరీ చిత్రాలు. ఇందులో ఆమె ఆత్మావలోకనం. మనిషి, మెదడూ, సమాజమూ అన్నీ ఒక మిస్టరీ అనుకోవాలేమో. ఏమో. ఒక చిన్న చితుకుల పేరును తగలబెట్టినా, మరో పెద్ద చితుకుల పేరు మధ్యనుంచే ఆమె బయటికి వచ్చింది. ఇది అంతమయ్యే కథ కాదులా వుంది.

ఇప్పుడు ఆమె ఆ చిత్రంలో వున్న ప్రదేశానికి వచ్చింది. ధైర్యంగానే ఆ మార్గంలోంచి లోపలికెళ్తుంది. ఒక చోట పెద్ద పెద్ద చితుకులు పేర్చినట్టున్న ఒక గుడిసె లాంటిది కనిపిస్తుంది. అక్కడ ఆగిపోతుంది ఆమె. లోపలినుంచి ఆమె లాంటిదే ఒకామె బయటికి వస్తుంది. జీన్స్ పేంట్," mom అని వ్రాసి వున్న టీషర్టు, స్లిప్పర్లు, చేతికి అరడజను గడియారాలు, కాస్త జుగుప్స కలిగించేలానే మురికిగా వుంటుందామె. చేతిలో ఒక చిత్రం గీసిన కాగితం తో ఆమె ముందుకు వస్తుంటుంది. జుగుప్సతో, భయంతో ఈమె వెనక్కి పారిపోతుంది.

ఇప్పుడు ఆ గుడిసె బయట పడున్న ఆ కాగితం మీద చిత్రం కనిపిస్తుంది. ఒక పక్క తండ్రీ, కూతురూ చేయి పట్టుకుని వున్నారు. మరో పక్క ఆమె. ఇంతకు ముందు కనిపించిన వలయాకారపు పిచ్చిగీతల మధ్య ముద్దగా గీసిన నలుపు ఇప్పుడు ఆమె తల స్థానంలో కుదురుకున్నాయి. ఆమె బొమ్మకీ ఆ తండ్రీ కూతుళ్ళ బొమ్మకీ మధ్య ఒక గోడ లాంటిది గీయబడుంది. లోన ఆమె కూర్చుని ఏదో చేస్తోంది. కొంచెం వెలుతురు కనిపిస్తోంది. బహుశా మరిన్ని బొమ్మలు వేస్తున్నదేమో.

దర్శకుడు ఏం చెప్పాలనుకుంటున్నాడు? అతనికే సందిగ్ధంగా వుంది తన ఆలోచనలకు సరి అయిన రూపం ఇవ్వగలిగానా లేదా అని. మనం కొంత ఊహ చేసుకోవచ్చు. ఆమెకు ఇది కొత్త కాదు. మొదట్లోనే భర్త తో అన్నది ఎప్పట్లానే అన్ని వివరంగా కాగితం మీద వ్రాసిపెట్టి వచ్చాను అని. ఇల్లూ, బాధ్యతలూ ఆమెకు బందిఖానా అయ్యాయా? కాళ్ళూ చేతులూ కట్టేసినట్టూ, స్వాతంత్రం లేనట్టూ భావిస్తున్నదా? తనేమిటో తను తెలుసుకోవాలనుకుంటుందా? ఇంట్లో తనకు తగినంత సహకారం లేదా? విశాలమైన అడవిలోనైనా ఓ ఇంటి ఏర్పాటు వుంది. ఓ రోటీన్ వుంది. ఆమె కాఫీ చేసుకోవడం లాంటివి. మనసు గీసిన బొమ్మల వెంట అన్వేషణ వుంది. అది ఎక్కడకు తీసుకెళ్ళింది? ఆ చితుకులను తను రాజేసిందే, అలాంటిదే పెద్ద చితుకుల పోగు మధ్య వున్న తన ప్రతిరూపం దగ్గరికి. ఆరు కాలాలని సూచిస్తాయా ఆ ఆరు గడియారాలూ? లేక రకరకాల బాధ్యతలను ఆయా కాలాల లెక్కన చేయాల్సిన బరువు మోత వుందా? ఆమె మురికిగా ఎందుకుంది? మాం అన్న టీ షర్ట్ అదనగా ఏమి చెబుతుంది? లోపలే వుండి మరిన్ని బొమ్మలు గీస్తున్నట్లైతే అవి తన నిరంతర escape travel plans నా? తండ్రీ కూతుళ్ళకు లేవు, తన తలకే అన్ని వలయాకారపు పిచ్చిగీతలు ఎందుకున్నాయి? గజిబిజి లోపలుందా, బయట వున్నదా? ఈ ఆలోచనలు చుట్టుముడతాయి.

కుదిపివేసే మౌనం
"The silence of the drongos"

పచ్చటి కొండల నడుమ పెద్ద అందమైన సరస్సు. దానికి వో హార్ట్ ఆకారాన్నిస్తూ కొంత భూభాగం సన్నని దారిలా మధ్యలో కొంతవరకు సరస్సులోకి వెళ్తుంది. చాలా వాటికి అది సాక్షి. చిన్న పిల్ల అయిన చిన్ని అక్కడే వెళ్ళి నుంచుని మౌనంగా మనసులోనే యేడుస్తుంది. అక్కడే తండ్రీ కూతుళ్ళు కూర్చుని తమ గోడును వెళ్ళబోసుకుంటారు. అక్కడే తండ్రి, వెనుక అతని ఆర్థిక దారిద్ర్యాన్ని సూచించే సైకిలుతో, నిలబడి వెక్కి వెక్కి యేడుస్తాడు. కోకిలల స్వరాలు గాలుల్లో తేలియాడే ఆ పచ్చదనాల మధ్య ఈ కుటుంబం వ్యథ దేని గురించి?

మన అందరికీ తెలిసిన విషయమే. తెలిసినా మౌనం వహించే విషయమే. అది స్త్రీల, ముఖ్యంగా చిన్న పిల్లల లైంగిక దోపిడి. చాలా సర్వేలు కూడా ఇదే చెబుతున్నాయి, ఇలాంటి అత్యాచారాల్లో చాలా వరకు కుటుంబంలోనే, తెలిసిన వారి లేదా కుటుంబసభ్యుల చేతనే జరుగుతాయి. అయినా "పరువు" పేరు మీద మౌనమే వహిస్తారు. అందుకే చిత్రం పేరు కూడా మూర్ఖులు వహించే మౌనం అయ్యింది.

మొదటిసారి ముంబైలో అడుగు పెట్టిన అత్త (అంజలి పాటిల్) తన కథ చెప్పడం మొదలు పెడుతుంది. తన కథతో పాటే చిన్ని కథ కూడా. తన భర్త (నాగరాజ్ మంజులే - సైరాట్ దర్శకుడు) మేనకోడల్లను - మందా (కాదంబరి

కదం), చిన్ని (ముగ్ధా చాఫేకర్)లను చూడటానికి వెళ్తోంది. అయితే కథనం సరళ రేఖలా వుండదు. షఫల్ చేసిన పేకముక్కల పేరులా వుంటుంది. ముందుకీ వెనక్కీ కదులుతూ. అదీ వొక పద్ధతి ప్రకారం. చిన్నీ చిన్న పిల్లగా (వేదశ్రీ మహాజన్) తండ్రి (రఘువీర్ యాదవ్) తో మహారాష్ట్రలోని వో మారుమూల కుగ్రామంలో వుంటుంది. తండ్రి సైకిల్ మీద తిరుగుతూ పీచు మిఠాయి అమ్ముతుంటాడు. అందుకే అతని పేరు కూడా, వొకోసారి యెగతాళిగా, పీచుమిఠాయి అయిపోతుంది. భార్య ఇద్దరు పిల్లల్ని కన్న తర్వాత హృదయంలో బెజ్జం (congenital heart defect) వుండడంతో చనిపోతుంది. పెద్ద కూతురు మందాని వాళ్ళ మామ ముంబాయిలో జూనియర్ ఆర్టిస్ట్ పనిలో పెట్టిస్తానని తీసుకెళ్తాడు. ఇప్పుడు చిన్నీ కూడా పెద్దమనిషవడంతో అతనికి తన బావమరిది సాయం తీసుకోవాల్సి వస్తుంది. ముందే మామ (ఈ చిత్రంలో చాలా పాత్రలకు పేర్లు లేవు, సామాన్యీకరణ కోసం కావచ్చు) స్త్రీలోలుడు, భార్యను హింసించే వాడూను. అతనొచ్చి బావకు మటను, విదేశీ మద్యం, అమ్మాయికి గౌను ఇచ్చి అమ్మాయిని తన వూరుకు తీసుకెళ్తాడు. అక్కడ ఆమెను బలాత్కరిస్తాడు. ఇంటికి పోవాలని పట్టుబడితే తీసుకొచ్చాను అని చిన్నిని తండ్రి దగ్గరికి తిరిగి వదిలి వెళ్తాడు. అప్పట్నుంచీ పూర్తిగా మౌనం దాల్చిన ఆ చిన్నారిని తండ్రి అర్థం చేసుకోలేకపోతాడు, దిగులు పడతాడు. తర్వాత విషయం తెలిసిన తర్వాత మందా కేసు పెడుతుంది. కానీ సరైన సాక్ష్యాలు లేక అతనికి శిక్ష పడదు. కానీ అతనికి శిక్ష అతని భార్యే ఇస్తుంది - రెండు విధాలుగా. తండ్రి కాగల అవకాశం లేని అతని ముందు తన ప్రెగ్నెన్సీ రిపోర్ట్ ఇచ్చి, “చూడు నన్ను గొడ్రాలన్నావు కదా, నేను తల్లిని కాగలను, అవుతాను కూడా” అంటుంది. తర్వాత అతన్ని కొడవలితో చంపేస్తుంది. జైలు గడువు పూర్తి అయ్యాకే తన కూతురిని కలుస్తుంది. మరో పక్క చిన్నీ వో ముంబాయి లోకల్ లో వో మనిషి ఒక అమ్మాయిని బలాత్కారానంతరం చేసి నడుస్తున్న రైలు నుంచి బయటకు విసిరేయడం చూస్తుంది. తన మనసులో గూడుకట్టుకున్న బాధ ఆమెను వెంటాడుతూ వుంటే కనీసం ఆ చనిపోయిన అమ్మాయికైనా న్యాయం దక్కాలని పోలీసు స్టేషన్లో స్టేట్మెంట్ నమోదు చేయడానికి వెళ్తుంది.

ఈ చిత్రం వొక నిజ సంఘటన ఆధారంగా తీసింది. రఘువీర్ యాదవ్,

అంజలి పాటిల్ లు (వీళ్ళు "న్యూటన్"లో కూడా వున్నారు) బాగా నటించారు. చిన్నీ గా చేసిన ఇద్దరూ, మందా గా చేసిన అమ్మాయీ బాగా చేశారు. అయితే ప్రత్యేకంగా చెప్పుకోవాల్సింది నాగరాజ్ మంజులే నటన. తన బాడీ లేంగ్వేజీ తో సహా ఆ పాత్రలో జీవించాడు. దర్శకుడుగా అతని సత్తా మనం సైరాట్ లో చూశాము. అవసరమైన సైలెన్సెస్ వాడుతూ ఇండియన్ ఓషన్ మంచి నేపథ్య సంగీతమిచ్చారు. కృష్ణ సోరెన్ ఛాయాగ్రహణం చాలా బాగుంది. వొకోసారి అంత అందాన్ని చూడటం కష్టమనిపిస్తుంది, యెందుకంటే కథ ఆడపిల్లల లైంగిక శోషణ కథకు అది అడ్డంపడుతుందేమో అనిపిస్తుంది. అయినా అందంగా వుందనే అంటాను యెందుకంటే చాలా విషయాలు మాటలతో కాక దృశ్యాలతోనే మనముందుకొస్తుంది కథ.

అత్త ఆ వివాహంలో, ఆ ఇంట్లో బందీ. హింసించే భర్త. యెవరికీ చెప్పుకోలేక యెక్కువ భాగం మౌనమే. ఆమెను మొదట్లో కిటికీ బయటి నుంచే ప్రతిసారీ చూపిస్తాడు. బాల్కనీలో చూపించాల్సినప్పుడుకూడా వూచల గోడకు ఆనుకుని కూర్చున్నట్టు చూపిస్తాడు. ఆ వంటింటి కిటికీ బయటినుంచి యేడుస్తున్న పాప స్వరం వినిపిస్తుంది. భర్తలో లోపం వుందని తెలుసు. ఆ వొంటరి నిస్సహాయతలో కనీసం పిల్లలున్నా మనసు మరలేది ఆమెకు. ఆమె చివర్న స్వేచ్ఛను అనుభవించినపుడు నేరుగా ఆకాశాన్ని, చుట్టుపక్కల పచ్చదనాలనీ చూస్తుంది. తన మౌనం వీడడం కూడా భర్త ముందు తన ప్రెగ్నెన్సీ రిపోర్ట్ ఇవ్వడంతో చేస్తుంది. ఇది 80ల లో వచ్చిన భబేంద్రనాథ్ సైకియా అసామియా చిత్రం "అగ్నిస్నాన్" ను గుర్తుచేస్తుంది. చిన్న చిన్నీ పెద్దమనిషైనపుడు సన్నివేశం చూడండి. రాత్రివేళ. తలుపు తెరిచి ఆరుబయట నులక మంచం మీద పడుకున్న తండ్రిని భయం భయంగా అయోమయంగా పిలుస్తుంది. ఆ సన్నివేశం అంతే. ఇక ఆ పాప పచ్చని పైర్లను మెరుస్తున్న కళ్ళతో చూస్తూ, బస్సులో కిటికీ బయట కూర్చుని, సంబరంగా మామయ్య వూరు వెళ్తుంది. అదే తిరుగు ప్రయాణంలో ఆమె కళ్ళు దిగులుగా, భయంగా, వుంటాయి. మిగతా షాట్ కంపోజిషన్‌లో మార్పు వుండదు. మామయ్య ఇప్పించిన వో బొమ్మతో ఆడుకుంటూ వుంటున్న వేళ తను అత్యాచారానికి గురవుతుంది. ఆ బొమ్మ చేసే చప్పుడు మాత్రం యెప్పుడూ వెంటాడుతుంది ఆమెను. నిద్దట్లో కూడా అది గుర్తుకొస్తే పక్క

తడుపుకుంటుంది. (నిజ జీవితంలో ఆ మనిషి తర్వాత పెళ్ళి చేసుకున్నా వాళ్ళ సెక్సు జీవితం వ్యథాభరితమే, కానీ వుండాల్సిన సహజానందం వుండదు అందులో). పెద్దయ్యాక ఆ చిన్నీ తన ఖైదు నుంచి తను విడుదలయ్యేది తను చూసిన అత్యాచారాన్ని పోలీసులకు తెలియజేసి ఫిర్యాదు నమోదు చేయించడం ద్వారా. ఇక సొరెన్ ఇందులో dissolve, fade-in fade-out లు బాగా వాడాడు. అత్యాచారానికి గురైన పాప అర్ధరాత్రి అత్తతో నొప్పి అంటుంది. అవతలికి తీసుకెళ్ళి అత్త పాప గౌను యెత్తి చూస్తుంది. ఇది డిజాల్వ్ (dissolve) అయ్యే సీనులో ఆ వంట గదిని బయటి నుంచి చిత్రీకరించడం. తెరమీద మూడు భాగాల్లో మొదటి చివరి భాగాలు చీకటి కప్పిన గోడ అయితే, మధ్యభాగంలో వెలుతురులో వంటగది, కిటికీ వూచల దగ్గర అటు తిరిగి నిలబడి వున్న అత్త, ఫోర్గ్రౌండ్‌లో మోకాళ్ళమధ్య తల దూర్చి కూర్చున్న పాప. మరో డిజాల్వ్ తర్వాత అదే కంపోజిషన్, కేవలం ఈ సారి అత్తా పాపా ఫోర్గ్రౌండ్‌లో నిస్సహాయత్వాన్ని వెలిబుస్తూ కూర్చుని వుంటారు. ఇలా చిత్రం మొత్తం ఆ దృశ్య భాషతోనే సంభాషణ. ఇక నాగరాజ్ నటన గురించి రెండు సన్నివేశాలు తలచుకుందాం. పిల్లలు కలగట్లేదంటే ఆమెలోనే లోపం వుంది, లోకం మాత్రం తననే శంకిస్తోంది అని కోపంగా అని భార్యను చెంపల మీద యెడాపెడా వాయించేస్తూ బలాత్కారం చేయబోతాడు. మొద్దులా వున్న ఆమెలో యెలాంటి స్పందనా లేకపోతే లేచి కూర్చుంటాడు. కంట్లో నలకే పడిందో, కన్నీటి చుక్కే చేరిందో బొటను వేలితో కంటికొలకలు తుడుచుకుంటాడు, ముక్కు యెగబీలుస్తాడు, తర్వాత మూతిని తుడుచుకుంటాడు తన కోపాన్ని, అవమానాన్ని, బలహీనతనీ దిగమింగుతూ. మరోసారి చిన్ని ని బావ దగ్గర విడిచి పెట్టాక రాత్రి తిరిగి వెళ్తూ అతని చేతికి కొంత రొక్కమిచ్చి, సేండల్స్ వేసుకుని, చేతులు దులుపుకొని, చిన్నగా వుమ్మి నడుచుకుంటూ ఆ ఫ్రేం నుంచి నిష్క్రమిస్తాడు. ఇలా చెప్పుకుంటే చాలా వున్నాయి సంగతులు.

మీకు గుర్తుంటే నాగేష్ కుకునూర్ చిత్రం "లక్ష్మి" కూడా ఆడపిల్లల ట్రాఫికింగ్ గురించే. అది భయంకరంగా డిస్టబ్ చేస్తుంది. ఇది మాత్రం చాలా మెత్తగా చెబుతుంది కథను. ప్రభావం విషయంలో లక్ష్మి చిత్రానిదే పై చేయి. అయితే ఈ చిత్రం బలంగా చెప్పేది వొక్కటే మౌనంగా దేన్నీ సహించకుండా

గళం విప్పాలి అని. యెందుకంటే మౌనం అత్యాచారాలు చేసేవారికి ప్రోత్సాహమే అవుతుంది గనుక.

మలేషియన్ లఘు చిత్రం "సిసా బినాసా"

ఒక సినిమా వ్యాకరణాన్ని చదవడానికి లఘు చిత్రాలు పనికొచ్చినంతగా పూర్తి నిడివి చిత్రాలు పనికి రావు. ఈ సారి హిందీ లఘు చిత్రం కాకుండా మలేషియన్ లఘు చిత్రం చూసాను. "సిసా బినాసా"కు ఫిటా అవార్డు లభించింది. దర్శకుడు రిధ్వాన్ సైది. ఛాయాగ్రహణం అమిరుల్ రహ్మాన్ ది.

చిత్రం మొదలవడం చీకటితో, నిశ్శబ్దం తో. తర్వాత మనకు కనబడేది తక్కువ వెలుతురులో ఒక దృశ్యం. ఇద్దరు కుర్రాళ్ళు నిలబడి చూస్తున్నారు. ఒక బాధితుడు లేదా బాధితురాలు మోకాళ్ళ దగ్గర మడచి, కాళ్ళు జాపి కూర్చుని వున్నాడు/వున్నది. ఆమె/అతని లోంచి ఆ పీడిస్తున్న ప్రేతాత్మను బయటకు తీసే పనిలో ఒక మాంత్రికురాలు. ఆమె ఆ ప్రేతాత్మను వెలికి తీసి వొక కుండలో పెట్టేస్తుంది. ఆ తర్వాత దాన్ని దూరంగా వున్న చెరువులో విసర్జన చేయమంటుంది. ఆ కుర్రాడు దగ్గరికెళ్ళి చూస్తే కుండలో ఒక ముఖం కనిపిస్తుంది, ఒక కంటితో చూస్తూ నవ్వుతున్న ముఖం. రెండో కంటికి నల్లని గుడ్డ కప్పేసి వుంటుంది. ఆ ఇద్దరు కుర్రాళ్ళు ఆ పని చేస్తారు. తర్వాతి దృశ్యం పైనుంచి వాలుగా కిందకి దిగుతున్న, బాగా గడ్డి మొలిచిన నేల, నుంచి చూపిస్తాడు దర్శకుడు. తెరంతా ఆ గడ్డే. ఆ తర్వాత హంటర్‌తో కొడుతున్న చప్పుడు. అది మనం తర్వాత పోల్చుకుంటాం. ఒక కావడికి ఆ కుండను కట్టి ఇద్దరు కుర్రాళ్ళు భుజాన మోసుకుంటూ వస్తున్నారు. వెనుక ఆ మూడవ వాడు వెనక వున్న కుర్రాడి వీపు మీద కొరడా దెబ్బలు వేస్తుంటాడు. సంగీతం భయం కొలిపేదిగా వస్తుంది. గడ్డి పొదల మధ్య సన్నటి నడక దారి వెంట వాళ్ళు

నెమ్మదిగా వస్తున్నారు. ఒక చోట ఆగాల్సి వస్తుంది. పక్కన ఉన్న అడవిలోంచి ఒక స్త్రీ ఆత్మ పవిట్లో డప్పు లాంటిది దాచుకుని వస్తుంది. ఒక చోట మోకాళ్ళ మీద కూర్చుని, ఆ డప్పు తీసి మోగిస్తుంది. తర్వాత అంటుందీ : ఈ ప్రకృతి మనల్ని బతికిస్తున్నది. గాలులు చెరువు మీంచి వీస్తున్నాయి, చల్లగా, స్వచ్ఛంగా. ఆ నీటితో మనకు పంటలు పండి తిండి దొరుకుతున్నది. మీరు చేసే పని వల్ల ప్రకృతికి చేటు కలిగి, మనకు కష్టకాలం వస్తుంది. ఇది తెలుసుకోండి. ఇంతవరకూ చెప్పి (వాచ్యంగా డైలాగు ఇదే. మొదట్లో మాంత్రికురాలన్నది తెర మీద text, చాప్లిన్ తొలి సినిమాల్లో లాగా) ఆమె వెను తిరిగి నెమ్మదిగా వెళ్ళిపోతుంది. ఆ కొరడా అతను ఆ ఆత్మను కొరడాతో బాదుతుంటాడు. కానీ ఆత్మకు తగిలితే కదా. కావడిని వెనక నించి మోస్తున్నతను భయపడి కావడిని కిందకు దించి, పరుగెత్తుకుంటూ వెళ్ళిపోతాడు. అతని పరుగు కింద నుంచి పైకి. ఆ తర్వాత మిగిలిన ఇద్దరూ కావడిని మోస్తారు. ఇప్పుడు కెమెరా ముందు ఆ ముందున్న కుర్రాడు నెమ్మదిగా ఆ కుండను ఈడ్చుకుంటూ వస్తున్నాడు. అది చాలా బరువుగా వుందేమో అనిపించే దృశ్యం. నెమ్మదిగా నీళ్ళు పారుతున్న చప్పుడు వినిపిస్తుంది. అతను కుండను వొంచుతాడు. ఇక్కడ ఒక సెమీ సర్కిల్ షాట్ వుంది. ఆ భయంగా ఉన్న కుర్రాడి ముఖం నుంచి చుట్టూ తిరిగి ఆ చెరువును చూపిస్తుంది. ఇప్పుడు వెక్కిరింతగా నవ్వుతున్న శబ్దాలు వినిపిస్తాయి. ఏవో ఆత్మలు నీటి పైన కనిపిస్తాయి. చివరి సీన్ జూం అవుతూ ఒంటి కన్ను మనిషి ముఖం మీద, చివరికి అతని కనబడుతున్న పళ్ళ మీదకు వెళ్ళి ఆగుతుంది. ఇంతా చేసి చిత్రం నిడివి ఆరు నిముషాలు. "సిసా బినాసా"కు తెలుగులో పదం తెలీదు, అస్థికలు లాంటి అర్థం చెప్పుకోవచ్చేమో.

కథా కాలం **1718.** ప్రాంతం మలేషియా లోని పసిర్ ఉడాంగ్. ఆ స్థల పురాణం ఏదో వుండొచ్చు, మనకు తెలీదు. కానీ విషయం సార్వజనీనం, సర్వకాలికం కాబట్టి మనం ఐడెంటిఫై అవుతాము.

కెమెరా పనితనం, సంగీతం (ఎవరో తెలీదు) చక్కగా వున్నాయి. యూట్యూబ్ లో వుంది, చూడండి.

ఆమోదం కోసం :
శుభ్ మంగల్ జ్యాదా సావధాన్

ఈ పాటికి స్వజాతి ప్రేమల మీద సినిమాలు రావడం సాధారణం అయిపోయింది. అయితే దీని పరిణామ క్రమం చూస్తే ఎగతాళి, ఫార్స్‌తో నిండిన దోస్తానా (అంతకు ముందు ఓనిర్ వున్నాడు గాని, నేను వ్యాపార చిత్రాల గురించి మాట్లాడుతున్నాను) నుంచి తల్లిదండ్రులు అర్థం చేసుకుని దీవించే రకం చిత్రమైన ఈ శుభ్ మంగల్ జ్యాదా సావధాన్ వరకూ ప్రయాణం మెచ్చుకోతగ్గదే.

అలహాబాద్ లోని వో ఉమ్మడి కుటుంబం. సైంటిస్ట్ అన్న శంకర్ త్రిపాఠి (గజ్రాజ్ రావ్) కొడుకు అమన్ (జితెంద్ర కుమర్) ఢిల్లీలో ఉద్యోగం చేస్తుంటాడు. లాయర్ తమ్ముడు (చమన్ త్రిపాఠి) 27 ఏళ్ళ కూతురు గాగల్గా పిలవబడే రజనీ త్రిపాఠి (మానవి గగ్రూ) పెళ్ళి ఎట్టకేలకు కుదిరింది. అయితే ఈ కుటుంబానికి తెలియని విషయం అమన్ ఢిల్లీలో కార్తీక్ (ఆయుష్మాన్ ఖురానా) తో ప్రేమలో పడ్డాడనీ, చెప్పే ధైర్యం లేక దాన్ని రహస్యంగానే వుంచాడనీ. గాగల్ పెళ్ళికి అయిష్టంగా వస్తాడు అమన్. కూడా వస్తాడు కార్తీక్. రైలులో వో మూల వాళ్ళిద్దరూ ముద్దు పెట్టుకోవడం చూసిన శంకర్‌కి అర్థమవ్వడమే కాదు వాంతి కూడా వస్తుంది. ఈ ఒక్క సన్నివేశంతో సమాజం లో వున్న హెూమోఫోబియా (దీనికి తెలుగు పదం లేదు, స్వజాతి ప్రేమల పట్ల నిరసన, భయం, అసహ్యం వగైరా) ఎలాంటిదో బలంగా చెబుతాడు దర్శకుడు.

నిజమే,అలాంటి ప్రేమికులు సమాజంతో తర్వాత, ముందు యుద్ధం చేయాల్సింది తల్లి దండ్రులతోనే. ఇంట గెలిచాకే రచ్చ. అలాంటి కుటుంబంలో వీళ్ళ పోరాటం ఎలాంటిది, గెలుస్తారా, పెద్దవాళ్ళ ఆలోచనల్లో మార్పు తేగలుగుతారా అన్నది మిగతా కథ.

బహుశా ఇది దర్శకుడు హితేష్ కేవల్యా మొదటి చిత్రం. కథ కూడా వ్రాసుకున్న ఇతని ప్రతిభ మెచ్చుకోతగ్గదిగా వుంది. ప్రేమికులుగా ఆయుష్మాన్, జితేందర్ లు బాగా చేశారు. మిగతా పాత్రధారులందరూ బాగా చేసినా ముఖ్యంగా చెప్పుకోవాల్సింది నీనా గుప్తా గురించి. ఈ రెండవ రాకడలో వైవిధ్యమైన పాత్రలు చేస్తూ తనూ సంతోషంగా వుంది, ప్రేక్షకులు కూడా మంచి నటన చూడగలుగుతున్నారు. 3-4 సన్నివేశాలే వున్న "పంగా" అయినా, తక్కువ మాట్లాడే పాత్రలో "బధాయి హొ" అన్నా, కుండ బద్దలు కొట్టినట్టు మాట్లాడే పాత్రలో ఈ చిత్రంలో ఐనా నీనా గుప్తా ని మరచి పోవడం కష్టం. "తను వెడ్స్ మను" లో చేసిన చిరంతన్ దాస్ ఇందులో కూడా మంచి సినిమాటోగ్రఫి అందించాడు. సంగీతం వేర్వేరు సంగీతకారులు అందించారు. తనిష్క్ బాగ్చి, వాయు, టోని ఖక్కడ్ లు. పాటలు బాగున్నాయి.

స్త్రీ పురుషుల మధ్య ప్రేమ, ఇద్దరు పురుషుల మధ్య ప్రేమ భిన్నంగా వుంటాయా? లేదని చెప్పడానికి హిందీలో బాగా హిట్ అయిన ప్రేమ చిత్రాలలోంచి సన్నివేశాలు తీసుకుని స్పూఫ్ గా వాడుకున్నారు. ముఖ్యంగా దిల్ వాలే దుల్హానియా లే జాయేంగే. అందులో యువ జంట పెద్దల వొప్పుదల కోసం పోరాడినట్టే ఇందులోనూ, అయితే మరీ బానిసగా మారిపోయి కాదు. అందులో లాగే ఇందులోనూ "జా సిమ్రన్ జా, జీలే అపనీ జిందగి" లాంటి డైలాగ్ ఉంది, కాని వొక ఉదారంగా పెట్టిన భిక్షలా కాకుండా మనస్పూర్తిగా ఇచ్చిన దీవెనలా. కథలో ఇద్దరి మధ్య ప్రేమ కన్నా కూడా కుటుంబంలో స్వజాతి ప్రేమల పట్ల వున్న ప్రతికూల భావనలతో యుద్ధం మీద ఎక్కువ ఫోకస్ వుంది. వొకే చిత్రంలో అన్నీ పెట్టడం ఎలానూ సాధ్య పడదు. ఇదే విషయాన్ని గంభీరంగా చెబితే బహుశా ప్రేక్షకులకు అందదేమో, ఇక్కడ హాస్యం జోడించి చెప్పడం బాగుంది, షేక్స్పియర్ డ్రామాలా, చివర్న కొంత అతి చేసినా కూడా. ఆ పెళ్ళీ అవీ అతి కాక మరేమిటి? ప్రస్తుతానికి ఇలాంటి సంబంధాలు నేరపరిధి నుంచి

బయటికొచ్చాయి అంతేగాని, మిగతా హక్కుల కోసం ఇంకా వేచి చూడాల్సిందే. పెళ్ళి, దాని ద్వారా వచ్చే ఇతర హక్కులూ వగైరా.

సైంటిస్ట్ అయిన శంకర్ పురుగు పట్టని నల్ల క్యాలిఫ్లవర్ ఆవిష్కరిస్తాడు. వూరంతా అదే పంట విరగ కాయడంతో వొక రకంగా రైతులకు నష్టమే జరుగుతుంది. టిఫిన్ లో, మధ్యాహ్న-రాత్రి భోజనాల్లో రోజులతరబడి క్యాలిఫ్లవరే తిన్నా ఇంకా పంచిపెట్టడానికి మిగిలే వుంటాయి. కోపంతో రైతులు వీళ్ళింట క్యాలిఫ్లవర్లు విసురుతారు. సృష్టిలో సహజంగా జరిగే క్రమంలో మానవుడు మార్పులు తేగలడా? జెనిటికల్లి మాడిఫైడ్ ఫుడ్ పేరుతో వస్తున్న వాటి మీద ఇంకా పూర్తిగా పరిశోధనలు జరగలేదు. వాటి దుష్పరిణామాలు తెలీదు. ఇందులో మాత్రం చివర్న శంకర్ తన ఇంటి క్యాలిఫ్లవర్లు వొక్కొక్కటీ తెంచి చూస్తే పురుగులు కనబడతాయి. ప్రస్తుతానికి సమాజంలో ఆమోదయోగ్యం కానివి పురుగుల్లా తీసిపారెయ్యడానికి వీల్లేదు. ఎందుకంటే స్త్రీ పురుషుల మధ్య ప్రేమ కలిగినపుడు శరీరంలో స్రవించే రసాయనాలే స్వజాతి ప్రేమికుల మధ్య పుట్టిన ప్రేమ సందర్భంలోనూ స్రవిస్తాయి.

విభిన్నంగా వుండే పాత్రలని ఎంచుకోవడంలో, ఇతర నటులు చెయ్యడానికి భయపడే పాత్రలలో కూడా ఆయుష్మాన్ ఒప్పుకుని, నటించి మెప్పించడం శు భపరిణామమే.

సూపర్ డీలక్స్ : మరో మంచి చిత్రం

ఈ చిత్రం అప్పట్లో హైదరాబాదులోని సినిమా హాల్లో ప్రదర్శించారు. నాకు వీలు పడలేదు చూడడం. ఇప్పుడు నెట్‌ఫ్లిక్స్‌లో పెట్టారు కాబట్టి చూడగలిగాను. మరో మంచి చిత్రం చూసిన సంతృప్తి.

తన మొదటి చిత్రం "అరణ్య కాండం" తోనే జాతీయ పురస్కారాన్ని గ్రహించిన త్యాగరాజన్ కుమారరాజా రెండవ చిత్రం ఇది. కథ తనదే, కానీ స్క్రీన్ప్లే వ్రాయడంలో మరో ముగ్గురి సహకారం తీసుకున్నాడు : మైస్కిన్, నళన్ కుమారస్వామి, నీలన్ కె శేఖర్ లు.

ఈ మధ్య వస్తున్న కథామాలిక లాంటి చిత్రమే ఇదీనూ. అయితే చివరికి ఎలాగోలా అన్ని కథలూ కృత్రిమంగా కలపాలన్న ప్రయత్నం లేదు. జీవితాన్ని, మనిషి ప్రకృతిని అన్ని కోణాలనుంచీ చూసే వెసులుబాటు కోసం. వో కథలో నలుగురు కుర్రాళ్ళు పోర్న్ సినిమా చూడడానికి ప్లాన్ వేస్తారు. సీడీని అద్దెకు తీసుకోవడం అదీ నాటకీయంగా నవ్వించేలా వుంది. అది సంపాదించాక వొకడి ఇంట్లో టీవీ-సీడీ ప్లేయర్‌లో చూద్దామని కూర్చుంటారు. వొక స్త్రీ తలారా స్నానం చేసి జుత్తు సరిచేసుకుంటూ తిరిగినపుడు వీపుమీద పెద్ద పుట్టుమచ్చ కనిపిస్తుంది. ఆమెలో తన తల్లి లీల (రమ్య కృష్ణ) ని పోల్చుకున్న సూరి కోపంతో టీవీ పగలగొడతాడు, యేడుస్తూ బయటకు పరిగెడుతాడు. ఎవరి బాధ వాడిది. ఆ ఇంటి అబ్బాయి భయం తండ్రి వచ్చాక పగిలిన టీవీ చూసి తన తాట తీస్తాడని. సాయంత్రం లోపు కొత్త టీవీ యెలాగైనా తెచ్చి పెట్టెయ్యాలి. దానికోసం రకరకాల

వేషాలు వేస్తారు. దొంగతనం చేస్తారు, హత్యా ప్రయత్నం చేస్తారు. వొకటేంటి ఆ వొక్క రోజులో అన్నీ చేస్తారు. ఆ సూరి తన తల్లిని చంపడానికి చేతికి దొరికిన స్క్రూ డ్రైవర్ తీసుకుని వెళ్తాడు. మెట్ల మీద కాలు జారి పడి ఆ స్క్రూ డ్రైవర్ తనకే తగిలి ప్రాణాపాయంలో వుంటాడు.

అక్కడి నుంచి రెండో కథ అందుకుంటుంది. లీల తన కొడుకుని కాపాడుకోవడం కోసం ఆందోళన పడుతుంది. ఆసుపత్రికి తీసుకెళ్తుంది. కానీ వైద్యం కోసం డబ్బు లేదు. ఈ ఆందోళనలో వుండగానే కొడుకు ఆమె చిత్రం చూశాడనీ, అసహ్యించుకుంటున్నాడనీ తెలుసుకుంటుంది. తన భర్త అర్పుతం గా మారిన ధనశేఖరానికి కబురు చేస్తుంది, తమ కొడుక్కి వైద్యం కోసం డబ్బు యేర్పాటు చేయాలని.

ఇక మూడో కథ అర్పుతానిది. చెన్నైలో వచ్చిన సునామీలో అంత మంది చనిపోతే తను మాత్రం వొక క్రీస్తు లేదా మేరీమాత విగ్రహం పట్టుకుని వుండడంతో బతికిపోతాడు. దేవుడు తనని ప్రత్యేకంగా బతికించాడు అని యేవో భ్రమల్లో కూరుకుపోయి పేరు మార్చుకుని బాబా లాంటి అవతారం ఎత్తుతాడు. ఇప్పుడు కొడుకు కోసం కూడా వైద్యం కాకుండా దైవ ప్రార్థనతో బతికించుకోవాలని చూస్తాడు. అతనికి జ్ఞానోదయం అయ్యే దాకా ఆ సంఘర్షణ.

సాయంత్రానికి ఎలాగోలా డబ్బు సంపాదించి పిల్లలు టీవీ కొనుక్కొస్తారు. కొత్తది అమర్చాక పాతది డాబా మీదకు తీసుకెళ్ళి విసిరి అవతల పడేస్తారు. అది అక్కడ వొక జంటను వేధిస్తున్న సబ్ఇన్స్పెక్టర్ బెర్లిన్ (బగవతి పెరుమాళ్) మీద పడి అతను కుప్పకూలిపోతాడు. ఆ జంట ముగిల్ (ఫహాద్ ఫాజిల్), వేంబు (సమంత). ముగిల్ నటనలో శిక్షణ పొందుతూ వుంటాడు. వొక రోజు అతను ఇంట్లో లేనప్పుడు వేంబు తన కాలేజీనాటి ప్రేమికుడిని ఇంటికి పిలుస్తుంది. వాళ్ళిద్దరూ శృంగారంలో వుండగా అతను చనిపోతాడు. ఇప్పుడు ఆ శవాన్ని వదిలించుకోవడం ఆ జంటకు వొక సమస్య అయితే, తామిద్దరి మధ్య వున్న నమ్మకం పోవడం, తన అహానికి దెబ్బతగలడంతో ముగిల్ ఆమెతో గొడవ పడతాడు. చాలా నాటకీయ సంఘటనల అనంతరం వాళ్ళు వో ఇన్స్పెక్టర్ చేతికి చిక్కుతారు. శవంతో పాటు వాళ్ళ వీడియో తీసి అది చాలు వాళ్ళిద్దరినీ జైలు పాలు చెయ్యడానికి, అది తప్పించుకోవాలంటే తనకు వేంబు పొందు

దొరకాలంటాడు.

ఈ బెర్లినే మరో కథలో కూడా భాగం. అది శిల్పగా మారిన మానిక్కం కథ. మానిక్కం (విజయ్ సేతుపతి) పెళ్ళి అయిన కొన్నాళ్ళకే భార్య జ్యోతి (గాయత్రి), కొడుకు రాసుకుట్టి (అశ్వంత్ అశోక్ కుమార్)లను వదిలి పారిపోతాడు. ఇన్నేళ్ళ తర్వాత ఇంటికి తిరిగి వస్తున్నాడు. ఇల్లంతా సందడి. ముఖ్యంగా రాసుకుట్టికి కాళ్ళు వొక చోట నిలవట్లేదు. తన క్లాస్మేట్స్ కి తన తండ్రిని చూపించి, వాళ్ళు వెక్కిరిస్తున్నట్టు తను టెస్ట్ ట్యూబ్ బేబీ కాదని చెప్పాలనుకుంటాడు. అందరి కలలను కూల్చేస్తూ శిల్పగా మారిన మానిక్కం దిగుతాడు. అందరూ కోపం, నిరాశలలో వుంటే వొక్క కొడుకే సంతోషిస్తాడు. శిల్ప సంజాయిషీ ఇచ్చుకుంటుంది. తనకి మొదటి నుంచి స్త్రీగా వుండడమే తప్ప పురుషుడిగా వుండడం ఇష్టం లేదని, అందుకే ముంబైకి పారిపోయి ఆపరేషన్తో ఇలా మారిపోయానని అంటుంది. ఈ సమాజంలో వొక ట్రాన్స్జెండర్ మనిషికి ఎన్ని విధాల అణిచివేత, వివక్షతలున్నాయో తెలుస్తుంది. కొడుకు అడుగుతున్న ప్రశ్నలకి జవాబులిస్తూ చాలా విషయాలు తెలియపరుస్తుంది ఆ పాత్ర. అంతే కాకుండా అందరూ తిట్టడం, స్కూల్లోకి రాకుండా వాచ్మన్ అడ్డుపడడం, ప్రిన్సిపాల్ కూడా వ్యతిరేకించడం వీటన్నిటితో పాటు కాముకుడైన బెర్లిన్ శిల్పను బలవంతం చేసి సెక్సుకు వొప్పిస్తాడు. తప్పిపోయిన తన కొడుకు గురించి వెళ్ళి వుంటుంది శిల్ప. గతంలో తాను ఇద్దరు పిల్లలను ఎత్తుకెళ్ళడం, తర్వాత వారే ట్రాఫిక్ సిగ్నల్ దగ్గర వికలాంగుల రూపంలో అడుక్కుంటూ కనిపిస్తారు. అప్పుడు చేసిన పాపమే ఇప్పుడు తనకు జరుగుతున్న పరిణామాలకు కారణం అనుకుంటుంది. చివరికి తల్లీ కొడుకులు శిల్పను శిల్పగానే స్వీకరించడంతో వాళ్ళ కథ సుఖాంతమవుతుంది.

ఇన్ని కథలలో మరో బుల్లి కథ ఏలియన్ ది. నేనైతే దాన్ని పట్టించుకోలేదు. నాకు ఇది అతకలేదనిపించింది. అనవసరమని కూడా అనిపించింది.

మనిషికి వుండే అరిషడ్వర్గాలు ఆడించే నాటకం మనకు వివిధ పాత్రలతో చెబుతాడు. అన్నిటికంటే గొప్ప విషయం వొక ట్రాంజెండర్ కథను చెప్పడం. ఆ పాత్రను విజయ్ అద్భుతంగా పోషించాడు. వున్న కథలన్నిటిలో ఈ కథకు సంపూర్ణ న్యాయం జరిగింది. ఆ బుడ్డోడు కూడా చాలా బాగా చేశాడు. వొక

గృహిణి ఇష్టపూర్వకంగా సాఫ్ట్ పోర్న్‌లో నటిస్తుంది, యెందుకంటే తనకు నటన మీద ఆసక్తి యెక్కువ. చేసిన ఆ పనికి ఆమెలో అపరాధ భావన కూడా వుండదు. కానీ అది కొడుకు మీద యెలాంటి ప్రభావం చూపిస్తుందో చెబుతాడు. లక్షల మంది అలాంటి సినిమాలు చూసే వాళ్ళుంటే కనీస పదుల సంఖ్యలో అయినా నటులు వుండాలిగా, చూస్తే లేని తప్పు చేస్తేనే వచ్చిందా? రమ్యకృష్ణ పాత్ర తీర్చిదిద్దిన పద్ధతి, ఆమె నటనా చాలా నాటకీయంగా వున్నాయి, అయితే ఆమెద్వారా వొక విషయాన్నైతే బలంగా చెప్పగలిగాడు. సమాజంలో వున్న సమస్త అణచివేతలకు ప్రతీకగా బెర్లిన్ పాత్రను పెరుమాళ్ చాలా బాగా పోషించాడు. ఆ జంటలో ఫాసిల్ నటన బాగుంది, పెద్ద పెద్ద కళ్ళతో వొక్క ఫ్రేములో కూడా వట్టి వైఖరి (blank expression) వుండదు. అహం దెబ్బతిన్న ఆ మనిషి ఆ రోజంతా జరిగిన విచిత్ర పరిణామాలతో మొదటిసారి భార్యతో దగ్గరవడం బాగుంది. అయితే వేంబు పాత్రనే కొంచెం నమ్మబుద్ధి కాదు. తన కాలేజీ నాటి స్నేహితుడు ఆమెను మరచిపోలేక పోవడం, చాక్లెట్ ఇచ్చి నచ్చచెప్పే బాలుడు కాదు కాబట్టి అతన్ని సంతోషపరుస్తాను అని పిలిపిస్తుంది. చేసిన దానికి అపరాధ భావన వుండదు. ఎలాగూ భార్యాభర్తల మధ్య దగ్గరితనం లేకపోగా మానసిక దూరమే ఎక్కువ. అతను విడాకులిస్తానంటే వొప్పుకుంటుంది. పెళ్ళికి ముందు ముగ్గురు ప్రేమికులు వున్న ఆమె ఈ కారణంతో కాకుండా చాపల్యమో, చపలచిత్తతోనో ఆ పని చేసినట్టు చూపిస్తే నమ్మబుద్ధి అయ్యేది.

పి ఎస్ వినోద్, నీరవ్ షాలను ఛాయాగ్రాహకులుగా తీసుకుని చాలా సమార్థవంతంగా కథను చెప్పాడు దర్శకుడు. అదనంగా ఈ చిత్రంలో రంగును కూడా వొక ప్రత్యేక పాత్రలాగా ప్రవేశ పెట్టాడు. ఆ యెరుపు, నీలం, పసుపు అన్నీ కథకు అవసరమైన బలాన్నిస్తూ, కొత్త రకమైన అనుభూతినిస్తాయి.

ఇన్ని మంచి విషయాలున్నప్పుడు కొన్నిటిని పట్టించుకోకుండా వుంటే సరి. ఆ ఏలియన్ పాత్ర కథలో ఇమడలేదు. సినిమా నిడివి మూడు గంటలు, అది కనీసం అరగంట వరకూ కుదించినా సరిపొయ్యేది. కొన్ని సన్నివేశాలు (పోలీసు స్టేషన్‌లో, సబ్ వేలో, బడిలో వగైరా) చాలా బాగుంటే మరికొన్ని చప్పగా వున్నాయి. తన మనస్సు మాట విని నడచుకున్న శిల్ప, లీల పాత్రలు. ప్రతి పాత్రలోనూ మార్పు రావడం. అద్భుతంగా మారిన మానిక్కం తన వలెనే

శిల్ప కూడా సునామి నుంచి తప్పించుకుంది, అయితే ఒక మామూలు రాతిని పట్టుకుని అని తెలిసి విచికిత్సలో పడతాడు. మరోసారి అతనిలో మార్పు వస్తుంది. తన స్వార్థం కోసం కుటుంబాన్ని వీడినా చివరికి తను చేసిన పొరపాట్లకు పశ్చాత్తాప పడి కుటుంబానికి చేరువవుతాడు. ఇలా చెప్పుకుంటూ పోతే చాలా విశేషాలున్నాయి.

ప్రత్యేకంగా విజయ్ సేతుపతి కోసమన్నా మరోసారి చూడతగ్గ చిత్రం.

టీస్పూన్

సత్యజిత్ రాయ్ తీసిన "పథేర్ పాంచాలి" చూసిన వారెవరైనా ఆ ముసలామె పాత్ర వేసిన చునీబాలాదేవిని మరచిపోలేరు. అంత అద్భుతంగా నటించింది ఆవిడ. తను నిజంగానే వో స్టేజ్ అర్టిస్టు. అంత వయసు వచ్చినా నటించడానికి కారణం, రాయ్ నుంచి తనకు దొరికే నశ్యం సరఫరా. నశ్యం కాకపోతే మరొకటి. కానీ ఆ వ్యామోహంతో నటిస్తానని ఒప్పుకుని మన జ్ఞాపకలో నిలిచిపోయింది. నాకైతే ఆ పాత్ర మరో ఆలోచనను కలిగించింది. క్రూరత్వమంటే ఏమిటి? మనం ఆ పదాన్ని ఎలాంటి సందర్భాలకూ, క్రియలకూ అన్వయిస్తామో దానికంటే చాలా విస్తృతమైన పరిధి కలది క్రూరత్వం. ఇందులో హరిహర రాయ్ పక్కవూళ్ళో పని చేస్తుంటాడు. వూళ్ళో భార్య శర్బోజాయ తన ఇద్దరు పిల్లలనూ, చుట్టమైన ఓ ముసలామెను చూసుకుంటూ వుంటుంది. ఆ ముసలామె వంటగదిలోంచి తిండి దొంగలించి తినడం, ఆ కారణంగా శర్బోజాయ మాటలు పడటం అనేది అక్కడ ఎంతటి బీదరికం వుందో చెబుతుంది. అలాంటి పరిస్థితులు మనుషులను క్రూరులుగా కూడా మారుస్తాయి. ఆ ముసలామె పట్ల క్రూరత్వమే నాలో ఆ ఆలోచన కలిగేలా చేసింది. కానీ శర్బోజాయ కూడా నిస్సహాయురాలు. స్వతహాగా అలాంటి మనిషి కాదు.

ఒక్క ముక్క చెప్పడానికి ఇంత కథ వ్రాయవలసి వచ్చింది. సందర్భం ఏమిటంటే ఈ రోజు చూసిన "టీ స్పూన్" అనే లఘు చిత్రం కూడా అలాంటి భావాలే రేపాయి నాలో. భర్త రాజీవ్ (వక్వర్) ఓ ఇన్సూరెన్స్ కంపెనీలో చేస్తుంటాడు.

తరచూ వూళ్ళు తిరగాల్సి వచ్చే ఉద్యోగం. క్లెయిలు వస్తే ఇన్స్పెక్ట్ చెయ్యాలి, అందులో దొంగ క్లెయిలున్నవాళ్ళు ఒకోసారి బెదిరిస్తారు కూడా, అంటే కాస్త రిస్కీ జాబ్. ఇంట్లో మామగారు (బోమీ దోతీవాలా) పక్షవాతం వచ్చి పడక మీదనే అన్నీ, మాట్లాడలేడు. ఏమి కావాలన్నా స్పూన్‌తో మంచం పక్కన కొట్టి వ్యక్త పరుస్తాడు. ఇక మిగిలింది ఎవరు? భార్య కవిత (శ్రీస్వర). గృహిణి అన్న మాటే గానీ క్షణం తీరిక వుండదు. ఇంట్లో వుండి చేయగల మార్కెటింగ్ పని చేస్తుంటుంది. హోల్ సేల్ గా కొనుక్కుని లిప్‌స్టిక్ లాంటివి ఫోన్ మీద ఆర్డర్లు తీసుకుని సప్లై చేస్తుంటుంది. అదనంగా ఆ స్పూన్ చేసే టక్కుటక్కులకు స్పందిస్తూ ఆయనకేం కావాలో అమర్చి పెట్టడం. ఇందులో ఆమెకు ఏ సాయమూ వుండదు. ఒక పక్షపాతం వచ్చిన వ్యక్తిని **24** గంటలూ చూసుకోవడమనేది ఎలాంటి కష్టమో ఊహించడం కష్టం. ఆ స్పూన్ టక్కుటక్కు శబ్దాలు ఆమెను పిచ్చిదానిలా మార్చేస్తాయి. వీటి పరిణామాలు ఏమిటన్నది మిగతా కథ.

అబన్ భరూచా దేవ్హాంస్ దీని రచయితా దర్శకుడూ నూ. చాలా బాగా చెప్పాడు కథను దృశ్యపరంగా, శబ్దపరంగా. ఆ సౌండ్ డిజైన్ కూడా బాగుంది. మొదట్లో ఆమె ఫోన్ మీద స్నేహితురాలితో మాట్లాడుతూ వుంటుంది, వేరే ఏ శబ్దమూ లేదు వంటింట్లో పని తప్ప. ఇంతలో వినిపిస్తుంది స్పూన్ చప్పుడు. ఆమె బిజీగా వుండి, ముఖం చిట్లిస్తూ ఫోన్ పెట్టేసి మామగారి దగ్గరికెళ్తుంది. అక్కడి నుంచి ధ్వని పెరుగుతూ ఒక క్రెసెండో ని చేరుకుంటుంది. ఆ తర్వాత లిటరల్‌గా శ్మశాన నిశ్శబ్దం. తర్వాత రోదన. మరలా ఆ స్పూన్ చప్పుడు. ఒక circular structure ఇవ్వడం, ఒక ఆవృతంలో ఆరోహణా అవరోహణా చూపించడం లాగా. రజత్ ఢోలకియా, రాజేష్ సింఘ్ లు సంగీత దర్శకులు. ఫిరాక్, మిర్చ్ మసాలా, హోలీ లాంటి చిత్రాలు చేసిన రజత్ ఢొలకియా అందరికీ తెలిసిన వాడే. రాజేష్ సింఘ్ నాకు కొత్తే. బిష్వదీప్ ఛాటర్జీ సౌండ్ డిజైన్ చేసాడు. వి నారయణన్ ఛాయాగ్రహణం కాస్త జాగ్రత్తగా గమనించాల్సినది. ఈ విషయంలో దర్శకుడూ DOP ఇద్దరూ కలిసి చేసే పని వుంటుంది. ఆ మిజాన్ సెన్ లు కథను చాలా బలంగా చెబుతాయి. సోఫాలో కూర్చుని వున్న ఆమె, అటూ ఇటూ చిన్న దిళ్ళు, కాస్మెటిక్ సామాన్లు, ఎదుట బల్ల మీద పరచిన కాస్మెటిక్ సామాన్లు, కవర్లలో. కిక్కిరిసి వుంటుంది ఆ ఫ్రేం. ఒక

పుస్తకంలో లెక్కలన్నీ వ్రాసి వుంచే పని. వచ్చిన ఆర్డర్లకు తగ్గట్టుగా అన్నీ పేక్ చేయడం చేస్తుంటుంది. ఈ లోగా ఫోన్ మోగితే దాన్ని వెతకడానికి అన్నీ కదపాల్సి రావడం. ఇది ఒక దృశ్యం మాత్రమే. ఇలాంటివెన్నో. చాలా సీన్లు మనలో ఒక claustrophobic effect తెస్తాయి. దానికి శబ్దం కూడా అంతే సాయం చేస్తుంది. ఆ స్పూన్ చప్పుళ్ళు ఆమెతో పాటు మనల్ను కూడా గాభరాకు గురిచేస్తాయి. ఇక ఈ క్లాస్ట్రోఫోబియాను అనుభవిస్తున్న ఆమె గురించి ఆలోచించండి. అందరూ ఒక టీం గా మనకు మంచి చిత్రాన్ని అందించారు. ఈ అబన్ భరూచా దేవ్ హంస్ పేరును గుర్తుపెట్టుకోవాల్సిందే.

Spoiler alert ఆమె కష్టం ఎవరికీ అర్థం కాదు. మామూలుగానే గృహిణిని పని చేయని వ్యక్తిగా చూస్తారు. మాట్లాడితే వంట కూడా పెద్ద పనేనా అన్నట్టుగా వుంటుంది ధోరణి. అలాంటిది ఇంటినుంచే వ్యాపారం చేస్తూ, లెక్కలు వ్రాస్తూ, వంటా ఇతర పనులు చేస్తూ, భర్తకు వేళకు అన్నీ అందిస్తూ, ఒక పక్షపాతం వచ్చిన మనిషిని కూడా చూసుకోవడం అంటే ఎంత పెద్ద బరువో ఎవరూ గ్రహించరు. ఆమె ఇల్లు వదిలి బయటికి పోవడానికి లేదు. ఈ సారి నాలుగు రోజులు ఖండాలా తిరిగి వద్దామంటే మరి నాన్నో అంటాడు భర్త. ఓల్డ్ ఏజ్ హోం లో పెట్టి వెళ్దామంటుంది. ఎంత ఖర్చో తెలుసా అని కసురుకుంటాడు. ఆమె సరిహద్దు ఇంటి వసారానే. పక్కింటావిడతో వసారాలోనే నిలబడి కబుర్లు చెప్పుకుంటుంది. మరో ముఖం చూడడానికి వుండదు. ఖైదు. పగలూ రాత్రి భర్త అడుగుతుంటాడు నాన్నకు అంతా బాగుంది కదా అని. ఆమె ఫిర్యాదు చేసినా నువ్వు పెద్దది చేసి చెబుతున్నావంటాడు. ఎవరూ నమ్మరు గాని ఆ పెద్దాయన కూడా కొడుకు ఇంట్లో ఉన్నంత సేపూ బుద్ధిగా వుంటాడు, అతను వెళ్ళిన తర్వాతే స్పూన్ చప్పుళ్ళు. ప్రతి చిన్న దానికీ. ఆమె వచ్చే దాకా ఆగే ప్రసక్తే లేదు చప్పుడు చేస్తూనే వుంటాడు, చేతిలో పని చప్పున మానేసి రావాలి ఆమె. ఒక సారి కోపంగా ఆ స్పూన్ లాగేసుకోవాలి అని చూస్తుంది, దాన్ని అంతే గట్టిగా హృదయానికి దగ్గరగా పట్టుకుంటాడతను. ఈ సీన్ చాలా ప్రభావవంతంగా వచ్చింది. ఏ కాస్మెటిక్ కంపెనీ దగ్గరినుంచి ఆమె సామాన్లు కొంటుందో అతనితో పేచీ వస్తుంది, లెక్కల విషయమై. ఫోన్లో గట్టి గట్టిగా వాదిస్తుంటుంది. శబ్దం కూడా ఇప్పుడు తీవ్రంగా వుంది. మనకు కూడా ఒక

urgency, trepidation లాంటి అనుభూతులు కలుగుతాయి. అంతలో స్పూన్ చప్పుడు మొదలవుతుంది. ఆమె కోపంగా తర్వాత మాట్లాడుతాను అని ఫోన్ పెట్టేసి మామగారి దగ్గరికెళ్తుంది. క్షణికావేశంలో అక్కడున్న దిండు తీసుకుని అతని ముఖంపై పెట్టి నొక్కేస్తుంది. తక్షణం పోతాడా పెద్దాయన. ఆమెకు ముచ్చెమటలు పట్టేస్తాయి. ఇది ఆమె ఊహించనిది. ఆమె చర్య కూడా అనాలోచిత చర్య, frustration కారణంగా చేసినది. ఇన్ని రకాలుగా వేదనలకు గుర్రైన ఆమెకు ఇప్పుడు guilt అనే అదనపు బరువు. తర్వాతి షాట్లు చూడండి. ఒక ఫ్రేంలో బోల్డన్ని చెప్పులు. తర్వాతి ఫ్రేంలో తెల్ల చీరలు కట్టుకుని కూర్చున్న ఆడవారు. ఆ తర్వాతి షాట్ లో వాళ్ళ ముందు రాజీవ్, ఏడుస్తున్న కవిత. పన్నెండు రోజులైపోయాయి, కవిత ఏడుపు తగ్గట్లేదు. భర్త కసురుకుంటాడు ఆయన బ్రతికున్నప్పుడు ఏమీ చెయ్యలేదు, ఇప్పుడు ఈ ఏడుపు డ్రామా ఆపు అంటాడు. ఇక క్లైమేక్స్. ఆమె టీ చేసి భర్తకిస్తుంది. మరలా వంటగదిలోకెళ్ళి వేరే పని చేస్తుంటుంది. ఇంతలో స్పూన్ చప్పుడు. ఆమె పిచ్చిదానిలా మామగారి గదిలోకెళ్ళి చూస్తుంది. ఎవరూ లేరు. ఇల్లంతా చూసి చివరికి భర్త దగ్గరికి వస్తుంది. అతను పేపర్ చదువుతూ ఎదుట వున్న సాసర్ మీద స్పూన్ తో అనాలోచితంగా శబ్దం చేస్తున్నాడు. ఆ పెద్దాయన పోయినా ఆమెకు మాత్రం విముక్తి లేదు. ఎందుకంటే ఆమెకు ప్రతివైపునుంచీ ఈ "దాడి" వుంటుంది.

ఒక్క సారిగా పరిసరాల స్పృహ తెప్పించే “థప్పడ్”

తెలుగు సినీ రంగం నుంచి నిష్క్రమించి తాప్సీ పన్ను తనకి, మనకీ, హిందీ చిత్ర రంగానికీ పెద్ద ఉపకారమే చేసింది. హీరో పేరు చూసి సినిమాకెళ్ళే జనం తాప్సీ పన్ను లాంటి హీరోయిన్ పేరు చూసి కూడా సినిమాకెళ్ళడం మంచి మార్పే.

ఈ చిత్రంలోని పాత్రధారులందరూ ఐస్ ఫ్రూట్ తింటూ రకరకాల పరిస్థితుల్లో పరిచయం అవుతారు. వొకరికొకరు ఏదో సందర్భంలో సంబంధం వున్న పాత్రలే అవి, కలిపి వుంచిన సూత్రం ఇక్కడ ఐస్ ఫ్రూట్ అయితే, తర్వాతి కథలో ఆత్మావలోకనం.

తీర్చిన ముగ్గు లాంటి ఇల్లు. డయాబిటీస్‌తో బాధ పడుతున్న అత్త సులక్షణకూ (తన్వి ఆజ్మి), వొక కంపెనీలో మంచి స్థాయిలో వున్న, త్వరలో లండన్ శాఖకు బాస్ గా ఎదగబోతున్న, భర్త విక్రంను (పవైల్ గులాటి) ప్రేమపూర్వకంగా చాకిరీ (అంటే శ్రమేనండీ) చేస్తున్న అమృత (తాప్సీ పన్ను). ఎవరికి ఏ వేళలో ఏది అవసరమో అన్నీ గుర్తుపెట్టుకుని చూసి, చేసిపెట్టే పన్నుని చూస్తే ముచ్చటేస్తుంది. ఫైర్ బ్రాండ్ పన్ను ఇలా అణిగిమణిగిన లేదా ప్రేమతో నిండిన గృహిణిగా కనిపించడం మామూలు విషయం అయితే కాదు. ఎందుకో తెలీదు గాని మామగారు, మరిది/బావగారు వేరే ఇంట్లో వుంటారు. అత్త విక్రంను విడిచి వుండలేనని భర్తకు దూరంగా వుంటుంది. ఎక్కువ సంభాషణలు

లేకుండానే తన్వీ చాలా కథను వ్యథనూ చెబుతుంది. లండన్ కు బదిలీ సందర్భంగా ఏర్పాటు చేసిన పార్టీలో నెమ్మదిగా విక్రంకు తెలుస్తుంది, తను బాస్‌గా కాకుండా అక్కడి శ్వేతజాతి స్త్రీ (color and gender) కి కింది అధికారిగా వెళ్తున్నాడు అని. కోపంతో వూగిపోతాడు. అందరూ అనునయించడానికి ప్రయత్నిస్తుంటారు. పక్కకు లాగబోయిన అమృతను కోపంతో అందరి ముందూ చెయ్యి చేసుకుంటాడు. (థప్పడ్ అంటే చెంప దెబ్బ).

ప్రపంచం దాని గతిలో అది కదులుతూ వుంది, కాని అమృత చేష్టలుడిగి వుండిపోతుంది. చాలా హడావిడిగా పనులు చేసిన ఆ ఇంట్లోనే ఉలుకు పలుకు లేకుండా మసలుతుంది. నెమ్మదిగా విషయం మెదడులో ఇంకేసరికి కొన్నాళ్ళ పాటు పుట్టింటికి వెళ్తానని బయలుదేరుతుంది. ఆలోచించిన కొద్దీ మనుషుల మధ్య వున్న సంబంధాలలో అధికారం అనేది ఎలా పనిచేస్తుందో అర్థమవుతుంది. విడాకులు తీసుకోవాలని నిశ్చయించుకుంటుంది. తల్లి, అత్త, తమ్ముడు, ఆఖరుకు లాయర్ నేత్ర(మాయా సరా) కూడా నచ్చచెప్పజూస్తారు. కేవలం వొక్క చెంపదెబ్బకేనా? అని వొకరంటే చీటింగ్ ఒక్కసారి చేసినా చీటింగే అంటుంది. ఆడవాళ్ళం కదా అణిగి వుండాలి, సర్దుకు పోవాలి అంటారు అత్తా అమ్మానూ, మేము కూడా అంతే కదా అని. ఒక్క తండ్రి (కుముద్ మిశ్రా) మాత్రం కూతురు పక్షం. నీ మనస్సాక్షి ఏది చెబితే అదే చెయ్యి, అయితే తీసుకున్న నిర్ణయాలు ఒకోసారి మంచి ఫలితాలివ్వకపోవచ్చు అన్న ఎరుకతో అంటాడు. పక్కనే వున్న తల్లి, మేమందరం సర్దుకుపోలేదా అంటుంది. తండ్రి ఆమెను ఆశ్చర్యంగా చూస్తాడు. నాకు సంగీతం అంటే ఇష్టం వుండేది, కానీ పెళ్ళయ్యాక మానెయ్యలేదా అంటుంది తల్లి (రత్నా పాఠక్ షా). నేనేమీ అడ్డు చెప్పలేదే అంటాడు గాని, తను కూడా ఎప్పుడూ ఆమె ఇష్టాఇష్టాలు అడిగి మరీ తెలుసుకోలేదు. అంటే covert గానో overt గానో తనూ బాధ్యుడే. విక్రంకు భార్య లేని లోటు అర్థమవుతోంది, కానీ తను తప్పు చేసినట్లు అనిపించదు, తను చేసినది తప్పనీ ఎవరూ చెప్పరు. అదే అహంకారంతో, మగజాతి లక్షణాలతో స్పందిస్తాడు. విడాకుల పర్వంలో అతను వైవాహిక హక్కుల (conjugal rights) గురించి కేసు వేస్తే, ఆమె ముందు పరస్పర ఇష్టపూర్వకంగా విడాకులు ఎలాంటి భరణం లేకుండానే కోరుతుంది. ఎందుకంటే అతను కష్టపడి సంపాదించడం, తను ఇల్లు చూసుకోవడంతో చెల్లు కదా అని అమాయకంగా నమ్ముతుంది. తర్వాతి

పరిణామాలు నెమ్మదిగా ఆ కేసును గృహహింస (domestic violence) కారణంగా విడాకులకు నివేదనగా మారుస్తుంది. తర్వాత అమృత కథ ఎలా ముగుస్తుంది అన్నది మిగతా కథ.

ఈ జంట గురించి కథ చెబుతూ కొన్ని ఉపకథలు కూడా చెబుతాడు దర్శకుడు. పనిమనిషి సునీత (గీతికా విద్యా) కు ఇంటిదగ్గర భర్తతో రోజూ దెబ్బలు తినడం అలవాటై వుండడం. లాయర్ నేత్ర ఇప్పుడిప్పుడే పైకి వస్తోంది, రాదు మరీ భర్త పేరున్న లాయరు, మామగారు రిటైర్ అయిన పేరున్న జడ్జి (భర్త మాటల్లో). భర్తతో ఆమె అనుబంధం ఎలాంటిదో తెలీదు గానీ, మరో స్నేహితుడితో రహస్యంగా కలవడం చేస్తుంటుంది. ఒక కేసు గెలిచిన సందర్భంలో ఇంటికెళ్తే నేను ఈ కేసును ఇప్పించాను నాకు కృతజ్ఞతలు కూడా లేవా అంటాడు భర్త. మెసేజ్ చేశానుగా అంటున్నా వినిపించుకోకుండా నాకు కృతజ్ఞతలు ఎలా కావాలో అలా తీసుకుంటాను అంటూ ఆమెను బలవంతం చేస్తాడు. ప్రేమలో వున్న తమ్ముడు కూడా అమృతకు నచ్చజెప్పాలనే చూస్తాడు, తన ప్రియురాలు అక్కకు మద్దతునిస్తే ఆమెను వదిలి వెళ్ళిపొమ్మంటాడు. (తర్వాత తగ్గి, అర్థం చేసుకుని క్షమాపణలు అడుగుతాడు వున్న పాత్రలలో వయసులో చిన్నవయసు పాత్ర.) ఇదంతా చెప్పేది వొక్కటే ఈ సమాజంలోని మానవ సంబంధాలు అనేవి ఎలా వున్నాయో అలాగే కొనసాగడానికి అందరూ యథాస్థితిని పూర్తిగా అంగీకరించడమే. పేరు వున్నా, తెలివితేటలూ చదువూ వున్నా, బీద అయినా, చదువు రాని వారైనా ప్రతి స్త్రీ కథ దాదాపు వొక్కలాగే వుండడానికి కారణం. పురుషులు అయాచితంగా వచ్చే అధికారాన్ని, స్త్రీలు అణిగి వుండి, సర్దుకుపోయే గుణాన్ని. అంతే తప్ప స్త్రీ పురుషుల మధ్య యుద్ధంలా చూపించి, పురుషులను విలన్లుగా చూపించలేదు. ఫెమినిస్టు కానివ్యక్తి అయినా ఇది చూసి క్షణం పాటైనా అపరాధ భావన అనుభవిస్తాడు.

"ముల్క్" లాంటి చిత్రం చూసిన తర్వాత "థప్పడ్" చూడటం అంతే సంతృప్తికరంగా వుంది. అనుభవ్ సిన్హా దర్శకత్వం, అనుభవ్ సిన్హా మృణ్మయి లాగూ (రీమా లాగూ కూతురు) కలిసి వ్రాసిన స్క్రిప్ట్ బాగున్నాయి. అందరి నటనా చాలా బాగుంది. ముఖ్యంగా తాప్సీ పన్ను. మొదట్లో ఒద్దికగా, తర్వాత అసమంజసంలో వుండి కదిలే శిల్పంలా, తర్వాత నెమ్మదిగా బలపడుతున్న

స్వరంతో క్రమంగా వస్తున్న ధృఢత్వంతో చాలా బాగా నటించింది. భర్త కూడా వొక విలన్‌లా కాకుండా మగవాడిగా పుట్టడంతోనే వచ్చిన సౌకర్యాలు, అధికారాలూ అనుభవిస్తున్న స్వార్థపూరిత మగవాడిగా పవైల్ గులాటి నటన బాగుంది. అలాగే ఇతర పాత్రలు. అందరి నటనా ఆ స్థాయిలో వుండడం వలనే ఈ చిత్రం ఇంత ప్రభావవంతంగా వచ్చింది. సౌమిక్ ముఖర్జీ కెమెరా, యశ రామచందాని ఎడిటింగ్ బాగున్నాయి.

లాయర్ నేత్ర అంటుంది కేవలం వొక్క చెంప దెబ్బ కొట్టినందుకే విడాకులు అంటే కోర్టు ఒప్పదు. ఒక్కసారి కూడా చెయ్యి చేసుకునే అధికారం అతనికి లేదు. తన వృత్తి సంబంధమైన వొత్తిడుల కారణంగా కొట్టానన్నా కుదరదు, ఏం ఆ అన్యాయం చేసిన అధికారుల మీద చెయ్యి చేసుకోగలడా? "పింక్" లో నో ఇజ్ నో, ఇక్కడ చెంప దెబ్బ ఒక్కసారి కూడా కూడదుగా పరిణతి చెందింది. ఒక్కసారి వద్దన్నా అర్జున్ రెడ్డి గుర్తుకొస్తున్నాడు. తన ఆవేశంలో ఆమెను కొట్టినా, సెక్స్‌కు ఒప్పుకుని రానిచ్చిన స్త్రీ మనసు మార్చుకుని నో అన్నా కత్తి చూపించి బెదిరించి అనుభవించడానికి ప్రయత్నించడం లాంటివన్నీ ఈ మౌలికమైన విషయాన్ని అర్థం చేసుకుంటే తేటతెల్లం అవుతుంది.

I can see some of you muttering "Oh, no! Not again"

మొదట్లో submissive గా వున్న అమృత ఒక్కసారిగా మారిపోలేదు. ఆ మార్పు ఒక సుదీర్ఘ ప్రయాణం. కష్ట పెట్టింది. కొలిమిలో బంగారంలా మండింది. పిల్లి అయినా బంధించిన గదిలో తన స్వేచ్ఛ కోసం ఎదురు తిరుగుతుంది. అలాంటిదే అమృత విషయం లోనూ జరిగింది. Introspection కి దారి తీసిన పరిస్థితులు ఆమెలోని మార్పుకు బీజం వేసాయి. కొన్ని చిత్రాలు ఏదో "విషయాన్ని" చెప్పాలనుకుని తీయబడతాయి. ఇంకొన్ని కథ మినహా మరేమీ చెప్పవు. దేని విలువ దానిదే.

తల్లిదండ్రులు విశాల భావాలు ఉన్నవాళ్ళైనా అమృత submissive గా ఎందుకు వుంది? చెప్పలేం. పిల్లలకు కూడా సొంత ఆలోచన, వ్యక్తిత్వం, అనుభవాలు, గమనింపు అన్నీ వుంటాయి కదా. నేను వంటతో సహా ఇంటి పనులన్నీ చేస్తాను, కానీ మా అబ్బాయికి వంట చెయ్యడం అస్సలు ఇష్టం లేదు, నచ్చని బయటి

తిండి తింటాడు కానీ బతిమాలినా వంట నేర్చుకోడు. పిల్లలంతే.

ప్రేమ అనే పదాన్ని నిర్వచించడం కష్టం. ఆమెకు భర్త పట్ల care వుంది. మరి అతని మనసులో ఏముందో? ఆ చెంపదెబ్బ తగిలే దాకా ఆమెకు ఆలోచన కూడా రాలేదు, తెలుసుకోవాలని. ఉదాసీనంగా, నిస్పృహతో వుంటుంది. అమ్మా వాళ్ళింటికి వెళ్తుంది. అందరి మాటలూ వింటుంది. తండ్రితో చర్చిస్తుంది. కానీ అతనిలో ఎలాంటి పశ్చాత్తాపమూ ఉండదు.

ఆమె అతన్ని ఆస్తులు, స్టేటస్, సుఖవంతమైన జీవితం కోసం చేసుకుందా? తెలీదు. కానీ లాయర్‌తో తనకు భరణం గానీ compensation గానీ వద్దంటుంది. అది ఆమె బాగా ఆలోచించుకుని తీసుకున్న నిర్ణయం. చెంప దెబ్బ నుంచీ ఇక్కడి దాకా చాలానే ప్రయాణించింది ఆమె. కొంతమంది వుంటారు విడిపోయే ధైర్యం చేయలేక abusive relationship లో కొనసాగుతారు. తన్వి విడాకులు తీసుకునే ధైర్యం చేయదు గానీ, అతని నుంచి వేరుగా ఉంటుంది. అది ఆమె limitation.

చిన్న చిన్న విషయాలు ఎంత ముఖ్యమో, విశాల చిత్రం చూడడం కూడా అంతే ముఖ్యం. అంటారు కదా Should not miss trees for woods అని. దానికి వ్యతిరేకం కూడా కరక్టే.

ఈ చిత్రం లో లోపాలు లేవా అంటే తప్పక వున్నాయి. మొత్తం మీద చూడాలి. ఈ చిత్రం ఏం చెబుతుంది? భర్త చెయ్యి చేసుకుంటే విడాకులు తీసుకోమనా? కాదు. తనకై తాను ఆలోచించడం, తన నిర్ణయాలు తనకు మేలు చేసేవిగా తీసుకోవడం నేర్పిస్తాయి, నేర్చుకుంటే.

ఇప్పటికే ఇలాంటి చిత్రం outdated అయి వుండాల్సింది. ఇంకా వస్తున్నాయి, మనం మాట్లాడుకుంటున్నాము అంటే ఏమిటి అర్థం? ఇలాంటి కథలు redundant అయ్యే రోజు కోసం నిరీక్షణ.

The great Indian kitchen

ఫెమినిస్ట్ చిత్రాలు లౌడ్ గానే వుండక్కర్లేదు. సటల్‌గా, మాటలతో కాకుండా దైనందిన జీవన చిత్రణతో చూసేవారిని సెన్సిటైజ్ చేసేలా వుంటే మరింత ప్రభావవంతంగా వుంటుంది.

కేరళలో అయ్యప్ప స్వామి గుడిలో ఆడవారిని కూడా అనుమతించాలంటూ గొడవ రేగింది అప్పట్లో. హేతువాదులు స్త్రీల బహిస్టు ఒక సహజమైన శారీరిక ప్రక్రియ, అదేం పాపం, నీచం, అంటరానిదీ కాదు. రాజ్యాంగం ప్రకారం స్త్రీ పురుషుల మధ్య సమానమైన హక్కులున్నప్పుడు ఆడవారిని గుళ్ళోకి అనుమతించకపోవడం న్యాయసమ్మతం కాదు. కానీ సంప్రదాయ వాదులు ఇది నడుస్తూ వస్తున్న సంప్రదాయం, దాన్ని కోర్టు కూడా ప్రశ్నించడానికి లేదు అన్నట్టు మాట్లాడారు. (ఒకప్పుడు దేవాలయాల్లో అస్పృశ్యులు అని చెప్పి కొంతమందికి ప్రవేశం లేకుండా చేసారు. ఇప్పుడది మారింది. ఇక మార్పు ఇక్కడ అవసరం. Society is in the mode of fulx for ever. ఎప్పటికప్పుడు జరగాల్సిన మార్పు జరగాల్సిందే. దానికి సన్నద్ధం చేసే పని కళా రూపాలది.)

ఈ చిత్రం మొదలు కావడమే 'Thanks science" అన్న ప్లకార్డ్ తో మొదలవుతుంది. అంటే దర్శకుడు, అతని ఫోకస్ ఎటు వున్నదో ముందు చెప్పి ఆనక కథ చెబుతున్నాడు. ఆ ఇంట్లో ప్రతి ఏటి లాగే ఆ యేడు కూడా వున్న ఇద్దరు పురుషులు, తండ్రీ కొడుకులు అయ్యావ్ప మాల వేసుకోవాలనుకుంటారు. ఆ రాత్రి పక్క మీద వున్న భర్త భార్యతో అంటాడు,

రేపటి నుంచి నేను బ్రహ్మచర్యం పాటించాలి, ఇవాళ్టి తర్వాత మళ్ళీ మనం కలిసేది దీక్ష పూర్తి అయ్యాకే అని. ఏమనుకోనంటే ఓ మాట అంటాను. ఆ సమయంలో నాకు నెప్పిగా వుంటుంది, నువ్వు ఫోర్ప్లే చేస్తే వుండక పోవచ్చు. అతను స్టన్ అయ్యి అంటే నీకు ఇవన్నీ తెలుసన్న మాట అంటాడు. అతని అహం దెబ్బతిన్నది. అసలు ఫోర్ప్లే చేయాలని అనిపించాలంటే నిన్ను చూస్తే ఆ మూడ్ రావాలిగా అంటాడు. ఆమె ఆత్మాభిమానం దెబ్బ తింటుంది.

ఆమెకు బహిష్టు అవుతుంది. వారం పాటు ఇంట్లోకి రాకూడదు. వంట మనిషీ, మామగారి సోదరీ వచ్చి ఇంటి పని చేస్తారు. ఆ వచ్చినావిడ కూడా నువ్వు మంచం మీద పడుకోకూడదు, ఇది చెయ్యకూడదు అది చెయ్యకూడదు అంటూ దండకం వల్లిస్తుంది, భర్తా మామగార్లు చెబుతున్నది చాలనట్టు. చేతిలో మొబైల్ వుండడం, ఫేస్బుక్ ద్వారా కొన్ని, టీవీ వార్తలు వినడం ద్వారా కొన్ని విషయాలు ఆమె తెలుసుకుంటుంది. సంప్రదాయం పేరుతో జరుగుతున్న శోషణ, అవమానం, అన్యాయాలను ఎండగడుతూ ఆమె ఒక పోస్ట్ పెడుతుంది. ఆమె స్నేహితురాలు దాన్ని ఫార్వార్డ్ చేస్తుంది. సంప్రదాయ రక్షకులు ముందు ఆ స్నేహితురాలింటికెళ్ళి బెదిరించి, అక్కడున్న స్కూటర్ను తగలబెట్టేస్తారు. ఆనక వీళ్ళ ఇంటికి వచ్చి ఫిర్యాదు చేస్తారు. ఆమె చేత ఆ పోస్టును డిలీట్ చేయిస్తానని అంటాడు భర్త. కానీ ఆమె భర్త మాట వినదు. మొదటి సారిగా ఎదురు తిరుగుతుంది.

మా మాట వినకపోతే ఈ ఇంట్లో నీకు స్థానం లేదు వగైరా అయ్యాక, ఆమె స్నానం చేసి "శుభ్ర" పడ్డాక వంటింట్లోకి వెళ్తుంది. బయట అయ్యప్ప పూజకు సన్నాహాలు జరుగుతున్నాయి. అందరికీ టీలు పంపించమని పురమాయింపు. బల్ల మీద కూర్చునే కోపంతో రగిలిపోతోంది ఆమె. భర్త వచ్చి, ఇంకా కాలేదా, ఎంత సేపు తొందరగా పంపు అంటాడు. లీక్ అవుతున్న సింక్ ట్యూబ్ నీళ్ళు కలెక్ట్ చేయడానికి పెట్టిన బక్కెట్టు తీస్తుంది. అందులోంచి ఆ మురికి నీళ్ళను రెండు గ్లాసుల్లో పోసి బయట పెట్టి వస్తుంది. అగ్గి మీద గుగ్గిలమైన తండ్రీ కొడుకులు కోపంగా లోపలికొస్తారు. వారు ఏమైనా అనే ముందు ఆ బక్కెట్టు తోనే మురికి నీటిని వారి ముఖాలపై విసిరి, తను బయటకు వచ్చేస్తుంది. ఆమె ఆ వంటింటి చాకిరీ చేయలేక వచ్చేసింది అనుకోవడం

పొరపాటు. పెళ్ళిచూపులప్పుడే అతను అంటాడు మనం అపరిచితులం, మాట్లాడుకోమని ఏకాంతం కల్పించారు ఏం మాట్లాడతాం? అతనికి ఆమె శరీరం నచ్చింది, ఇంకేం ఆసక్తి లేదు. ఇంట్లో కూడా తనకు కావలసినవి అన్నీ చెప్పి చేయించుకుంటాడు, ఆమె ఇబ్బందులు, అభిప్రాయాలు ఆలోచనలూ అనవసరం. బ్రష్ ఉదంతం దగ్గరా, ఉద్యోగం విషయం దగ్గరా తండ్రికే వత్తాసు పలుకుతాడు. పడక మీద కూడా ఆమె అతనికి ఒక ఇంఫ్లేటెడ్ డాల్ లాంటిదే. ఇద్దరికి సంబంధించిన శృంగారం ఇక్కడ అతనికి మాత్రమే సుఖదాయకం. బాధతో విలవిలలాడుతున్న ఆమె ముఖాన్ని చూడడో, చూసినా పట్టించుకోడో. ఇదీ కీలకం.

ఒక రకంగా ఇక్కడితో కథ అయిపోయినట్టే. కానీ ఆ తర్వాతి ఎక్స్టెన్షన్ కూడా అర్థవంతంగానే వుంది. ఆమె తల్లి ఇంటికి వెళ్తూ వుంటే దారిలో ఓ టెంట్ వేసుకుని మహిళలు సంప్రదాయాలను ఎట్టి పరిస్థితుల్లో రక్షించుకోవాలని నిరసన చేస్తుంటారు. ఇంటికెళ్తే తల్లీ, చెల్లెలూ ఆమెనే తప్పు పడతారు. తమ్ముడు వచ్చి తల్లిని మంచినీళ్ళిమ్మంటే తిడుతుంది, నువ్వు తీసుకోలేవా అని. తర్వాత లేచి తను డాన్స్ నేర్చుకున్న చోటే డాన్స్ నేర్పించడానికి వెళ్తుంది. ఒక డాన్స్ డ్రామాకు అది చివరి రిహార్సల్. అదే సాంప్రదాయ నృత్య రూపాన్ని ఆధునిక భావజాలాన్ని ప్రకటించడానికి ఆమె వాడుతుంది.

అయితే ఈ కథ నేరుగా చెప్పడం సాహసమే. ఈ మాత్రం కూడా సాహసమే. అసలు ఈ సంప్రదాయం అన్నది ఎలా స్త్రీలను అణిచి వేస్తుంది? ఇంట్లో ప్రతీదీ మగవాళ్ళు చెప్పినట్లే సాగాలి. ఎంత సేపూ వారి సుఖాలే తప్ప మరేమీ పట్టదు. ఎమ్మే చేసిన అత్తగారు కూడా అనుమతి దొరక్కపోవడం తో ఉద్యోగం చెయ్యకుండా ఇంటి చాకిరీనే చేస్తుంది. ఒకరికోసం కుక్కర్లో అన్నం, భర్త కోసం కట్టెల పొయ్యి మీద వార్చిన అన్నం. భర్త కోసం రోటి పచ్చడి. భర్తకు చెప్పులు అందించడం, పేస్ట్ వేసి టూత్ బ్రష్ అందించడం అన్నీ చేస్తూ ఆ "సాంప్రదాయానికి" లొంగి పోయింది. భర్తా కొడుకుల ఎంగిళ్ళ, టేబల్ మీద వున్న ఎంగిలి గలీజు అంతా మామూలుగా తీసేస్తుంది. కానీ కోడలు సహించలేకపోతుంది. మొహం వాంతి వచ్చేస్తుందేమో అన్నట్టు పెట్టి అయిష్టంగా చేస్తుంది. ఇక ఆ అత్తగారు ఇక్కడ చేస్తున్న చాకిరీ చాలదేమో, ఎక్కడో వున్న

కూతురు తన డెలివరీకి ముందే వచ్చేయమంటుంది. ఏడవ నెల తర్వాత వస్తానన్నా వినదు. అంటే ఇక అక్కడికెళ్ళి చాకిరీ చెయ్యాలి. ఇక్కడ పచ్చళ్ళూ అవీ చేసి, పులిబొంగరాల పెనం, చక్కిలాలు వత్తేదీ కూడా తీసుకెళ్తుంది కూడా. ఆమె పురుషులకు బానిస కాదు, పురుషస్వామ్యానికి. ఇదంతా ఎప్పటినుంచి ఇలా వుంది? గోడ మీద వున్న రకరకాల పటాలు, తెలుపు నలుపు లో, తర్వాత రంగుల్లో వున్న ఫొటోలు తర తరాల జంటలను చూపిస్తూ.

సింక్ కింద నీళ్ళు లీక్ అవుతుంటాయి. రోజూ గోనెపట్టా మార్చడం, ప్లంబర్ ని పంపిస్తానన్న భర్త ఎప్పుడూ మరచిపోవడం. ఆమె తనే పిలిపించుకోవచ్చు కదా లాంటి ఆలోచనలు వద్దు. ఇది ఒక మెటాఫర్. దీని ప్రయోజనం పతాక సన్నివేశానికి అవసరం. ఎలా అంటే "మిర్చ్ మసాలా" లో స్త్రీలందరూ సంఘటితమై నసీరుద్దీన్ షా, అతని అనుచరల మొహాల మీద కారం విసిరి తిరుగుబాటు ప్రకటించడంగా, ప్రతీకాత్మకంగా.

ఇక అత్తగారి గురించి ఒక మాట చెప్పుకోవాలి, తను సిస్టంకి లొంగిపోయినా కోడలికి సపోర్ట్‌గా మాట్లాడుతుంది, భర్తతో అంటుంది కుక్కర్ అన్నానికి అలవాటు పడండి అని.

ఇందులో పాత్రలకి పేర్లు పెట్టలేదు, ఎందుకంటే ఈ సమస్య యూనివర్సల్ కాబట్టి. నిమిష, సూరజ్ లు బాగా నటించారు. జియో బేబీ దర్శకత్వం బాగుంది. వాచ్యంగా తక్కువ చెబుతాడు. చెప్పదలచినది అంతా ఆ ఇంట్లోని పనులు, పాత్రల మధ్య సంబంధాలు వీటి ద్వారానే కథ నడుపుతాడు. అతని ఉద్దేశం స్త్రీలు, పురుషులు అందరినీ సెన్సిటైజ్ చేయాలి అన్నట్లైతే అతను సఫలీకృతమయ్యాడు.

ఎస్ కే థామస్ ఛాయాగ్రహణం చూడండి. చాలా మటుకు కెమెరా స్టేటిక్ గా వుంటుంది, సబ్జెక్ట్స్ మాత్రం కదులుతూ వుంటారు. వంటగదిలో పాత్రలు కడగడం రెండు సార్లు దాదాపు ఐ లెవెల్ లో వుంటే తర్వాతి రెండు సార్లు హై యాంగిల్ షాట్స్. మొదట ఆమె మనసులో రగులుతున్నది చెప్పడానికి. రెండోది ప్రేక్షకుడు మాత్రం చూస్తాడు, కాబట్టి అది తను చేయాల్సిన పనిలా కనబడుతుంది. ఆ రకమైన ఎఫెక్ట్ వస్తుంది. ఇక ఆ గోడల మీద అంత మంది జంటల ఫొటోలు

చూపిస్తున్నప్పుడు నేపథ్యంలో పచ్చడి రుబ్బడం, కూరలు తరగడం, వార్చడం ఇలాంటి చప్పుళ్ళన్నీ వినిపిస్తాయి. ఎప్పటినుంచో కొనసాగింపు అన్నట్టు.

ఆమెను అర్థం చేసుకోగలిగింది ఒక చిన్న పాప, తనతో సమాన వయసు వున్న ఓ వంటామె, అలాగే తన అత్తగారు. మిగతా స్త్రీలందరూ ఆమెను యథాతథవాదాన్ని అంగీకరించమంటారు. ఇక ఇంటి బయటి విశాల లోకంలో కూడా పురుషులే కాదు స్త్రీలు కూడా న్యాయస్థానం తీర్పును నిరసిస్తూ, సంప్రదాయాన్ని సంరక్షించాలంటూ పోరాడుతుంటారు. ఇదంతా చూసి సెన్సిటైజ్ అవ్వాల్సింది పురుషులే కాదు స్త్రీలు కూడా. ఎందుకంటే ఈ ప్రయాణం మనందరిదీ.

కాలం ఏమిటో మనకు తెలుస్తుంది. స్థలం తెలీదు. అంటే అది పట్టణమా, పల్లె నా లేక చిన్నపాత వూరా అని. ఆ బంగళాని బాగా వెతికి పట్టుకున్నారు. పాతసాంప్రదాయపు కట్టడం, ఇంకా నిలిచే వుంది. కార్లూ అవీ ఎక్కువే కనిపిస్తాయి కాబట్టి చిన్న వూరు కూడా అనిపించట్లా. ఇలాంటి సందర్భంలో అంత పెద్ద బంగళాను ఒక్క స్త్రీనే మానేజ్ చేస్తుంది అంటే నమ్మబుద్ధి కాదు. వంట, గిన్నెలు, బట్టలు, ఇంటి లోపలా, బయటా ఊడ్వడం, మెట్లతో సహా అంతా తుడవడం ఇదంతా ఏ హెల్పర్ లేకుండానే. అదనపు ప్రయోజనం కలగకపోగా పంటి కింది చిన్న రాయిలా అనిపించింది నాకైతే. వంగదిని ప్రతీకగా తీసుకోవడం, ఆ లీకవుతున్న సింక్, మురికి నీరూ అవీ ఒక మెటాఫర్ గా వాడటం వరకూ చాలా ప్రభావంతంగా వుంది.

చాలా మంది ఈ చిత్రం మీద వ్రాసేసారు. నేను వ్రాయకూడదనుకున్నాను. ఉండబట్టలేక వ్రాసాను.

ఏది నిజం? ఏది కల? "ద జాబ్"

ఈ సారి మరో మంచి లఘు చిత్రం : "ద జాబ్". ఒకే ఒక్క ఏక్టర్ : కల్కి కేక్లా.

కథ,కవిత,నాటకం,చిత్రం దేని భాష దానికున్నట్టు, దేని శైలి దానికున్నట్టు,దేని వ్యాకరణం దానికున్నట్టు : సినిమా కూడా ఒక ప్రత్యేక కళ, కొత్త కళ, తనవే అయిన భాషా వ్యాకరణాలూ గల కళ.

ఇదివరకే ఉన్న కళల మేళవింపు కాదు.

అందుకే చదువుకున్నప్పుడు, చిత్రం చూసినప్పుడు, సంగీతం విన్నప్పుడు కలిగిన అనుభూతికి భిన్నంగా ఉంటుంది సినిమా చూసినపుడు.

సినిమా దర్శకుని బిడ్డ. మిగతావారి సాయం తీసుకున్నప్పటికీ.

సత్యజిత్ రాయ్ పథేర్ పాంచాలీ లో పండిత్ రవి శంకర్ చేత సంగీతం చేయించాడు. కానీ సంతృప్తి కలగలేదు. తను ఒక సీన్ ద్వారా convey చేయదలచినది రాలేదని ఫీలయ్యాడు. ఆ తర్వాత కూడా సంగీతంలో masters చేత సంగీతం చేయించుకున్నా, తర్వాత మానేసి తనే చేయడం మొదలు పెట్టాడు. ఆయనంటే బహుముఖ ప్రజ్ఞాశాలి. పాశ్చాత్య సంగీతం ఎరిగిన వాడు. బొమ్మలు,కథలు,సంగీతం,కెమెరా,ఒకటేమిటి అన్నీ వచ్చు. ఈ మాట ఎందుకొచ్చిందంటే వేటికవి ప్రత్యేక కళలైనప్పటికీ సినిమా దగ్గరికి వచ్చేసరికి దాని స్వభావాన్ని నిర్ణయించేది దర్శకుడు చేసిన రూపకల్పనే.

కుమార్ సాహ్ని కి పేంటింగ్ లో జ్ఞానం ఎక్కువ. తను తీసిన షాట్స్‌లో వాటిని ప్రత్యేకమైన properties గా వాడాడు. చూసేవాడికీ ఆ స్థాయి ఎరుక ఉంటే అది అందుతుంది.

ఇలా చెప్పుకుంటూ పోతే చాలా ఉంటాయి.

ఈ లఘు చిత్రాల ద్వారా నేను కూడా ఆ నిర్మాణ కౌశలాన్ని ఆస్వాదించడం, గ్రహించడం చేస్తున్నాను.

ఆఫీసు వాష్ రూం లోని వాష్ బేసిన్ దగ్గర ఓ జత చేతులు వొణుకుతూ కడుక్కుంటున్నాయి. తర్వాత నల్లా బంద్ చేస్తాయి. వొణుకు తగ్గలేదు. కాస్త లిక్విడ్ సోప్ తీసుకుని మళ్ళీ కడుక్కుంటాయి. Are they washing dirty hands? Are they washing hands off something? మరలా ఇంకొంత సోప్ తీసుకుని కడుక్కుంటాయి. ఏమైనా OCD చేతులు ఇక్కడ ఒక పాత్రే. అందుకే వ్యక్తికి స్వతంత్రంగా వ్యవహరించాను వాటిని. కాసేపటికి కల్కి కేక్లా(అప్పుడు చూపిస్తాడు ఆమె ముఖాన్ని) ఖాళీగా వున్న ఆఫీసు గదిలో తన బల్ల దగ్గరికొచ్చి కూర్చుంటుంది. ఆఫీసులో స్టాఫంతా వెళ్ళిపోయారా? లేక ఆమె భావనా ప్రపంచంలో వుందా? కీ బోర్డు మీద ఓ మీట నొక్కిందో లేదో ఏదో తడబాటు, కాగితాలు కింద పడ్డాయి. వొంగి తీస్తుంది.ముఖంలో ఆదుర్దా కాదు, భయమో బెంగో అర్థం కాని భావం. నటనలో లోపమా? లేక పాత్రకే తన స్థితి పట్ల అయోమయంగా వుందా? యాంత్రికంగా టైప్ చేస్తోంది. మేనేజర్ మాటలు వినబడుతున్నాయి. ఈ ప్రాజెక్ట్ చాలా ముఖ్యమైనది, ఈ రాత్రికే డెడ్లైన్. నిర్లిప్తంగా చూస్తుంది ఆమె. ఎదుట మేనేజర్ కుర్చీ ఖాళీగా వుంది. గతాన్ని నెమరేసుకుందా? ఆ మాట వెంటాడుతోందా? మధ్య మధ్యలో చీకటి రోడ్డు మీద వెళ్తున్న కారు ఫ్లడ్ లైట్లు దారి మీద పడటం చూపిస్తాడు, punctuation marks లా. ఆమె ఉద్యోగం అలాంటిదా? చీకటితో మొదలై, చీకటితో ఇల్లు చేరేదాకా రోజూనా? మర్నాడు నిద్ర లేస్తుంది. ఎదుట అద్దం రెండు నిలువు చెక్క బద్దలతో మూడు భాగాలుగా. అద్దంలో మూడు ప్రతిబింబాలు? multiple personality disorder సూచనా? ఏమో? నిరుత్సాహంగా దినం ప్రారంభమయ్యింది. కాలుకు అడ్డం వచ్చిన పిల్లిని తొక్కకుండా తమాయిం చుకుంది. అన్నట్టు పిల్లీ కనబడదు.

ఆమెకు పాలు పోసిన గిన్నె పెడితే కేవలం చప్ చప్ మంటూ నాకే శబ్దం మాత్రం వినిపిస్తుంది. బట్టలు ఇస్త్రీ చేసుకుంటుంటే ఫోన్ మోగుతుంది. తీయదు. కాల్ రికార్డ్ అవుతుంది. మేడం, మీ క్రెడిట్ కార్డ్ మొత్తం చెల్లించలేదు, వడ్డీ పడకుండా వుండాలంటే గడువు లోపల మినిమం మొత్తం కట్టండి అని. ప్లేట్‌లో ఏపిల్ ముక్కలు, వేసుకోవాల్సిన మాత్రలూ తీసుకుని కూర్చుంటుంది. ఏదో స్త్రీ గొంతు అంటుంది, అది కల. ఇది నిజం. నువు ఈ ఉద్యోగాన్ని వదిలే అవకాశమే లేదు. ఫ్రాన్స్ లో లాగా ఇక్కడ social security కూడా లేదు. ఇక్కడ మందులు కూడా ఖరీదైనవే. ఈ సంభాషణంతా వేరే భాషలో. ఆమె ప్లేట్ అలా వదిలేసి వెళ్తుంది. కారు నడుపుతోంది. ఆలోచనలతో కిక్కిరిసిన మెదడు. అమాంతం కీచు మన్న శబ్దంతో కారు ఆగడం, ఎదుటి గ్లాసుమీద చిందిన రక్తాన్ని వైపర్లు తుడుస్తూ కొట్టుకోవడం కనిపిస్తుంది. ఆఫీసులో బాస్ బల్ల మీద గుండుసూదులున్న డబ్బా, ఎదుట బాస్ ఖాళీ కుర్చీ కోప్పడుతుంది, నిన్న పని కాలేదు, ఈ రాత్రికి అయ్యిందా సరే, లేదూ రేపు నువ్వు ఆఫీసుకు రానవసరం లేదు. ఆమె మరలా వాష్ బేసిన్ దగ్గరకు వొణుకుతున్న చేతులు కడుక్కోవడానికి వెళ్తుంది. జూం ఇన్‌లో ఇప్పుడు నీళ్ళు పోయే ఆ సింక్ కంత కనబడుతోంది. నీళ్ళు పారుతున్నాయి. క్రమంగా ఆ నీళ్ళు ఎరుపెక్కుతాయి. ఆమె మరలా తన పనిలో నిమగ్నమవుతుంది. కంప్యూటర్ తెర మీద ఏదో భాషలో వున్న టెక్స్టును ఆమె ఇంగ్లీషులో తర్జుమా చేస్తూ వుంటుంది. కీ బోర్డు మీద కదులుతున్న ఆమె చేతికి గుండుసూదులు గుచ్చుకుని వుంటాయి. చేతులు రక్తసిక్తమై వున్నాయి.

బైటికి కనిపిస్తున్నంత డాబుసరిగా వుండవా మెట్రోలలోని ఇలాంటి ఉద్యోగాలు? ఓ సీ డీ, అంతర్గత సంఘర్షణ, నిస్సహాయతల నిలువెత్తు చిత్రం లా వుంటాయా? లేక అది కూడా ఒక అతిశయోక్తేనా? సమాధానం ఎవరికి తెలుసని?

ఈ లఘు చిత్రానికి రచయితా, దర్శకుడూ సిద్ధార్థ సిన్హా. అతనితో కలిసి మనకు కథను చెప్పేది ఛాయాగ్రహణం చేసిన సవితా సింఘ్, సౌండ్ డిజైనర్ సుస్మిత్ బాబ్ నాథ్. చాన్నాళ్ళకి చూసానొక చిత్రాన్ని, ఎందులోనైతే కథను చెప్పే బాధ్యత సౌండ్ డిజైనర్ భుజాన్నెత్తుకున్నాడు. ఆమె అంతర్ముఖి.

కొంత ఆమె చేష్టలు, కొంత సంభాషణా చెప్పినా ఈ రెండూ కవర్ చేయలేనివి కవర్ చేసాడు సుస్మిత్. మొదటి నుంచి చివరి దాకా. ఆమె చేతులు కడుక్కుంటున్నప్పుడు ఆ నీటి చప్పుడు, చాలా తక్కువ వాల్యూం లో సంగీతం, ఇతర శబ్దాలు. ఆమె నడుస్తున్నప్పుడు పిల్లి ఏడుపు, ఆమె తడబాటు, పిల్లి పాలు తాగుతున్న చప్పుడు, ఆమె తన సీట్ లో కూర్చుని వున్నప్పుడు దూరంగా ఎక్కడో పరిగెడుతున్న రైలు శబ్దం (అది ఆమె మానసిక స్థితి కూడానూ), ఆ ట్రైన్ శబ్దం పెరగడం, ఏదో ఏంబులెన్స్ శబ్దం, ఏదో ఫోన్ వచ్చిన శబ్దం, ఆమె ఉలిక్కిపడి కీబోర్డ్ మీద మీటలు నొక్కడం, కింద పడ్డ కాగితాల చప్పుడు, ఇలా ఎన్నని చెబుతాను? యూట్యూబ్ లో వుంది సినిమా చూడండి. నా గట్టి రెకమెండేషన్.

మాటల్లో చెప్పలేనిది
The last day

ఈ సారి మూడు నిముషాల లఘు చిత్రం The last day. ఇద్దరే నటులు నమిత్ దాస్, తాహిర్ రాజ్ భాసిన్. ఒకే గదిలో షూట్.

గత కొన్ని సంవత్సరాలుగా వాళ్ళిద్దరూ ఆ రూం ని షేర్ చేసుకుంటున్నారు. ఈ రోజు తాహిర్ రూం ఖాళీ చేసి వెళ్ళిపోతున్నాడు, గాల్ ఫ్రెండ్ రియాతో.

చివరి రోజు ఇద్దరి మధ్య సంభాషణ ఈ చిత్రం. సంభాషణలు అన్నీ మామూలువే. దాని బట్టి తెలుస్తుంది తాహిర్ ఇదివరకు కూడా ఇలా వెళ్ళిపోయాడని. నీ షేవింగ్ కిట్, నీ ఛార్జెర్ తీసుకెళ్ళు, పోయినసారి కూడా మరచిపోయావు అంటాడు నమిత్. ఆ సన్నీ గాడిని నీ రూం మేట్ గా తీసుకోమని సలహా ఇస్తాడు తాహిర్. నా 2 టి బి డ్రైవ్ పాడైపోయింది, అందులోని పోర్న్ అంతా మటాష్, నీ దగ్గర ఏమన్నా వున్నాయా అంటాడు తాహిర్. రేయ్ నీ ఇలాంటి జోకులే నిన్ను మరచిపోనివ్వవు అంటాడు నమిత్.

తర్వాత తాహిర్ వెళ్ళిపోతాడు.

తాహిర్, నమిత్ ఇద్దరూ బాగా చేసారు. ఇందులో కథ ఏముంది అంటారా? మానవ సంవేదన. ఇద్దరు మిత్రుల మధ్య వున్న అనుబంధం కొంత మంది వ్యక్త పరచలేక పోవడం, దాన్ని వాళ్ళ మాటలూ, చేష్టలూ బయట పెట్టడం

అన్నది చాలా సటల్‌గా చూపించాడు దర్శకుడు అధిరాజ్ బోస్. ఇదివరకు ఇతనిదే Interior cafe గురించి అనుకున్నాము. అందులో నసీరుద్దిన్ షా, షెర్నాజ్ పటేల్‌లు దృష్టిని ఆకర్షిస్తే, ఇందులో వీళ్ళిద్దరు. నిడివిలో ఇది కేవలం మూడు నిముషాలే కాబట్టి దీన్నే గొప్ప ఫీట్ అనుకోవచ్చు. రెంటిలోనూ మూలం వ్యక్తం చేయని మానవ హృదయ సంవేదనలే. పాతికేళ్ళుంటాయేమో, నసీర్ ని డైరెక్ట్ చేసాడు, ఇంత గొప్పగా ఈ చిత్రాన్ని కూడా తీసాడు. ఇతని నుంచి మంచి చిత్రాలు ఆశించవచ్చు.

ఇది యూట్యూబ్ లో వుంది. తప్పక చూడమని అంటాను.

ఉత్కంఠ భరిత "ద సలోన్"

ఒక చిత్రానికి మొట్ట మొదట కావాలసింది ప్రేక్షకులను సాంతం చూసేలా చెయ్యగలగడం. ఇక అలా ఆకట్టుకోగలిగితే ముఖ్యమైన పరీక్ష పాసయినట్టే. ఎందుకంటే ఆ తర్వాతే కథా, తీసిన తీరూ మిగతావన్నీ చర్చలోకి వస్తాయి. ఎంత గొప్ప కథ అయినా సగంలో వదిలేసి ప్రేక్షకుడు వెళ్ళిపోయినా, లేదా థియేటర్‌లో వుంటే చేతిలోకి మొబైల్ తీసుకున్నా పరీక్ష తప్పినట్టే. ఇది సస్పెన్స్ చిత్రాలకైతే మరీ ముఖ్యం.

ఈ వారం నేను చూసిన (చాలా చెత్త చిత్రాలు చూసాక చూసానిది) "ద సలోన్" ఆ పరీక్ష పాసైంది.

రోడ్డు మీద ఒకతను వెళ్తున్నాడు. పొడగరి. నీలం చొక్కా, నల్ల పేంట్, పెరిగిన గడ్డం, భుజాల దాకా పెరిగిన వెంట్రుకలు. ఒక సలూన్ షట్టర్ సగం తీసి వుంది. దగ్గరికెళ్ళి వంగి చూస్తాడు. లోపల ఓ మనిషి ఏదో బస్తాని అవతలి రూం లోకి ఈడ్చుకెళ్తుంటాడు. ఇతను లోపలికెళ్తాడు. హలో, హలో అని కేకేస్తాడు. కాసేపటి తర్వాత వెనుక వైపు తలుపు తీసుకుని వస్తాడు ఆ మనిషి. టీ షర్ట్, నల్ల పేంటు, తల గుండు. రావడమే కోపంగా ఎవరయ్యా నువ్వా దూసుకొస్తున్నావు, షట్టర్ బంద్ అని చూసి కూడా వచ్చావే అని కోప్పడతాడు. తనకు అర్జంటుగా గడ్డం గీయమంటాడు, రెట్టింపు డబ్బిస్తానంటాడు. ఈ రోజు సోమవారం, నేను రేజర్ ముట్టను అంటాడు. చివరికి 150/- ఇస్తానంటే, 200/- అయితే చేస్తానంటాడు. కస్టమర్ కూర్చుంటాడు. మంగలి ముందు

ఫోం, తర్వాత నీళ్ళ స్ప్రే, తర్వాత రేజర్ ఇలా వొక్కొక్కటీ వెతికి తీస్తుంటాడు. కస్టమర్ తన ముందు వున్న టూ ఇన్ వన్ ఆన్ చేయబోతే మంగలి కసురుకుంటాడు రువాబుగా. మళ్ళీ దేనికో అవతలి గదిలోకెళ్తే, కస్టమర్ రేడియో ఆన్ చేస్తాడు. ఏదో ఆడియో కథ వస్తున్నది. ఇద్దరు అక్క చెల్లెళ్ళ గురించి. (టీవీ రోజుల్లో రేడియోనా అని అడగకండి, కథకు అవసరం.) మంగలి మళ్ళీ కసురుకుంటాడు. నెమ్మదిగా గడ్డం గీయడం మొదలు పెడతాడు. కస్టమర్ మాటిమాటికీ తల కదుపుతుంటే కోప్పడతాడు కూడా. కథ మధ్యలో విశేష వార్తలొస్తాయి. ఒక హంతకుడు జైలు నుంచి తప్పించుకున్నాడనీ, పొడగరి, నీలం చొక్కా, నలుపు రంగు పేంటు, పొడవైన జుత్తు, ఇలాంటి మనిషి కనిపిస్తే పోలీసుకు ఫోన్ చేయమనీ, అప్రమత్తంగా వుండమనీ సమాచారం. మంగలి కస్టమర్ని అనుమానంగా చూస్తాడు. మీరుండేదెక్కడ అని అడుగుతాడు మంగలి. ఇక్కడే నంటాడు. మరైతే ఈ ప్రాంతంలో సోమవారం సలూన్లకి శలవు అని మీకు తెలిసుండాలే, అదీగాక మీ ఇంట్లో షేవింగ్ సెట్ లేదా, అర్జంటైనా ఇక్కడిదాకా వచ్చారు అని అడుగుతాడు. బ్లేడులైపోయినై అంటాడు. నువ్వు ఇక్కడి మంగలివేనా? మరి ఒక్కొక్క వస్తువుకోసం వెతుక్కుంటున్నావేంటి? అని అనుమానంగా అడుగుతాడు కస్టమర్. ఆ మంగలి క్రితం రాత్రే పనిలో జేరాడనీ, తనకు సలూన్ శుభ్రం చేయమని చెప్పి వోనర్ తన భార్యతో షికారు కెళ్ళాడని చెబుతాడు. నమ్మకంగా ఎలా వదిలివెళ్ళడని అడిగితే మాదొకటే వూరంటాడు. రేడియో కథలో బ్రేక్, మళ్ళీ సమాచారం : తన యజమాని, అతని భార్యనూ చంపి జైలు కెళ్ళినతను జైలు నుంచి పారిపోయి అదే ప్రాంతంలో తిరుగుతున్నాడని వస్తుంది. గడ్డం గీస్తూ వుంటే బ్లేడ్ తగిలి చెంప తెగుతుంది. గాయం మీద రాయడానికి పటిక అడుగుతాడు. దాన్ని వెతుకుతుంటాడు మంగలి. లాభం లేదని తన కళ్ళద్దాల కోసం తగిలించిన నీలం రంగు చొక్కా జేబులోంచి కళ్ళద్దాలు తీసి పెట్టుకుంటాడు. ఈ లోగా పోలీసు సైరన్ వినిపిస్తుంది బయటి నుంచి.

తర్వాత ఏమవుతుందో మీరు యూట్యూబ్ లో చూడండి. 22 నిముషాల చిత్రం. మొదటి పరీక్షలో నెగ్గిన ఈ చిత్రం చివరిలో కూడా అవును కదా అనిపించేలా చేస్తుంది. దర్శకత్వం, నటనా, ఛాయాగ్రహణం (అర్పిత్ జైన్, వినయ్ వర్మ), నేపథ్య సంగీతం (జాయ్ రాహో) అన్నీ బాగున్నాయి. ఇంతకంటే

ఎక్కువ చర్చించడానికి సస్పెన్స్ అడ్డు వస్తుంది. దర్శకుడు బీరేన్. కథ అతనూ, ఓంకార్ కలిసి వ్రాసారు. ఇద్దరు నటులు బీరేన్, కె కె గౌతం. ఒకే గదిలో షూట్. సంభాషణలు ఎక్కువ. అయితే కథ డీటైలింగ్ కూడా ప్రాముఖ్యత వహిస్తుంది. ఇలాంటిదే వొక చిత్రం హిందీలో వచ్చింది. రాజేష్ ఖన్నా, నందా లు నటించినది. "ఇత్తెఫాక్" దాని పేరు. అది ఒక గది కాదు గానీ ఒక పెద్ద బంగళాలో షూట్ చేసారు. కథ మొదలు ఇలాంటిదే. కానీ మూల స్వభావం వేరు. చూడమనే నా రెకమెండేషన్.

The violin Player

ఆసక్తికరమైన చిత్రం

బొద్దింక. యెన్నో వేల సంవత్సరాల క్రితం నుంచీ వున్న జీవి. ఇన్ని రకాల వాతావరణ మార్పులకూ యెదురొడ్డి బతికిన జీవి. యెన్నో రకాల జీవరాశులు అంతరించినా ఇది మాత్రం సర్వైవ్ అవుతోంది. అది చాలా రకాల రోగాల వ్యాప్తికి కారణం అన్న మాట అటుంచినా, దాన్ని చూస్తేనే వికారం కలుగుతుంది మనకు యెందుకో? అది వొక సహజాత భావనా, లేక ముందు తరాలనుంచి అప్రయత్నంగా అందిపుచ్చుకున్న భావనా?

బౌద్ధాయన్ ముఖర్జీ తీసిన ఈ రెండవ చిత్రం చాలా అంతర్జాతీయ వేదికల మీద ప్రదర్శింపబడింది, మన్ననలు పొందింది, అవార్డులూ పొందిది. అతని మొదటి చిత్రం తీన్కహెహాన్ (మూడు కథలు). వాణిజ్య ప్రకటనల చిత్రాలు తీసే బౌద్ధాయన్ ఇక్కడ మాత్రం ఆ క్లుప్తత కాకుండా తీరికైన పాత్రల, ముఖాల స్టడీ గావించాడు. రెండు ప్రక్రియలూ పరస్పర విరుద్ధం. వ్యాపార ప్రకటనలో క్షణంలోనే కథంతా చెప్పేస్తే ఇందులో అతను తాపీగా మనుషుల మనసులను స్టడీ చేస్తాడు. వాళ్ళకు యెక్కువ సంభాషణలు కూడా వుండవు. ఆ కళ్ళు, ఆ ముఖం పైన మారుతున్న రంగులు తప్ప. మళ్ళీ ఇదంతా మూల కథకు విధేయంగానే వుంటుంది.

కథగా చెప్పడానికి యెక్కువేం లేదు. అతను (రిత్విక్ చక్రవర్తి) వో వాయులీనం వాయించేవాడు. సినిమాలకు సంగీత రికార్డింగులప్పుడు వయోలిన్

వాయించే వాళ్ళ అవసరం పడినపుడు అతనికి పని వుంటుంది. అంతమంది వయోలిన్ వాద్యకారుల్లో వొకడుగా కూర్చుని తన వంతు స్వరాలు తాను పలికించాలి. మందిలో వొకడుగా. జీవికా, ప్రేమా రెండూ సంగీతమే. జీవితమూ కలా కూడా. చిత్రం మొదట్లో అతను పేపర్ చదువుతూ వుంటాడు. వెనుక భార్య (out of focusలో చూపిస్తాడు) గబగబా పనులు చేసుకుని, తయారై, అతనికి టీ ఇచ్చి పనికి వెళ్తుంది. యేదో జూనియర్ అసోసీయషన్ మీటింగు వుందట. వెళ్తూ వెళ్తూ చెబుతుంది, గిన్నెలు తోమలేదనీ, పాటిల్ (బహుశా కిరాణా కొట్టువాడు) కనబడినప్పుడల్లా బాకీ గురించి అడుగుతున్నాడు నీ దగ్గర వున్న డబ్బు అతనికిచ్చి వెళ్ళు అంటుంది. ఆమె వెళ్ళిపోయాక అతను గిన్నెలు తోమి, బట్టలు ఉతికి ఇంటి ముందు వున్న తీగల మీద ఆరేస్తాడు. ఆమె లోదుస్తులు మాత్రం ఇంటి వెనుక తీగల మీద ఆరేస్తాడు. అప్పుడు అతని దృష్టి గోడమీద వున్న బొద్దింక మీద పడుతుంది. జీవితంలో యెన్నిరకాల అణచివేతలకు గురయ్యాడోమరి, యెన్ని అణచుకున్న దుఃఖాలున్నాయోమరి, యెన్ని frustrations వున్నాయో మరి చెప్పు తీసి దాని మీద విసురుతాడు. అది కింద పడిపోతుంది. మంచం కింద. చచ్చిందా? బతికే వుందా? వెళ్ళి చీపురు తీసుకు వస్తాడు. మంచం కింద వూడిస్తే అది బయటకు వస్తుంది. అంతే కసిగా దాన్ని చీపుర్తో కొట్టి కొట్టి చంపుతాడు.

తర్వాత తను వెళ్ళాల్సిన స్టూడియోకెళ్ళి తన వంతు వయోలిన్ వాయించడం అయ్యాక ఇంటికి తిరుగు ముఖం పడతాడు. రైల్వే స్టేషన్లో తన లోకల్ గురించి యెదురు చూపు. ప్లాట్ఫాం అవతల వొక మనిషి (ఆదిల్ హుస్సేన్) నిలబడి తదేకంగా తననే చూడడం గమనిస్తాడు. క్షణం, రెండు క్షణాలు కాదు నిరంతరం. తర్వాత అతనే ఇవతలి ప్లాట్ఫాం మీదకొచ్చి మీరు వయోలిన్ వాయిస్తారా అని అడుగుతాడు. మీకు వొక సెషన్కు యెంత వస్తుందో దానికి రెట్టింపు ఇస్తాను, నా వెంట రావాలి, ఇప్పుడే రికార్డింగు అంటాడు. అతను తిప్పికొట్టలేని ప్రతిపాదన అది. కానీ సందేహాలూ వుంటాయి. అడిగినా అతను వివరంగా చెప్పడు. అసలు ముప్పాతిక వంతు మౌనమే. మొహం కూడా చివరిదాకా సీరియస్ భావమే. భార్యకు ఫోన్ చేస్తాడు, అది స్విచ్ ఆఫ్ అని తెలుస్తుంది. ఇక అయోమయస్థితిలోనే అంగీకరిస్తాడు. ఆదిల్ చిత్ర దర్శకుడూ, సంగీత దర్శకుడూ కూడా అని చెప్తాడు. దానితో రిత్విక్లో ఉత్సాహం వస్తుంది. ఆ విషయాలూ

ఈ విషయాలూ ఉత్సాహంగా చెప్పడం మొదలు పెడతాడు. కాని ఆదిల్ దేనికీ స్పందించడు. ఈ లోగా మరిన్ని సార్లు భార్యకు ఫోన్ చేయడం అది స్విచ్ ఆఫ్ అని రావడం జరుగుతుంది. చర్చ్‌గేట్ వస్తుంది. అక్కడ దిగి టేక్సీలో వో పాడుబడిన బంగళా దగ్గరకు వెళ్తారు. చాలా పై అంతస్తులోని వొక గదిలోకి, అన్ని మెట్లూ యెక్కి వెళ్తారు. లోపల తక్కువ వెలుతురులో గదికి వో మూల బల్లపై రెండు కంప్యూటరులు, కాస్త సంగీత రికార్డింగుకు అవసరమైన సామగ్రి, వో కుర్చీ వుంటాయి . నేను చిత్రం స్టార్ట్ చేస్తాను, మొదట్లో సంగీతం వుండదు, యెక్కడ మొదలవ్వాలో నేను వేళ్ళతో **1,2,3,4** అని సూచిస్తాను. **4** అనగానే తెరపై కనపడుతున్నదాన్ని చూస్తూ వయొలిన్ సోలో వాయించాలి. నాకు వొక్క టేక్ లోనే అయిపోవాలి. నేను షూట్ చేసినా అంతే. అంటాడు. మానిటర్ మీద చిత్రం మొదలవుతుంది. వొక soft porn. బాత్రూంలో స్నానం చేస్తున్న వో స్త్రీ. ఆమె అటు తిరిగి వుంటుంది. చేతిలోంచి సబ్బు జారడం, అది వెతుకుతూ నెమ్మదిగా ఇటు తిరగడం, అప్పుడు ప్రారంభం కావాలి నేపథ్య సంగీతం. వొక అక్షర కాలం ఆలస్యంగా మొదలవుతుంది. చిరాకు పడతాడు ఆదిల్. నీకు వాయించే వుద్దేశ్యం వుందా లేదా, నాకు వొక్క టేక్ లోనే అవ్వాలని చెప్పాను కదా, నీ కోసం ఇంకో అవకాశం ఇస్తున్నా ఈసారి కాకపోతే ఇక అంతే, అంటాడు. సరే నని అరగంటపాటు తన జీవితంలో మొట్టమొదటిసారి సోలో పర్ఫార్మెన్స్ ఇచ్చి ఇంటికి బయలుదేరుతాడు, ఇచ్చిన డబ్బు పుచ్చుకుని.

"Art washes away from the soul the dust of everyday life", Pablo Picasso అన్న వాక్యంతో చిత్రం ముగుస్తుంది.

ఈ చిత్రం యెందుకు చూడాలి? **35** యేళ్ళ క్రితం అరవిందన్ సినిమా "చిదంబరం" చూశాను. అసలే కొండలమీద నిశ్శబ్దాల నడుమ టీ తోటల్లో చిత్రీకరణ. అందులో ముఖ్యంగా ముగ్గురు వ్యక్తులు. భార్య, భర్త, ఆ తోట మేనేజరు. యెక్కువ సంభాషణలు లేకుండా వాళ్ళ మనస్సులను చిత్రీకరించాడు, వాళ్ళ కళ్ళతో. ఇందులోనూ అదే విశేషం. నేను వ్యాఖ్యానంలో వ్రాసిన వాక్యాల కంటే ఇంకొన్ని సంభాషణలు యెక్కువ వుంటాయేమో. అంతే. మొత్తం ఆ పాత్రల హావభావాలే కథను చెబుతాయి. ముఖ్యంగా రిత్విక్. ఈ చిత్రం

చూడకపోతే వో మంచి నటుడిని మిస్సయ్యేవాణ్ణి కదా అనిపించింది. మనిషికి యెన్ని రకాల ఉద్వేగాలుంటాయో అన్నీ అద్దంలా ప్రకటిస్తుంది అతని మోము. అంతే కాదు వేగంగా భావాలు మార్చగలగడం, కంఠ తీవ్రతను మార్చడం, టోన్ మార్చడం, బాడీ లేంగ్వేజ్ మార్చడం, వొకటేమిటి అన్నీ. నటనలో ఆసక్తి వున్నవారు దీన్ని చూస్తే మంచిది. ఇక ఆదిల్ మనకు తెలిసిన నటుడే. మంచి నటుడే. అతను తీసేది soft porn కాబట్టి చివరిదాకా ఆ విచిత్ర గాంభీర్యం అర్థం చేసుకోవచ్చు. కాని అలాంటి చిత్రాలలో కూడా నేపథ్య సంగీతంగా వెస్టర్న్ వయోలిన్ సంగీతం అవసరమా? రిత్విక్ లాగే పైకి రాని కళాకారుడా అతను? ఇవన్నీ ప్రశ్నలే.

ఆవిక్ ముఖోపాధ్యాయ ఛాయాగ్రహణము యెప్పటిలాగే గొప్పగా వుంది. ఈ మధ్యే వచ్చిన అక్టోబర్ గుర్తుందా? రోజులో ఆ టైం ని బట్టి లైటింగ్ వాడటం, ఆ చీకటిగదిలో కూడా రిత్విక్ ముఖమ్మీద పట్టిన చెమటను, అతని కళ్ళనూ పట్టడం, మామూలు దృశ్యాన్ని పేంటింగ్ లా చేస్తాయి. ఇక సంగీతం గురించి ప్రత్యేకంగా చెప్పాలి. సినెమాలో చాలా వరకూ incidental sounds మాత్రమే వుంటాయి, రైలు చప్పుడు, స్టేషన్లో అనౌన్స్మెంట్లు లాంటివి. సంగీతం అవసరమైన చోట్ల భాస్కర్ దత్తా, అర్నబ్ చక్రబర్తిలు మొజార్ట్, బీతోవెన్, చాయ్కోవస్కీలాంటి మహామహుల సంగీతాన్ని పునః సృష్టించారు. సంగీత జ్ఞానం వున్న వాళ్ళకి ఇది అదనపు అలంకారంలా భాసిస్తుంది. ఇక సినిమా టెక్నికుల్లో, వొకటి fade in-fade out. అది ఇందులో నిడివి యెక్కువ వున్న అంశం. ప్రతిసారి రిత్విక్ కళ్ళు మూసుకోవడంతో మమేకమవుతుంది. అతను కళ్ళు మూసుకున్నప్పుడంతా తన లోపలి ప్రపంచంలోకి వెళ్తాడు. వొక్క చివరి సారి తప్ప.

సినిమాని వొక కళా రూపంగా చూడడానికి ఇష్టపడే వాళ్ళు దీన్ని చూస్తే సంతోషిస్తారు. సినిమాలో ఉత్సాహం వున్న వాళ్ళకు కూడా ఇది ఆకర్షిస్తుంది.

తితలీ : రెక్కలు బలహీనమైనా స్వేచ్ఛగా యెగురుతుంది.

ఈ సారి అమేజాన్ లో నేను చూసిన తితలీని ఇప్పట్లో మరిచిపోలేను. కను బెహెల్ తీసిన మొదటి చిత్రం. ఇతను ఇంతకు ముందు దిబాకర్ బెనర్జీకి అసిస్టెంటుగా ఓయ్ లకీ! లకీ ఓయ్ చిత్రానికి చేశాడు. దిబాకర్ దే లవ్ సెక్స్ ఔర్ ధోఖ చిత్రానికి స్క్రిప్టు లో భాగస్వామి. ఈ చిత్రంలో స్క్రిప్టు శరత్ కటారియా (దం లగా కె హైస్సా, సుయీ ధాగా వగైరా) తో కలిసి వ్రాశాడు. ఇక ముఖ్య పాత్రలలో రెండు పోషించింది కూడా కొత్తవారే : శశాంక్ అరోరా, శివాని రఘువంశి. అప్పటికీ సినిమా యెంత చక్కగా వచ్చిందో చెప్పలేను.

కథ క్లుప్తంగా చెప్పడం ఆనవాయితీ. సమీక్షలో కథ సాంతం చెప్పకూడదు. సినిమా చూడబోయే ప్రేక్షకుడికి కొంత చూసేదాకా తెలియకపోవడం అవసరం. అయితే సస్పెన్స్ చిత్రాలలో సస్పెన్స్ ని దాచిపెట్టి కథ చెప్పడం కొంత తేలిక. ఇలాంటి చిత్రాలలో కష్టం. సరే స్క్రిప్టు గురించి, నటన గురించి దేని గురించి మాట్లాడాలన్నా ముందు కథ గురించి మాట్లాడక తప్పదు. ఢిల్లీ లోని జమునా పార్ ప్రాంతంలో (అది కాస్త వెనుకబడిన ప్రాంతం) వుంటున్న కుటుంబం. తండ్రి (దర్శకుడి నిజ జీవితంలో తండ్రి లలిత్ బెహెల్), పెద్దకొడుకు విక్రం (రణవీర్ షోరి), నడిమివాడు బావలా (అమిత్ సియాల్), చిన్నోడు తితలీ (శశాంక్ అరోరా). వరుసగా ఇద్దరు కొడుకులను కన్న ఆ తల్లి మూడోసారి కడుపుతో వున్నప్పుడు తనకు కూతురు పుట్టాలని, ఆ పుట్టిన కూతురికి తితలీ అంటే

సీతాకోకచిలుక అని పేరు పెట్టుకోవాలని సరదా పడిందట, కాని అబ్బాయి పుట్టేసరికి వాడికే ఆ పేరు పెట్టి తృప్తిపడిందట. మొదట్లోనే విక్రం కూతురు పుట్టినరోజుకి పాప ఇంట్లో తాత వొళ్ళో వుంటుంది. బయట విక్రం, అతని భార్య, అతని తమ్ముళ్ళు బండి నుంచి ఫర్నిచర్ దింపిస్తూ వుంటారు. ఆ ట్రక్కు వానితో విక్రంకి గొడవై అది కొట్టుకోవడం వరకూ వెళ్తుంది. ఇంట్లో అడుగే పెట్టని అతని భార్య బయటి నుంచి బయటికే వెళ్ళిపోతుంది. ఇదంతా ఇలా యెందుకున్నది, భార్యా భర్తలు వేరుగా యెందుకుంటున్నారు వగైరాలన్నీ సినిమా చూస్తుంటే నెమ్మదిగా అర్థమవుతుంది. ఆ కుటుంబానికి తెలిసిన వొకే విద్య దోపిడి, గుండాగిరి. తమ్ముణ్ణి పావులా వాడుకుని హైవేలో కారు ఆపించి అన్నలిద్దరు దోచుకోవడం. ఇది వాళ్ళ వ్యాపారం. అది నచ్చకే విక్రం భార్య అతన్ని వదిలి వెళ్ళిపోతుంది. తితలీ కి ఇదంతా వదిలి పారిపోవాలని వుంటుంది. ఆ ప్రయత్నం కూడా చేస్తాడు, విఫలమవుతుంది. ఇప్పుడిక వీణ్ణి దారికి తేవాలంటే వీడి పెళ్ళి చేసెయ్యాలని అన్నలు నిర్ణయిస్తారు. వచ్చే ఆ అమ్మాయిని కూడా తాము చేసే దోపిడీలలో పావుగా వాడుకోవచ్చని ప్లాను. అక్కడి నుంచి రకరకాల మలుపులు తిరిగి కథ అంతమవుతుంది. ఆ పెళ్ళి చూపులప్పుడు, పెళ్ళప్పుడు కూడా ఇద్దరికీ ఇష్టం లేనట్టే కనిపిస్తారు. మొదటి రాత్రి ఆమెను లొంగదీసుకోవాల్సిన పరిస్థితి తితలీది. అతని భార్య నీలు (శివాని రఘువంశి) వాస్తవానికి వేరొకతన్ని ప్రేమిస్తుంటుంది. వొక్కో పాత్ర మెదడులో వొక్కో లాంటి ఆలోచనలు. ముఖ్యంగా తితలీ చుట్టూ తిరుగుతుంది. ఇదంతా వదిలేసి ఈ సాలెగూట్లోంచి బయట పడతాడా? ప్రిన్స్ అనే వివాహితుడిని ప్రేమిస్తున్న నీలు తను కోరుకున్నట్టు అతన్ని కలవగలుగుతుందా? ఇవన్నీ చూడాల్సిందే తప్ప చెప్పడం అంటూ చేస్తే చప్పగా వుంటుంది.

సరే, ఇక నాకు ఈ చిత్రం యెందుకు నచ్చిందీ అంటే వొక పక్క పక్కాగా వ్రాసుకున్న స్క్రిప్టు, మరోపక్క అద్భుతమైన నటన. తన తొలి చిత్రమే అయినా కను బెహెల్ చాలా మంచి చిత్రం అందించాడు. రణవీర్ షోరి మనకున్న మంచి నటులలో వొకడు. ఈ చిత్రంలోనైతే అతను అనితర సాధ్యంగా చేశాడు. అలాగే మొదటి సారి చేస్తున్నా శశాంక్ అరోరా (తర్వాత లిప్స్టిక్ అండర్ మై బుర్ఖా లో కూడా చేశాడు), శివాని రఘువంశీలు కూడా బాగా చేశారు. ఇక

లలిత్ బెహెల్ వొక సీనియర్ నటుడు. ఇందులో మొదటి సగంలో దాదాపు అతను తచ్చాడుతూ కనబడడమే కానీ సంభాషణలు వుండవు. కానీ ఆ చూపులతోనే ఆ పాత్ర వ్యక్తిత్వాన్ని మన కళ్ళ ముందు పరిచేస్తాడు. అంత బాగా చేశాడు. సిద్దార్థ్ దివాన్ ఛాయాగ్రహణం దర్శకుడి విజన్ కి అనుగుణంగా సాగిపోతుంది. ఇరుకు ఇంట్లో తక్కువ వెలుతురులో ఒక లాగా, బయటి షాట్లు అన్నీ కాంక్రీటు మీద ఫోకస్ చేస్తూ. ఇక ఆ కదలికలు కూడా అర్థావంతంగా. వొక నిర్మాణంలో వున్న కట్టడం దగ్గర స్నేహితునితో అక్కడి పార్కింగ్ కొనుగోలు గురించి మాట్లాడుకుని, తక్కువ పడుతున్న డబ్బుల గురించీ, తన ఆశయం గురించీ ఆలోచిస్తూ స్కూటర్ వెనక కూర్చున్న తితలీ కనుమరుగయ్యే దాకా ఆ కట్టడాన్నే చూస్తుంటాడు. ఇక ఆ ఇంటి చిన్నచిన్న గదుల మధ్య వున్న కాస్తంత వరండాలో అమర్చిన వాష్ బేసిన్ దగ్గర యెవరో వొకరు బ్రష్ చేసుకుంటూ వుంటారు. మరో పక్క మరొకరు తింటూ వుండడమో, యేదో ముఖ్యమైన సంభాషణో, మలుపో పెట్టడం వొక రకమైన విచిత్రమైన భావనలు కలిగిస్తుంది. అదంతా అంత శశక్తంగా మన ముందుకు రావడం వెనుక కరణ్ గౌర్ సంగీతం కూడా వుంది. 80లలో వచ్చిన అజిత్ వర్మన్ సంగీతం లాంటి సంగీతం. ఇందులో కొన్ని ఘట్టాలు అతని సంగీతంతో సహా గుర్తుండిపోతాయి. స్క్రిప్ట్ బలం రెండు చోట్ల కనిపిస్తుంది. రక్త మాంసాలున్న పాత్రలను తీర్చి దిద్దడం ద్వారా. విడాకులకు అనుకున్న సొమ్ము వారం రోజుల్లో ఇవ్వాల్సిందిగా ఒప్పందం అవుతుంది విక్రం కీ అతని భార్యకీ మధ్య. కానీ వారంలో అంత సొమ్ము ఎలా తెచ్చేది. ఏడెనిమిది దోపిడీలు చేయాల్సి వుంటుంది. వారంలో కష్టం. అందుకని చెప్పి గడువు పెంచమని అడగడానికి తితలీ, నీలు వెళ్తారు. విక్రం భార్య ఆ వొక్క సన్నివేశంలో తన మనసులో వున్న గోడు వెళ్ళగక్కుతూ, దానితోపాటు పూర్వ కథ చాలా చెప్పేస్తుంది. ఇది ఆ పాత్రలను, ఆ కథను ఏకకాలంలో చెబుతాయి. ఇక రెండో సంగతి కథ ను చాలా నెమ్మదిగా, సహజంగా ముడులు విప్పుతూ చెప్పడం. ఒక్కో విషయం తెలుస్తున్న కొద్దీ విస్మయం కలుగుతుంది. వాళ్ళ మనస్థత్వాల గురించి, వాళ్ళ జీవితం గురించి ఆలోచిస్తూ విస్తుపోతాము. మానసిక వొత్తిడి తీవ్రంగా పెరిగిపోయి కడుపులో దేవినట్టు అయ్యి, వొక వాంతి (catharsis) అయిపోతే మనశ్శరీరాలు తేలికపడతాయి అన్నది మన అనుభవం. దాన్ని ప్రత్యేకంగా చెప్పకుండా చివర్లో తితలీ పాత్రకు

అన్వయించి ఆ మాత్రం చెబుతుంది స్క్రిప్టు. ఇక చిట్ట చివరి సన్నివేశం నాకు కాస్త అపనమ్మకం కలిగించింది. అతను ఆ సాలెగూట్లోంచి తప్పించుకోవాలి అని మొదటి నుంచీ అనుకున్నదేగా అనుకుంటే సబబుగా అనిపిస్తుంది. కాని భార్యతో కొన్ని సన్నివేశాలలో అతని ఆలోచనా సరళి, ప్రవర్తనా చూసి ఇది సాధ్యమా అనిపిస్తుంది.

సరే వొక మంచి చిత్రం వున్నప్పుడు చిన్న చిన్న పొరపాట్లు గాని, లోపాలు గానీ యెంచి లాభం లేదు. అనురాగ్ కాశ్యప్ తీసిన దేవ్ డి, అగ్లీ లాంటి చిత్రాలు మీకు నచ్చి వుంటే ఇది కూడా నచ్చుతుంది. నేను కను బెహెల్ నుంచి ఇంకా ఇంకా చిత్రాలు రావాలని ఎదురు చూస్తున్నాను.

"టు లెట్" వొక మంచి తమిళ చిత్రం.

చెజియన్ (Chezian ని ఇలాగే పలుకుతారా, నా అనుమానం) తనే స్క్రిప్టు వ్రాసుకుని, షూట్ చేసి, (మొదటిసారిగా) దర్శకత్వం కూడా చేసిన చిత్రం "టు లెట్". 2017 లో వచ్చిన ఈ చిత్రం ఈ మధ్య కాలంలో నాకు సంపూర్తిగా సంతృప్తినిచ్చిన చిత్రం. చివరిదాకా ఆ ఛాయాగ్రహణాన్ని, షాట్ కంపోజిషన్లనే అచ్చెరువోతూ చూస్తున్న నేను, ఇతను మొదట పి సి శ్రీరాం దగ్గర అసిస్టెంటుగా చేసి, చాలా తమిళ చిత్రాలలో ఛాయాగ్రాహకుడుగా చేసి అవార్డులు కూడా పొందిన మనిషి అని తెలిసుకున్నాక గానీ ఆ ఆశ్చర్యం పోలేదు. పాత జపనీయ మాస్టర్లు ఒజు లాంటి వాళ్ళు గుర్తుకొచ్చారు.

మన దేశంలో ఈ శతాబ్ది మొదటి దశకంలో I T BOOM వల్ల ఉద్యోగాలు, మంచి జీతాలు కొందరి జీవితాలను వెలిగిస్తే, మరో పార్శ్వంలో ఇళ్ళ ఖరీదులు, అద్దెలు పెరిగి ఇతర దిగువ మధ్య తరగతి జీవులమీద యెలాంటి ప్రభావం చూపించిందో బొమ్మ కడుతుంది ఈ చిత్రం.

ఇలాంగో (సంతోష్ శ్రీరాం) చెన్నైలో అసిస్టెంట్ డైరెక్టర్ గా పని చేస్తుంటాడు. భార్య అముద (సుశీల), కిండర్గార్టెన్ చదువుతున్న కొడుకు సిద్దర్థ్ (ధరుణ్). చిన్న ఇంట్లో సంసారం. ఇప్పుడు దేశంలో ఆర్థిక వాతావరణంలో వచ్చిన మార్పుల కారణంగా అద్దెలు పెరిగి, ఇల్లు గలవాళ్ళను కూడా అత్యాశపరులను చేసింది. ఇలాంగో ఇంటి వోనరు అలాంటి మనిషి. వొక నెలలో ఇల్లు ఖాళీ చెయ్యమని ఆదేశిస్తుంది, తర్వాత యెక్కువ అద్దెకు ఆ ఇంటిని ఇచ్చుకోవచ్చు అనే

ఉద్దేశంతో. ఇక అకస్మాత్తుగా వీళ్ళ గుండెల్లో రైళ్ళు పరుగెడుతాయి. ఇంత తక్కువ వ్యవధిలో ఇల్లు యెలా సంపాదించడం? యెక్కే గుమ్మం, దిగే గుమ్మం. అద్దె వాళ్ళ అందుబాటులో వుండదు. దానికి యెలాగోలా మానసికంగా సంసిద్ధమైతే ఐ టి ఉద్యోగస్తులకే గాని ఇలా నిలకడ లేని సినీమా రంగంలో పనిచేసే వాళ్ళకి ఇవ్వమంటారు. ఇంకొందరు మాంసాహారులని చెప్పి ఇవ్వమంటారు. మరో స్నేహితుని సలహా మీద తను ఐ టి లో చేస్తున్నట్టు దొంగ విజిటింగ్ కార్డు చేయించి దాన్ని చూపించి ఇల్లు అద్దెకు అడగడం మొదలు పెడతాడు. చివరిలో వో ఇల్లు ఖాయం కూడా అవుతుంది, కానీ ఆ వోనరు ఇంక్వైరీలు చేసి అతను నిజంగా ఆ ఉద్యోగంలో లేడని చెప్పి ఇల్లు ఇవ్వము అనేస్తాడు. ఇక విసిగి, ఈ నగరమే వద్దు పల్లెకు వెళ్ళిపోదామంటాడు ఇలాంగో.

ఆ దశకంలో మన నగరాల్లో ఆ జీవితాన్ని చూసిన వాళ్ళకు ఇది అత్యంత సహజమైన కథలా తెలుస్తుంది. చక్కగా ఆ మూల కథ కు సరిపోయే విధంగా సన్నివేశాలు పేర్చుకుంటూ అన్ని కోణాల నుంచీ కథను పరిశీలిస్తూ కథ చెబుతాడు దర్శకుడు. ఆ భార్యా భర్తల ముఖాలపై కోపం, అసహానం, నిస్సహాయతా, దుఃఖం, నిరాశ, కాంప్లెక్సు అన్నీ కనిపిస్తాయి. కొంచెం అతి అనుకునే ప్రమాదం వుంది, కానీ వాళ్ళ స్థితిగతులు, అప్పటి పరిస్థితులు చూస్తే మళ్ళీ కాదనిపిస్తుంది. ఆ వోనరు కూడా చాలా తక్కువ సన్నివేశాలలో కనిపించి ఆమె సృష్టించిన విపత్కర పరిస్థితుల ద్వారానే, ఆమె దర్శనమిస్తుంది. ఆమె చేత అతిగా చేయించక పోవడం గొప్ప సంయమనమే.

జాతీయ ఉత్తమ తమిళ చిత్రం అవార్డును పొందిన ఈ చిత్రంలో చెజియన్ పాత్ర యెంత ముఖ్యమో కొత్తగా వచ్చిన ఆ నటీనటులు - ఆ బాలుడితో సహా - చాలా బాగా చేసి అంతే ముఖ్య మైన పాత్రను పోషించారు. నాకు తమిళం రాకపోయినా ఆ పాత్రధారుల ఉచ్చారణ, టోనల్ కంట్రోల్ వగైరాలు ఆ భావాలను బాగా పట్టి ఇచ్చాయి. ఖచ్చితంగా తమిళం వచ్చిన వారు నాకంటే యెక్కువ ఆస్వాదించగలరు ఈ చిత్రాన్ని. పాటలు లేవు. ఇన్సిడెంటల్ సౌండ్స్ తప్ప వేరే సంగీతమూ లేదు. అసలు ఆ విషయం మనకు స్ఫురించదు కూడా, అంతగా లీనమైపోతాము చిత్రంలో.

ఆ ఇంట్లో వో పిచ్చుక ప్రవేశిస్తుంది. వో మూల గూడు కట్టుకుంటుంది. వో సన్నివేశంలో ఇలాంగో పంకా కింద కుర్చీలో కూర్చొని వుంటాడు. మనసులో దిగులు కమ్ముకుని వుంది. ఇంతలో పంకా రెక్కకు యేదో తగిలినట్టు వొక రకమైన శబ్దం. గబుక్కున లేచి పంకా స్విచ్ తీసేస్తాడు. నెమ్మదిగా పైనుంచి రాలుతున్న పక్షి ఈకలు. షాట్ లో మాత్రం కేవలం ఇలాంగో నే వుంటాడు. యెంత నేర్పుగా అల్లాడో ఈ షాట్లను, సన్నివేశాన్నీ. అలాగే కొన్ని సార్లైతే భార్యా భర్తలను చూపించకుండానే వాళ్ళు అవతల ఉండి మాట్లాడుకుంటున్న మాటలతో కేవలం గోడను షూట్ చేస్తూ చూపిస్తాడు. మరో చోట గుమ్మానికివతల పడుకున్న బాబు వెనక నుంచి గుమ్మానికి అవతల కూర్చున్న ఇలాంగో వాళ్ళో తల పెట్టుకుని భవిష్యత్ గురించిన కలలను ఆమె చెబుతూ వుంటే చిత్రీకరిస్తాడు. ఇలా యెన్నని చెప్తాను గాని, ప్రతీదీ మనసులో అలా ముద్ర పడిపోతుంది.

ఇదంతా వొక పార్శ్వం ఆ కాలంలో ఇక్కడున్న వాళ్ళు చూసిన మరో పార్శ్వం గురించి (ఈ సినెమా కు అవతల) కూడా చెప్పుకోవాలి. ఆ బూం పడిపోగానే, చాలా మంది ఐ టి ఉద్యోగులు ఉద్యోగాలు వూడిపోయి, ఖరీదైన ఫ్లాట్లు కొన్న వాటికి నెలసరి వాయిదాలు కట్టుకోలేక, చివరికి అవి వేలం అయి, రోడ్డున పడ్డ జీవితాలు కూడా వున్నాయి. యేదైనా ఈ సినిమా వరకు మనకు కనిపించేది ఐ టి, కానీ వేరే unorganised sector లో వున్న దిగువ మధ్య తరగతి నగరంలో అద్దె ఇంటికోసం పడ్డ కష్టాలు.

బాలచందర్ అటు తమిళంలో ఇటు తెలుగులోనూ గొప్ప సినిమాలు అందించాడు. ఈ చెజియన్ లాంటి వాళ్ళు కూడా ఇక్కడొక కన్ను వేస్తే మనకి కొన్ని మంచి చిత్రాలు చూసే అవకాశం వస్తుంది కదా అని నా లాంటి వాళ్ళ ఆశ.

ఇది అమేజాన్ ప్రైం లో వుంది. నేను చూడమనే చెప్తాను.

అపురూపమైన అనుభవం : "తుంబడ్" చిత్రం

హిందీలో మంచి సినిమాలకు కరువు పోయింది. వొకోసారి మిస్సవుతామేమో అనిపించేలా వస్తున్నాయి చిత్రాలు. ఇది తప్పకుండా అలాంటి చిత్రమే. అతిశయోక్తి కాదు. భయానక, బీభత్స, రహస్యమయ కథ, నిధి గురించిన వేట, జానపద గాథ, నీతి బోధకం : వీటిలో యేది? అన్నీ అన్నా పర్వాలేదు. ఇన్ని వున్నా కంగారు కాకుండా, ప్రేక్షకుడి ఆసక్తిని నిలబెట్టే కథనం.

మహారాష్ట్రలో వో వూరు తుంబడ్. కథా కాలం 1918 నుంచి మన దేశానికి స్వాతంత్ర్యం వచ్చిన తర్వాతి కొన్నేళ్ళ వరకూ. కథ క్లుప్తంగా ఇది : వొక ప్రాచీన దేవత తన కుహరమైన భూమి నుంచి పదహారువేల కోట్ల దేవతలను సృష్టిస్తుంది. అయితే ఆమెకు తన ప్రథమ సంతానమైన హస్తర్ అంటే యెక్కువ ముద్దు. హస్తర్‌కు లోభితనం యెక్కువ. భూమిలోని బంగారమంతా హస్తగతం చేసుకున్నాక పంటపొలాలు,ఆహారం వెనక పడతాడు. మిగతా దేవతలకు ఆగ్రహం వచ్చి హస్తర్ మీద ప్రహారాలు చేస్తారు. అది చూడలేక ఆ ప్రాచీన దేవత హస్తర్ను తన కడుపులోనే దాచుకుంటుంది. హస్తర్కి వొక శాపముంది, భూమి మీద గనక అతని పేర యెవరన్నా పూజలు చేసినా అంతా సర్వనాశనమవుతుంది, నిద్రిస్తున్న హస్తర్ నిద్రలేస్తే ప్రళయమే. ఆ ఆపద రాకుండా వుండాలని ఆ ప్రాచీన దేవత హస్తర్ పేరు యే శాస్త్రాల్లోనూ లేకుండా తుడిచివేస్తుంది. అయినా యెలా జరుగుతుందో గానీ తుంబడ్ లో యెవరో హస్తర్‌కు గుడి కట్టిస్తారు. అక్కడి నుంచి వొక పక్క వో కుటుంబంలో మూడు తరాల కథ, జాగ్రత్తగా గమనిస్తే భారతదేశంలోనే వస్తున్న అలాంటి మారుతున్న కథే కనిపిస్తుంది.

తుంబడ్లోని వో విధవరాలు జమీందారుకు సేవలు చేస్తూ, తన ఇద్దరు పిల్లలను చూసుకుంటూ, తన ఇంట రహస్యంగా కట్టేసి వుంచిన వో అవ్వకు వేళకు తిండి పెడుతూ గడుపుతుంది. ఇదంతా ఆ జమీందారు ఆమెకు బదులుగా వో బంగారు నాణెం ఇస్తాడన్న ఆశతో. చిన్న పిల్లలకు ఆ అవ్వ గురించి కుతూహలం, భయం. "పడుకో, లేదంటే హస్తర్ వస్తాడు" అన్న మాటలకు ఆ అవ్వ మెత్తబడటం ఇంకా ఆశ్చర్యం. తల్లిని అడిగినా చెప్పదు. వో సాయంత్రం తల్లి రాక ఆలస్యమైతే కొడుకు ఆ అవ్వకు తిండి పెట్టడానికెళ్ళి చావు తప్పి కన్ను లొట్టబోయిన పరిస్థితి తెచ్చుకుంటాడు. ఆ జమీందారు చనిపోయాక ఆమె తన కొడుకు వినాయకరావుతో వూరు వదిలి వెళ్దామంటుంది. తుంబడ్లో రహస్య నిధిని వెతకకుండానేనా, అంటాడు వాడు. నువ్వు మళ్ళీ తుంబడ్ మాట యెత్తకుండా వుంటే ఇస్తాను అని తన కొంగులోంచి బంగారు నాణెమొకటి తీసిస్తుంది. తల్లి మాట వినదు కాబట్టి గాని, ఆ కుర్రవాడికి ఆ వొక్క నాణెంతో తృప్తిగా లేదు. వాళ్ళు పూణెకు మకాం మారుస్తారు. ఇప్పుడు వినాయకరావు (సోహం షా) పెద్దవాడయ్యాడు. వివాహితుడు. ఇప్పుడు ఆపడానికి తల్లి లేదు. తుంబడ్కు ప్రయాణమవుతాడు. యెట్లాగో ఆ నిధిని వెతికి పట్టుకుంటాడు. వో మార్వాడీ వడ్డీ వ్యాపారస్తుడికి (దీపక్ దాంలే) నాణెం అమ్ముతాడు. ఇక ఇది తరచు కృత్యమైపోతుంది. క్రమంగా అతను ఆస్తులు పోగేసుకోవడం, ఆ మార్వాడీ కి కన్ను కుట్టి రహస్యంగా వినాయక్ని వెంబడిస్తాడు. వినాయక రావు కొడుకు కాస్త పెద్దయ్యి తన తండ్రి లాగే తుంబడ్లో ఆసక్తి, కుతూహలం ప్రదర్శిస్తాడు. ఇక తన తర్వాత తన కొడుకే కదా ఇది నేర్చుకోవాల్సిందని వొక రోజు అప్రెంటీస్ గా తన కొడుకుని కూడా తీసుకెళ్తాడు. అసలు ఆ తుంబడ్లో ఆ నిధుల కథ యేమిటి, హస్తర్ సంగతి యేమిటి, వీటికి అవతల కూడా దర్శకుడు యేదన్నా చెప్ప దలిచాడా?, ఈ కథని మన దేశపు వేర్వేరు కాలాలతో లంకె కుదిర్చి యేదన్నా ప్రత్యేకంగా చెబుతున్నాడా? ఇవన్నీ చిత్రం చూసి తెలుసుకోవాల్సిందే.

నాతో యెంతమంది యేకీభవిస్తారో తెలీదు గానీ నాకు చిత్రం మొత్తం అయ్యాక గుర్తుకొచ్చింది డేఫ్నె డు మోరియే నవల "మై కజిన్ రేచెల్". అది కూడా ఉత్కంఠభరిత కథే, అయితే మనం భయపడేది వొకానొక మానవ

ప్రవృత్తికి, దాని పరిణామాలకీ. ఇందులో అత్యాశ అనొచ్చా? అయినా ఈ చిత్రంలో కథ కంటే కూడా మాట్లాడుకోవాల్సినవి చాలానే వున్నాయి. వొక ప్రత్యేక ప్రక్రియగా సినిమాను చూసేవాళ్ళు అది చూస్తున్నంత సేపు తమకు కలిగే సంవేదనలను ఆ దర్శకుడు యేం చేస్తే కలిగాయో కాసేపు కళ్ళు మూసుకుని, కాసేపు చెవులు మూసుకుని చూస్తే అవగతమవుతుంది. ఆ నిర్మాణాన్ని సూక్ష్మంగా పరిశీలించాల్సి వస్తుంది. మనం ఇన్ని హారర్ చిత్రాలు చూశాము. ఆ అనుభవంతో ఇప్పుడు అవాక్కవుతాం అనుకుంటూ వుండిపోవలసిందే గానీ ఆ రకమైన హారర్ ఇందులో లేనే లేదు. దర్శకుడి వుద్దేశ్యం కూడా బహుశా అది కాదు. కొంచెం సేపు తర్వాత దాని సంగతి మరచిపోయి ఛాయాగ్రహణం చూస్తాము. వుంటే చాలా ఇరుకైన బావుల్లాంటి చోట్ల, లాంతరు వెలుగులో దృశ్యాలు, లేదంటే చాలా విశాలమైన ఆకాశం, మబ్బు పట్టి, విశాలమైన మైదానాల మీద కుంభ వృష్టి. వీటి మధ్య గొడుగు పట్టుకుని వో మనిషో, ఇద్దరు పిల్లలో, వో బండో కనపడుతుంది. మళ్ళీ మన మనసు ట్రాక్ మారుతుంది. సంగీతం. యెక్కువ సంభాషణలు లేని చోట్ల ఆ వాద్యాలే యేదో చెబుతుంటాయి, యేవేవో స్పందనలు కలిగిస్తుంటాయి. అంతా కొత్తగా వుంటుంది, మన చిత్రాలవరకూ. పోయినవారం మాట్లాడుకున్న "అంధాధున్" ఉత్కంఠనైనా మాటలలో చెప్పే వీలుంది కానీ ఇది మాత్రం కేవలం అనుభవించాల్సిందే. చెప్పడానికి వీలు కాదు. ఇంతకంటే యెక్కువ వ్రాయాలంటే యెప్పటిలాగే కథ అడ్డం వస్తుంది, చూడబోయే ప్రేక్షకుడినుంచి ఆ అనుభవాన్ని దొంగలించరాదు.

ఆనంద్ గాంధీ అంటే "ది షిప్ ఆఫ్ థీసియస్" గుర్తుకొస్తుంది. ఆ మహానుభావుడే దీనికి స్క్రిప్టు వ్రాసినవారిలో వొకడు. అందులో చేసిన సోహం షా ఇందులోనూ చేశాడు, అద్భుతంగా. కుతూహలం, దురాశ, కామ లాలస, వ్యామోహం, కాఠిన్యం, తెంపరితనం అన్నీ కనబడతాయి ఆ మోములో. దీపక్ దాంలె, సమద్ కూడా చాలా బాగా చేశారు. మిగతా పాత్రలు కూడా బాగా వచ్చాయి. రాహి అనిల్ బర్వే, ఆదేశ్ ప్రసాద్, ఆనంద్ గాంధీ ల దర్శకత్వం A1. ఇది రాహి తొలి చిత్రం. నారాయణ్ ధరప్ వ్రాసిన "తుంబడ్ చే ఖోట్" కథ ఆధారంగా ఈ చిత్రం తీశారు. చదివిన కథ అనుకున్నట్టుగా రావడంలేదు అనుకుంటున్నప్పుడు ఆనంద్ ఆ స్క్రిప్ట్‌కు మెరుగులు దిద్ది కొంత వరకు దర్శకత్వం కూడా చేశాడు. దాదాపు పదేళ్ళు పట్టింది ఇది పూర్తి కావడానికి.

దీని వెనుక వున్న అందరి passion అర్థమవుతుంది ఇది చూస్తే. అజయ్ అతుల్ సంగీతం బాగుంది. కానీ ప్రత్యేకంగా చెప్పుకోవాల్సింది జెస్పెర్ కిడ్ అందించిన నేపథ్య సంగీతం. మూడు తరాల కథకు మూడు పేటల గొలుసులా అల్లాడు సంగీతాన్ని. కేవలం ఆ సంగీతం కోసం మరోసారి చూడొచ్చు అన్నా తప్పులేదు. ఇవేవీ పట్టకపోయినా ప్రతి ప్రేక్షకుడూ ఆ ఛాయాగ్రహణానికి దాసోహం అనాల్సిందే. అలా అందించింది పంకజ్ కుమార్. రంగూన్, షిప్ ఆఫ్ థీసియుస్, హైదర్లు కూడా కళ్ళముందు మెదులుతాయి ఇతని పేరు వింటే. యే చిత్రానికైనా రాత బల్ల తర్వాత, ఎడిటింగ్ బల్ల మీదే చివరి మెరుగులు దిద్దుకుని వో రూపు కడుతుంది. సమ్యుక్త ఎడిటింగ్ ఇంత అందంగా లేకపోతే కొంచెం తక్కువ హత్తుకునేది ఈ చిత్రం. కొంచెం ఆవేశంలో యెక్కువ పొగిడేశానేమో గానీ అతిశయోక్తి మాత్రం కాదు.

ఆ గ్రాఫిక్స్ స్థాయి కూడా చాలా ఉన్నతంగా వుంది. ఇక నితిన్ చౌదరి-రాకేశ్ యాదవ్ ల ప్రొడక్షన్ డిజైన్ కూడా. ఆ తలుపులు, వాటి తాళాలు, ఆ కుడ్యచిత్రాలు, ఆ వాకిళ్ళు ఆ కాలం నాటి కాయస్థ బ్రాహ్మణ వేశభూషాలు, అప్పటి నగలు, అప్పటి బళ్ళు, వొకటేమిటి ప్రతి చిన్న విషయమూ చాలా శ్రద్ధగా చేసింది.

పెద్దయ్యాక వినాయకరావు ఆ అవ్వను చూడడానికెళ్తే అప్పటికే ఆమె లోతుగా వేళ్ళూనీ వృక్షమై వుంటుంది. భయానకంగా. అలాగే ఆ హస్తర్ ఆహారం కోసం తల్లడిల్లడం, ఆహారం దొరకగానే భుజించి, బంగారు నాణేలను విసర్జించడం. తల్లి ఇచ్చిన వొక్క నాణెం చాలక తల్లిని బ్లాక్మేల్ చేయడానికి చిన్నప్పుడే దీన్ని నదిలో పారేస్తాను చూడు అనే ఆ బాలుడు పెద్దయ్యాక ప్రతి ప్రయాణం నుంచీ గుప్పెడు నాణాలు తేవడం. ఇక అతని కొడుకు వరకు వస్తే అతనెలా చేశాడన్నది వూహించవచ్చు. ప్రతి చావు తర్వాతా వో మంట చూపిస్తాడు, కానీ ఈ వెంపర్లాట చావదు. మనం కూడా మన వశం తప్పినప్పుడు చెవుల్లో అతిమంద్ర స్థాయిలో చెప్పుకోవాలి, "వూరుకో, లేదంటే హస్తర్ వస్తాడు" అని.

మిత్ర-శత్రు వైరుధ్యాల “2”

ఈ సారి మరో లఘు చిత్రం. దీని గురించి వ్రాసే ముందు నా రెండు జ్ఞాపకాలను పంచుకోవాలనుకుంటున్నాను. ఒకటి రవీంద్రనాథ్ ఠాకుర్. అతని బాల్యం ఇంట్లోనే గడిచింది. చదువు చెప్పడానికి పంతులు వచ్చేవారు. ఎక్కువగా ఏకాంతంగా వుండే వాడు. ఏదో వొకటి సృజనాత్మకంగా చేసేవాడు. చుట్టూ ఉన్న వాటినే ఏవేవో ఆట వస్తువులుగా ఊహించుకుని, ఆటలు సృజించి ఆడుకునేవాడు. అలాగే అతనికి చొక్కాకి బోల్డన్ని జేబులు కావాలని చెప్పి కుట్టించుకునేవాడు. అతని బాల్యం గురించి చదువుతుంటే మనం కూడా పసివాళ్ళమైపోతాం. ఇక రెండోది. ఒక గుజరాతీ పిల్లల పాట వుంది : “దాదాజీ నో డంగోరో లీధో”. ఆ పాటలో ఏముంటుంది అంటే వొక బాలుడు తాతయ్య చేతికర్రను తీసుకుని, దాన్ని తన కాళ్ళ మధ్య పెట్టుకుని గుర్రంలా భావిస్తూ వెళ్తుంటాడు. రాజు వెడలే లో లాగా ఆ ప్రహసనం వర్ణన. అందంగా వుంటుంది. మామూలు ఆట వస్తువులతో ఆడుకోవడానికి అవకాశమివ్వని పిల్లలు మర బొమ్మలతోనే ఆడుకుంటారు. అందులో తృప్తి ఎక్కడ?

ఈ చిత్రం **1964** లో తీశాడట సత్యజిత్ రాయ్. ఆంగ్లం లో ఒక లఘు చిత్రం టీవీ కోసం తీసిపెట్టమని ESSO World Theater అడిగిందట. రాయ్ ఒక అడుగు ముందుకేసి అసలు మాటలే లేని ఈ చిత్రం తీశాడు. టీవీ కోసం తీశాడు కాబట్టి 16mmలో తీశాడు. అతని ఇంట్లో గాలించి వెతికి పట్టి వాటికి పునరుజ్జీవం పోసి Academy Film Archiveలో భద్రపరచబట్టి మనకు ఇది

ఇప్పుడు అందుబాటులో వుంది. దీనికి మనం Austrian Film Museum కి మరియు Academy Film Archive కు సదా కృతజ్ఞులం.

ఆ పెద్ద బంగళాలో ఆ అబ్బాయి ఒంటరి. తనను వదిలి కుటుంబ సభ్యులు కారులో ఎక్కడికో వెళ్ళారు. ఏమీ తోచని ఆ అబ్బాయి కాసేపు అగ్గిపుల్లలు గీసి ఆర్పుతూ ఆ వాసన చూస్తాడు, ఇంకో పుల్ల వెలిగించి గాలి ఊదిన బూర (balloon) కి అంటించి పగలగొడతాడు. కాసేపు కొమ్ములుండే టోపీ వేసుకుని, భుజాన కత్తి కరవాలం లాంటి ఆయుధం ఆటబొమ్మని తగిలించుకుని ఇటు నుంచి అటు, అటు నుంచి ఇటూ తిరుగుతుంటాడు. ఇంతలో పక్కనే వున్న గుడిసె దగ్గర్నించి వో వేణునాదం వినిపిస్తుంది. వెళ్ళి కిటికీలోంచి చూస్తాడు. వో మాసిన బట్టల్లో వున్న బీద బాలుడు వేణువు చక్కగా ఊదుతుంటాడు. పిల్లల మధ్య స్నేహంతో పాటే నేనంటే నేను గొప్ప అనేలాంటి తగవు కూడా వుంటుంది. ఈ రెండూ చెప్పకుండానే చెబుతుంది ఈ చిత్రం. బంగళాలో పిల్లాడు తన దగ్గర వున్న యాంత్రిక పరికరం (వేణువు లాంటి) తో వాయిస్తాడు. ఆ బీద పిల్లవాడు, తల వేలాడేసుకుని గుడిసెలోకెళ్ళి ఈ సారి డ్రంస్ తో వస్తాడు. మళ్ళీ బంగళా అబ్బాయి మర ఆట బొమ్మ, కీ ఇస్తే డ్రంస్ ను వాయించే కోతి బొమ్మ, తీసుకెళ్ళి కిటికీ దగ్గర నుంచి చూపిస్తాడు. అలా ఇద్దరి మధ్యా జుగల్బందీ సాగుతుంది. చివరికి ఆ బీద పిల్ల వాడు గాలిపటం ఎగరేస్తుంటాడు. మరి మర గాలిపటాలుండవుగా. ఉక్రోషంతో బంగళా అబ్బాయి కేట్బాల్ (catapult) తో ఆ గాలిపటాన్ని కొట్టాలని చూస్తాడు. కుదరదు. అతని దృష్టి వో నిజం గన్ను మీద పడుతుంది. దాన్ని లోడ్ చేసి గాలిపటాన్ని గురిచూసి పేలుస్తాడు. మొదటి దెబ్బకే ఆ గాలిపటం చినిగిపోయి నేలకు వొరుగుతుంది. ఆ బీద పిల్లవాడి ముఖం పాలిపోతుంది. విజయ గర్వంతో బంగళా అబ్బాయి లోపలికెళ్ళి మర బొమ్మలతో ఆడుకుంటాడు. అయితే తన మర బొమ్మ నుంచి ఆ అబ్బాయి మోగించిన వేణు నాదం వినబడి ఆ అబ్బాయి విస్తుపోతాడు. ఆ శబ్దం అతన్ని హాంట్ చేస్తుంది.

ఇది వొక పిల్లల సినిమాగా చూస్తే నచ్చుతుంది. యాంత్రిక లోకం, ప్రాకృతిక ప్రపంచం, పిల్లల మధ్య కలిగే స్నేహం, అసూయ, శత్రుత్వం, గొప్ప అనిపించుకోవడం, పోటీ అన్నీ కనిపిస్తాయి. కానీ ఇది తీసిన సంవత్సరం

1964. 1955 నుంచీ వియెత్నాం యుద్ధం నడుస్తూ వుంది. యుద్ధ ఆయుధాలు వున్న అమెరికా చివరికి వియత్నాంతో ఓడిపోవాల్సిందే అని నర్మగర్భంగా చెప్పడానికి బంగళా అబ్బాయిని అమెరికాగా, గుడిసె అబ్బాయిని వియత్నాంగా మానవీకరణ personification చేశాడని చెప్తారు.

పన్నెండు నిముషాల ఈ చిత్రం చూసిన అనుభూతి మాత్రం జ్ఞాపకం నుంచి చెదిరిపోదు. పిల్లలిద్దరూ బాగా చేశారు. సౌమేందు రాయ్ కెమెరా పనితనం, సత్యజిత్ రాయ్ సంగీతమూ చాలా బాగున్నాయి. ముఖ్యంగా ఆ ఫ్లూట్. ఇదివరకు చూసి వుండక పోతే తప్పకుండా చూడండి ఈ Two.

రెక్కలు విప్పి ఎగరనివ్వు : ఉడనే దో

చిన్ని చిన్ని కోరికల రెక్కలతో వాళ్ళని
ఆకసపు పడుగూ పేకలను అల్లనివ్వండి

అమాయకపు కోరికల కళ్ళతో వాళ్ళని
సప్తవర్ణ కలలని కననివ్వండి

ఈ లేత యెండల పావురాలు
తమతో పగటిని తీసుకొచ్చారు
ఎటు కావాలో అటు
ఎగరనివ్వండి వాళ్ళని

మబ్బులతో చెలిమి వారికి
చుక్కలతో చుట్టరికం
సరిహద్దుల మధ్య సంచరించడం ఇష్టముండదు వారికి

తమదైన ప్రపంచంలో
ఎలాంటి చింతా లేకుండా స్వేచ్ఛగా తిరుగుతూ

గాలివీస్తే వచ్చే ఆ చప్పుళ్ళ పాటలు పంచుతూ
తొలకరిలో తడిసిన మట్టి వాసనలు నింపుకున్న
వీరిని ఎగరనివ్వండి
స్వతంత్రంగా.

శేఖర్ అస్తిత్వ పాటకు వడిగా చేసిన అనువాదం.

కొన్ని సార్లు పనితనం కంటే ప్రయోజనం ఎక్కువ ప్రాధాన్యత కలిగిన చిత్రాలు మన ముందుకొస్తాయి. అలాంటిదే ఈ లఘు చిత్రం "ఉడనే దో". కొన్ని చోట్ల చిత్రీకరణ, నటన వగైరా అంత బాగా రాలేదు లాంటి ఆలోచనలు వచ్చినప్పుడు, ఇలాంటి చిత్రాల సమస్త టార్గెట్ ఆడియెన్సునూ దృష్టిలో పెట్టుకోవాల్సి వుంటుంది. ఇవి ఇటు పెద్దవాళ్ళకూ, అటు పిల్లలకూ అర్థం అయ్యి, అందేలా వుండాలి. ముఖ్యంగా పిల్లలకు. వాళ్ళకు చేరకపోతే చిత్రం అపజయం పొందినట్లే. అవును, ఈ చిత్రం చిన్న పిల్లల మీద అత్యాచారాల గురించి. ఇలాంటి చిత్రాలు వచ్చాయి, కానీ ఇంకా రావాల్సిన అవసరం వుంది. ఎందాకా అంటే వాటి అవసరం తీరిపోయేదాకా.

రేవతి ప్రిన్సిపాల్ గా వున్న ఆ అంతర్జాతీయ స్కూల్ లో వో జంట తమ యుగ్ అన్న ఆటిస్టిక్ కొడుకును జేర్పిస్తారు. అంత పెద్ద బడిలో, సంవత్సరం మధ్యలో తమ బిడ్డకు దాఖలా దొరికిందని తల్లి దండ్రులకి సంతోషం. చాలా మంది తల్లిదండ్రులలాగే వాళ్ళిద్దరూ చాలా బిజీగా వుంటారు తమ పనుల్లో. మంచి స్కూల్లో పడేశామన్న ధీమాతో వుంటారు. అదే తరగతిలో వో అమ్మాయి అపర్ణ మీద అక్కడి పనివాళ్ళల్లో వొకడు అత్యాచారం చేసి, ఎవరికీ చెప్పొద్దని అంటాడు. తల్లిదండ్రులతో చెబుదామంటే వాళ్ళు ఆమెకు అందుబాటులో వుండరు, వినరు. బెంగతో అమ్మాయికి జ్వరం వస్తుంది. ఇదంతా గమనిస్తున్న యుగ్ చిన్న పిల్లవాడైనా అర్థం చేసుకుంటాడు. ఎందుకంటే తన మీద కూడా ఇదివరలో మేనమామ అత్యాచారం చేసి వున్నాడు. తల్లిదండ్రులు ఇచ్చిన మెడ పట్టీ, దానికి వొక పెప్పర్ స్ప్రే, ఈలలు కట్టుంటాయి, దాన్ని అపర్ణకు ఇస్తాడు దాన్ని రక్షణ కోసం ఎలా వాడాలో చెబుతూ. స్కూల్ లో మంచి/చెడ్డ స్పర్శ మీద వో ప్రత్యేకమైన క్లాస్ నిర్వహిస్తారు. పేరెంట్ టీచర్ మీట్ లో చిన్న పిల్లల

మీద అత్యాచారాలు జరగకుండా చూస్తామన్న ప్రతిజ్ఞ తీసుకోవడం, తీసుకోవలసిన జాగ్రత్తల గురించి మాట్లాడుకోవడం జరుగుతుంది.

ఇందులో కథ కథగా కంటే అవసరమైన విషయాలన్నీ గుది గుచ్చి చెప్పినట్టుంది. అది ప్రయోజనాన్ని సాధిస్తుంది. పిల్లలకు అందేలాగా వుంది కథనం. అబ్బాయి, అమ్మాయి ఇద్దరిమీదా అత్యాచారం జరగడం, వొకటి ఇంట్లో, మరొకటి బడిలో అని చెప్పడం ద్వారా ఆడైనా మగైనా ఈ ప్రమాదానికి, ఇంట్లోనైనా, బయటైనా గురి అవుతారని చెప్పడం బాగుంది. అబ్బాయి ఆటిస్ట్ అనీ, అతన్ని ఇతరులతోనే చదువుతున్నట్టుగా చూపడం క్లుప్తంగా నైనా, పెద్ద విషయాన్నే తెలుపుతుంది. అత్యాచారం చేసిన లంకేష్ గా మృదుల్ శర్మ బాగా చేశాడు. ఆరతి బాగ్ది దర్శకత్వం బాగుంది. అమిత్ దసాని సంగీతం బాగుంది.

"హం కో మన్ కీ శక్తి దేనా" (గుడ్డి) పాటతో మొదలైన ఈ చిత్రం చివర్లో "ఉడనేదో" పాటతో ముగుస్తుంది. ఈ పాట చాలా బాగుంది. శేఖర్ అస్తిత్వ వ్రాత, అనురాగ్ కులకర్ణి స్వరం, చిత్రీకరణ అన్నీ బాగున్నాయి.

యేటికి యెదురీదిన ప్రేమకథ "కొంత్రకొరియెంటే"

నేను సినిమా సమీక్ష వ్రాయదలచినప్పుడంతా సాంప్రదాయిక పద్ధతిని పాటించాను. ఉపోద్ఘాతము, కథ క్లుప్తంగా, సాంకేతికతా కథా అంశాలు. అన్నీ తూకంతో. వివరంగా చెబితే అది సమీక్ష పరిధిని దాటి పోయి ఫిల్మ్ రైటింగ్ అనిపించుకుంటుంది. ఏ చట్రాన్నైనా ఛేదించాల్సిందే కదా. ఇకనించి నేను మరింత వివరంగా వ్రాద్దామని నిర్ణయించుకున్నాను. ఇందులో రెండు సమస్యలు వస్తాయి. ఒకటి స్పాయిలర్స్. ఒక సస్పెన్స్ సినిమాలు మినహాయించి దీనిని గురించి పట్టించుకోదలచలేదు. రెండోది వచనం. నాకు మామూలుగా flowery and poetic వచనం ఇష్టముండదు. నిరలంకారిక వచనం ఇష్టం. ఆ ఇష్టాన్ని కూడా పక్కన పెడదామనుకుంటున్నాను. కనీసం కొన్నాళ్ళు.

కొంత్రకొరియెంటే అంటే ఆంగ్లం లో undertow. మనం చూసే సముద్ర తలం మీద నీరు వొడ్డు వైపే నిరంతరాయంగా ప్రవహిస్తూ కనబడుతుంది. దాని కింద మరో తలం లో ఎలా వుంటుందో అందులో దిగిన వాళ్ళకే అనుభవమవుతుంది తప్ప వొడ్డున నిలబడ్డ మనిషి కళ్ళకు కాదు. ఆ సముద్రం కింద మరో తలంలో, కొన్ని చోట్ల కనీసం, నీరు వ్యతిరేక దిశలో ప్రవహిస్తూ వుంటుంది. అంటే వొడ్డుకు విపరీత దిశలో. ఇది కూడా అంతే సహజం, మనం కళ్ళతో చూసే ప్రవాహం సహజమైనంత. ఈ చిత్రానికి ఈ శీర్షిక వాచ్యంగానూ, ప్రతీకగానూ బాగా అమరింది. (సముద్రంలో ఆ ప్రాంతంలో మునిగినవాడు

బహుశా ఎప్పటికీ ఒడ్డున చేరలేడు. ఆ undertow అతన్ని లోపలికి ఈడ్చుకుంటూ పోతుంది.) ఇన్నాళ్ళు ఆ కాంట్రకొరియెంటే (తెలుగులో ఏమంటారో తెలీదు) ని మనం తప్పు పట్టాము, అసహజం అన్నాము, గుర్తించ నిరాకరించాము. కానీ ఇప్పుడిప్పుడు ప్రపంచ వ్యాప్తంగా, మన దేశంతో సహా, దీన్ని గుర్తించి తగిన గౌరవం కూడా ఇస్తున్నాయి చిత్రాలు, సమాజాలు.

అది పెరూ లోని వొక సముద్రతీర ప్రాంతం. మిగెల్ (క్రిస్టియన్ మెర్కాదో) భార్య మరియెలా (తాత్యానా ఆస్తెంగో) కడుపుతో వుంది. అది వారికి పుట్టబోయే మొదటి బిడ్డ. అతను భార్యను జాగ్రత్తగా చూసుకుంటూ వుంటాడు. ఇంతలో కబురొస్తుంది కార్లోస్ మరణించాడని. అతను మిగెల్ కి కజిన్. కార్లోస్ సొంత సోదరుడు హెక్టర్ కంటే మిగెల్ నే అతనికి దగ్గర. కార్లోస్ అంత్యక్రియలు మిగెల్ చేస్తేనే అతని ఆత్మకు శాంతి కలుగుతుంది అంటే అలానే చేస్తాడు. పెళ్ళయ్యి అయిదేళ్ళుగా అక్కడుంటున్న భార్యకు తెలియని విషయం వొకటుంది. మిగెల్ సంతియాగో (మనోలో కార్డోనా) అనే అతన్ని ప్రేమిస్తూ వుంటాడు. ఇంకెక్కడో వుండే సంతియాగో చిన్న తనం నుంచీ అప్పుడప్పుడు ఈ పల్లె కు వస్తూ వుంటాడు. అంటే వాళ్ళ ప్రేమ అంత నిలకడగా వుంది. కానీ ఎలాంటి ప్రేమ అది. సమాజానికి చెప్పుకోతగ్గది కాదు. చాటుగా వుంచాల్సిందే. హృదయం తీరూ, సమాజం తీరూ వొక్కలానే వుండవు కదా. అలాగని అతనికి భార్య పట్ల ప్రేమ లేదని కాదు. అడకత్తెరలో పోకచెక్క లాంటి పరిస్థితి అతనిది. తనకు భార్యా, పుట్టబోయే బిడ్డ అన్న కుటుంబం వుండడంతో మిగెల్ కి సంతియాగోకి అంత స్వేచ్ఛ వుండదు. ఈ విషయమైమిగెల్ కి కష్టంగా వున్నా అతనికంటే సంతియాగోకి కష్టం ఎక్కువ. ఇద్దరూ పీడితులే. సంతియాగో వొక చిత్రకారుడు. చేతిలో కెమెరాతో వూరంతా తిరుగుతూ అందరి ఫొటోలు తీస్తుంటాడు. కొన్నింటిని చిత్రరూపం ఇస్తాడు, కేవలం తనకోసం, రహస్యంగా. ఎవరితోనూ మాట్లాడడు, మిగెల్తో తప్ప. చాలామంది అతని గురించి వింతగా చెబుతారు, ఏవో అనుమానాలతో అతన్ని అవమానకరంగా చూస్తారు, వెనుక మాట్లాడుకుంటారు. ఒక సారి వో యువజంట చాటుమాటు సరసం కోసం తిరుగుతూ సంతియాగో ఇంటివరకూ వెళ్తారు. ఇంట్లో ఎవరూ వుండరు. అప్పుడామెకు అక్కడ మిగెల్ నగ్న చిత్రం (పేంటింగ్) కనిపిస్తుంది. ఇక వూరంతా విషయం పాకి పోతుంది. చివరికి భార్య వరకూ వెళ్తుంది మాట.

ఇక్కడివరకూ వున్న స్ట్రేట్ నేరేటివ్ కాస్తా మేజిక్ రియలిజం లాంటి కథనం లోకి వెళ్తుంది. భార్యా భర్తలు ఇంట్లో వుండగా ఎవరో తలుపు తడతారు. మిగెల్ తలుపు తెరిస్తే ఎదుట సంతియాగో. మిగెల్ కంగారు పడతాడు. వెనకనుంచి భార్య వచ్చి ఎవరూ అంటుంది. కంగారు పడకు నేను నీకు మాత్రం కనిపిస్తాను ఇంకెవ్వరికీ కనబడను అంటాడు సంతియాగో. ఆ క్షణం నుంచీ మిగెల్ సంతియాగోలు నిజమైన స్వేచ్ఛను పొందుతారు. కలిసి మాట్లాడుకుంటారు. చేతిలో చేయి వేసి వూరంతా నడుస్తారు. అల్లరి చేస్తారు, ఆడుకుంటారు. ఇంటికి వెళ్తుంటే ఏమైందో తెలీదు, అప్పటి నుంచీ తన మాటలు ఎవరికీ వినిపించట్లేదు, తను కూడా ఎవరికీ కనబడట్లేదూ అంటాడు సంతియాగో. మిగెల్ కళ్ళల్లో నీరు. నీ శరీరానికి పద్ధతిగా అంత్యక్రియలు జరిగితే నీకు శాంతి లభిస్తుంది అంటాడు. రోజూ సముద్రంలోకి వెళ్ళి అతని శరీరాన్ని వెతకుతుంటాడు మిగెల్. వొకసారి దొరుకుతుంది కూడా. కాని దానిని వొక తాడుతో పెద్ద రాయికి కట్టేస్తాడు. తర్వాత తనే చెప్పినట్టు, ఆ చర్య తను సంతియాగో ఆత్మతో సాన్నిహిత్యాన్ని పోగొట్టుకోలేని స్వార్థం నుంచి అని. వొకసారి ఇద్దరూ నగ్నంగా సముద్రతీరంలో సరసాలాడుకున్న తర్వాత మిగెల్ నిద్రలోకి జారుకుంటాడు. మర్నాడు సంతియాగో నిద్రలేపుతున్నట్టు అనిపించి కళ్ళు తెరిస్తే ఎదుట ప్రీస్ట్. ఏమిటిదంతా, నీకు కుటుంబం వుంది, గౌరవం వుంది. ఇలా నగ్నంగా పిల్లలు నిన్ను చూస్తే ఏమనుకుంటారు? ఇకనించి ఇలాంటి పిచ్చి పని చెయ్యనని ప్రమాణం చెయ్యి అంటాడు. నిజమే, ఇదంతా ఎంత కాలం? ఆ రోజు సముద్రంలోకి వెళ్ళి కట్టేసిన ఆ తాడును తెంపేస్తాడు.

భార్య వొక మగ పిల్ల వాడిని కంటుంది. ఆ రాత్రి ఇంటికి వచ్చిన సంతియాగోకి తన కొడుకుని చూపించి మురిసిపోతాడు. నువ్విప్పుడు తండ్రివయ్యావన్న మాట అంటాడు సంతియాగో. ఇదివరకు తన ఇంటికి వచ్చి తను తండ్రి కాబోతున్నాననే మంచి వార్త చెబుతున్నప్పుడు పట్టలేని ఆనందంతో వెలిగిపోతున్న అతని నవ్వు ముఖం చూసి సంతియాగో అంటాడు కదా, నిన్ను ఇలా చూడటమే నాకిష్టం అని. ఇద్దరూ దెబ్బలాడుకుంటారు, కొట్టుకుంటారు, కన్నీళ్ళు పెట్టుకుంటారు, ప్రేమించుకుంటారు కానీ ఇద్దరూ ఒక్కటే అన్నట్టుగా వుంటారు. ఇప్పుడు భార్యకు కూడా తెలిసింది కాబట్టి ఆ

పేంటింగ్ సంగతి ఏమిటి అని అడుగుతుంది. మొదట అబద్ధమాడుతాడు తనకేం తెలీదని. వూళ్ళో వాళ్ళకి చేపలు పడుతుంటే సంతియాగో శవం దొరికిందనీ, అతని కుటుంబానికి సమాచారం చేరవేసి వాళ్ళొస్తే అప్పజెప్పాలని చూస్తున్నారనీ, అయితే మిగెల్ కు మాత్రం చెప్పకూడదనుకుంటున్నారనీ ఆ యువ జంటలోని అమ్మాయి చెబుతుంది. నువ్వు అతనికి అంతిమ సంస్కారం చేస్తేనే అతని ఆత్మకు శాంతి అని కూడా అంటుంది. అప్పుడు నిజం చెబుతాడు భార్యకి. ఆమె ఏడుస్తుంది, దెబ్బలాడుతుంది, అలుగుతుంది, వెళ్ళిపోతుంది, నువ్వు ఇంకా అతన్ని ప్రేమిస్తున్నావా అని అడుగుతుంది. అతను అవునంటే అయితే నువ్వు నీ మనసు చెప్పినట్టు చేసుకో నేను వెళ్తున్నాను అని బిడ్డను తీసుకుని వెళ్ళిపోతుంది. మిగెల్ సంతియాగో తల్లి, చెల్లెలను కలిసి ఆ అంతిమ సంస్కారం తనను చెయ్యనివ్వమంటాడు. మొదట నిరాకరించినా అతని ప్రేమను చూసి వొప్పుకుంటారు. అంతే కాదు ఆమె చెబుతుంది, తనతో వొకసారి కొడుకు ఈ విషయం చెప్పాడనీ, ఏమీ చెయ్యలేక అప్పటినుంచీ పొడి పొడి సంభాషణలే చేస్తూ వచ్చిందనీ.

చనిపోయిన సంతియాగో శరీరాన్ని తను సముద్ర ఖననం చేసి దేవుడికి సమర్పిస్తున్నాననీ, అతని ఆత్మకు శాంతి కలగచెయ్యాలని ప్రార్థనలుచేస్తాడు. ఆ అంతిమ యాత్రలో ముందు యెవరూ కూడా రారు. దూరంగానే వుంటారు. ఆ యువజంటలోని అమ్మాయి ముందు చొరవ చేస్తుంది. ఆ తర్వాత మరికొందరు చేరుతారు. చాలా మంది మాత్రం వెనుకే వుండిపోతారు. సంతియాగో శవాన్ని వో వోడకెక్కించి బయలుదేరుతాడు మిగెల్. అతని శవాన్ని సముద్రమధ్యలో విడుస్తాడు. చివరిసారిగా సంతియాగో ఆత్మ వచ్చి వొక ప్రేమాలింగనం, వొక ముద్దు ఇచ్చి మిగెల్ నుంచి శలవు తీసుకుంటుంది.

మనం మరో చరిత్ర చూసినా ఈ చిత్రం చూసినా తేడా ఏముంది? ప్రేమ ప్రేమే కదా. వొక్క జెండెర్ తప్ప తేడా ఎక్కడుంది? ఇది కూడా మరో చరిత్రే. మనుషుల్లో వస్తున్న మార్పు, ప్రేమలను అవి ఎలాంటివైనా సరే గుర్తించి అంగీకరించే దశలోకి మారుతున్నారు. అతని భార్య తిరిగి వస్తుందా? తెలీదు. అతను తన ప్రేమికునికి ఇచ్చిన మాటను నిలబెట్టుకుని వొక అపరాధ భావన నుంచి, వొక పాపం నుంచైతే విముక్తుడయ్యాడు. అలాగే అశాంతితో

కొట్టుమిట్టాడుతున్న ఆ ఆత్మకు కూడా శాంతినిచ్చాడు. అతను కూడా దేహధారి అయినపుడు వున్న చాటే, అతని మరణానంతరం కూడా కొనసాగింది. ఎందుకంటే ఎంత స్వేచ్ఛగా ఇద్దరూ తిరిగినా సంతియాగో ఎప్పుడూ అదృశ్యుడే. బాహాటంగా వెల్లడి కాని ప్రేమను సమాజం ఏం చూస్తుంది, ఏం గుర్తిస్తుంది గనుక? ఆ సాహచర్యం వదులుకోలేని స్వార్థాన్ని జయించి, అంత్యక్రియలు చేసి ఆ ఆత్మకు శాంతినీ స్వేచ్ఛనూ ప్రసాదిస్తాడు.

సుండేన్స్ కు ఇది ఉత్తమ విదేశీ చిత్రానికి గాను నామాంకితమైంది. కానీ గెలుచుకోలేదు. కానీ ఇతర అవార్డులు అరడజను పైగా వచ్చాయి దీనికి. దర్శకుడు జేవియర్ ఫుంటియెస్ లెయోన్ కు ఇది తొలి పూర్తి నిడివి చిత్రం. ఇది కాకుండా రెండు లఘు చిత్రాలు, మరో పూర్తి నిడివి చిత్రమూ తీశాడు. దీనికి కథ జూలియో రోహాస్ తో కలిసి వ్రాశాడు. ముందుగా అనుకున్న కథలో సంతియాగో స్థానంలో వో వేశ్య వుంది. తర్వాత ధైర్యం చేసి కథను ఇలా మార్చారు. స్క్రీన్ప్లే దర్శకత్వాలతో పాటు మవురీషియో విదల్

ఛాయాగ్రహణం, సెల్మా ముతల్ వెర్మ్యులన్ సంగీతం అద్భుతంగా వున్నాయి. ఈ మూడింటి మిశ్రమ పరిణామమే మనలో కలిగే భావోద్వేగాలు. అయితే ఇంతే క్రెడిట్ ముగ్గురు నటులకీ వెళ్తుంది. నటించారు అనడం కంటే నిజజీవితంలో చూస్తున్న ముగ్గురు మనుషులుగా కనబడ్డారు. మరీ ముఖ్యంగా క్రిస్టియన్ మెర్కాదో నటన చాలా బాగుంది. ఈ స్పానిష్ చిత్రాన్ని చూడమని నా సిఫారసు. ఒకవేళ హెటిరో ప్రేమలకు భిన్నంగా దేన్నీ గౌరవించని పరిస్థితుల్లో వున్నా, ఈ చిత్రం చూస్తే మార్పు తప్పకుండా వస్తుంది. ఎందుకంటే ఇది తాకేది ప్రేక్షకుని మేధకు కాదు హృదయానికి.

మనమూ-వాళ్ళూ : "ఉస్ దిన్"

భారత దేశానికి ఒక పక్క స్వాతంత్ర్యం వచ్చింది, మరో పక్క దేశ విభజన అయ్యింది. భారత్, పాకిస్తాన్లుగా విడిపోయాం. అప్పటి రక్తపాతం ఇంకా పచ్చి గాయాలుగానే వున్నాయి. కానీ అది అక్కడే ఆగిపోలేదు. పరస్పర అనుమానం, ద్వేషం, పగలతో ఆ సీన్ మళ్ళీ మళ్ళీ recreate అవుతూనే వుంది. కేవలం మనోభావాల ఆధారంగా ఈ దృశ్యాన్ని చూస్తే అర్థం చేసుకోలేము, దానికి మెదడూ, సంయమనం, తటస్థ వైఖరి (డిటాచ్మెంట్) అన్నీ అవసరం. ఏడు దశాబ్దాలు దాటినా మారని పరిస్థితి. ఇది మన వరకే కాదు, ప్రపంచమంతటా వున్న విషయం. మనమందరం అనుకోవాల్సిన చోట, మనమూ వాళ్ళూ అని వేరుగా చూసినంత కాలం సమస్యకు పరిష్కారం వుండదు.

ఇది చదివి చాలా తెలిసిన విషయమే అనిపిస్తుంది కదా. అవును తెలిసిన విషయమే. అయితే ఇదంతా పన్నెండు నిముషాల లఘు చిత్రంగా మలచడానికి ఆ దర్శకుడి సృజనాత్మకత మనల్ని అబ్బుర్పరుస్తుంది.

టైటిల్ అప్పుడు వచ్చే షాట్ పై నుంచి పడి రెండుగా విరిగిన క్రికెట్ బాల్. బాల్ గా దాన్ని పోల్చుకుంటాం, కానీ ఆ రెండు సగాలకీ కాస్త ఇంకేదో వుంటుంది అది తర్వాత గాని అర్థం కాదు. ఆ తర్వాత ఎదురెదురు నిలబడ్డ ఇద్దరు పిల్లలు చెమ్మా చెక్కా ఆడుతుంటారు. వాళ్ళ పెదవి కదలికలకు అనుగుణంగా కాకుండా కాస్త తక్కువ వాల్యూంలో గోల లాంటి ధ్వని వినిపిస్తుంది. ఆ తర్వాత మనం చూడ గలిగేది ఆ పిల్లల వెనుక రెండు బారుల్లో పెద్దవాళు

ళ నిలబడి వుండడం. అందరివీ కోపంగా వున్న ముఖాలు. పెదాల కదలికల వల్ల కొన్ని బూతులను పోల్చుకోవచ్చు. పిల్లల ముఖాల్లో ఇదివరకు కనబడిన సంతోషం మాయమై కళ్ళు నీటితో నిండి వుండడం చూస్తాము. నేపథ్యంలో గోల శబ్దం పెరుగుతూ వుంటుంది. అందరూ తెల్లని వస్త్రాల్లో వుంటారు. రాజ్ కుమార్ రావ్ చివరికి తెగేసి చెబుతాడు, ఇక ఇది ఏ మాత్రం సాగదు, ఇకనించి మీరు అటూ, మేము ఇటూ వుందాము అని. ఎదురెదురు పోర్షన్లలో వాళ్ళు వెళ్ళిపోతారు. పిల్లలు వొకరిని వొకరు విడువకపోతే పెద్ద వాళ్ళు బలవంతంగా లాక్కుని వెళ్తారు.

పిల్లలు పిల్లలే కదా. ఇప్పుడు రెండు ఇళ్ళూ తెరిచి వున్నాయి. తన ఇంటినుంచి ఓ అబ్బాయి బాల్ వేస్తే మరో అబ్బాయి తన ఇంట్లోంచి బేట్ చేస్తాడు. బంతి అవతలి ఇంట్లో వెళ్ళి పడుతుంది. ఆ ఇంటాయన కోపంతో ఆ బంతిని రెండు ముక్కలు చేసి ఈ ఇంటి వైపు విసురుతాడు. రాజ్కుమార్ రావు ఆ బేట్ ను నేలకేసి బాది విరగ్గొడతాడు. ఇప్పుడు రెండు తలుపులూ వేసి వున్నాయి. ఇవతలి గదిలో పెద్దవాళ్ళు కోపంగా మాట్లాడుకుంటే, ఓ మూల పిల్లవాడు బంతి రెండు భాగాలనీ అతికిస్తుంటాడు. దానికి అతను వాడేది band-aid ను.తర్వాత దృశ్యంలో రావు అంటాడు నేను అవతలివైపు శబ్దం విన్నాను, వాళ్ళ దగ్గర గన్ వుంది అని. పెద్దాయన ఎందుకలా అనుకుంటావ్, అది ఏదో పడి విరిగిన చప్పుడు కావచ్చు కదా . రావు వొప్పుకోడు, మనమూ గన్ కొనాల్సిందే అంటాడు. అవతలింట్లో కూడా ఇలాంటి అనుమానాలే, ఇలాంటి సంభాషణలే. గన్నులు అమ్మే వర్తకుడు, రావు ఎదురెదురు కూర్చుని వున్నారు. గన్ చేతులు మారుతుంది. విషయం అక్కడితో ఆగుతుందా? ఆ గన్ వర్తకుడు ఏం చేసినట్టు? తర్వాతి సీన్ లో, యాంగిల్ షాట్ లో ఓ బల్ల మీద పరచిన ఎర్రటి వస్త్రం. (కలర్ స్కీం గమనించండి, మొదట్లో తెల్ల వస్త్రాలు, ఇప్పుడు ఎర్ర వస్త్రం, చివర్లో చీకటీ నలుపూ వాడాడు). ముందు వొక వంద రూపాయల కట్ట పెట్టబడుతుంది. మరో చెయ్యి చిల్లర పెడుతుంది. ఇంకో చెయ్యి ఉంగరాలు, వెండి సామాను, నగలూ ఇలా చాలా సొమ్ము, చివరికి అవీ చాలకపోతే పిల్లవాడి చదువుకునే పుస్తకాలు కూడా చేరాక రెండు చేతులు ఆ ఎర్ర వస్త్రాన్ని మూట కడతాయి. ఇప్పుడు ఆ బల్ల చుట్టూ నిలుచున్న మనుషులు కనిపిస్తున్నారు. తర్వాత మనం చూసేది ఇంట్లోకి వొక

canon రావడం. (కేనన్ కాకపోతే మరొకటి, మొత్తానికి హెవీ వెపన్). పెద్దాయన అంటాడు,నువ్వు తెచ్చినట్టు వాళ్ళకు తెలిస్తే అని. తెలవనీ, అవసరం, మంచిది కూడానూ అంటూ తలుపు తీస్తాడు. అవతలి తలుపు తెరిచే వుంది, అక్కడా ఇలాంటిదే ఓ కేనన్ వుంటుంది. ఇప్పుడిక ఏదీ ఆగేలా లేదు. ఇప్పుడు పెద్దాయన తప్ప (పిల్లవాడిని చూపించలేదు) స్త్రీలతో సహా అందరి దగ్గరా గన్లు ఉన్నాయి. ఎదురెదురు కాల్పులు జరుగుతాయి. ఒక్కొక్కరే నేలకూలుతారు. అంతటా రక్తం. తెరిచి వున్న, పెద్దాయన్ చదివే మత పరమైన గ్రంథమో, మరొక గ్రంథమో దాని మధ్యనుంచి కూడా రక్తం కారుతుంది. అందరి తెల్ల వస్త్రాలు ఎర్రగా మారాయి. నిలబడ్డ రావు మూడు సార్లు గన్ ఫైర్ చేస్తే అతని గుండెలకు మూడు చిల్లులు పడతాయి ఒక షాట్ లో. రావు ఆఖరి ఘడియల్లో వున్నారు, ఆ శవాల మధ్య.

ఆ తర్వాతి పరిణామం రెండు విధాలుగా చూపిస్తాడు దర్శకుడు. రావు అతికష్టం మీద తిరిగి చేయి చాచుతూ ముందుకు పాక్కుంటూ వెళ్తాడు. అది అక్కడున్న గన్ ట్రిగర్ వైపు వెళ్తుంది. అదే scene reenact అవుతుంది. రావు అతికష్టం మీద తిరిగి చేయి చాచుతూ ముందుకు పాక్కుంటూ వెళ్తాడు. ఇతని చేయి కలవడానికి అక్కడ మరొక చేయి వుంటుంది. తర్వాతి మాంటేజీలు చిల్లులు పడ్డ గోడలు, మూసుకుంటున్న తలుపుల మీద భారత్, పాకిస్తాన్ నేం ప్లేట్లు. ఆ తర్వాత ఒక కెమెరా కదలిక చీకటిగా వున్న ఆ వరండాలను దాటుకుంటూ మైలపడ్డ మెట్లను దిగుతూ నేల మీద ఫోకస్ అవుతుంది. అప్పుడే పైనుంచి వచ్చి పడుతుంది ఓ బాల్. పడుతూనే రెండుగా పగిలిపోతుంది. ఆ రెండు భాగాలనూ అతికించిన band-aid కూడా రెండు ముక్కలవుతుంది.

చెప్పబడిన విషయం మనకు మొదటి సీన్ నుంచీ తెలిసిన విషయమని అర్థమై పోతుంది. అయితే కొత్తగా ఎలా చెప్పాడు అన్నది మనం చూడాల్సింది. సంభాషణలు చాలా అంటే చాలా స్వల్పం. ప్రతీదీ దృశ్యపరంగానే చెప్పబడింది. ఆ మిజాన్సెన్ లు బాగున్నాయి. మనం వాడటం మానేసిన fade-in fade-out లు మళ్ళీ ఇందులో చూస్తాము. ఒక తి ప్రకారంగా ఇరువర్గాల మధ్య వున్న ఘర్షణల తీవ్రత పెరుగుతూ వున్నప్పుడు, ఆ స్థాయీ భేదాల మధ్య punctuation marks లా. ఆ టేబల్ సీన్ లో డబ్బు, సొమ్ములూ కాకుండా పిల్లవాడి పుస్తకాలు

కూడా పెడతారు. అంటే భవిష్యత్ తరం విద్య, interests, అక్కర, భవిష్యత్తులు కూడా పణంగా పెట్టడం అన్నట్టు.

ఇందులో నటన, సంగీతం అంత గొప్పగా ఆకర్షించవు. కారణం కథ మొత్తంగా చెప్పే బాధ్యత దర్శకుడు విక్రం గుప్తా, అతని DOP తీసుకున్నారు. విక్రం గుప్తా "మై హూఉ న", "గదర్" లాంటి చిత్రాలకు సెకండ్ యూనిట్ డైరెక్టర్ గా చేసాడు. Mans world అనే టీవీ మినీ సెరీస్ చేసాడు.

ఇది చూస్తుంటే నాకు నార్మన్ మెక్లారెన్ తీసిన "నైబర్స్" అన్న లఘు చిత్రం గుర్తొచ్చింది. అది మనుషులు నటించినా ఒక కార్టూన్ చిత్రంలా వుండి, నవ్విస్తూ ఏడిపిస్తుంది. ఇదే అంశం : మనమూ-వాళ్ళూ. వీలైతే అది కూడా చూడండి.

వైరస్ : మరో మంచి మళయాల చిత్రం

ఈ సారి మరో మంచి మళయాల చిత్రం "వైరస్" పరిచయం చేస్తున్నాను. మన దేశంలో, కేరళలో జరిగిన నిజమైన సంఘటనల ఆధారంగా తీసిన ఈ చిత్రం చివరి దాకా మనల్ని కుర్చీ అంచుమీదే కూర్చోబెడుతుంది. యెక్కడా విసుగు అనిపించదు, యే సన్నివేశమూ అనవసరమైనది అని అనిపించదు.

కథ క్లుప్తంగా ఇదీ. కేరళలోని వో మెడికల్ కాలేజి ఆసుపత్రిలో వొక రోగి వస్తాడు: జకరియా (జకరియా ముహమ్మద్). అతనికి జ్వరం, తలనెప్పి, తో పాటు డాక్టర్ల పరిభాషలో ARDS. ఈ చిత్రంలో వైద్యపరమైన పదాలు చాలానే వున్నాయి. అయితే మానవ సంవేదనలు పునాదిగా తీసిన ఈ చిత్రంలో అవి అంతగా అర్థం కాకపోయినా మన దృష్టి చెదరదు. అతన్ని ఆబిద్ రెహ్మాన్ (శ్రీనాథ్ భాసి పోయిన వారం చూసిన కుంబళంగి నైట్స్ లో బోణి పాత్ర చేశాడు) వైద్యం అందిస్తాడు. ఆ ఆసుపత్రి అంతా రోగులతో, వాళ్ళ కూడా వచ్చిన వాళ్ళతో, డాక్టర్లతో, నర్సులతో కిటకిటలాడుతూ వుంటుంది. మామూలుగానే వున్న ఆ రద్దీ మరి కొద్ది రోజుల్లో ఇంకా యెక్కువ అవుతుంది. జకరియాకి ఇచ్చిన వైద్యం పనిచెయ్యదు, వాంతులతో అతను మరణిస్తాడు. అన్ని పరీక్షలూ చేసి, అనుమానించిన యే జబ్బూ లేదనిపించుకున్నాక ఇలా మరణించడం డాక్టర్లకు కూడా ఆశ్చర్యంగానే వుంటుంది. తర్వాత మరో రోగి అఖిల (రీమా కళ్ళింగళ్) వస్తుంది. తను వొక నర్సు, జబ్బు లక్షణాలు అవే. రావడం రావడం తనను ఇంట్యూబేట్ చెయ్యమని అంటుంది. తను తన

పసికందుకి పాలు ఇచ్చి వస్తున్నట్టు చెబుతుంది. తన పాప గురించిన భయమూ, బెంగా వ్యక్త పరుస్తుంది. కానీ ఆమె మాటలు పట్టించుకోకుండా డాక్టర్లు తమ పద్ధతిలో వొకటి తర్వాత వొకటిగా అనేక పరీక్షలు చేస్తారు. ఆమెకు ఊపిరి అందదు, క్షణ క్షణానికీ పాడవుతున్న ఆరోగ్యం. తనకు తన పరిస్థితి తెలుసనీ, తను బతకదనీ, తనకు ఇంక్యూబేట్ అవసరమనీ చెబుతుంది. కొయికోడ్ కు చెందిన జకరియా మొదటి రోగిగా అలాంటి జబ్బు లక్షణాలతో మరింత మంది వస్తారు ఆసుపత్రికి. ఇప్పుడిక దీని మీద ప్రత్యేకమైన దృష్టి సారించక తప్పని పరిస్థితి. డాక్టర్లందరూ కలిసి వొక టీం గా మారి రాష్ట్ర వైద్య మంత్రి సి కె ప్రమీల (రేవతి) ను కూడా కలుపుకుని సంప్రదింపులు, సంభాషణలు చేస్తుంటారు. వొకడాక్టర్ కి నిఫా వైరస్ అని అనుమానం కలుగుతుంది. వేరే ఎలాంటి వైరస్ లక్షణాలు లేకపోవడం, నిఫా గురించిన సమాచారం ఇతర దేశాలవి పరిశీలించి ఇది అదేనని తేలుస్తారు. అయితే ఈ భయంకరమైన రోగానికి మందు లేదు, చికిత్స లేదు, రాకుండా ఆపడానికి ఎలాంటి టీకా కూడా లేదు. పైగా ఇది చాలా త్వరగా వొకరి నుంచి మరొకరికి సంక్రమిస్తుంది. నమ్మడానికి కష్టం అనిపించే వేగంతో, చొరవతో, చురుగ్గా ఆ డాక్టర్ల సమూహం ఈ విషమ పరిస్థితిని ఎలా ఎదుర్కొన్నారో, ఎలా అధీనంలోకి తెచ్చారో అన్నది చూసి తెలుసుకోవలసిందే. కొన్నాళ్ళ పాటు బడులు అవీ మూసేస్తారు. కర్ఫ్యూ విధిస్తారు. మనిషి మరో మనిషి సంపర్కం లోకి రాకుండా చేస్తే కాస్తైనా ఆ జబ్బు పాకకుండా వుంటుందని. మరోపక్క ఆ రోగుల గురించిన అన్ని వివరాలూ రాబడతారు. వాళ్ళ చివర్న తిరిగిన స్థలాలు, కలిసిన మనుషులు వగైరా. యెందుకంటే ఈ రోగి సంపర్కంలోకి వచ్చిన ఇతరులకూ ఇదే జబ్బు వచ్చి తీరుతుంది. వాళ్ళు మరింతమందికి జబ్బు అంటించకుండా వుండేలా చూడటం అవసరం. చివరికి వీళ్ళందరి సమిష్టి కృషితో ఆ జబ్బును అదుపులోకి తెచ్చి కేరళలో మళ్ళీ పూర్వపు స్థితిని తేగలుగుతుంది ఈ సమూహం. ఈ లోగా యెన్నో పాత్రలు, యెన్నో ఉపకథలు, యెంతో సమాచారం. అంతా వ్రాస్తే వొక నవలకు, క్లుప్తంగా వ్రాసినా వొక దీర్ఘ కథకు తగ్గదు.

గత యేడాది కేరళ చూసిన ఈ దురదృష్ట సంఘటన ఆధారంగా దర్శకుడు ఆషిక్ అబు దీన్ని చాలా బాగా తీశాడు. ఈ సినిమా నడక హాలీవుడ్ చిత్రం

కంటేజియన్ కు పోలి వుంటుంది అంటారు. నేనైతే ఆ చిత్రం చూడలేదు. అయినప్పటికీ నేను అబుని అభినందించకుండా వుండలేను. అతను చేసిన విస్తార పరిశోధనలో వెలికి తీసిన అనేక అంశాలు, కథనాలు, వాటిలోంచి జాగ్రత్తగా ముఖ్యమైనవి యేరి (అన్నీ ముఖ్యమైనవే, అప్పటికే చిత్రం రెండున్నర గంటల నిడివి అయ్యింది), వాటిని చాలా చక్కగా కూర్చి, ప్రతి పాత్ర గురించీ చిన్న చిన్న కథలు చాలా క్లుప్తంగా, నేర్పుగా చెబుతూ కథ అల్లాడు. సామాన్యమైన విషయం కాదు. చాలా పాత్రలు నిజ జీవితంలోని మనుషుల కథ మీద ఆధారపడి మలచినవే. మనుషులు యెన్ని రకాలో, వాళ్ళ వెతలు అన్ని రకాలు. వొక స్త్రీ తను పాలు పట్టిన బిడ్డ గురించి బెంగపడటం, చాలా కాలం పాటు పిల్లలు కలగని జంట అప్పుడే తమ కలల పంట పండింది అని తెలుసుకుని కూడా సంతోషించలేని క్షణాలు, తమ వ్యక్తిగత జీవితం, కుటుంబం ఇవన్నీ పక్కకు నెట్టి అహర్నిశం ఆసుపత్రిలోనే సేవలందించిన డాక్టర్ల సమూహం, ఇలా చాలా కథనాలు నేర్పుగా అల్లాడు. జబ్బు సోకిన మనిషినే కాదు అది అతని కుటుంబాన్ని, అతని చుట్టూ వున్న సమాజాన్ని కూడా వదలదు. ఇన్సినరేటర్లలో శవాలను దహనం చేస్తే ఆ పొగలు మళ్ళీ ప్రమాదకారి అవుతాయని, దూరంగా వున్న వో స్మశానంలో ఖననం చెయ్యాలని చూస్తారు. మొదట్లో అక్కడి ప్రజలు తమ ప్రాణ భయంతో అడ్డు నిలిచినా, మానవత్వం గెలిచి సహకరిస్తారు. వొక పక్క చర్చించక తప్పని గుణాలు చర్చించాలని, మరో పక్క చదువరికి సినిమా చూసేటప్పుడు యేమీ మిగలకుండా చెయ్యడం కూడా సరి కాదు అని అనిపిస్తోంది. చివర్లో రేవతి అన్నట్టు, మనిషి మనిషికి సాయపడటానికి చేసిన ప్రయత్నంలోనే ఈ వ్యాధి వ్యాపించింది. అలాగే మనిషి మనిషికి సాయపడటానికి సంసిద్ధుడై, ప్రాణభయాన్ని పక్కకు నెట్టి సహకరించినందువల్లే తాము ఈ మహమ్మారిని అదుపులో తేగలిగాము అన్నది నిజం. కేరళలో సంభవించిన ఈ ఉత్పాతాన్ని ఎరిగిన వారు ఇందులోని ప్రతి పాత్ర వెనుకా నిజ జీవితంలో ఎవరు ఎవరో పోల్చుకోగలుగుతారు. మనకి సినిమా సినిమాగా నచ్చినా, ఆయా పాత్రల వెనుక నిజంగా మనుషులున్నారు అని తెలిస్తే ఇంకా నచ్చుతుంది.

ఇక నటన విషయానికి వస్తే, ఇందులో వొక్క నాయకుడు లేదు. అందరూ నాయకులే (gender neutral). అందరి పాత్రా సమానంగా విలువైనదే. నటన

కూడా అందరివీ బాగున్నాయి. శ్రీనాథ్ కాకుండా సౌబిన్ సాహిర్ ని పోయినవారం కుంబళంగి నైట్స్ లో చూశాము. చాలా మంది నటీనటులు మళయాళంలో పేరున్నవారే. నేను పోల్చుకోలేకపోయినా వాళ్ళ నటన కారణంగా గుర్తుండిపోతారు. ఇక ఈ చిత్రాన్ని ప్రేక్షకుడి మదిలో నిలిపేసే పనిలో ఛాయాగ్రాహకుడు రాజీవ్ రవి, సంగీతం అందించిన సుషిన్ శ్యాం లు అందించిన తోడ్పాటు గొప్పది. ముషిన్ పరారి, శరాఫు, సుహాస్ లు కలిసి వ్రాసిన స్క్రిప్ట్ పకడ్బందీ గా వుంది. నిజంగానే అధ్యయనం చేయతగ్గ స్థాయిలో వుంది.

ఇన్ని కారణాలుగా వైరస్ వొక తప్పక చూడాల్సిన చిత్రంగా చెప్పడానికి సంకోచించను.

వీసా

ఈ సారి చూసిన ఓ లఘు చిత్రం "వీసా". అదొక కన్సలేట్ ఆఫీసు. అమెరికన్ కావచ్చు. మరో దేశం కావచ్చు. లాబీలో మూడు కుర్చీల వరుస వుంది. అటు చివర, ఇటు చివరా సలీం (ఇషాన్ ఏ ఖన్నా), తేజస్విని (శ్వేతా బసూ ప్రసాద్) లు కూర్చుని వున్నారు. వారి ఎదుట రెసెప్షన్ డెస్క్ వుండాలి. కెమెరా ఆ డెస్కు నుంచి వీళ్ళను చూస్తోంది. ఇంటి దగ్గర ఏడేళ్ళ పాప జాస్మిన్ (డెలిసా మెహరా) ను వదిలి వచ్చారు. సలీం లేచి ఆ లేడీ ఆఫీసర్ ముందు నిలబడతాడు. ఇది నాలుగోసారి బహుశా రావడం. ఆమె అంటుంది అత్యవసర కేసులు తప్ప మేము మరే కేసులూ చూడట్లేదు, మీరు ఇలా మాటిమాటికి వచ్చి ప్రయోజనం లేదు. నా కూతురికి కేన్సర్ వుంది, ఈ దేశంలో దానికి ట్రీట్ చేసే వైద్యులు లేరు, ఇంతకంటే ఎమర్జెన్సీ ఏముంటుంది అంటాడు. ఒక్క సారి నా ఫైల్ చూడండి నమ్మకం లేకపోతే అని ఫైల్ ఇస్తాడు. ఆమె పేజీలు తిరగేస్తూ వుంటే ఓ పది రూపాయల నోటు కనిపిస్తుంది. ఒకసారి తలెత్తి అతన్ని చూస్తుంది. ఇప్పుడే వస్తానంటూ వెళ్తుంది. తిరిగి వచ్చి అవసరమైన డాక్యుమెంట్లు, మెడికల్ సర్టిఫికేట్లు వగైరా తీసుకుని మరుసటి వారం రమ్మంటుంది.

ఇంటి దగ్గర జాస్మిన్ అద్దం ముందు నిలబడి తయారవుతోంది. తేజస్విని నువ్వు చదువు నిర్లక్ష్యం చేస్తున్నావు, చూసుకో మీ నాన్న చెంప చెళ్ళుమనిపిస్తాడు అంటుంది. నాకు చెంపదెబ్బలతో భయం లేదు, ప్రేమకు గానీ అంటుంది. ఇది దబంగ్ అనే చిత్రంలోని డైలాగ్. అమ్మాయికి నటన అంటే ఆసక్తి, వచ్చు

కూడాను. ఇంతలో సలీం వస్తాడు. భార్యా భర్తలు కూర్చుని మాట్లాడుకుంటారు. సలీం ఒక పోలీసు ఆఫీసర్ అయినా అతని ఇంటి మీద కూడా కనీస పక్షంలో మూడు సారులు దాడులు జరిగాయి. భార్య హిందువాయె. వూరంతా ఇలాంటి ఉపద్రవాలే. భార్యకు కంటికి కునుకు వుండదు, నిద్ర పోగలిగితే అన్నీ పీడ కలలే. వూరొదిలి వెళ్ళిపోదామని ఆలోచన. తన బంగారం, ఇల్లూ అమ్మేయమంటుంది. మనం తిరిగి వస్తే ఇల్లంటూ వుండొద్దా అంటే, మనం అసలు ఇక్కడికి రానే వద్దు అంటుంది.

ప్రపంచం మొత్తంలో చాలా దేశాలలోని పరిస్థితి ఇలానే వుంది. సొంత దేశం వదిలి కాందిశీకులుగా వేరే దేశాలకి వెళ్ళే జనం చాలా పెద్ద సంఖ్యలో వుంది. దాదాపు సగం మంది పిల్లలే. జీవితపు భరోసా ఇచ్చే స్వదేశమూ లేదు, ఆదరణ ఖచ్చితంగా దొరుకుతుందని అనుకోగల ఇతర దేశాలూ లేవు. అంతా అగమ్య గోచర భవిష్యత్తు.

కాందిశీకుల దృష్టికోణం నుంచి ఈ చిత్రం తీసిన మనిష్ రాహత్కర్ ను మెచ్చుకోవాలి. చిన్న చిన్న పొరపాట్లున్నా సినిమా సాధించిన దానితో పోలిస్తే పట్టించుకోవాల్సినవి కావు. శ్వేతా బస్ ప్రసాద్ నటన బాగుంది.

Spoiler ahead మరుసటి వారం ముగ్గురూ కన్సలేట్ కి వెళ్తారు. అక్కడ వున్న మగ అధికారి తను పాపతో ఒంటరిగా మాట్లాడాలి అంటాడు. భయపడుతూనే తల్లి దండ్రులు బయటికి వెళ్ళి కూర్చుంటారు. కాసేపు తర్వాత ఆ అధికారీ, జాస్మినూ బయటికి వస్తారు. మొదట్లో చూసిన గది, కుర్చీలే. అయితే ఈ సారి కెమెరా గేట్ దగ్గర వుంటుంది. లోపలికి చూస్తుంది కెమెరా. కుర్చీలకు పక్కన గోడ కాకుండా గోడంత అద్దం వుంటుంది. అందరూ వారి వారి ప్రతిబింబాలతో ఒకే ఫ్రేం లో కనిపిస్తారు. వీసా అప్రూవ్ అయ్యిందని అంటాడా అధికారి. ముగ్గురూ ఆనందంగా మెట్లు దిగుతారు. వెనుతిరిగి వెళ్ళిపోబోతున్న అధికారికి అక్కడ కుర్చీ కింద ఏదో కనబడి దాన్ని తీసుకుంటాడు. కంటి కింద, కనురెప్పల పైనా నలుపు రంగు పూసే కాస్మెటిక్ అది. ఆ పాపను ఓ వ్యాధిగ్రస్తురాలుగా చూపించాలని వారు చేసిన ప్రయత్నం అర్థం అయినా, బయటికొచ్చి మీరిది మరచిపోయారంటు అందిస్తాడు.

నేపథ్యం లో పాట. ఏదో దేశంలో సముద్ర తీరంలో ఆ ముగ్గురూ. పది రూపాయలు చూసిన ఆ ఆడ అధికారీ, కాస్మెటిక్ చూసిన ఆ మగ అధికారీ ఇద్దరిలోని మానవత్వాన్ని మన ముందు దర్శకుడు బాగా బయట పెట్టాడు.

ఇది ఒక కుటుంబం కథ. ఇలాంటి కథలెన్నో.

www.ingramcontent.com/pod-product-compliance
Lightning Source LLC
LaVergne TN
LVHW091954210825
819277LV00035B/312
* 9 7 8 9 3 9 2 9 6 8 4 9 5 *